நூலாசிரியர் க. பழனித்துரை (பி. 1953), அண்ணாமலைப் பல்கலைக் கழகத்தில் முதுகலை வரலாறும் முனைவர் பட்டமும் பெற்றவர். அண்ணாமலைப் பல்கலைக்கழகத்திலும் காந்திகிராம கிராமியப் பல்கலைக்கழகத்திலும் பேராசிரியராகப் பணியாற்றி ஓய்வு பெற்றவர்; கிராமிய மேம்பாட்டுக்காகச் செயல்படும் களச் செயல்பாட்டாளர். ராஜீவ் காந்தி பஞ்சாயத்து ஆராய்ச்சி இருக்கையின் தேசியப் பேராசிரியராகப் பணியாற்றினார். இதுவரை ஆங்கிலத்திலும் தமிழிலும் 83 புத்தகங்களையும் பல முன்னணி இதழ்களில் நானூறுக்கும் மேற்பட்ட கட்டுரை களையும் எழுதியுள்ளார். பல பன்னாட்டு நிறுவனங்களின் ஆதரவுடன் கள ஆய்வுகள் நடத்தி, புத்தகங்களும் ஆய்வுக் கட்டுரைகளும் எழுதியிருக்கிறார். புதிய பஞ்சாயத்து அரசாங்கம் உருவாக்கப்பட்ட பிறகு, பல பயிற்சிக் கையேடுகளைத் தயாரித்து, பஞ்சாயத்துத் தலைவர்களுக்கு இன்றுவரை பயிற்சிகளை நடத்திவருகிறார். ஒன்றிய, மாநில அரசுகளின் உள்ளாட்சி, ஊரகச் செயல்பாடுகளுக்கான உயர்நிலைக் குழுக்களில் உறுப்பினராகவும் செயல்பட்டார். ஜெர்மனியிலுள்ள கொலோன் பல்கலைக் கழகத்தில் வருகைதரு பேராசிரியராகவும் பணியாற்றினார். ஆராய்ச்சிச் செயல்பாடுகளுக்காகப் பேராசிரியர் ராம் ரெட்டி விருதும், சமூகச் செயல்பாடுகளுக்காக நீதியரசர் வி. ஆர். கிருஷ்ணய்யர் விருதும், ஊரக வளர்ச்சித்துறையில் ஆற்றிய பணிக்காக அமெரிக்கா ஏழாம் தலைமுறை விருதும், அரசுடன் உள்ளாட்சியில் இணைந்து சிறப்பாகச் செயல்பட்டதற்காக குடியரசு நாள் விருதும் பெற்றிருக்கிறார். பணி ஓய்வுக்குப் பிறகு, அரவிந்த சமூகம் நடத்திவரும் ஊரக வளர்ச்சி செயல்பாட்டகத்தின் கௌரவ இயக்குநராகச் செயல்படுகிறார்.

கிராம ஊராட்சி நிருவாகக் கையேடு

கிராம ஊராட்சி அரசாங்கம்

இரண்டாம் பதிப்பு

க. பழனித்துரை

அடையாளம்

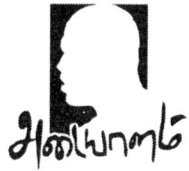

முதல் பதிப்பு 2023
இரண்டாம் பதிப்பு 2025
© க. பழனித்துரை
வெளியீடு: அடையாளம், 1205/1 கருப்பூர் சாலை, புத்தாநத்தம் 621310, திருச்சி மாவட்டம், இந்தியா, தொலைபேசி: 9444 77 2686, 04332 273444.
நூல் வடிவம்: த பாபிரஸ், அச்சாக்கம்: அடையாளம் பிரஸ், இந்தியா
ISBN 978 81 7720 340 0
விலை: ₹ 600

Kiraama Uraatchi Aracaankam is the Introduction to Grama Panchayath in Tamil by G. Palanithurai, Published by Adaiyaalam, 1205/1 Karupur Road, Puthanatham 621310, Thiruchirappalli District, Tamil Nadu, India, email: info@adaiyaalam.net

தன்னலம் பாராது களத்தில் நின்று
கிராமங்களை மேம்படுத்தப்
போராடிக்கொண்டிருக்கும்
குட்டி மகாத்மாக்களுக்கு...

பொருளடக்கம்

நன்றி	ix
முன்னுரை	xii
இரண்டாம் பதிப்புக்கான முன்னுரை	xvii
இந்த நூலைப் பயன்படுத்துவது எப்படி	xix

பகுதி ஒன்று: அடிப்படைகள்

1	ஊராட்சியின் வரலாறு	1
2	இந்திய அரசமைப்பின் 73ஆவது திருத்தச் சட்டம் -1992	12
3	பிரதமரின் கடிதம்	27
4	பஞ்சாயத்துப் பட்டயம்	34
5	அதிகாரப் பரவலின் அடிப்படைகள்	40
6	கிராமிய மேம்பாடு: ஒரு நாகரிகத்தை மீட்டெடுத்தல்	55

பகுதி இரண்டு: தமிழகக் கிராமப் பஞ்சாயத்து அரசாங்கம்

7	கிராமசபை அதிகாரங்களும் கடமைகளும்	79
8	சிற்றூராட்சி ஆளுகையும் நிருவாகமும்	99
9	சிற்றூராட்சி நிருவாகத்தில் குழுக்களின் பங்கு	206
10	சிற்றூராட்சி உறுப்பினரின் உரிமைகளும் கடமைகளும்	216
11	பள்ளிக் கல்வியில் குழந்தைகள் மேம்பாடு	225
12	கிராம மேம்பாட்டுத் திட்டம்	256
13	தகவல் அறியும் உரிமைச் சட்டம்	271

பகுதி மூன்று: செயல்பாட்டுப் பார்வை

14	உள்ளாட்சி ஒரு கூட்டுச் செயல்பாடு	291
15	உள்ளாட்சியில் சுயாட்சி	297
16	கிராமங்களின் விடுதலை	303
17	கிராமங்கள் வலுப்பட வேண்டும்	308
18	உள்ளாட்சியும் அடிப்படை மாற்றங்களும்	316
19	அடிப்படை மாற்றத்திற்கான தலைமைத்துவம்	324
20	மக்களை அதிகாரப்படுத்துதல்	331
21	கிராம மேம்பாட்டில் மக்கள்	338
22	நீர்ப் பாதுகாப்புக்கான மக்கள் இயக்கம்	343
23	செலவில்லாக் கிராம மேம்பாட்டுப் பணிகள்	348
24	பெருந்தொற்றிலிருந்து தொடர்தொற்று	367
25	உள்ளாட்சியை வலுப்படுத்த	373
26	நாம் மக்களாட்சியில் வாழ்கிறோமா?	383
	முடிவுரை	390
	பின்னிணைப்புகள்	
	1. அரசாணைகள்	395
	2. ஒப்பந்ததாராகப் பதிவு செய்தல்	439
	உசாத்துணை	454

நன்றி

எந்த ஒரு நிகழ்வும் ஒரு கூட்டுச் செயல்பாட்டின் வெளிப்பாடே. புதிய உள்ளாட்சி அரசாங்கம் பற்றி எழுத, பேச நான் தொடங்கிய காலம் 1991. அன்று முதல் இன்றுவரை பல்வேறு கட்டுரைகள், சிறிய நூல்கள், நிருவாகக் கையேடுகள், பயிற்சிக் கையேடுகள், ஆராய்ச்சிக் கட்டுரைகள், நூல்கள் எனத் தொடர்ந்து எழுதி வருகிறேன். அவை அத்தனையும் தேவையின் அடிப்படையில்தான் எழுதி வருகிறேன். பல பதிப்பகத்தார் பஞ்சாயத்துக்கான புத்தகத்தின் தேவை இருக்கிறது, எழுதுங்கள் எனக் கேட்டு எழுதி வாங்கி ஆயிரக்கணக்கில் பதிப்பித்து மக்களிடம் கொண்டு சேர்த்தனர். அதேபோல் பத்திரிகைகள் தொடர்ந்து நான் எழுதியவற்றைக் கட்டுரைகளாகப் பதிப்பித்தும் வெளியிட்டன. அவ்வப்போது பஞ்சாயத்து அரசாங்கத்தில் நடைபெறும் மாற்றங்களை உள்வாங்கிப் புதிய வெளியீடுகளைக் கொண்டுவந்துள்ளேன். அதுமட்டுமல்ல, உள்ளாட்சிக்குத் தேர்ந்தெடுக்கப்பட்ட பிரதிநிதிகளுக்கு மாநில அரசின் பயிற்சி நிறுவனங்களுடனும் தொண்டு நிறுவனங்களுடனும் சேர்ந்து தலைமைத்துவப் பயிற்சி அளித்து வருகிறேன். உள்ளாட்சியில் ஆளுகையையும் நிருவாகத்திலுள்ள சிக்கல்களையும் ஆராய்ந்து அறிக்கையாக அரசுக்கு வழங்கிச் சிக்கல்களுக்குத் தீர்வு கண்டு வருகிறேன்.

அதேபோலச் சாதனைகள் படைக்கும் தலைவர்கள் பற்றியும் பஞ்சாயத்துகள் பற்றியும் தொடர்ந்து எழுதுகிறேன்; என்னுடைய அனைத்து உள்ளாட்சிச் செயல்பாடுகளிலும் ஒன்றைத் தொடர்ந்து கவனித்து வருகிறேன். அதாவது எங்கெல்லாம் சாதனை செய்ய

வேண்டும், கிராமங்களை மாற்ற வேண்டும் என்ற துடிப்புடன் மக்கள் பிரதிநிதிகள் செயல்படுகின்றார்களோ அங்கெல்லாம் கிராமங்கள் மாற்றம் பெறுகின்றன. எனவே நல்ல தலைமை கிடைக்கின்ற கிராமங்கள் தம்மை மாற்றிக்கொள்கின்றன. எனவே பஞ்சாயத்துகளுக்குத் தேவை நல்ல தலைமைத்துவம். இதை அறிந்து அதற்கான பணிகளைச் செய்யும் போது அதற்குத் தேவையான ஒரு வழிகாட்டு நூலை உருவாக்க வேண்டும் என்னும் ஆர்வம் வந்தது. இது ஒரு புதினம் அல்ல, கிராம மேம்பாட்டுப் பணிகளுக்கு வழிகாட்டும் நூல்.

பஞ்சாயத்துத் தலைவர்கள் தமிழக அரசின் புதிய பஞ்சாயத்துச் சட்டத்தைக் கட்டாயமாகப் படிக்க வேண்டும் என்று பலர் கூறுவார்கள். ஆனால், நான் கூறுவது: படியுங்கள், கிராமம் என்றால் என்ன, கிராமிய வாழ்வு எப்படி இருக்க வேண்டும் என்பதைப் புரிந்துகொண்டு மக்களுக்கு வழிகாட்டும் தலைவர்களாய் நீங்கள் தயாராகி வாருங்கள் என்பதே. மக்கள் பிரதிநிதிகள் சட்டம் பயின்றவர்களாக இருக்க வேண்டும் என்பது கட்டாயம் அல்ல; தெரிந்திருந்தால் நல்லது அவ்வளவுதான். ஆனால் கிராமிய மேம்பாடு, சமூக மேம்பாடு, சமூக நீதி, பொருளாதார மேம்பாடு, மக்களின் வாழ்வாதாரம், வாழ்க்கைத் தரம் ஆகியன குறித்துப் புரிந்திருக்க வேண்டும்; மக்களின் தேவைகள் அறிந்து மக்களின் பிரச்சினைகளுக்குத் தீர்வுகாண வேண்டும். உங்களுடைய தீர்வுகள் சட்ட விதிமுறைகளுக்கு உட்படுகின்றனவா என்பதைப் பார்ப்பதற்காகத்தான் அரசு அலுவலர்கள் உள்ளாட்சித் துறையில் பணியாற்றுகிறார்கள்.

ஒன்றிய அலுவலகத்தில் சிற்றூராட்சிகளுக்காகவே ஒன்றிய மேம்பாட்டு அதிகாரி (பிடிஓ) செயல்பட்டு வருகிறார். அவர் சிற்றூராட்சித் தலைவர்களை மேய்ப்பவரும் அல்ல, மேற்பார்வை செய்பவரும் அல்ல. அவர் சிற்றூராட்சிகள் சட்டத்தின்படி ஆட்சி செய்ய உதவும் ஓர் அதிகாரிதானே தவிர, உள்ளாட்சித் தலைவர்கள் மேல் கோலோச்சுபவர் அல்ல. உள்ளாட்சித் தலைவர்களின் செயல்பாடுகள் அவருக்கு ஒரு செய்தியைச் சொல்ல வேண்டும்: பஞ்சாயத்துத் தலைவர்கள் கிராமிய மேம்பாடு, மக்கள்நலன் பற்றித்தான் செயல்படுகிறார்கள். தலைவருக்கான அனைத்துத் தகுதிகளும் தங்களுக்கு இருக்கின்றன என்பதை அதிகாரிகளுக்குப்

புரியவைத்துவிட்டால், தலைவர்களின் செயல்பாடுகளில் அவர் எந்த விதத்திலும் முட்டுக்கட்டையாக இருக்கமாட்டார்.

அந்த நிலையில் உள்ளாட்சித் தலைவர்கள் புரிதலுடன் செயல்படுபவர்களாக, தலைமைத்துவப் பண்புகள் கொண்டவர்களாக உருவாக வேண்டும். அந்தப் புரிதலுக்காக உருவாக்கப்பட்டதுதான் இந்த விளக்கக் கையேடு. பல பஞ்சாயத்துத் தலைவர்கள் என்னிடம் எளிதாகப் புரிந்துகொள்ளும் வகையில் சிற்றூராட்சி நிருவாகம் பற்றிய நூல் ஒன்றை கொண்டுவர வேண்டும் என்று பலரும் கேட்டதால், உங்கள் கையில் தவழும் இந்தப் புத்தகம் உருவாகியிருக்கிறது.

இந்த நூல் உருவாவதற்கு உதவியாக இருந்த பல சிற்றூராட்சித் தலைவர்கள், மாநில ஊரக வளர்ச்சி மற்றும் பயிற்சி நிறுவனத்தின் பயிற்சியாளர்கள் அனைவருக்கும் நன்றி. அடுத்து இந்தச் செயல்பாடுகளைத் தலைவர்களுக்குள் அடக்கிவிடாமல், ஒரு மக்கள் இயக்கமாக மாற்ற வேண்டும்; ஆக்கங்கள் பொதுமக்களுக்காக இருக்க வேண்டும் எனக் கூறி, இந்த நூலுடன் என்னுடைய பல நூல்களைப் பதிப்பித்து வெளியிட்டுவரும் அடையாளம் பதிப்புக் குழுவினருக்கு நன்றியை உரித்தாக்குகிறேன்.

க. பழனித்துரை

முன்னுரை

இந்தியாவில் மூன்றடுக்குப் பஞ்சாயத்து அரசாங்கம் அரசமைப்புச் சட்டத்தின் மூலம் உருவாக்கப்பட்டாலும், ஒவ்வொரு மாநிலத் திலும் எப்படி ஊராட்சி நிருவாகத்தை நடைமுறைப்படுத்த வேண்டுமோ அப்படி உருவாக்கிக்கொள்ளலாம் என அந்தத் திருத்தச் சட்டத்தில் வழிகாட்டப்படுகிறது. எனவே மாநிலங்கள் அந்த வகையில்தான் கிராமப்புற உள்ளாட்சிகளைச் சட்டத்தின் மூலம் உருவாக்கியுள்ளன. சில மாநிலங்கள் கிராமப் பஞ்சாயத்தையும் மாவட்டப் பஞ்சாயத்தையும் வலுவாக்கிக்கொண்டு, ஒன்றியப் பஞ்சாயத்தைப் பெயரளவில் வைத்துக்கொண்டன. பல மாநிலங்கள் கிராமப் பஞ்சாயத்தையும் ஒன்றியப் பஞ்சாயத்தையும் வலுவாக்கிக் கொண்டு, மாவட்டப் பஞ்சாயத்தைப் பெயரளவுக்குச் செயல்பட வைத்துள்ளன. தமிழகத்தைப் பொறுத்த அளவில் கிராமப் பஞ்சாயத்துத்தான் வலுவாக்கப்பட்டு வருகிறது. ஒன்றியப் பஞ்சாயத்தும், மாவட்டப் பஞ்சாயத்தும் கிராம மேம்பாட்டுக்குப் பெருமளவில் செயல்படக்கூடியதாக உருவாக்கப்படவில்லை.

கிராமப் பஞ்சாயத்துகள் மக்களுடன் நேரடித் தொடர்பில் அன்றாடத் தேவைகளைப் பூர்த்தி செய்வதால்தான் அவை வலுவாக்கப்படுகின்றன என்ற விவாதம் தொடர்ந்து முன்வைக்கப் படுகிறது. கிராமப் பஞ்சாயத்துத் தலைவர்கள் இதற்கான முழுப் புரிதலைத் தங்களுக்குள் ஏற்படுத்திக்கொண்டு செயல்படத் தொடங்கினால், மிகப் பெரிய அடிப்படை மாற்றங்களைச் செய்து விடலாம். அதற்கான புரிதலை நம் தலைவர்களிடம் உருவாக்க

வேண்டும். அந்தப் புரிதல் இரண்டு நாள்கள் நடத்தப்படும் பயிற்சியால் மட்டும் வருவதல்ல. அந்தப் புரிதல் ஆழ்ந்த வாசிப்பும் சிந்தனையும் இருந்தால் மட்டுமே சாத்தியப்படும்.

அதேபோல் நம் கிராமப் பஞ்சாயத்துத் தலைவர்களிடம் தலைமைத்துவப் பண்புகளை வளர்த்தெடுக்க வேண்டும். நாம் இதுவரை தலைமைத்துவம் என்பதற்கு மேய்ப்பவர்களைத் தான் அடையாளம் காட்டுகிறோம். நம்மேல் ஆதிக்கம் செலுத்துவோரைத்தான் தலைவராக நாம் பாவித்துப் பாராட்டி மகிழ்ந்து வருகிறோம். மக்களாட்சி நடைபெறும் நாட்டில் மக்கள்தாம் முதன்மையானவர்கள். மக்களுடன் பணியாற்றத்தான் தலைவர்கள் தேவை—மக்களின் மேல் கோலோச்சுவதற்கு தலைவர்கள் தேவை இல்லை. ஒரு நாடோ, கிராமமோ, சமுதாயமோ மாறுவதும் மேம்படுவதும் தலைவர்களால் அல்ல, மக்களால்தாம் என்பதை நாம் புரிந்துகொள்ள வேண்டும். மக்களுடன் பணியாற்றும் மக்களுக்கு வழிகாட்டும் சமத்துவப் பண்புகொண்ட மனிதர்கள்தாம் சமூகங்களுக்குத் தேவை. எனவே மக்களால் தேர்ந்தெடுக்கப் பட்டுள்ள பிரதிநிதிகளிடம் மக்களாட்சிக்கான தலைமைப் பண்பை வளர்த்தெடுக்க வேண்டும். அந்தப் பயிற்சிதான் இன்று நமது மக்கள் பிரதிநிதிகளுக்குத் தேவை.

அடுத்து, அதிகாரப் பரவலுக்கான அடிப்படைகள், அவற்றால் விளையும் நன்மைகள் பற்றிய புரிதல் வேண்டும்; அதேபோல் அதிகாரப் பரவலைச் சட்டத்தின் மூலம் நிறைவேற்றும் தெளிவும் வேண்டும். அந்தத் தெளிவைப் புத்தகங்கள்தாம் தரும். பின்வரும் பகுதியில் ஏன் இந்த உள்ளாட்சி அரசாங்கமாக உருவாக்கப் பட்டுள்ளது என்பதைப் புரிந்துகொள்ள இதே நூலிலுள்ள 'பஞ்சாயத்துப் பட்டய'த்தைக் கவனமாகப் படிக்க வேண்டும்.

தொடர்ந்து வரும் பகுதியில் பிரதமரின் கடிதமும் இடம் பெறுகிறது. அதன் அடிப்படையில் உள்ளாட்சிச் செயல்பாடு களைத் திட்டமிட்டுச் செயல்படுத்த வேண்டும். 'பஞ்சாயத்துப் பட்டயமும்' பிரதமரின் கடிதமும் இந்தியச் சூழலில் உள்ளாட்சியின் முக்கியத்துவத்தையும், உள்ளாட்சி அமைப்புகள் செயல்பட வேண்டிய வழிமுறையையும் விளக்குகின்றன. உலக அளவில் இந்த அதிகாரப் பரவலின் நடைமுறைகள் குறித்து 'அதிகாரப்

பரவலின் அடிப்படைகள்' என்ற தலைப்பில் விளக்கப் பட்டுள்ளது.

உள்ளாட்சி அரசாங்கம் ஒன்றிய, மாநில அரசுகள் தரும் நிதியைச் செலவு செய்வற்கு உருவாகப்பட்ட நிறுவனம் அல்ல. கிராமங் களை மேம்படுத்தி, கிராமம் எப்படி இருக்க வேண்டுமோ, அப்படியொரு வாழ்க்கைமுறையை அங்குக் கட்டமைக்கத் தேவையான அடிப்படை வசதிகளை ஏற்படுத்துவதும், ஒரு கிராமிய சமூகத்தை உருவாக்கத் தேவையான சமூக மாற்றத்தை மக்களிடம் உருவாக்குவதும்தான் உள்ளாட்சியின் பெரும் பணிகள். இதில் ஒன்றை நம் மக்கள் பிரதிநிதிகள் புரிந்துகொள்ள வேண்டும். அதிகாரங்கள், நிதி ஆதாரங்கள் ஆகியவற்றை மக்கள் பிரதிநிதி களாகத் தேர்ந்தெடுக்கப்பட்டவுடன் அவர்களுக்கு அதிகாரிகளும் அலுவலர்களும் வந்து தங்கத் தட்டில் வைத்துத் தந்துவிடுவார்கள் என்று எண்ணி வாளா இருக்கக் கூடாது. அதிகாரங்களை யாரும் தரமாட்டார்கள், நாம்தான் எடுத்துக்கொள்ள வேண்டும். அவற்றை எடுப்பதற்கு நமக்கு ஒரு உபாயம் தெரிந்திருக்க வேண்டும். பதவிகள் அனைத்தும் பொறுப்புக்கள் என எடுத்துச் செயல்பட வேண்டும். அப்போதுதான் அதிகாரங்கள் மக்கள் பிரதிநிதிகளுக்கு வந்தடையும். இந்தப் புரிதலுடன் மக்கள் பிரதிநிதிகள் களத்தில் இறங்கிச் செயல்பட வேண்டும். இதில் மிகவும் முக்கியமாக, எவை யெல்லாம் அடிப்படைப் பணிகள் என்பதைத் தெரிந்து செயல்பட வேண்டும். சட்டபூர்வமாகப் பல பணிகள் கட்டாயக் கடமை களாகத் தரப்பட்டுள்ளன. அத்துடன் தலைவர்கள் விரும்பினால், விருப்பக் கடமைகளாகப் பலவற்றைக் கிராமங்களில் பணியாற்றிச் சாதிக்கலாம். மிகவும் சிறந்த தலைவர்களாக உள்ளாட்சியில் கருதப்பட்டவர்கள் அனைவரும் தாங்களாகவே மக்கள் பிரச்சினை களுக்குத் தீர்வு காண்பதை விருப்பக் கடமைகளாக்கிச் செயல் பட்டவர்கள்தாம் மிகப் பெரிய சாதனைகளைப் புரிந்தவர்கள்.

இன்றைய கிராமங்கள் கிராமங்களாக வாழ்வியலில் இல்லை, மாறாக வசிப்பிடமாக மட்டும்தான் இருக்கின்றன. அங்கு வாழும் வாழ்க்கை முறைகூடக் கிராமிய வாழ்க்கை முறையல்ல. கிராமிய வாழ்வு என்பது சுயச்சார்பு கொண்ட சமூக வாழ்வு; அது அடிப்படை வசதிகள் அனைத்தும் பெற்றுச் சுயமரியாதையுடன், நாகரிகத்தின் விழுமியங்கள் கொண்ட அமைதியும் மகிழ்ச்சியும் நிறைந்த

எளிய வாழ்வை இயற்கையுடன் இசைந்து வாழ்வதாகும். இந்த வாழ்வுமுறை இன்று முற்றிலும் சிதிலம் அடைந்திருக்கிறது. அதை நிர்மாணிப்பதுதான் மிகவும் முக்கியமான பணி. இதற்கான புரிதலை முதலில் மக்கள் பிரதிநிதிகள் பெற வேண்டும்; அடுத்து, மக்களுக்குப் புரியவைக்க வேண்டும். இந்தப் பணி உள்ளாட்சி மன்றத் தலைவர் மட்டும் செயல்படுத்துவது அல்ல. ஒட்டுமொத்தக் கிராமத்தையே இந்தச் செயல்பாட்டில் பங்கேற்க வைக்க வேண்டும். எந்தக் கிராமத்தையும் அரசால் மாற்ற முடியாது. அரசு சில வசதிகளை மட்டுமே உருவாக்கித் தரமுடியும். கிராம மேம்பாடு என்பது மக்களின் பங்களிப்புடன் நடைபெறுவது. இந்த மாற்றங்களைக் கொண்டுவர அறிவியல்பூர்வத் திட்டம் ஒன்று தீட்டப்பட வேண்டும். அது மக்கள் கனவுகளில் மக்கள் பங்கேற்போடு நடைபெறவேண்டும். இதற்கு இன்றியமையாத் தேவை ஒரு கனவு. நம் கிராமம் எப்படி இருக்க வேண்டும் என்ற கனவு கிராமத்தில் வசிக்கும் அனைவரிடத்திலும் உருவாக்க வேண்டும்.

அந்தக் கனவுக் கிராமத்தை உருவாக்க ஒரு செயல்திட்டம் தேவை. அதற்குக் கிராமங்களிலுள்ள வளங்கள், குடும்பங்களின் பொருளாதார நிலை, மக்களின் தேவைகள் பற்றிய அறிவியல்பூர்வப் புள்ளிவிவரம் தேவை. அப்படிப் புள்ளிவிவரங்கள் திரட்டுவதன் மூலம் கிராமத்திலுள்ள அனைத்துக் குடும்பங்களுக்கும் தேவையான அடிப்படை வசதிகள் செய்து கொடுக்க முடியும். அனைத்துக் குடும்பப் பொருளாதார மேம்பாட்டுக்கான ஒரு திட்டத்தையும் உருவாக்க வேண்டும். கிராமங்களில் தீண்டாமை யற்று, சமத்துவத்துடன் செயல்படும் ஒரு கலாச்சாரத்தை உருவாக்க வேண்டும். மேற்கூறிய அனைத்துக்கும் தேவை ஒரு புரிதல், ஒரு தெளிவு. அந்தப் புரிதலுக்குத் தேவையான அவ்வளவு கருத்துகளும் இந்தச் சிறிய நூலில் தொகுக்கப்பட்டுள்ளன. இவற்றை நிதான மாகப் படித்து உள்வாங்கிச் சிந்தித்துச் செயலாற்ற மக்கள் பிரதிநிதிகள் தயாராக வேண்டும். தலைவர்கள் மக்கள் பிரச்சினை களுக்குச் சட்டத்தின்படித் தீர்வு காண்பவர்கள். மக்களைத் தயார் செய்து, மக்களுடன் பயணித்து அடிப்படை மாற்றங்களைக் கொண்டுவருபவர்கள்தாம் மக்கள் தலைவர்கள். கிராமப் பஞ்சாயத்தைச் செம்மையாக வழிநடத்தி, சமூக மாற்றத்தையும்

பொருளாதார மேம்பாட்டையும் உருவாக்கத் தேவையான கருத்துகளின் சாரம் இந்த நூலில் தொகுத்துக் கொடுக்கப் பட்டுள்ளது. இவற்றைப் படித்து அசைபோட்டுத் திட்டம் தீட்டி, செயல்பட்டு, ஓர் உன்னத கிராமத்தைப் படைக்க வேண்டும்.

க. ப.

இரண்டாம் பதிப்புக்கான முன்னுரை

கிராம ஊராட்சி என்பது மக்களாட்சி வேரூன்றும் அடித்தளம். அந்த அடித்தளத்தை வலுப்படுத்தும் நடைமுறை அறிவு, நிருவாகத் திறன், சமூகப்பொருள் புரிதல் ஆகியவற்றை ஒருங்கே இணைத்து செயல்பட வேண்டும் என்பதே இந்த நூலின் நோக்கம். இந்த நூலின் முதல் பதிப்பு வாசகர்களிடம் பெரும் வரவேற்பைப் பெற்று, குறுகிய காலத்தில் விற்றுத் தீர்ந்தது. ஊராட்சி நிருவாகத்தில் பணியாற்றும் அலுவலர்களும் மக்கள் பிரதிநிதிகளும் இதை முதன்மை ஆதாரமாகக் கருதி வாசித்தனர்.

முதல் பதிப்பைப் படித்த முன்னாள் மத்திய அரசுச் செயலரும், 73வது இந்திய அரசமைப்புச் சட்டத் திருத்தத்தின் வடிவமைப்பாளருமான முனைவர் எஸ். எஸ். மீனாட்சி சுந்தரம், 'இத்தகைய கையேடு வேறு எந்த மாநிலத்திலும் வெளிவந்ததில்லை' என்று பாராட்டினார். வட்டார வளர்ச்சி அலுவலர்களும் ஊராட்சிச் செயலர்களும் வழங்கிய ஆழமான கருத்துகளும் இந்தப் பதிப்பை இன்னும் சிறப்பாக்க உதவின.

இந்த நூல் பஞ்சாயத்துத் தலைவர்களுக்கும் நிருவாக அலுவலர்களுக்கும் வழிகாட்டியாகவும், அரசு ஆணைகளை உள்ளாட்சியின் நோக்கத்துடன் இணைக்கும் ஒருங்கிணைப்பாகவும் உள்ளது. கடந்த இரண்டு ஆண்டுகளில் வெளிவந்த அரசு ஆணைகளும் திருத்தங்களும் இந்தப் பதிப்பில் பின்னிணைப்பாகச் சேர்க்கப் பட்டுள்ளன; ஒப்பந்ததாரராகப் பதிவு செய்வதற்கான நெறிமுறை களும் இடம்பெறுகின்றன.

இந்த நூலை எளிமைப்படுத்தி, செறிவூட்டிய வடிவத்தில் உருவாக்குவதற்காகத் தன்னலமற்ற உழைப்பை எடுத்துக்கொண்டவர் அடையாளம் சாதிக். அவரே 'தமிழ்நாடு கிராம பஞ்சாயத்துச் செயலாளர்களுக்கான விதிகள் 2023' என்னும் பகுதியைத் தமிழில் மொழிபெயர்த்தார். அவருடைய அர்ப்பணிப்புக்கும் ஆற்றலுக்கும் எனது மனமார்ந்த நன்றிகள்.

உங்கள் கையில் தவழும் இந்தப் புதிய பதிப்பு, உள்ளாட்சி நிருவாகத்தை வலுப்படுத்தும் வலிமை வாய்ந்த கருவியாக உருவெடுத்துள்ளது. இது ஒரு கையேடு மட்டுமல்ல; மக்களாட்சி வேரூன்றும் நிலத்தில் முளைக்கும் நம்பிக்கையின் சின்னம்.

க. ப.

2025

இந்த நூலைப்
பயன்படுத்துவது எப்படி

பொதுவாக நிறைய வாசிக்கிறோம். ஆனால் அவை வாழ்க்கையில் நாம் செய்கின்ற பணிகளுக்கு உதவுகின்றனவா என்று கேட்டால், பலர் ஆம் என்று சொல்வதில்லை. காரணம் எங்கோ பிழை. அந்தப் பிழை வாசிப்பு ஊடகத்தில் இல்லை, கற்கும் நம்மிடம் உள்ளது. எந்த ஒன்றையும் கற்பதற்குரிய முறைமையைத் தெரிந்து வாசித்தால், அதன் சாரம் நம் ஆழ்மனதுக்குள் ஓடிப் பதிந்துவிடும்; அது நம் செயல்பாடுகளுக்கு ஒளி காட்டி வழிநடத்தும். ஆகையால்தான் வள்ளுவன் 'கற்க கசடற' என்று கூறுகிறான்.

இந்த நூலை உருவாக்கும்போது அடையாளம் பதிப்புக்குழு நண்பர்களில் ஒருவர், 'வாசகர்களைச் சிரமப்படுத்தாமல், அவர்களுக்கு விளங்கிக்கொள்ள ஏதுவாக, எளிய தமிழில், பேச்சு மொழியில் எழுதுங்கள். வாசகர்கள் பணம் கொடுத்துப் புத்தகம் வாங்குபவர்கள்; எழுத்தாளர்கள் வாசகர்களைச் சிரமப்படுத்தக் கூடாது, அது பாவம் இல்லையா சார்' என்று கூறினார். அதற்காகவே இந்த நூலை இரண்டு முறை வாசித்துச் சொற்களை எளிமைப்படுத்தினேன். நான் யாருக்காக எழுதுகிறேன் என்பதைச் சிந்தனையில் எந்நேரமும் இருத்தி இந்த நூலை எழுதியிருக்கிறேன். இதில் கிராமப் பஞ்சாயத்துத் தலைவர், வார்டு உறுப்பினர், பஞ்சாயத்து ஆர்வலர், பஞ்சாயத்துடன் பணிபுரியும் தன்னார்வத் தொண்டு நிறுவன ஊழியர், கிராமசபை உறுப்பினர் என அனைவரையும் மையப்படுத்தி எழுதியிருக்கிறேன்.

இந்த நூல் அடிப்படையில் ஒரு கிராம ஊராட்சி அரசாங்கம் எப்படி ஆளுகையையும் நிருவாகத்தையும் நடத்த வேண்டும் என்பதற்கு வழிகாட்டும் கையேடு. இது மூன்று பகுதிகளாகப் பிரிக்கப்பட்டுள்ளது.

முதல் பகுதியில் ஆறு இயல்கள் இருக்கின்றன. அவை அனைத்தும் உள்ளாட்சியின் அடிப்படைகளை விளக்குகின்றன. முதலாவது இயல் காலந்தோறும் பரிணாமம் பெற்றுவரும் ஊராட்சியின் வரலாற்றை கூறுகிறது. இந்திய அரசமைப்பின் 73ஆவது திருத்த சட்டம் இரண்டாது இயலில் இடம்பெறுகிறது. இந்தத் திருத்தச் சட்டத்தை என்ன எதிர்பார்ப்பில் பாராளுமன்றம் நிறைவேற்றி, அரசாங்கமாகச் செயல்பட வைத்துள்ளது என்பதை அன்றைய பிரதமர் கிராமப் பஞ்சாயத்துத் தலைவர்களுக்கு எழுதிய கடிதத்தை மூன்றாவது இயலில் அப்படியே மொழி பெயர்த்துக் கொடுக்கப்பட்டுள்ளது. இரண்டாவது, மூன்றாவது இயல்கள் புதிய கிராமப்புற உள்ளாட்சியின் மூலத்தைப் படம் பிடித்துக் காட்டுகின்றன. நான்காவது இயலில் தலைசிறந்த சிந்தனையாளர்கள் உருவாக்கிய, புதிய அரசாங்கமாகக் கொண்டு வரப்பட்டுள்ள, கிராமப்புறப் பஞ்சாயத்துகளின் அடிப்படைகள் என்னென்ன என்பது விவரிக்கப்படுகிறது. நாம் உள்ளாட்சியில் செயல்படும்போது இந்த அடிப்படைகளைப் பின்புலமாகக் கொண்டு இயங்க வேண்டும் என்பதற்காக அவை இந்த நூலில் 'பஞ்சாயத்துப் பட்டயம்' என்ற தலைப்பில் கொடுக்கப்பட்டுள்ளது. ஐந்தாவது இயல் உலகில் இன்று எண்பது நாடுகளுக்குமேல் 'அதிகாரப் பரவல்' என்ற பெயரில் மக்களை அதிகாரப்படுத்தக் கொண்டுவரப் பட்டுள்ள உள்ளாட்சி சீர்திருத்தத்தின் அடிப்படை கோட்பாடு களை விளக்குகிறது. ஆறாவது இயலில் இன்று இருக்கின்ற கிராமங்களில் ஒரு மேம்பட்ட 'கிராமிய வாழ்க்கை' முறையை உருவாக்குவதற்கு, இந்தப் புதிய கிராம அரசாங்கத்தை எப்படி யெல்லாம் பயன்படுத்தலாம் என்பது விவாதிக்கிறது.

இந்த நூலின் இரண்டாவது பகுதி, தமிழ்நாடு ஊரக உள்ளாட்சிச் சட்டம் 1994இன்படி நம் கிராமங்களை எப்படி ஆளுகை, நிருவாகம் செய்ய வேண்டும் என்பதை ஏழு இயல்களில் விளக்குகிறது. இந்தப் பகுதி முழுவதும் ஒரு நிருவாக இயல் அறிவியலாகும். சட்டம், விதிகள், அரசாணைகள் ஆகியவற்றின்

மூலம் கொடுக்கப்பட்டுள்ள அதிகாரங்களை வைத்து, எப்படிக் கிராமசபையை நடத்துவது, ஊராட்சி மன்றக் கூட்டங்களை நடத்துவது, ஊராட்சியிலுள்ள குழுக்களை இயங்க வைப்பது, ஒட்டுமொத்தக் கிராம மக்களின் மேம்பாட்டுக்குத் திட்டமிடுவது, அடிப்படை சமூக மேம்பாட்டுக்கும் சமூக நீதிக்கும் செயல்படுவது என்பதை அனைவரும் புரிந்துகொள்ளும் விதத்தில் அமைக்கப் பட்டுள்ளது—அதிகாரங்களை எப்படிக் கையாள்வது பற்றியும் ஆளுகையுடன் நிருவாகம் செய்யும் எல்லாவித முறைமைகளும் விளக்கப்பட்டுள்ளன.

மூன்றாவது பகுதி, கிராமப்புற உள்ளாட்சி செயல்படும்போது, இயல்பாக மக்களின் பங்களிப்பால் வருகின்ற விளைவுகளைப் பற்றிப் பேசுகிறது. இந்த விளைவுகளால் எழும் கேள்விகளுக்கும் ஐயங்களுக்கும் விடையளிக்கும் விதமாகப் பதிமூன்று இயல்கள் அமைந்துள்ளன. சட்டத்தின் மூலம் ஓர் ஆட்சி கிராமங்களில் நடைபெறுகின்ற போது, எப்படியெல்லாம் அடிப்படை மாற்றங் களைக் கொண்டுவரலாம், மக்களை அதிகாரப்படுத்தலாம் என அந்த இயல்களில் விவாதிக்கப்படுகின்றன. அத்துடன் கிராமங் களைச் சுயாட்சியுடையதாகவும் தற்சார்புமிக்கதாகவும் எப்படி மாற்றலாம், மக்களைக் குடிமக்களாக மாற்றி, ஆளுகை, நிருவாகம், மேம்பாட்டுப் பணிகள் போன்றவற்றில் பங்கேற்க வைத்து, ஒரு கிராம மேம்பாட்டுக்கான மக்கள் இயக்கமாக மாற்றலாம் என்பன குறித்தும் விவரிக்கப்படுகின்றன.

கிராம மேம்பாட்டுச் செயல்பாடுகளில் நிதியே முதன்மை யானது என்ற வாதம் நிலவினாலும், நூற்றுக்கணக்கான பணிகள் நிதியின்றியும் சாத்தியம் எனும் உண்மையை விளக்கமாகக் கூறும் ஓர் இயல் இதில் இடம்பெற்றுள்ளது.

இன்றைய சூழலில், பஞ்சாயத்துகள் இயற்கை வளப் பாதுகாப்பு — குறிப்பாக, நீர்வளச் சேமிப்பு, பொறுப்புணர்வுடன் சுகாதாரப் பாதுகாப்பு போன்ற தேவைகள் — எவ்வாறு முன்னெடுக்கப்பட வேண்டும் என்பதையும் இரண்டு தனிப்பட்ட இயல்களில் இந்த நூல் விவரிக்கிறது. கிராமங்களில் அடிப்படை மாற்றங்களை ஏற்படுத்தும் தலைமைத்துவம் எப்படி வளர்த்தெடுக்கப்பட வேண்டும் என்பதிலும் இந்த நூல் தன் கவனத்தைச் செலுத்துகிறது.

அதோடு, உள்ளாட்சியை வலுப்படுத்தும் அடிப்படை நடவடிக்கைகள் எவை எனவும் சுட்டிக்காட்டுகிறது.

இந்த விரிவாக்கப்பட்ட இரண்டாம் பதிப்பில், 2025ஆம் ஆண்டுவரை வெளியிடப்பட்ட அரசாணைகளை அடிப்படையாகக்கொண்டு, புதிய நிருவாக நடைமுறைகள் சேர்க்கப்பட்டுள்ளன. பஞ்சாயத்து நிருவாகம் தொடர்ந்து மாற்றமடைந்து கொண்டே இருப்பதால், புதிய அரசாணைகள் இடையறாதவாறு வெளியாகிக் கொண்டிருக்கின்றன; அவற்றைத் தொடர்புடைய வட்டார வளர்ச்சி அலுவலகத்தில் விசாரித்து அறிந்துகொள்ளலாம்.

இன்றைய கிராமங்களை மேம்படுத்துவது, ஆளுகை செய்வது, நிருவகிப்பது, மக்களைச் செயல்முறைகளில் பங்கேற்கச் செய்வது — இவை அனைத்தும் ஒருங்கிணைந்த வல்லமை மிக்கச் செயல்பாடுகளாகும். அதனையே இந்த நூல் விளக்குகிறது. இதில் ஏற்படும் ஐயங்களுக்கு நேரடியாக நூலாசிரியரைத் தொடர்பு கொள்ளலாம்.

பகுதி ஒன்று
அடிப்படைகள்

1

உள்ளாட்சியின் வரலாறு

பஞ்சாயத்து அமைப்புகள் வேத காலத்திலிருந்து இந்திய நிலப் பகுதிகளில் செயல்பட்டு வந்துள்ளதற்குப் பல சான்றுகளைப் பகிர்கின்றனர் வரலாற்று ஆசிரியர்கள். இந்த அமைப்புகள் நில உரிமை, சாதிய அடுக்குகள் அடிப்படையில் கட்டமைக்கப்பட்டுப் பண்பாட்டு நிகழ்வுகள், சமூகச் செயல்பாடுகள், குடும்பங்களுக் கிடையில் ஏற்படும் பிணக்குகள் ஆகியவற்றுக்கு முடிவுகள் எடுத்து நடைமுறைப்படுத்தியிருக்கின்றன. கிராமங்களில் நடக்கும் சிறு குற்றங்களை விசாரித்து, சில தண்டனைகளையும் இந்த அமைப்புகள் வழங்குவது உண்டு. அதேபோல் நிலங்கள் தொடர்புடைய பிரச்சினைகளுக்குத் தீர்வு காண்பதும் இந்த அமைப்புகளின் பணியாக இருந்தது. மக்கள் இந்த அமைப்புகள் மேற்கொண்ட பணிகளுக்கு அதிகாரமளித்துள்ளனர்; இந்த அமைப்புகள் எடுக்கும் முடிவுகளை ஏற்றுக்கொண்டு வாழ்ந்துள்ளனர். அதேபோல் இந்த அமைப்புகள் கிராமங்களிலுள்ள பொதுநிலங்கள், பொது வளங்கள் அனைத்தையும் பாதுகாத்துப் பராமரித்து வந்துள்ளன.

முதல் முதலில் பிரிது என்ற மன்னன் கங்கைக்கும் யமுனைக்கும் இடைப்பட்ட பகுதியைக் காலனியாக்கிய போது, உள்ளாட்சியை அறிமுகப்படுத்தினான். கிராமங்களில் மக்கள் சமூகமாக ஒருங்கிணைந்து வாழ்ந்து வந்ததை மனுஸ்மிருதி படம் பிடித்துக் காட்டியுள்ளது. கிராமச் சமூகங்கள் பற்றிக் கௌடில்யரின் அர்த்த சாஸ்திரமும் விவரித்துக் கூறுகிறது. இராமாயணத்தில் வருகின்ற

ஜனபாதா என்ற சொல் கிராமங்களின் தொகுப்பு அல்லது கிராமங்களின் ஒன்றியம் என்று அழைக்கப்படுகிறது. *மனுஸ்மிருதி, மகாபாரதம்* போன்றவற்றில் *கிராம சங்கா* என்ற சொல்லாடல் மூலம் கிராமம் சமுதாயமாகச் செயல்பட்டது விளக்கப்படுகிறது. கிரேக்கத்திலிருந்து வந்த மெகஸ்தனிஸ் தன் ஆய்வுக் குறிப்பில் பென்டாட்ஸ் என்று பஞ்சாயத்துகளை விளக்கியுள்ளதாகவும் வரலாற்று ஆசிரியர்கள் குறிப்பிடுகின்றனர். சுக்ராச்சாரியாவின் நிதிஸ்சாரத்தில் ஏழாம் நூற்றாண்டு வாக்கில் கிராமப் பொதுமைகள் அல்லது பொதுச் சொத்துக்கள் பராமரிப்பு பற்றி விளக்கப் பட்டிருக்கின்றது. இவை அனைத்தும் அடிப்படையில் கிராமங் களில் ஒரு நிருவாக அமைப்பு இருந்ததை உறுதிபடுத்துகின்றன. அது வேதகாலத்திலிருந்தே செயல்பட்டு வந்ததாக வரலாற்று ஆசிரியர்கள் கோடிட்டுக் காட்டுகின்றனர். ஏங்கல்ஸ்கூட இந்தியக் கிராமங்கள் கூட்டுறவு முறையில் இயங்கி வந்திருப்பதாகப் பதிவு செய்திருக்கிறார். வேதகாலத்திற்குப் பிறகும் கிராமசபை என்ற சொல் ஜதகாஸில் பதிவு செய்யப்பட்டிருக்கிறது. *தர்ம சூத்ராவிலும் தர்ம சாஸ்த்ராவிலும்* பல இடங்களில் *ஜனா, பிரஜா* என்ற சொல்லாடல்கள் கிராமங்களையும் நகரங்களையும் குறிக்கும் வகையில் பயன்படுத்தப்பட்டன.

ரிக் வேதம் வளங்களைப் பிரித்துக் கொடுக்க விவாத முறையில் முடிவெடுக்கும் ஓர் அமைப்பு இருந்ததாகவும் அதற்கு ஒரு தலைவர் *கிராமினி* என்ற பெயரில் செயல்பட்டு வந்ததாகவும் குறிப்பிடுகிறது. அதர்வண வேதத்தில் *சபா, சமிதி, பாபாபதி, சப்காசாத்* என்ற அமைப்புகள் நீதி பரிபாலனம் செய்து வந்ததாகக் குறிப்பிடப் பட்டுள்ளது. அம்பேத்கர் புத்தமதச் சுவடிகளில் ஒரு மக்களாட்சி முறை புத்தமதம் தோன்றிய காலத்தில் செயல்பட்டு வந்திருப்பதைச் சுட்டிக்காட்டுகிறார்.

சோழர் காலத்திலும் சாளுக்கியர் காலத்திலும் உள்ளாட்சிகள் அதிகாரப் பரவலுடன், ஆளுகை அமைப்புகள் அதிகாரங்களைப் பெற்றுச் செயல்பட்டுள்ளன. வரிவருவாய் முறை என்பது, உள்ளாட்சிகள் செய்து தனக்கானதை வைத்துக்கொண்டு மேல்நிலை அரசுக்கு நிதி கொடுப்பதைச் சான்றுகளிலிருந்து நாம் காணலாம். அவற்றையெல்லாம் *பிரம்மதேயம், ஊர், நாடு, சபா* என்ற வரையறைகள் கொண்டு விளக்கப்பட்டுள்ளன. சாளுக்கிய முறை

நிருவாகம் அதிகப் பிரபுத்துவ மனநிலை கொண்டது. இது 8-13ஆம் நூற்றாண்டுவரை செயல்பட்டு வந்துள்ளது.

தமிழ்நாட்டில் உள்ளூர் தன்னாட்சி முறை நீண்ட நாள்களாகச் செழித்திருந்துள்ளது. பஞ்சாயத்து என்ற உள்ளாட்சிமுறை தமிழகத்தில் ஒரு மூவாயிரம் ஆண்டு வரலாறு கொண்டதாக வரலாற்று ஆசிரியர்கள் கணிக்கின்றனர். சங்க காலத்தில் இந்த முறையிலான ஆட்சி இருந்ததைச் சங்க இலக்கியங்கள் கூறுகின்றன. மன்னராட்சி காலத்தில் கிராமங்கள் தன்னாட்சியுடன் சுதந்திரமாக இயங்கிவந்துள்ளன. *ஊர், அவை* என்ற அமைப்புதான் அந்த ஆளுகையைச் செய்துள்ளது. 10-11ஆவது நூற்றாண்டுக் காலத்தில் இந்த உள்ளாட்சி உச்சத்தை அடைந்துள்ளது. அது சோழர் காலத்தில் நடந்துள்ளது. தமிழகத்தில் உத்திரமேரூர் கல்வெட்டு சோழர் காலத்தில் இயங்கிவந்த சிறப்புமிக்க உள்ளாட்சிகள் பற்றி விளக்கமான குறிப்புகளைத் தருகின்றது. உத்திரமேரூர் ஒரு கோவில் நகரம். 10ஆம் நூற்றாண்டில் சோழர் காலத்தில் உள்ளாட்சி மிகச் சிறப்பாக நடைபெற்று வந்துள்ளது. உத்திரமேரூர் கல்வெட்டு உள்ளாட்சியில் சமுதாயக் குழு மிகவும் முக்கியப் பொறுப்புகளை ஏற்றுத் தங்கள் பகுதி மேம்பாட்டுக்காகச் செயலாற்றி வந்துள்ளதைத் தெரிவிக்கின்றது. அப்போது ஊராட்சி மன்றங்கள் தங்கள் பகுதியில் வரிவிதிப்பு, சமூக மேம்பாடு, நீதி நிருவாகம் முதலியவற்றைக் கவனித்து வந்துள்ளது. இந்த மன்றங்களின் உறுப்பினர்களைத் தேர்வு செய்யக் *குட ஓலைமுறை* என்ற கமுக்க முறையைப் பின்பற்றி வந்திருக்கின்றனர். கிராம சபையில் வயதுவந்த ஆண்கள் உறுப்பினராக இருந்துள்ளனர். சோழர்கால உள்ளாட்சி அமைப்புகள் பெரும்பாலான கிராம மேம்பாட்டுச் செயல்பாடுகளைச் செய்துவந்துள்ளன. இங்கு நான்கு வகையான கிராம மன்றங்கள் இயங்கிவந்துள்ளன. அவை: *ஊர், சபா, நாடு, நகரம்.*

இந்தச் சபா என்பதுதான் மக்கள் மத்தியில் செல்வாக்குமிக்க ஒன்று. இந்தச் சபை ஏழு வாரியங்களைக்கொண்டது. சம்வட்சரா வாரியம் நிருவாகத்திற்கு; தோட்ட வாரியம் தோட்டங்களைப் பார்த்துக்கொள்வதற்கு; ஏரி வாரியம் நீர்நிலைகளைக் கவனிப்பதற்கு; காலனி வாரியம் சாகுபடி நிலங்களைப் பராமரிப்பதற்கு; கணக்கு வாரியம் வரவு செலவு கணக்குகளுக்கு; தாபிவலி வாரியம்

சாலைகளைப் பராமரிப்பதற்கு; பஞ்சவரா வாரியம் எல்லா அமைப்புகளின் பிரதிநிதிகளையும் ஒருங்கிணைப்பதற்கு என இயங்கிவந்துள்ளன. கிராம சபைதான் வரிவசூல் செய்வதையும் நீதி பரிபாலனத்தையும் கவனித்து வந்துள்ளது. அதுதான் ஆட்சியின் சட்டத்தை நடைமுறைப்படுத்தும் அமைப்பும் ஆகும். அந்த முறையில் பல்வேறு குழுக்கள் பல்வேறு பணிகளுக்குப் பொறுப்பெடுத்துக் கொண்டன. ஊராட்சி மன்றங்கள் சோழர்கால ஆட்சியில் ஒன்றுக்கொன்று தொடர்புடன் இயங்கி வந்திருக்கின்றன. சோழர் காலம் சரிந்ததும் தமிழ் நிலப்பரப்பில் உள்ளாட்சி அமைப்புகள் வீழ்ச்சியடையத் தொடங்கின. நிலமானிய நிருவாகத்துறை எழுச்சிபெற தொடங்கிவிட்டது. ஆங்கிலேயர் களின் நிருவாக வசதிக்காக உள்ளூர் தன்னாட்சி முறையை அறிமுகப்படுத்தும் வரை நிலமானிய நிருவாகமுறை தொடர்ந்து வந்துள்ளது. ஆங்கிலேய அரசு வரிவிதிப்பை முதலில் 1854இல் சாலை நிதி என்று கொண்டுவந்து படிப்படியாக விரிவுபடுத்திச் சாலைகளை மாவட்ட அளவில் பராமரிக்கத் தொடங்கியது.

1871ஆம் ஆண்டு மாயோ கொண்டுவந்த உள்ளாட்சி நிதித் தீர்மானத்தின் அடிப்படையில் பள்ளிக்கூடங்கள், மருத்துவ மனைகள், சாலைகள் அமைத்துப் பராமரிக்க ஆளுநருக்கு அதிகாரம் வழங்கியது. 1882இல் ரிப்பன் பிரபு உள்ளாட்சி அமைப்புகள் கல்வி, மருத்துவம், பொதுவசதிகளை உருவாக்குவதற்குத் தேவையான வருவாயை உயர்த்திக்கொள்ள அதிகாரமளித்தது. 1884இல் சென்னை உள்ளாட்சிக்கான சட்டத்தைக் கொண்டுவந்து மூன்றடுக்குகளில் உள்ளாட்சி அமைத்து உருவாக்கப்பட்டது. மாவட்டம், வட்டம், கிராமம் என்ற நிலையில் இந்த அமைப்புகள் அடுக்குகளாக இயங்கிவந்தன. கிராமங்களில் மக்கள் பிரதிநிதிகள் தேர்ந்தெடுக்கப்பட்டு உள்ளாட்சி அமைப்புகள் செயல்பட்டு வந்தன. கல்வி, பொதுமருத்துவம், சுகாதாரம் ஆகியன உள்ளாட் சியின் நிருவாகத்தின்கீழ் வந்தன. இந்த நிருவாக முறை ஓர் அரை நூற்றாண்டு காலம் இயங்கிவந்தது. இதன் தொடர்ச்சியாக உள்ளாட்சி அமைப்புகளுக்காகவும் அவற்றுக்கு அதிகாரமளிக்கவும் 1907இல் ராயல் கமிஷன் அமைக்கப்பட்டு, அதன் அறிக்கை பெற்று சில நடவடிக்கைகள் மேற்கொள்ளப்பட்டன. அவற்றில் ஒன்று, சில முன்னோட்ட பரிசோதனைகளைச் செய்யலாம் என்பது.

தமிழகத்தில் சென்னை மாகாண அரசு தானாக முன்வந்து பஞ்சாயத்துகள் அமைத்துக் கிராம மேம்பாட்டுப் பணிகளைச் செய்யலாம் என்றும் அதற்கு அரசு அனைத்து உதவிகளையும் செய்யும் என்றும் பிரகடனப்படுத்தியது. 1909-1920 வரை மிகவும் பெரிய அளவில் உள்ளாட்சிகளை வலுப்படுத்துவதன் தேவை பற்றி விவாதங்கள் முன்னெடுக்கப்பட்டன. இந்த விவாதங்களில் கிராமப் பஞ்சாயத்தை வலுவாக்குதல், பொதுமக்களைக் குடிமைப் பணிகளில் ஈடுபடுத்துதல் ஆகியவைதாம் மையக்கருத்துகள். உள்ளாட்சியில் பணிகளை ஒப்படைப்பது மட்டுமல்ல, வரி வசூலித்துத் தங்கள் தேவைகளைப் பூர்த்திச் செய்துகொள்ளும் ஒரு பண்பாட்டை உள்ளாக்கினால் மட்டுமே மக்கள் பிரச்சினை களைத் தீர்க்கலாம் என்ற கருத்தை அந்த விவாதங்களில் முன்வைத்தனர்.

அடுத்து, 1918இல் மண்டேகு ஜெம்ஸ்போர்டு அளித்த அறிக்கை அதிக எண்ணிக்கையில் தேர்ந்தெடுக்கப்பட்ட உறுப்பினர் களைக்கொண்டு மாநில அரசின் குறைந்த கட்டுப்பாடுகளுடன் உள்ளாட்சிகள் செயல்பட்டு மக்களின் அடிப்படைத் தேவைகளை நிறைவு செய்வதை நியாயப்படுத்தியது. அந்த அறிக்கையின் அடிப்படையில் வந்த சட்டம் 1919 உள்ளாட்சியை உறுதிப்படுத்த உதவியது. 1920ஆம் ஆண்டு சென்னை மாகாண அரசு இரண்டு சட்டங்களைக் கொண்டுவந்தது.

1. சென்னை உள்ளாட்சிக் கழகச் சட்டம்
2. சென்னை சிற்றூராட்சிச் சட்டம்

1930ஆம் ஆண்டு சென்னை சிற்றூராட்சிச் சட்டத்தை நீக்கி பழைய சட்டம் கொண்டுவரப்பட்டது. இந்தப் புதிய அமைப்பில் வரி வசூலிக்கும் அதிகாரம் விரிவானது. தொழில்வரியும் ஆன்மிகச் சுற்றுலாவுக்கான வரியும் விதிக்க அதிகாரம் கிடைத்தது. ஒன்றிய பஞ்சாயத்துத் தலைவர்களும் பஞ்சாயத்து உறுப்பினர்களும் மக்களால் தேர்ந்தெடுக்கப்பட்டனர். பஞ்சாயத்துகளின் எண்ணிக்கை 1924-25இல் 579ஆக இருந்ததை 1931-32இல் 4479 என உயர்த்தியது. நிதி நெருக்கடி காரணமாக 1930ஆம் ஆண்டு வட்டக் கழகங்களை நீக்கிச் செயலிழக்க வைத்தனர். உள்ளாட்சி அமைப்புகள் இருந்தாலும், அவை மாநில அரசு விதிக்கும் பணி செய்கின்ற அளவில் இருந்ததே தவிர, ஓர் உள்ளாட்சிக்கான கூறுகளுடன்

அதிகாரங்களுடன் செயல்படவில்லை. 1930ஆம் ஆண்டு சென்னை உள்ளாட்சி போர்டு திருத்தச் சட்டம் அறிமுகமானது. இந்தச் சட்டத்தின் மூலம்தான் பஞ்சாயத்து ஆய்வாளர் பதவி உருவானது. 1934ஆம் ஆண்டு தாலுக்கா போர்டு கலைக்கப்பட்டது. கிராமப் பஞ்சாயத்தும் மாவட்ட போர்டும் நாடு சுதந்திரம் அடைகின்ற வரை இயங்கிவந்தன.

1920இலிருந்து மாவட்ட தாலுக்கா கவுன்சில்கள் செல்வாக்குடன் செயல்பட ஆரம்பித்தன. மாநிலச் செயல்பாடுகள் அதிகாரப்பரவல் மூலம் உள்ளாட்சிகளுக்குச் சென்ற போது அந்த அமைப்புக்கு உறுப்பினராக வருவதற்குப் பலர் தீவிரமாய் முயன்று பதவிகளைப் பிடித்தனர். அதுமட்டுமல்ல, அது ஒரு சேவை மையம் என்பதி லிருந்து மாறி அவற்றை அதிகார மையங்களாய்ப் பார்க்கும் பார்வை வந்துவிட்டது. ஆனால் 1930இலிருந்து இந்த உள்ளாட்சி அமைப்புகள் தேயத் தொடங்கிவிட்டன. மாநில அரசாங்கம் சிறிது சிறிதாக உள்ளாட்சியின் அதிகாரங்களையும் உரிமைகளையும் பறிக்கத் தொடங்கியது. இதற்கு உள்ளாட்சியின் அதிகாரத்தை முறைகேடாகப் பயன்படுத்துவதும் ஊழலும் காரணங்களாகக் காட்டப்பட்டன. உள்ளாட்சியின் செயல்பாடுகள் அனைத்தும் உள்ளாட்சியின் ஆய்வாளர் அனுமதி பெற்று நடத்தும் சூழல் உருவானது. சென்னை கிராமப் பஞ்சாயத்துச் சட்டம் 1941இன்படி உள்ளாட்சி மன்றங்கள் எடுக்கின்ற எந்த முடிவையும் மாற்றி அமைக்கும் அதிகாரத்தை மாநில அரசு எடுத்துக்கொண்டது. சுதந்திரப் போராட்டம் தீவிரமடைந்த சூழலில் உள்ளாட்சி மன்றங்கள் அதற்கு ஆதரவாகத் தீர்மானங்களை நிறைவேற்றியதால், இந்த உள்ளாட்சி மன்றங்களுக்கு இருந்த குறைந்த அளவு அதிகாரங்களையும் பறிக்கத் தொடங்கியது மாநில அரசு.

சுதந்திரத்திற்குப் பிறகு, இந்தியாவில் 1950இல் கிராமப் பஞ்சாயத்துச் சட்டம் கொண்டுவரப்பட்டது. அந்தச் சட்டத்தின் நோக்கம் கிராமப் பஞ்சாயத்தைத் தன்னாட்சி பெற்ற ஓர் உள்ளாட்சி அமைப்பாக உருவாக்கி, மக்களுடைய அன்றாடத் தேவைகளை நிறைவேற்றுவதும் மக்களாட்சியை விரிவுபடுத்துவதும்தான். உள்ளாட்சியில் பல மாற்றங்களை அனுபவத்தின் அடிப்படையில் செய்து வந்தனர். இந்தச் சட்டத்தில் சிறுபான்மையினருக்குக் கொடுத்துவந்த சிறப்புப் பிரதிநிதித்துவத்தைப் பொதுமைப்படுத்தி

விட்டனர். பஞ்சாயத்துகளை வார்டுகளாகப் பிரித்து, கமுக்க வாக்குமுறை தேர்தல் அறிமுகமானது. தொழில்வரி, வீட்டுவரி, வாகன வரி வசூலிப்பது உள்ளாட்சிமீது கட்டாயமானது. அதே நேரத்தில் விவசாய நில வரியையும் வணிக வரியையும் வசூலிக்கும் அதிகாரமும் பஞ்சாயத்துக்கு வழங்கப்பட்டது. எட்டில் ஒரு பங்கு நிலவரி இரண்டாம் நிலை பஞ்சாயத்துக்கு மானியமாக வழங்கவேண்டும்.

1930ஆம் ஆண்டு உள்ளாட்சிச் சட்டத்தில் உள்ளாட்சிக்குப் பல கட்டாயக் கடமைகள் இருந்தன. அவை: சத்திரம் அமைப்பது, நூலகம் அமைப்பது, கறிக்கடை பராமரிப்பது, சந்தை, பூங்கா, கலாச்சார நிகழ்வுகள், திருவிழாக்கள் நடத்துவது போன்றவை. ஆனால் இந்தப் புதிய சட்டத்தில் அவை விருப்பக் கடமைகளாக மாறின. நீர்நிலைகளைப் பாதுகாப்பதும் கிராமங்களைப் பாதுகாப்பதும் 1930ஆம் ஆண்டுச் சட்டத்தில் இருந்தன. ஆனால் நாடு சுதந்திரம் பெற்ற பிறகு கொண்டுவந்த 1950ஆம் ஆண்டுச் சட்டத்தில் அவை அனைத்தும் இடம்பெறவே இல்லை. பஞ்சாயத்துகளின் செயல்பாட்டை ஆய்வு செய்தபோது, சில பஞ்சாயத்துகள் மட்டுமே 1930ஆம் ஆண்டுப் பஞ்சாயத்துச் சட்டம் கொடுத்த பணிகளைச் செய்து வந்துள்ளன. அடிப்படையாகக் கல்வி, சுகாதாரத்தில் மிகப் பெரிய மாறுதல்களைப் பஞ்சாயத்துகள் செய்யவில்லை. மாறாக, இந்தப் பஞ்சாயத்துகளுக்கு நீதி பரிபாலனம் செய்யும் பணிகள் ஒதுக்கப்பட்டிருந்தன. அத்துடன் புறம்போக்கு நிலங்களையும் சமுதாய நிலங்களையும் பாதுகாப்பது, பராமரிப்பது போன்ற அதிகாரங்களும் இருந்தன. இந்தச் சட்டம் வந்த பிறகு மிகப் பெரிய விவாதங்கள் சீர்திருத்த அடிப்படையில் நடைபெற்றன. அடுத்துத் தமிழ்நாட்டில் 1958ஆம் ஆண்டு சட்டம் வரும்வரை இடைப்பட்ட காலத்தில் எந்தச் சிறிய செயலையும் உள்ளாட்சிகளால் செய்ய இயலவில்லை என்பதுதான் நிதர்சனமான உண்மை. நாடு சுதந்திரம் அடைந்தவுடன் அதிகாரப் பரவலையும், சமூகத்தில் நிலவிவரும் சமூகப் பொருளாதாரச் சூழலையும், பொருளாதாரத்தையும் மேம்படுத்த வேண்டும் என்ற அடிப்படை யில் ஒரு நிலைத்த அரசாங்கத்தை இந்தியாவில் கட்டமைக்க வேண்டும் என்று தீர்மானித்து, 1958ஆம் ஆண்டு ஓர் ஊரக உள்ளாட்சிச் சட்டத்தைக் கொண்டுவந்தனர்.

1952இல், அதுவரை மேற்கொண்ட கிராம மேம்பாட்டுக்கான பிராந்திய சோதனைத் திட்டங்கள் எல்லாம் அகில இந்தியச் சமூக மேம்பாட்டுத் திட்டத்துடன் இணைந்தன. இதில் மிக முக்கியமாக மக்களை ஊக்கப்படுத்தி, கிராம மேம்பாட்டுப் பணிகளுக்குத் தேவையான அலுவலர்களைப் பணியமர்த்தி, பயிற்சியளித்து, கிராமப் பணிகளில் எல்லாத் துறைகளிலும் ஈடுபடுத்தப்பட்டனர். மக்களிடமிருந்து ஒரு நிதிப் பங்களிப்பை அவரவருக்குத் தக்க அளவில் பெற்று அவர்களின் பங்கேற்போடு கிராம மேம்பாட்டுப் பணிகளை நிறைவேற்றத் திட்டமிட்டனர். மக்களை மேம்பாட்டுப் பணிகளில் உற்சாகப்படுத்த ஒரு சமூகக் கல்வித் திட்டத்தை உருவாக்கி செயல்படுத்துவதற்கு அதிகாரிகளை உருவாக்கினர்.

1956ஆம் ஆண்டு ஒரு வெள்ளை அறிக்கை உள்ளாட்சி அமைப்புகள் பற்றி அரசு தயாரித்து நவம்பர் மாதம் சட்ட மன்றத்தில் வைத்தது. அதன் அடிப்படையில் மாவட்ட உள்ளாட்சி நீக்கப்பட்டு, அதற்குப் பதிலாக ஒன்றியப் பஞ்சாயத்துச் சிற்றூராட்சிகள் உருவாக்கப்பட்டன. உள்ளாட்சியைச் சீர்திருத்த எண்ணி 1950ஆம் ஆண்டு கிராம ஊராட்சி சட்டத்தைத் திருத்தி பஞ்சாயத்தின் காலத்தை 5 ஆண்டிலிருந்து 3 ஆண்டுகளாகக் குறைத்தனர். நேரடித் தேர்தலை எடுத்துவிட்டு மறைமுகத் தேர்தலை உள்ளாட்சிக்குக் கொண்டுவந்தனர்.

இந்த நேரத்தில் மத்திய அரசு சமுதாய மேம்பாட்டுத் திட்டத்தையும் தேசிய விரிவாக்கச் சேவைத் திட்டத்தையும் ஆய்வு செய்யப் பல்வந்ராய் மேத்தா குழுவை அமைத்தது. இந்தக் குழு ஓர் அறிக்கையைச் சமர்ப்பித்தது. அந்த அறிக்கை பல்வேறு கருத்துகளை அரசின் முன்வைத்தது.

1. தேர்ந்தெடுக்கப்பட்ட உள்ளாட்சி அமைப்புகளைக் கிராம அளவிலும் வட்டார அளவிலும் உருவாக்க வேண்டும். அவற்றுக்குப் போதுமான அதிகாரம், நிதி போன்றவற்றையும் அலுவலர்களையும் உருவாக்கித் தர வேண்டும்;

2. அதில் மக்கள் பங்கேற்றுக் கிராம மேம்பாட்டுப் பணிகளைச் செம்மையாக நிறைவேற்ற வழிவகை செய்ய வேண்டும்;

3. அப்படி உருவாக்கப்படுகின்ற அமைப்புகளின் செயல்பாடு களில் அரசுத்துறைகளின் குறுக்கீடு இல்லாமல் பார்த்துக் கொள்ள வேண்டும்;

4. தேர்ந்தெடுக்கப்பட்ட உறுப்பினர்களைக்கொண்டு உருவாக்கப் படும் உள்ளாட்சிகள் ஐந்து ஆண்டுகாலம் செயல்பட வேண்டும்;

5. அடிப்படை வசதிகளை உருவாக்கவும் தொழில், விவசாயம் போன்ற துறைகளைக் கண்காணிக்கவும் அதிகாரங்கள் வழங்கப்படல் வேண்டும்;

6. மாவட்ட அளவில் உள்ளாட்சிகளுக்கு ஓர் ஆலோசனை வழங்கும் அமைப்பு உருவாக்க வேண்டும்.

இதன் மூலம் மூன்றடுக்கு முறை பஞ்சாயத்துகளை உருவாக்க வேண்டும் என்று தெரிவித்தது இந்த அறிக்கை. இதைத் தொடர்ந்து 1959ஆம் ஆண்டு முடிவில் பல மாநிலங்கள் உள்ளாட்சி அமைப்புகளை உருவாக்கும் சட்டங்களைக் கொண்டுவந்தன. அந்த அமைப்புகள் ஒரு நிருவாகச் சீர்திருத்தம் போல இருந்தனவே தவிர உள்ளாட்சிக்கான ஓர் ஆளுகை அமைப்பாக உருவாக வில்லை. இந்தக் குழுவின் பரிந்துரைகளை ஆய்வு செய்த தமிழக அரசு கிராமப் பஞ்சாயத்துகளை நேரடித் தேர்தல் மூலம் உருவாக்கியது. அந்தத் தேர்ந்தெடுக்கப்பட்ட பஞ்சாயத்துத் தலைவர் களைக்கொண்டு ஓர் ஒன்றிய பஞ்சாயத்தை உருவாக்கியது. இந்த இரண்டு அடுக்கு பஞ்சாயத்துகளுக்கும் அதிகாரங்களும், பொறுப்புக்களும் பகிர்ந்தளிக்கப்பட்டன. கிராமப் பஞ்சாயத்து களுக்குச் செய்ய முடிந்த குடிமைச் சேவைகளை ஒப்படைத்து விட்டு, பெரிய பொறுப்புக்களான பள்ளிக்கூடம், மருந்தகம், சுகாதாரம், குழந்தைகள் மேம்பாட்டு மையங்கள், கிராமத் தொழில்கள், விவசாய வளர்ச்சி, கால்நடை மருந்தகம் அனைத்தும் பஞ்சாயத்து ஒன்றியத்துக்கு ஒதுக்கிச் செயல்பட வைத்தது.

இந்த 1958ஆம் ஆண்டு உருவாக்கப்பட்ட இரண்டு அடுக்கு பஞ்சாயத்து முறைக்கும் 1950களில் கிராமப் பஞ்சாயத்துகளுக்கும் மாவட்ட பஞ்சாயத்துகளுக்கும் ஏதாவது வித்தியாசங்கள் உண்டா என்றால் எதுவும் இல்லை. 1950ஆம் ஆண்டு உருவாக்கப்பட்ட கிராமப் பஞ்சாயத்துகளுக்கு அதிக அதிகாரங்கள் இருந்தன.

1958ஆம் ஆண்டுச் சட்டத்தில் பஞ்சாயத்து ஒன்றியத்திற்கு ஒதுக்கப்பட்ட பணிகள் அன்று கிராமப் பஞ்சாயத்திற்கே இருந்தன. நீதி பரிபாலனம்கூடக் கிராமப் பஞ்சாயத்திற்கு இருந்தது. 1958ஆம் சட்டத்தில் பஞ்சாயத்து அமைப்புகளுக்குப் பத்திரப் பதிவின் மீது விதிக்கப்படுகின்ற மேல்வரிதான் (சர்ஜார்ஜ்) நிதி ஆதாரமாக இருந்துள்ளது.

16911 தொடக்கப் பள்ளிகளையும் 425 நடுநிலைப் பள்ளிகளையும் நான்கில் மூன்று பங்கு சுகாதார நிலையங்களையும் பஞ்சாயத்து ஒன்றியம் நிர்வகித்து வந்தது. பஞ்சாயத்து அமைப்புகள் 1960இல் தொடங்கி 1980 வரை ஒரு தேக்க நிலையை அடைந்து விட்டன. இருபது ஆண்டு இடைவெளிக்குப் பிறகு புதிய மத்திய அரசாங்கம் மீண்டும் ஆய்வுக் குழு ஒன்றை அமைத்தது. அதுதான் அசோக் மேத்தா குழு. அந்தக் குழு பின்வரும் பரிந்துரைகளை மத்திய அரசுக்குக் கொடுத்தது:

1. இரண்டு அடுக்குமுறை பஞ்சாயத்தை உருவாக்குவது;
2. மாவட்ட அளவில் மேம்பாட்டுக்கான திட்டத்தை உருவாக்க வழிவகை செய்தல்;
3. சுவிட்சர்லாந்துபோல் ஓர் அதிகாரப் பரவலை இந்தியாவில் கீழிருந்து முன்னெடுப்பது;
4. தங்கு தடையற்ற நிதி பகிர்ந்தளிப்பது. எந்த அளவிற்குப் பணிகளைப் பஞ்சாயத்துகள் நிறைவேற்ற வேண்டும் என்று பணிக்கப்படுகிறதோ அந்த அளவுக்கு நிதியையும் ஒதுக்க வேண்டும்;
5. விளிம்புநிலை மக்களுக்கான இடஒதுக்கீடு செய்ய வேண்டும்.

இந்தப் பரிந்துரைகள் வந்து சேருவதற்குள் மத்தியில் ஆட்சி மாற்றம் ஏற்பட்டுவிட்டது. அதே நேரத்தில் கர்நாடகம், மேற்கு வங்கம், ஆந்திரா போன்ற மாநிலங்கள் புதிய மாநில சட்டங்களைக் கொண்டுவந்து, உள்ளாட்சி அமைப்புகளை உருவாக்கின. இந்தச் சட்டங்கள் இரண்டு அடுக்குமுறையைக் கொண்டிருந்தன. இதைத் தொடர்ந்து 1985ஆம் ஆண்டு ஜி.வி.கே. ராவ் குழு உருவாக்கப்பட்டு, நிருவாக அமைப்பு முறைகள் உள்ளாட்சியில் செயல்படும் விதத்தை ஆய்வு செய்து பரிந்துரை வழங்கியது.

இந்தக் குழு மாவட்ட அளவிலும், வட்டார அளவிலும் திட்டமிடும் அதிகாரத்தை இந்த அமைப்புகளுக்குத் தரவேண்டும் என்றும், மக்கள் பங்கேற்பு உள்ளாட்சிச் செயல்பாடுகளை மையப்படுத்த வேண்டும் என்றும் பரிந்துரைத்தது. அதேபோல் அடுத்து 1989இல் அமைக்கப்பட்ட சிங்வி குழு 'கிராமசபை' உருவாக்க வேண்டும் என்று பரிந்துரைத்தது. அதுமட்டுமல்ல, பஞ்சாயத்துகளைத் தன்னாட்சி பெற்ற அமைப்பாகத் தொடங்க வேண்டும் என்றும் பரிந்துரைத்தது. அத்துடன் இந்தக் குழு அரசியல் கட்சிகள் இதில் பங்கு பெறக் கூடாது எனவும் பரிந்துரை செய்தது. அசோக் மேத்தா குழு, சிங்வி குழு ஆகியவற்றின் பரிந்துரைகளின் அடிப்படையில் 63ஆம் அரசமைப்பு திருத்தச் சட்ட மசோதாவை 1989இல் பாராளுமன்றத்தில் கொண்டுவந்து நிறைவேற்ற முடியாமல் அன்றைய மத்திய அரசு தோற்றுவிட்டது.

அதைத் தொடர்ந்து 1991இல் வந்த சிறுபான்மை அரசாக இருந்த மத்திய அரசு இரண்டு அரசமைப்புத் திருத்த சட்ட மசோதாக்களை நாடாளுமன்றத்தில் அறிமுகப்படுத்தி நிறைவேற்றியது. அதை அன்று பாரதப் பிரதமராகவும் ஊரக மேம்பாட்டுத் துறை அமைச்சராகவும் இருந்த பி. வி. நரசிம்மராவ் கொண்டுவந்து சாதனை படைத்தார். அவைதாம் 73, 74ஆவது அரசமைப்புத் திருத்தச் சட்டங்கள்; ஒன்று கிராமப்புறங்களுக்கும் மற்றொன்று நகர்ப்புறங்களுக்கும் கொண்டுவந்தவை. இதன் விளைவாக அரசியல் சாசனத்தின் பகுதி 9-உம், 9 (அ)வாகவும் சேர்க்கப்பட்டு இந்தியாவில் மூன்று அடுக்கு அரசாங்கங்கள்—மத்தியில் ஓர் அரசாங்கமும், மாநிலத்தில் ஓர் அரசாங்கமும், மாவட்டத்தில் ஓர் அரசாங்கமும் உருவாக்கப்பட்டன.

2

இந்திய அரசமைப்பின்
73ஆவது திருத்தச் சட்டம்-1992

இந்த 73ஆவது திருத்தச் சட்டத்தின் மூலம் இந்திய அரசமைப்புச் சட்டத்தில் பஞ்சாயத்து பற்றிய ஓர் இயல் புதிதாகச் சேர்க்கப் பட்டிருக்கிறது. நாடாளுமன்றம் இயற்றிய இந்தச் சட்டத்திற்கு 1993ஆம் ஆண்டு ஏப்ரல் 20ஆம் தேதி அன்று குடியரசுத் தலைவர் ஒப்புதல் அளித்தார். 1993ஆம் ஆண்டு ஏப்ரல் 24ஆம் தேதி அன்று இந்தச் சட்டம் நடைமுறைக்கு வந்தது.

இந்த நாடாளுமன்றச் சட்டம், பாதிக்கும் குறையாத மாநில அரசுகளின் சட்டமன்றங்களின் ஒப்புதலுடன், 1993ஆம் ஆண்டு ஏப்ரல் 20ஆம் தேதி அன்று குடியரசுத் தலைவரின் ஒப்புதல் பெற்ற பிறகு பொதுமக்களின் தகவலுக்காக வெளியிடப்படுகிறது.

இந்திய அரசமைப்புச் சட்டத்தில் மேலும் திருத்தம்
இந்தியக் குடியரசின் நாற்பத்து மூன்றாம் ஆண்டில், நாடாளு மன்றத்தில் பின்வரும் சட்டம் நிறைவேற்றப்பட்டது.

1. *சிறுதலைப்பும் தொடக்கமும்*
    1. இந்தச் சட்டம் அரசமைப்பு (73ஆவது திருத்தச்) சட்டம், 1992 என அழைக்கப்படும்.
    2. இந்தச் சட்டம் ஒன்றிய அரசிதழில் அறிவிக்கையாக வெளி யாகும் நாளிலிருந்து நடைமுறைக்கு வரும்.

2. புதிய பகுதி IX சேர்த்தல்

இந்திய அரசமைப்புச் சட்டத்தில் பகுதி VIII-க்கு அடுத்து பின்வரும் பகுதி சேர்க்கப்பட வேண்டும்.

பகுதி IX பஞ்சாயத்து

243. விளக்கங்கள். இந்தப் பகுதியில் வேறுவிதமாகச் சொல்லப் பட்டிருந்தாலன்றி,

அ. 'மாவட்டம்' என்பது மாநிலத்தில் உள்ள ஒரு மாவட்டம்.

ஆ. 'கிராமசபை' என்பது, கிராம ஊராட்சிப் பகுதியிலுள்ள கிராமங்களில், வாக்காளர் பட்டியலில் பதிவு செய்யப்பட்ட வாக்காளர்கள் அனைவரையும் கொண்ட கிராம அளவிலான அமைப்பாகும்.

இ. 'இடைநிலை அமைப்பு' என்பது இந்தச் சட்டத்தின் நோக்கத்திற்காக, மாநிலத்தின் ஆளுநரால் அறிவிக்கையின் மூலமாக வெளியிடப்படும். இது கிராமப் பஞ்சாயத்திற்கும் மாவட்ட பஞ்சாயத்திற்கும் இடைப்பட்ட நிலையிலுள்ள அமைப்பாகும்.

ஈ. 'பஞ்சாயத்து' என்பது பிரிவு 243பி-இன்படி கிராமப் பகுதி களின் நிருவாகத்திற்காக சுய அரசாக அமைக்கப்படும் (என்ன பெயர்களைக் கொண்டு அழைத்தாலும்) தன்னாட்சி அமைப்பு.

உ. பஞ்சாயத்துப் பகுதி என்பது பஞ்சாயத்து எல்லைகளைக் குறிப்பதாகும்.

ஊ. 'மக்கள்தொகை' என்பது கடைசியாக எடுக்கப்பட்ட கணக்கெடுப்பின்படி வெளியான புள்ளிவிவரம்.

எ. 'கிராமம்' என்பது இந்தச் சட்டப் பிரிவின் நோக்கங்களுக்காக மாநில ஆளுநரால் அறிக்கையின் மூலம் அறிவிக்கும் ஒரு கிராமமோ, தொகுப்பான கிராமங்களோ ஆகும்.

243-ஏ. கிராமசபை

மாநில அரசின் சட்டப் பேரவையால் வகுத்துரைக்கப்படும் சட்டத்திற்கிணங்க கிராம அளவில் அதிகாரங்களையும், பொறுப்பு களையும் கிராமசபை செயல்படுத்தி வரும்.

243-பி. பஞ்சாயத்துகளை அமைத்தல்

1. இந்தப் பிரிவில் வகுத்துரைக்கப்படும் வரைமுறைகளுக் கிணங்க, ஒவ்வொரு மாநில அரசும், கிராம அளவிலும், இடைப்பட்ட நிலையிலும், மாவட்ட அளவிலும் பஞ்சாயத்து அமைப்பை ஏற்படுத்தும்.

2. உட்பிரிவு (1)இல் என்ன சொல்லப்பட்டிருந்தாலும், ஒரு மாநிலத்தின் மக்கள்தொகை இருபது இலட்சத்திற்கும் குறைவாக இருக்குமானால், இடைநிலைப் பஞ்சாயத்து அமைப்பை ஏற்படுத்தாமல் இருக்கலாம்.

243-சி. பஞ்சாயத்துகளின் அமைப்பு

1. இந்தப் பகுதியில் கூறப்பட்டுள்ள வரைமுறைகளை மீறாமல், ஒவ்வொரு மாநில அரசின் சட்டப் பேரவை மாநிலத்தில் அமைக்கப்படும் பஞ்சாயத்துகளின் அமைப்பு முறையை உருவாக்க சட்டம் இயற்றலாம். ஆனால் எந்தவொரு பஞ்சாயத்து அமைப்பின் வார்டு எண்ணிக்கையும், தேர்தல் மூலம் அந்தப் பஞ்சாயத்தின் வார்டுகளிலிருந்து தேர்ந் தெடுக்கப்படும் உறுப்பினர்களின் எண்ணிக்கையும் முடிந்த வரையில் மாநில அளவில் எல்லா இடங்களிலும் கிட்டத் தட்ட ஒரே அளவில் இருக்க வேண்டும்.

2. பஞ்சாயத்து அமைப்பின் அனைத்து வார்டுகளிலிருந்தும் உறுப்பினர்களை நேரடித் தேர்தல் மூலம் தேர்ந்தெடுக்க வேண்டும். இந்த நோக்கத்திற்காக ஒரு பஞ்சாயத்து அமைப்பை வார்டுகளாகப் பிரிக்கும் போது ஒவ்வொரு வார்டின் மக்கள் தொகையும் அந்தப் பஞ்சாயத்து அமைப்பிற்கு ஒதுக்கப் பட்ட பிற வார்டுகளின் மக்கள்தொகையும் இயன்ற வரை சம அளவில் இருக்க வேண்டும்.

3. மாநில அரசின் சட்டப் பேரவையானது, சட்டத்தின் மூலம் பின்வருமாறு பிரதிநிதித்துவத்தை நிர்ணயிக்கலாம்.

அ. கிராம அளவில் உள்ள பஞ்சாயத்தின் தலைவர்கள், இடை நிலைப் பஞ்சாயத்துகள் அல்லது இடைநிலைப் பஞ்சாயத்து அமைப்பு இல்லாத மாநிலத்தில் மாவட்ட அளவிலான பஞ்சாயத்துகள்.

ஆ. இடைநிலைப் பஞ்சாயத்து அமைப்புகளின் தலைவர்கள், மாவட்ட பஞ்சாயத்து அமைப்புகளின் தலைவர்கள்.

இ. நாடாளுமன்ற, மக்களவை உறுப்பினர்கள், மாநிலப் சட்டமன்ற உறுப்பினர்கள். கிராமப் பஞ்சாயத்து அமைப்பைத் தவிர்த்துப் பிற நிலையிலுள்ள பஞ்சாயத்து அமைப்புப் பகுதிகளில் தங்கள் தொகுதியின் ஒரு பகுதியையோ, தொகுதி முழுவதையுமோ கொண்டு இருப்பவர்கள்.

ஈ. மாநிலங்களவை உறுப்பினர்கள், மாநிலச் சட்டமன்ற மேலவை உறுப்பினர்கள், வாக்காளர்களாகப் பதிவு செய்யப் பட்டிருப்பின்,

i. ஓர் இடைநிலைப் பஞ்சாயத்து அமைப்புப் பகுதிகளுக்குள் பதிவு செய்யப்பட்டிருப்பின் இடைநிலைப் பஞ்சாயத்தின் வாக்காளர் ஆவார்.

ii. ஒரு மாவட்ட அளவில் உள்ள ஊராட்சி அமைப்புப் பகுதிகளுக்குள் பதிவு செய்யப்பட்டு இருப்பின், மாவட்ட அளவிலுள்ள பஞ்சாயத்தின் வாக்காளர் ஆவார்.

4. ஒரு பஞ்சாயத்து அமைப்பின் தலைவரும் பிற உறுப்பினர் களும் நேரடித் தேர்தல் மூலமோ, மறைமுகத் தேர்தல் மூலமோ தேர்ந்தெடுக்கப்பட்டிருந்தால், அந்தப் பஞ்சாயத்தின் கூட்டங்களில் கலந்துகொள்வது மட்டும் அல்லாமல் வாக்களிக்கும் உரிமையும் பெற்றவர்களாவர்.

5. தலைவரானவர்,

அ. கிராமப் பஞ்சாயத்து அமைப்பின் தலைவர், மாநில அரசின் சட்டப் பேரவையால் இயற்றப்படும் சட்டத்தின்படி குறித்துரைக்கப்படும் வகை முறையில் தேர்ந்தெடுக்கப்படுவார்.

ஆ. இடைநிலைப் பஞ்சாயத்து அமைப்பிற்கு அல்லது மாவட்டப் பஞ்சாயத்து அமைப்பிற்கு அந்த நிலை பஞ்சாயத்து அமைப்பின் வார்டு உறுப்பினர்கள் மூலம் தேர்ந்தெடுக்கப்படுவர்.

243-டி. இட ஒதுக்கீடு

1. பதவியிடங்களில் பின்வருபவர்களுக்கு இடஒதுக்கீடு செய்யப்பட வேண்டும்.

அ. பட்டியல் சாதியினர்

ஆ. பட்டியல் பழங்குடியினர்

ஒவ்வொரு பஞ்சாயத்திலும், பட்டியல் சாதியினருக்கும், பட்டியல் பழங்குடியினருக்கும் ஒதுக்கப்படும் இட ஒதுக்கீடு, மேற்படி வகுப்பினரின் மக்கள்தொகை, அந்தப் பஞ்சாயத்து அமைப்பின் மொத்த மக்கள்தொகையில் எந்த விகிதாச்சார அளவு உள்ளதோ அந்த விகிதாச்சார அளவில் ஒதுக்கீடு செய்யப்பட வேண்டும். மேலும் இட ஒதுக்கீட்டை சுழற்சி முறையில் ஒவ்வொரு பகுதிக்கும் மாற்றி அமைக்க வேண்டும்.

2. உட்பிரிவு (1)இன்படி ஒதுக்கீடு செய்யப்படும் இடங்களில், மூன்றில் ஒரு பங்கிற்குக் குறையாமல், பட்டியல் சாதியினருக்கும் பட்டியல் பழங்குடியினர் பெண்களுக்கும் இடஒதுக்கீடு செய்யப்பட வேண்டும்.

3. பட்டியல் சாதியினருக்கும் பட்டியல் பழங்குடியினர் பெண்களுக்கும் ஒதுக்கப்படும் இடஒதுக்கீட்டையும் சேர்த்து ஒவ்வொரு பஞ்சாயத்திலும், நேரடித் தேர்தல் மூலம் பூர்த்தி செய்யப்படும் மொத்த பதவியிடங்களில் மூன்றில் ஒரு பங்கிற்குக் குறையாமல் பெண்களுக்கு இடஒதுக்கீடு செய்ய வேண்டும்.

4. கிராம அளவிலும் இதர அளவிலும் உள்ள பஞ்சாயத்துகளின் தலைவர் பதவியிடங்களில் பட்டியல் சாதியினருக்கும், பட்டியல் பழங்குடியினருக்கும், பெண்களுக்கும் மாநில சட்டப் பேரவையால் இயற்றப்படும் சட்டத்தில் கூறப் பட்டுள்ள வகைமுறைகளுக்கு ஏற்ப ஒதுக்கீடு செய்யப்பட வேண்டும்.

ஆனால் ஒவ்வொரு நிலை பஞ்சாயத்து அமைப்பின் தலைவர் பதவியிடங்களுக்கு இடஒதுக்கீடு செய்வதானது, மாநிலத்தின் மொத்த மக்கள்தொகையில், பட்டியல் சாதியினர்-பட்டியல் பழங்குடியினரின் மக்கள்தொகை எந்த விகிதாச்சார அளவு உள்ளதோ, அந்த அளவு மாநிலத்தில் ஒவ்வொரு பஞ்சாயத்தின் மொத்த தலைவர்கள் பதவியிடங்களில் இடஒதுக்கீடு செய்யப்பட வேண்டும். ஆனால், இவ்வாறு ஒவ்வொரு

நிலை பஞ்சாயத்து அமைப்பின் தலைவர் பதவியிடங்களிலும் மூன்றில் ஒரு பங்கிற்குக் குறையாமல் பெண்களுக்கு இடஒதுக்கீடு செய்யப்பட வேண்டும்.

ஆனால், மேற்சொன்ன உட்பிரிவுகளில் கூறப்பட்டுள்ள இடஒதுக்கீடானது, ஒவ்வொரு நிலை பஞ்சாயத்து அமைப்பின் தலைவர் பதவியிடங்களில் சுழற்சி முறையில் செய்யப்பட வேண்டும்.

5. உட்பிரிவுகள் (1) மற்றும் (2)இல் கூறப்பட்டுள்ளவாறு செய்யப்பட்ட இடஒதுக்கீடும், உட்பிரிவு (4)இன்படி ஒவ்வொரு பஞ்சாயத்து அமைப்பின் தலைவர் பதவியிடங்களுக்குச் செய்யப்பட்ட இடஒதுக்கீடும் (பெண்களுக்காக ஒதுக்கப்பட்ட இடஒதுக்கீட்டைத் தவிர) அரசமைப்புச் சட்டம் பிரிவு 334இல் கூறப்பட்ட வகைமுறைகள் செல்லுபடியாகக்கூடிய காலம் முடியும் வரையும் மட்டுமே இருக்கலாம்.

6. மாநில சட்டப் பேரவை, ஒவ்வொரு அளவிலும் உள்ள பதவியிடங்களில் பிற்பட்ட வகுப்பினருக்கு ஒதுக்கீடு செய்து நிறைவேற்றப்படும் சட்டத்திற்கு, இப்பிரிவில் கூறப்பட்டுள்ள வரைமுறைகள் தடையாக இருக்காது.

243-இ. பஞ்சாயத்தின் பதவிக்காலம்

1. ஒவ்வொரு பஞ்சாயத்தையும், பதவிக்காலம் முடியும் முன்னர் கலைத்துச் சட்டம் நிறைவேற்றாத வரை, நிர்ணயிக்கப்படும் முதல் கூட்ட நாளிலிருந்து ஐந்து ஆண்டு காலம் பதவியில் இருக்கும். அக்கால அளவிற்கு மேல் இருக்க முடியாது.

2. இவ்வாறு செய்யப்படும் சட்டத் திருத்தம், இந்தச் சட்டத் திருத்தம் நிறைவேறுவதற்குமுன் செயல்பாட்டில் இருக்கும் எந்தவொரு பஞ்சாயத்து அமைப்பையும், உட்பிரிவு (1)இல் கூறப்பட்டுள்ள பதவிக் காலம் முடியும்வரை கலைக்க முடியாது.

3. ஒவ்வொரு பஞ்சாயத்து அமைப்பிற்கும் தேர்தல்.

அ. உட்பிரிவு (1)இல் கூறப்பட்டுள்ள பதவிக் காலம் முடியும் முன்னரும்,

ஆ. பஞ்சாயத்து அமைப்பு கலைக்கப்பட்ட நாளிலிருந்து ஆறுமாத காலம் முடிவடைவதற்குள் நடத்தி முடிக்கப்பட வேண்டும். ஆனாலும், கலைக்கப்பட்ட நாளிலிருந்து, கலைக்கப்பட்ட பஞ்சாயத்து அமைப்பின் சாதாரணமாக பதவி முடியும் காலம் ஆறு மாதங்களுக்குக் குறைவாக இருந்தால், அந்தப் பஞ்சாயத்து அமைப்பிற்கு இந்தக் குறைந்த காலத்திற்கெனத் தனியாக தேர்தல் நடத்த வேண்டியதில்லை.

4. சாதாரண பதவிக்காலம் முடிவடையும் முன்னர் கலைக்கப் பட்ட பஞ்சாயத்து அமைப்பிற்கு மீண்டும் தேர்தல் நடத்தி பஞ்சாயத்து அமைக்கப்பட்டால், மேற்படி பஞ்சாயத்து அமைப்பின் பதவிக்காலம், உட்பிரிவு (1)இல் கூறப் பட்டுள்ளவாறு, கலைக்கப்படாமல் இருந்தால், எந்தக் கால அளவிற்குப் பதவியில் இருந்திருக்க முடியுமோ, அந்தக் கால அளவு மட்டுமே பதவி வகிக்க முடியும்.

243-எஃப். உறுப்பினர்களின் தகுதியின்மை

1. ஒரு தனிநபர் பின்வரும் காரணங்களுக்காக உறுப்பின ராகத் தேர்ந்தெடுக்கப்படுவதற்கோ, தொடர்ந்து பதவியில் இருப்பதற்கோ தகுதியற்றவராகக் கருதப்படுவார்.

   அ. நடைமுறையில் உள்ள சட்டத்தின்படி, மாநில சட்டப் பேரவையின் உறுப்பினர் தேர்தலில் போட்டியிட தகுதி யற்றவராக இருக்கும் போது; ஆனால், 21 வயதை அடைந்த ஒருவரை 25 வயதிற்கும் குறைவாக உள்ளார் என்ற காரணத்திற்காக தகுதியற்றவராகக் கருத முடியாது.

   ஆ. மாநில சட்டப் பேரவையால் இயற்றப்படும் எந்தவொரு சட்டத்தின்படியும் தகுதியற்றவராக இருக்கும் போது அவர் தகுதியற்றவராவார்.

2. உட்பிரிவு (1)இன்படி, எந்த ஒருவரும் பஞ்சாயத்து அமைப்பின் பதவியிடங்களுக்குப் போட்டியிட தகுதி யுடையவரா, தகுதியற்றவரா என்ற கேள்வி எழுமாயின், மாநில சட்டப் பேரவையால் இயற்றப்படும் சட்டத்தில் கூறப்படும் அதிகார அமைப்பின் முடிவுக்கு விடுதல் வேண்டும்.

243-ஜி. பஞ்சாயத்தின் அதிகாரங்கள், பொறுப்புகள்

அரசமைப்புச் சட்டத்தில் கூறப்பட்டுள்ள வரைமுறைகளை மீறாமல், ஒவ்வொரு மாநிலமும், பஞ்சாயத்து அமைப்புகள் தன்னாட்சி அரசுகளாக விளங்குவதற்கு என்னென்ன பொறுப்பு களையும், அதிகாரங்களையும் வழங்க வேண்டுமோ, அவற்றை வழங்குவதற்கு, மாநில சட்டப் பேரவையின் மூலம் சட்டம் இயற்றலாம். இவ்வாறு இயற்றப்படும் சட்டத்தில் கூறப்படும் நிபந்தனைகளுக்கும், கட்டுப்பாடுகளுக்கும் உட்பட்டு, ஒவ்வொரு நிலையிலுள்ள பஞ்சாயத்து அமைப்பும் ஆற்றவேண்டிய கடமை, பொறுப்பு, அதிகாரம் போன்றவற்றை வரையறுக்கலாம்.

அ. பொருளாதார வளர்ச்சியையும் சமூக நீதியையும் மேம்படுத்த திட்டம் தயாரிப்பது.

ஆ. XI ஆவது அட்டவணையில் பஞ்சாயத்து அமைப்பு களுக்குப் பிரித்து வழங்க வேண்டிய பொருள்கள் உள்ளடங்கலாக பொருளாதார முன்னேற்றம், சமூக நீதியை உறுதிப்படுத்தும் வகையில் திட்டங்களை நிறைவேற்றும் பொறுப்புகள் வழங்குவது.

243-எச். வரிவிதிக்கும் அதிகாரம், பஞ்சாயத்துகளின் நிதி

மாநில அரசின் சட்டப் பேரவையால் இயற்றப்படும் சட்டத்தின் மூலம்,

அ. வகுத்துரைக்கப்படும் முறைகள், நிபந்தனைகள் மற்றும் அளவுகளுக்கேற்ப ஒரு பஞ்சாயத்து அமைப்பு விதித்து வசூலித்துக் கொள்ளக்கூடிய வரிகள், கட்டணங்கள், தீர்வை, சுங்கம் ஆகியவற்றை நிர்ணயிக்கலாம்.

ஆ. ஒரு குறிப்பிட்ட நோக்கத்திற்காக மாநில அரசு சட்டத்தில் கூறப்படும் நிபந்தனைகளுக்கும் கட்டுப்பாடுகளுக்கும் உட்பட்டு ஒரு பஞ்சாயத்து அமைப்பிற்கு ஒதுக்கப்படக் கூடிய வரிகள், சுங்கம் ஆகியவற்றை நிர்ணயிக்கலாம்.

இ. மாநில மொத்தத் தொகுப்பு நிதியிலிருந்து பஞ்சாயத்து அமைப்புகளுக்கு வழங்க வேண்டிய மானியத் தொகையை நிர்ணயிப்பது.

ஈ. ஒரு பஞ்சாயத்து அமைப்பில் பராமரிக்கப்பட வேண்டிய கணக்குகள், அந்தக் கணக்குகளில் பஞ்சாயத்தாலோ,

பஞ்சாயத்தின் சார்பாகவோ வரவு வைக்கப்பட வேண்டிய இனங்கள் அந்தக் கணக்கில் வரவு செலவு செய்யும் முறை களைச் சட்டத்தில் கூறப்பட்டுள்ளவாறு வரையறுக்கலாம்.

243-ஐ. நிதி ஆணையம் அமைத்தல், நிதியிருப்பு ஆராய்தல்

1. 1992ஆம் ஆண்டு அரசமைப்பு (73ஆவது திருத்தச்) சட்டம் நடைமுறைக்கு வந்ததிலிருந்து இயன்றவரை உடனடி யாகவோ, ஓர் ஆண்டு முடிவடைவதற்குள்ளாகவோ, அதற்கு பின்போ ஒவ்வொரு ஐந்து ஆண்டு முடிவடைவதற்குள்ளும் ஒவ்வொரு மாநில ஆளுநரும் நிதி ஆணையத்தை அமைக்க வேண்டும். இந்த நிதி ஆணையம் பஞ்சாயத்துகளின் நிதி நிலையை விரிவாக ஆய்வு செய்து, கீழ்க்காணும் பொருள் களின் மீதான பரிந்துரைகளை ஆளுநருக்குச் சமர்பிக்கும்.

அ. ஆய்வு செய்யும் பொருள்களாவன:

i. மாநில அரசு விதிக்கும் வரிகள், கட்டணங்கள், தீர்வைகள், சுங்கம் ஆகியவற்றின் வருவாயிலிருந்து மாநில அரசுக்கும், பஞ்சாயத்துகளுக்கும் பிரித்துக் கொடுக்க வேண்டிய அளவுகள், முறைகள்; அந்த வருமானத்தில் ஒவ்வொரு நிலை பஞ்சாயத்து அமைப்பிற்கும் எந்த அளவு வழங்க வேண்டும் என்பதைப் பரிந்துரைத்தல்.

ii. பஞ்சாயத்துகளுக்கு நேரிடையாக ஒதுக்கப்பட வேண்டிய வரிகள், கட்டணங்கள், தீர்வைகள், சுங்கம் ஆகியவற்றை முடிவு செய்தல்.

iii. மாநில அரசின் தொகுப்பு நிதியிலிருந்து பஞ்சாயத்து களுக்குப் பிரித்து வழங்க வேண்டிய மானிய உதவிகள்

ஆ. பஞ்சாயத்துகளின் நிதி ஆதாரத்தைப் பெருக்குவதற்கான வழிமுறைகளைக் கூறுதல்.

இ. அவ்வப்போது ஆளுநர் கேட்டுக்கொண்டதற்கிணங்க பஞ்சாயத்துகளின் நிதி நிலையை அதிகப்படுத்துவதற்கான வழிமுறைகளைப் பரிந்துரைத்தல்.

2. குழுவின் அமைப்பு பற்றியும், குழுவின் உறுப்பினர்களாக இருப்பதற்குத் தேவையான தகுதிகள் பற்றியும், அவர்கள்

எவ்வாறு தேர்ந்தெடுக்கப்பட வேண்டும் என்பது பற்றியும் மாநில சட்டப் பேரவை சட்டம் இயற்றலாம்.

3. சட்டத்தில் கூறப்பட்டுள்ள அதிகாரங்களுக்கும், நிபந்தனை களுக்கும் உட்பட்டுக் குழுவின் செயல்முறைகளையும், அதிகாரங்களையும் மாநில நிதிக்குழு முடிவு செய்யலாம்.

4. மாநில நிதிக்குழு அளித்த பரிந்துரை அறிக்கைகளையும் அதன்மேல் எடுக்கப்பட்ட நடவடிக்கை விவரங்களையும், மாநில ஆளுநர், சட்டப் பேரவையில் வைப்பதற்கு நடவடிக்கைகள் எடுக்க வேண்டும்.

243-ஜே. பஞ்சாயத்துகளின் கணக்கு, தணிக்கை

மாநில சட்டப் பேரவை, பஞ்சாயத்துகள் கணக்குகளைப் பராமரித்தல் பற்றியும் கணக்குகளின் தணிக்கை பற்றியும் சட்டம் இயற்றலாம்.

243-கே. பஞ்சாயத்துகளுக்கான தேர்தல்

1. பஞ்சாயத்துகளின் வாக்காளர் பட்டியல் தயாரிப்பதை மேற்பார்வையிடுதல், ஆணைகள் வழங்குதல், கட்டுப்பாடு செய்தல், பஞ்சாயத்துகளின் தேர்தலை நடத்தும் அதிகாரம் ஆகியவை மாநிலத் தேர்தல் ஆணையத்திடம் ஒப்படைக்கப் படும். மாநிலத் தேர்தல் ஆணையத்திற்கான ஆணையரை ஆளுநர் நியமிப்பார்.

2. மாநில சட்டப் பேரவையினால் நிறைவேற்றப்படும் சட்டத்திற்கு உட்பட்டு, மாநிலத் தேர்தல் ஆணையரின் பணி விதிகள், பதவிக் காலம் ஆகியவை குறித்து ஆளுநர் விதிகளை நிர்ணயிக்கலாம்.

ஆனால், மாநிலத் தேர்தல் ஆணையரை அவருடைய பதவியிலிருந்து நீக்க முடியாது. பதவியிலிருந்து நீக்குவதாக இருந்தால், உயர்நீதிமன்ற நீதிபதியை நீக்கும் வழிமுறை களைப் பின்பற்ற வேண்டும். மேலும், மாநிலத் தேர்தல் ஆணையர், நியமனத்திற்குப் பிறகு அவருடைய பணி விதிகள் தொடர்பான நிபந்தனைகளை, அவரைப் பாதிக்கக் கூடிய வகையில் மாற்றியமைக்க முடியாது.

3. தேவைப்படும் போது மாநிலத் தேர்தல் ஆணையத்திற்கு உட்பிரிவு (1)இல் அளிக்கப்பட்டுள்ள பணிகளை நிறைவேற்ற தேவையான பணியாளர்களைக் கிடைக்கும்படி மாநில ஆளுநர் ஆவன செய்ய வேண்டும்.

4. பஞ்சாயத்துகளின் தேர்தல் குறித்தோ, அது தொடர்பான அனைத்து நடைமுறைகள் குறித்தோ இந்த அரசமைப்புச் சட்ட விதிமுறைகளுக்கு உட்பட்டு, மாநிலச் சட்டப் பேரவை சட்டம் இயற்றலாம்.

243-எல். யூனியன் பிரதேசங்களுக்குப் பொருத்துதல்

இந்தப் பகுதியிலுள்ள ஏற்பாடுகள் யூனியன் பிரதேசங்களுக்கும் பொருந்தும். அப்படியொரு யூனியன் பிரதேசத்தில் இவற்றை பின்பற்றும் போது, ஆளுநர் என்பவர் அரசமைப்புச் சட்டம் 239ஆம் பிரிவின்படி நியமிக்கப்பட்ட அந்த யூனியனின் நிருவாகியைச் சுட்டுவது எனவும், ஒரு மாநிலத்தின் சட்டமியற்றும் அமைப்பு அல்லது சட்டப் பேரவையைச் சுட்டுவதாகவும், அந்த யூனியன் பிரதேசம் சட்டப் பேரவையைக்கொண்டிருந்தால், அந்தப் பேரவையைச் சுட்டுவதாகவும் கொள்ள வேண்டும்.

ஆயினும், குடியரசுத் தலைவர் ஒரு பொது அறிவிக்கையின் மூலம், இந்தச் சட்டப் பகுதியின் ஏற்பாடுகள் எந்தவொரு யூனியன் பிரதேசத்திற்கும் அல்லது அதன் ஒரு பகுதிக்கும் அவர் அந்த அறிவிக்கையில் குறிப்பிடும் விதிவிலக்குகளுக்கும் மாற்றங்களுக்கும் உட்பட்டு பொருந்தும் என்று ஆணையிடலாம்.

243-எம். இந்தப் பகுதி சில இடங்களுக்குப் பொருந்தாமை

1. இந்தச் சட்டத்தின் வகைமுறைகள் பிரிவு 244 உட்பிரிவு (2)இல் கூறப்பட்ட மலைப்பகுதி இடங்களுக்கும் உட்பிரிவு (1)இல் கூறப்பட்ட அட்டவணைப் பகுதிகளுக்கும் பொருந்தாது.

2. பின்வரும் பகுதிகளுக்கு இந்தச் சட்டம் பொருந்தாது.

அ. மிஜோரம், மேகாலயா, நாகலாந்து மாநிலங்கள்.

ஆ. நடைமுறையிலுள்ள எந்த ஒரு சட்டத்தின் கீழும் இருக்கும் மாவட்ட மன்றம் உள்ள மணிப்பூர் மாநில வனப் பகுதிகள்.

3. பின்வரும் பகுதிகளிலும் இந்தச் சட்டப்பகுதி பொருந்தாது.

அ. நடைமுறையில் உள்ள எந்த ஒரு சட்டத்தின் கீழும், மேற்கு வங்க மாநிலத்தின் டார்ஜிலிங், கூர்க்கா மலை மன்றங்கள் இருக்கின்ற டார்ஜிலிங் மாவட்ட வனப் பகுதிகளில் உள்ள மாவட்ட நிலையிலுள்ள பஞ்சாயத்துகள்.

ஆ. இந்தச் சட்டத்தின் கீழ் அமைக்கப்பட்ட டார்ஜிலிங் கூர்க்கா மலைமன்றத்தின் அதிகாரங்கள், பணிகளைப் பாதிக்காது எனப் பொருள் கொள்ளப்படும்.

4. இந்த அரசமைப்புச் சட்டத்தில் எப்படிச் சொல்லி யிருப்பினும்,

அ. உட்பிரிவு (2) கூறு (ஏ)இல் சொல்லப்பட்ட ஒரு மாநில சட்டமன்ற சட்டத்தின் மூலம் உட்பிரிவு (1)இல் கூறப்பட்ட இடப்பகுதிகளில், விதிவிலக்கு அளிக்கப்பட வேண்டியிருப்பின் விதிவிலக்கு அளித்து இந்தச் சட்டப் பகுதிகளை அந்த மாநிலத்திற்கு விரிவுபடுத்தலாம். ஆனால் இதற்காக அந்த மாநிலம் சட்டமியற்றும்போது சட்டசபையில் பெரும்பான்மை உறுப்பினர்கள் அவையில் இருந்து அவ்வாறு வருகை தந்திருப்பவர்களில் மூன்றில் ஒரு பங்குக்குக் குறையாத பெரும்பான்மை உறுப்பினர்கள் வாக்களித்துச் சட்டமியற்றப்பட வேண்டும்.

ஆ. உட்பிரிவு (1)இல் கூறப்பட்ட மலைப் பகுதி இடங்கள் மற்றும் அட்டவணைப் பகுதிகளுக்குத் தக்க விதிமுறை களையும் திருத்தங்களையும் சட்டத்தில் குறிப்பிட்ட இந்தப் பகுதியில் சட்ட விதிமுறைகளை நாடாளுமன்றம் சட்டமியற்றி விரிவுபடுத்தலாம். மேலும் இதுபோன்ற நாடாளுமன்ற சட்டம், பிரிவு 386இன் நோக்கங்களுக்காக இந்த அரசமைப்புச் சட்டத்தின் ஒரு திருத்தமாகக் கருத முடியாது.

243-என். முந்தைய பஞ்சாயத்துச் சட்டங்கள் தொடர்தல்

இந்தச் சட்டத்தில் என்ன சொல்லப்பட்டிருப்பினும் 1992ஆம் ஆண்டு அரசமைப்பு (எழுபத்து மூன்றாவது திருத்தச்) சட்டம் உடனடியாக வருவதற்குமுன், இந்தச் சட்டப் பகுதிகளுக்கு முரணாக உள்ள விதிமுறைகளைத் தகுதியான சட்டமன்றத்தின் மூலமோ,

பிற தகுதியான சட்டஅமைப்பு மூலமோ, பிற தகுதியான அதிகாரத்தின் மூலமோ நீக்கப்படும் வரை அல்லது திருத்தப்படும் வரை அல்லது இந்தச் சட்டம் அமலுக்கு வந்ததிலிருந்து ஓராண்டு வரையிலோ, இந்தச் சட்டம் உடனடியாக அமலுக்கு வருவதற்கு முன் அந்த மாநிலத்தின் எந்த நிலையிலும் உள்ள பஞ்சாயத்து களின் பதவிக் காலம் முடியும் வரையிலும் இதில் எது அதிக காலமோ அதுவரை தொடர்ந்து அமலில் இருக்கும்.

எனினும், ஒரு மாநிலத்தின் சட்டப் பேரவையிலோ சட்ட மேலவையைக் கொண்டிருக்கிற ஒரு மாநிலத்தில், இந்த இரு சட்டமன்ற அவைகளிலுமோ இதன் பொருட்டு சட்டத்தை இயற்றி இந்தச் சட்டப் பகுதி உடனடியாக அமலுக்கு வருவதற்கு முன் நடைமுறையில் இருக்கும் பஞ்சாயத்துகளை உடனே கலைத்தாலன்றி அந்தப் பஞ்சாயத்துகள் பதவிக் காலம் முடியும் வரை தொடர்ந்து இருக்கும்.

243-ஓ. தேர்தல் விவகாரங்களில் நீதிமன்றம் தலையிடத் தடை

இந்த அரசமைப்புச் சட்டத்தில் என்ன சொல்லியிருப்பினும்,

அ. பிரிவு 243-கே-இன்கீழ், வார்டுகளின் வரையறை குறித்தோ, அதுபோன்ற வார்டுகளுக்கு ஒதுக்கப்படுகின்ற பகுதிகள் குறித்தோ, ஏற்படுத்தப்பட்ட அல்லது ஏற்படுத்துவதற்கு வழிவகை செய்கின்ற எந்தவொரு சட்டத்தின் செல்லுபடி யாகும் நிலை குறித்தோ எந்த ஒரு நீதிமன்றத்திலும் கேள்வி கேட்க முடியாது.

ஆ. ஒரு மாநில சட்டமன்றத்தின் மூலம் இயற்றப்பட்ட எந்த வொரு சட்டத்தின் கீழோ, அதன் மூலம் வழங்கப்பட்டுள்ள வரைமுறையின்படியோ அதிகார அமைப்பிற்குத் தேர்தல் மனுவை அளிப்பது மூலமாக அன்றி, எந்தவொரு பஞ்சாயத் திற்கான தேர்தல் குறித்தும் கேள்வி எழுப்ப முடியாது.

பிரிவு 280-ஐ திருத்துதல்

(3) அரசமைப்புச் சட்டத்தில் பிரிவு 280 உட்பிரிவு (3)இல் கூறு (3)க்கு பிறகு, பின்வரும் துணைப்பிரிவு சேர்க்கப்பட வேண்டும். (அ) மாநிலத்தின் நிதி ஆணையத்தின் பரிந்துரைகளின்

அடிப்படையில் மாநிலத்தில் பஞ்சாயத்துகளின் நிதி ஆதாரங்களைப் பெருக்கவும் மாநிலத்தின் தொகுப்பு நிதியைப் பெறவும் தேவையான செயல்முறைகள்.

பதினொன்றாவது அட்டவணையைச் சேர்த்தல்

(4) அரசியலமைப்புச் சட்டத்தில் பத்தாவது அட்டவணைக்கு அடுத்து பின்வரும் பதினொன்றாவது அட்டவணையைச் சேர்க்க வேண்டும். அவற்றை இங்கே பார்க்கலாம்.

இணைப்புப் பட்டியல்-XI *(பார்க்க: பிரிவு 243-ஜி)*

1. வேளாண்மை சார்ந்த விரிவாக்கம் உள்ளடங்கிய வேளாண்மை.
2. நிலமேம்பாடு, நிலச் சீர்திருத்தத்தைக் கொண்டுவருதல், நில ஒருங்கிணைப்பு, மண்வளம் காத்தல்
3. சிறுபாசனம், நீர்மேலாண்மை, நீர்ப்பிடிப்பு மேம்பாடு
4. கால்நடைப் பராமரிப்பு, பால்பண்ணை, கோழிப்பண்ணை
5. மீன்வளம்
6. சமூகக் காடுகளும் பண்ணைக் காடுகளும்
7. சிறிய காடுகளின் உற்பத்திப் பொருள்கள்
8. உணவைப் பதப்படுத்தும் தொழில் உள்ளடங்கலான சிறு தொழில்கள்.
9. கதர் கிராம, குடிசைத் தொழில்கள்
10. வீட்டுவசதி
11. குடிநீர்
12. விறகு, தீவனம்
13. சாலைகள், சிறு பாலங்கள், பாலங்கள், நீர்வழிகள், பிற தொடர்பு வழிகள்
14. மின்சார விநியோகம் உள்ளடங்கலான ஊரக மின்மயமாக்கல்.
15. மரபுசாரா எரிசக்தி ஆதாரங்கள்
16. வறுமை ஒழிப்புத் திட்டங்கள்

17. தொடக்க, இடைநிலைப் பள்ளிகள் உள்ளடங்கலான கல்வி
18. தொழில்நுட்பப் பயிற்சி, தொழில் கல்வி
19. வயதுவந்தோர், முறைசாராக் கல்வி
20. நூலகங்கள்
21. பண்பாடுகளை மேம்படுத்தும் நிகழ்ச்சிகள்
22. சந்தைகள், கண்காட்சிகள்
23. மருத்துவமனைகள், ஆரம்ப சுகாதார நிலையங்கள், மருந்தகங்கள் உள்ளடங்கலாக சுகாதாரம், துப்புரவு
24. குடும்ப நலவாழ்வு
25. மகளிர், குழந்தைகள் மேம்பாடு
26. ஊனமுற்றோர், மனநிலை பாதிக்கப்பட்டவர்களின் நலம் உள்ளடங்கலான சமூக நலம்
27. நலிவுற்ற பிரிவினர்களின் நலம், குறிப்பாக பட்டியல் சாதியினர், பட்டியல் பழங்குடியினர் நலம்
28. பொது விநியோக முறை
29. சமூகச் சொத்துக்களைப் பராமரித்தல்.

3

பிரதமரின் கடிதம்

அன்றைய பிரதமர் பி.வி. நரசிம்மராவ் பஞ்சாயத்துத் தலைவர்களுக்கு 1993ஆம் ஆண்டு எழுதிய கடிதம் இது. உள்ளாட்சிகள் குறித்த இந்தக் கடிதத்தில் விளக்கம் பெறலாம்.

அன்புள்ள நண்பரே,

நீங்களும் உங்களின் சகோதர உறுப்பினர்களும் உங்களுடைய பஞ்சாயத்துப் பகுதியின் சமூக-பொருளாதார வளர்ச்சிக்கும் மக்களின் நல்வாழ்வுக்கும் உழைக்கத் தேர்ந்தெடுக்கப்பட்டிருக்கிறீர்கள். உங்கள் அமைப்பிடமிருந்து, பெரும்சாதனைகள் எதிர்பார்க்கப்படுகின்றன. இந்த எதிர்பார்ப்புக்களை நீங்கள் நிறைவேற்ற முடியும் என்று நம்புகிறீர்களா? உங்கள் மக்களின் திருப்திக்கு ஏற்ப நீங்கள் நன்றாகப் பணியாற்றக்கூடிய வகையில், இந்த அமைப்புமுறை ஒருவேளை சரியாக உருவாக்கப்படவில்லை என நீங்கள் நினைக்கலாம். உங்களின் பஞ்சாயத்திற்குப் போதுமான அதிகாரங்கள் கொடுக்கப்படவில்லை என்றும் நீங்கள் கருதலாம். கடைசியாக, உங்கள் பஞ்சாயத்திடம் போதுமான நிதி வளங்கள் இல்லாததால்தான், உங்கள் பணி தடைபட்டது என்பதை நீங்கள் கண்டறிந்திருக்கலாம்.

மறைந்த பிரதமர் ராஜீவ் காந்தி, 1989 செப்டம்பரில் பஞ்சாயத்து ஆட்சி மசோதா (சட்ட முன்வரைவு) குறித்து உங்களுடன் தொடர்பு கொண்டது உங்களுக்கு நினைவிருக்கலாம். உங்களது கைகளை வலுப்படுத்த இந்த மசோதாவை அவர் கொண்டுவந்தார். அந்தத் தருணத்தில் அவர் தொடங்கிய நடவடிக்கைகள் பலனளிக்கவில்லை; அவை, இப்போது உறுதியான வடிவம் பெற்றுள்ளன.

1991ஆம் ஆண்டு செப்டம்பரில் அரசமைப்பு 72ஆவது திருத்த முன்வரைவு மக்களவையில் கொண்டுவரப்பட்டதும், நாடாளு மன்றத்தின் கூட்டுக் குழுவுக்கு அது அனுப்பப்பட்டதும் உங்களுக்கு நினைவிருக்கும். கூட்டுக் குழு அறிக்கையின் அடிப்படையில், 1992 டிசம்பர் 22ஆம் தேதி மக்களவையும், அதற்கு மறுநாள் மாநிலங்கள் அவையும் இந்தச் சட்ட முன்வரைவை நிறைவேற்றின; பாதிக்கும் மேற்பட்ட மாநிலங்களின் சட்டப் பேரவைகள் அங்கீகரித்ததை அடுத்து, 1993 ஏப்ரல் 20ஆம் தேதி குடியரசுத் தலைவர், இந்தச் சட்ட முன்வரைவை சட்டமாக்குவதற்கு ஒப்புதல் அளித்தார். ஒரு அறிவிக்கை மூலம், 1993ஆம் ஆண்டு ஏப்ரல் 24ஆம் தேதி இந்தச் சட்டம் நடைமுறைக்கு வந்தது.

எனவே, பஞ்சாயத்துகளுக்கு ஜனநாயகமும், அதிகாரப் பகிர்வும் அளிப்பது நமது நாட்டின் அடிப்படை ஆவணமான அரசமைப்பின் ஒரு பகுதி ஆகிவிட்டது என்பது உங்களுக்கு மகிழ்ச்சி அளிக்கும். உங்கள் பஞ்சாயத்துகளின் ஜனநாயக நடவடிக்கைகளை இனிமேல் எவரும் தடுக்க முடியாது. பஞ்சாயத்து களைத் தன்னிச்சையாக இப்போது நிறுத்திவைக்க முடியாது அல்லது கலைத்துவிட முடியாது. பஞ்சாயத்துகளுக்குப் பகிர்ந்து அளிக்கப்படும் அதிகாரங்கள், பொறுப்புகள், நிதி ஆகியவற்றை எவரும் பறிக்க முடியாது. இந்தப் புதிய அரசமைப்பு விதிகள் கிராமப் பகுதிகளின் வரலாற்றிலும் வாழ்க்கையிலும் ஒரு முன்னேற்றச் சின்னமாகத் திகழும். இவை, கிராமங்களின் தற்சார்பிலும், தன்னாட்சி முறையிலும் புதிய சகாப்தத்தைப் படைக்கும்.

உங்களுக்கு உண்மையான அதிகாரம் கிடைப்பதை இந்தச் சட்டம் உறுதிப்படுத்தும். உங்கள் பகுதி முன்னேற்றத்திற்கும் மக்களின் முன்னேற்றத்திற்கும் நீங்கள் பெரும் பங்காற்ற முடியும். இந்த நடவடிக்கையில் மிகவும் ஏழ்மை நிலையில் உள்ளவர்கள் உள்பட, எல்லோரும் பங்கேற்பதை உறுதிப்படுத்துவது சாத்தியம். எவரையும் புறக்கணித்துவிட்டதாக, சமூகத்தின் எந்தவொரு பிரிவினரும் நினைக்கக்கூடாது.

கிராமப் பஞ்சாயத்துகள் வெகுவிரைவில் துடிப்புள்ள அமைப்பு களாக மாறிவிடும். மக்களால் தேர்ந்தெடுக்கப்பட்ட பிரதிநிதிகள்

இதில் இருப்பார்கள். மக்களின் நன்மைக்காகப் பல திட்டங்களை இந்த அமைப்புகள் நடத்தும். இவை திட்டமிடல்-செயலாக்கப் பணியில் மக்களையும் ஈடுபடுத்தும். சட்டத்துக்குட்பட்டு வளர்ச்சி, சீரமைப்பு, பொது நிருவாகப் பணி ஆகியவற்றைச் செயல்படுத்தும் துடிப்பான அமைப்புகளாக இவை இருக்கும். விவசாயம், நில மேம்பாடு, கால்நடை வளர்ச்சி, குடிசைத் தொழில்கள், குடிநீர், வறுமை ஒழிப்புத் திட்டங்கள், சுகாதாரம், உடல் ஆரோக்கியம், குடும்ப நலம் போன்றவை கிராமப் பஞ்சாயத்துகளின் அக்கறைக்குரிய விசயங்களாக இருக்கும். பல வகைகளில் மக்களின் நலன்களைக் கவனித்துக்கொள்வதோடு, மக்களின் அன்றாடத் தேவைகளுக்கு இந்தப் பஞ்சாயத்துகள் வகை செய்ய வேண்டும்.

நமது பரந்த கிராமப் பகுதிகள் வளர்ச்சி அடைந்தால்தான் நாட்டின் முன்னேற்றம் சாத்தியம். கிராமப் பகுதி மக்கள் வறுமையாலும், வேலையில்லாப் பிரச்சினையாலும் பாதிக்கப்படு கின்றனர். அவர்களுக்குப் போதுமான வாங்கும் சக்தி இல்லை. சில பகுதிகளில், பருவமழை தவறுதல், பஞ்சம், வெள்ளம், சூறாவளி போன்ற இயற்கையின் சீற்றங்களால் ஏழைகளின் நிலை மிகவும் கடுமையாகப் பாதிக்கப்படுகிறது. தேவைப்படும் மக்களுக்கு உரிய காலத்தில் விரைந்து உதவி அளிக்க, இத்தகையப் பகுதி களில், பஞ்சாயத்துகள் ஊக்கத்தோடு பொறுப்புமிக்க பணியாற்ற வேண்டும். அண்மையில் பீகார், மத்தியப் பிரதேசம், ஒரிசாவில் வறட்சியால் பாதிக்கப்பட்ட பகுதிகளில் நான் சுற்றுப் பயணம் செய்தேன். பஞ்சாயத்துகளின் ஈடுபாட்டால் மட்டுமே உதவித் திட்டங்களை, மேம்பட்ட சீரான முறையில் செயல்படுத்த முடியும் என்று நான் உறுதியாக நம்புகிறேன்.

1992ஆம் ஆண்டு, அரசமைப்பு 73ஆவது திருத்தச் சட்ட முன்வரைவின் முக்கிய கூறுகளாவன:

1. பஞ்சாயத்துப் பகுதியில், வாக்காளர்களாகப் பதிவு செய்யப் பட்ட உறுப்பினர்களைக் கொண்டதாக கிராமசபை இருக்கும்.

2. கிராமம், இடைநிலை, மாவட்டம் என்ற நிலையில், மூன்று அடுக்குப் பஞ்சாயத்து முறை இருக்க வேண்டும்.

இருபது இலட்சத்திற்கும் குறைவான மக்கள் தொகையுள்ள சிறிய மாநிலங்களில், இடைநிலைப் பஞ்சாயத்து இல்லாமல் இருக்கலாம்.

3. மூன்று நிலை பஞ்சாயத்துகளுக்கான உறுப்பினர்களை நேரடியாகத் தேர்ந்தெடுக்க வேண்டும். இத்துடன், கிராமப் பஞ்சாயத்துகளின் தலைவர்கள் இடைநிலைப் பஞ்சாயத்தின் உறுப்பினர்களாக இருக்கலாம். இடைநிலைப் பஞ்சாயத்துகளின் தலைவர்கள், மாவட்ட நிலைப் பஞ்சாயத்துகளின் உறுப்பினர் களாக இருக்கலாம். பாராளுமன்ற, சட்டமன்ற, சட்டமன்ற மேலவை உறுப்பினர்கள் இடைநிலை அல்லது மாவட்ட நிலையில் பஞ்சாயத்துகளின் உறுப்பினர்களாகவும் இருக்கலாம்.

4. எல்லாப் பஞ்சாயத்துகளிலும், அவற்றின் மக்கள் தொகைக்கு ஏற்ப, ஷெட்யூல்ட் வகுப்பினர், ஷெட்யூல்ட் பழங்குடி களுக்கு இடம் ஒதுக்கப்படும். மொத்த இடங்களில் மூன்றில் ஒரு பங்கு, மகளிருக்கு ஒதுக்கப்படும். பட்டியல் இனத்தவர், பழங்குடிகளுக்கு ஒதுக்கப்பட்ட இடங்களில் மூன்றில் ஒரு பங்கு மகளிருக்கு ஒதுக்கப்படும்.

5. மாநிலத்தில், பட்டியல் வகுப்பினர், பட்டியலிடப்பட்ட பழங்குடியினரின் மக்கள்தொகைக்கு ஏற்ப, எல்லா நிலைகளிலும் தலைவர்களின் பதவிகள் அவர்களுக்கு ஒதுக்கப்படும். எல்லா நிலைகளிலும் பஞ்சாயத்துத் தலைவர்களின் பதவிகளில் மூன்றில் ஒரு பங்கு மகளிருக்கு ஒதுக்கப்படும்.

6. பின்தங்கிய வகுப்பைச் சேர்ந்த மக்களுக்குப் பஞ்சாயத்து களில், உறுப்பினர்கள், தலைவர்கள் பதவிகளுக்கு மாநில சட்டப் பேரவை இடம் ஒதுக்கலாம்.

7. ஒவ்வொரு பஞ்சாயத்திற்கும் சீராக, ஐந்து ஆண்டு பதவிக் காலம் இருக்க வேண்டும். பதவிக்காலம் முடிவதற்கு முன்னால், புதிய சபைகளுக்குத் தேர்தல்கள் நடத்த வேண்டும். சபைகள் கலைக்கப்பட்டால், ஆறு மாதங்களுக்குள் கட்டாய மாகத் தேர்தல்களை நடத்த வேண்டும். திருத்தியமைக்கப் பட்ட பஞ்சாயத்து, ஐந்து ஆண்டுகளின் எஞ்சிய பதவிக் காலத்திற்குச் செயல்படும்.

8. இப்போதுள்ள பஞ்சாயத்துகள் அவற்றின் ஆட்சிக்காலம் முடியும்வரை தொடர்ந்து இயங்கும். ஏதேனும் ஒரு சட்டத்தைத் திருத்துவதன் மூலம் அவற்றைக் கலைத்துவிட முடியாது.

9. சட்டப் பேரவைத் தேர்தல்களில் போட்டியிடத் தகுதி யற்றவர் என்று ஏதேனும் ஒரு சட்டத்தின் கீழ் அறிவிக்கப் பட்டவருக்குப் பஞ்சாயத்து உறுப்பினராகும் உரிமை இல்லை.

10. தேர்தல் பணிகளை மேற்பார்வையிடுதல், நடத்துதல், கட்டுப்படுத்துதல், வாக்காளர் பட்டியல்களைத் தயாரித்தல் ஆகிய பணிகளை மேற்கொள்ள சுயேச்சையான தேர்தல் கமிஷன் அமைக்கப்படும்.

11. 11ஆவது அட்டவணையில் குறிப்பிடப்பட்டுள்ள விசயங்கள் தொடர்பாகப் பொருளாதார வளர்ச்சி—சமூக நீதிக்கானத் திட்டங்களைத் தயாரிக்க பஞ்சாயத்துகளுக்குக் குறிப்பிட்ட பொறுப்புகள் ஒதுக்கப்படும். வளர்ச்சிப் பணிகளைச் செயல்படுத்தும் முக்கியப் பொறுப்பு பஞ்சாயத்திடம் ஒப்படைக்கப்படும்.

12. தங்களது பணிகளைச் செயல்படுத்த பஞ்சாயத்திற்குப் போதுமான நிதிகள் கிடைக்கும். மாநில அரசிடமிருந்து வரும் மானியங்கள் முக்கிய நிதி ஆதாரமாக இருக்கும். ஆனால், சில குறிப்பிட்ட வரிகளால் கிடைக்கும் வருமானத் தையும், மாநில அரசுகள் பஞ்சாயத்துகளுக்கு ஒதுக்க வேண்டும் என்று எதிர்பார்க்கப்படுகிறது. சில சூழ்நிலை களில், பஞ்சாயத்துகள் தாம் திரட்டிய நிதியைத் தம்மிடமே வைத்துக்கொள்ள அனுமதிக்கப்பட வேண்டும்.

13. பஞ்சாயத்துகளுக்குப் போதிய நிதிவசதி கிடைக்கும் வகையில் உரிய கொள்கைகளை நிர்ணயிக்க, ஓராண்டுக்குள் நிதிக் கமிஷன் அமைக்கப்படும். இதன் பின்னர் ஒவ்வொரு ஐந்து ஆண்டுகளுக்குப் பிறகும், ஒவ்வொரு மாநிலத்திலும் ஒரு நிதிக் கமிஷன் அமைக்கப்படும்.

1992ஆம் ஆண்டு கொண்டுவந்த அரசமைப்புத் திருத்தத்தின் ஒரு பிரதியை உங்களுக்கு அனுப்புகிறேன். பஞ்சாயத்து ஆட்சி

சட்டத்தின் விதிகளை நீங்கள் புரிந்துகொள்ள இது உதவும். 1993 ஏப்ரல் 24ஆம் தேதி முதல், இந்தச் சட்டம் அமலுக்கு வந்திருப்பதால், அரசமைப்புத் திருத்தச் சட்டத்திற்கு ஏற்ப, தங்களின் பஞ்சாயத்து ஆட்சி சட்டங்களை, 24-4-1994க்குள் மாநிலங்கள் திருத்தி அமைக்க வேண்டும் என்று எதிர்பார்க்கப் படுகிறது. இதை, மாநிலங்கள் உற்சாகத்துடன் ஏற்றுக்கொண்டு, மாநில சட்டங்களை இயற்றும் நடவடிக்கைகளை விரைவாகச் செயல்படுத்த வேண்டும்.

தங்களது முன்னேற்றத்திற்கான பணிகளில் மக்கள் பங்கேற்பை மேம்படுத்துவதுதான் இந்த அரசமைப்புத் திருத்தச் சட்டத்தை இயற்றியதன் முக்கிய குறிக்கோளாகும். தங்களது வாழ்க்கையுடன் நேரடித் தொடர்புடைய விசயங்களைத் தீர்மானிக்கும் வாய்ப்பு மக்களுக்குக் கிடைக்கவில்லை என்றும், அதனால் மக்களிடையே திட்டப் பணிகளில் ஈடுபாடு இல்லை என்றும் உணரப்பட்டது. அரசமைப்புத் திருத்தச் சட்டத்தின் விதிகள், மாநிலங்களின் சட்டங்களில் சேர்க்கப்பட்டு, பல்வேறு நிலைகளிலான பஞ்சாயத்து அமைப்புகள் உருவாக்கப்பட்ட பின்னர், திட்டங்களின் செயல் பாட்டுத் தரம் கணிசமாக மேம்படும். பல வளர்ச்சிப் பணிகளைத் திறமையாகச் செயல்படுத்த, மாநில அரசுகள் போதுமான பணிகள், நிதிகள், அதிகாரங்கள் ஆகியவற்றைப் பஞ்சாயத்துகளுக்கு வழங்கும்.

உங்கள் பஞ்சாயத்தின் கூட்டத்தைக் கூட்டி, பஞ்சாயத்து ஆட்சி, அரசமைப்புத் திருத்தச் சட்டத்தின் முக்கிய கூறுகளை எல்லா உறுப்பினர்களுக்கும் நீங்கள் விளக்க வேண்டும் என நான் விரும்புகிறேன். அதற்குப் பின்னர், உங்கள் பஞ்சாயத்துப் பகுதி கிராமங்களில் வாழும் வயது வந்த மக்கள் அனைவருக்கும், இந்த விசயங்களை விளக்குவதற்கு, கிராமசபைக் கூட்டமொன்றை நீங்கள் நடத்த வேண்டும் என்று விரும்புகிறேன். எல்லா பட்டியல் இனத்தவரும், பழங்குடிகளும் இந்தக் கூட்டத்திற்குக் கட்டாயம் அழைக்கப்பட வேண்டும். பஞ்சாயத்தின் எல்லாப் பெண்களும் இந்தக் கூட்டத்தில் பங்கேற்குமாறு நீங்கள் பார்த்துக்கொள்ள வேண்டும்.

அடிமட்ட நிலையில் ஜனநாயகத்திற்கான வளர்ச்சிக்கான பெரியதொரு பணியை நாம் தொடங்குகிறோம். நீங்களும், மற்ற

உறுப்பினர்களும் உங்களிடம் ஒப்படைக்கப்பட்ட பொறுப்பை எவ்வாறு நிறைவேற்றுகிறீர்கள் என்பதைப் பொறுத்தே நமது வெற்றி அமையும். இந்த வெற்றிக்கு, உங்களுக்கும் மாநில-ஒன்றிய அரசுக்கும் இடையிலான ஒத்துழைப்பு அடிப்படையாக இருக்கும். எங்களின் முழு ஆதரவும், ஒத்துழைப்பும் கிடைக்கும் என்று நான் உங்களுக்கு உறுதியளிக்கிறேன்.

உங்களுக்குச் சில பிரச்சினைகள் ஏற்படலாம். இந்த அரசமைப்புத் திருத்தச் சட்டத்தில் தெரிவிக்கப்பட்டுள்ள, பரவலாக்கப் பட்ட நிருவாக அமைப்பை மேம்படுத்த உங்களிடம் யோசனைகள் இருக்கலாம். இந்தப் பிரச்சினைகளையும் உங்களது யோசனை களையும் எனக்கு எழுதத் தயங்காதீர்கள்.

உங்கள் அனைவருக்கும் எனது நல்வாழ்த்துகள்.

தங்களன்புள்ள,
பி.வி. நரசிம்மராவ்

31 மே 1993

4

பஞ்சாயத்துப் பட்டயம்

'பஞ்சாயத்துப் பட்டயம்' என்பது உள்ளாட்சிகளின் அடிப்படைகளை வரையறுப்பதாகும். அறிவுஜீவிகளும் தலைசிறந்த கருத்தாளர்களும் ஒன்றுகூடி இதை வரையறுத்து விளக்கியுள்ளனர்.

அறிமுகம்

- கிராம அளவில் பொறுப்பும், அக்கறையும், மனிதாபிமானமும் (மனிதப் பண்பும்) கொண்ட நிருவாகத்திற்கான, நிறுவனக் கட்டமைப்பைத் தேடிக் காணுதல்.

- படித்தோர் ஆதிக்கம் செலுத்தும், இப்போதுள்ள மாவட்ட நிருவாகத்தின் பலத்தையும் பலவீனத்தையும் இனங் காணுதல்.

- நிருவாக, அரசியல் அங்கங்கள் பொதுவகையில், திறமையோடு (அறிவோடும் ஆற்றலோடும்) செயல்பட்டு வந்தாலும், யாருக்குப் பணி செய்வதற்காக அந்த நிருவாகம் அமைக்கப்பட்டதோ, அவர்களுக்குப் போதிய அளவில் பொறுப்புள்ளதாக அது அமையவில்லை என்பதைக் கருத்தில் கொள்ளுதல்.

- மாவட்ட நிருவாகம், தனிமனிதரிடமும் சிறு சிறு குழுவினரிடமும் காழ்ப்புணர்வோடும், கவனக் குறைவோடும், புறக்கணிக்கும் போக்கோடும் செயல்படுகிறது என்பதற்கு எண்ணற்ற சூழ்நிலைகளும் புகார்களும் தோன்றியுள்ளன. இதனை நினைவுகூர்தல்.

- நிருவாகத்தின் இத்தகைய செயல்குறைபாட்டிற்குக்

காரணம், அதன் பொறுப்பற்ற தன்மையே என்பதைக் கண்டறிதல்.

– தேர்ந்தெடுக்கப்பட்ட பிரதிநிதிகளைக் கொண்டதாக நிருவாகத்தை அமைத்தால்தான், அது பொறுப்பு மிக்கதாக விளங்கும் என்பதை உறுதிப்படுத்துதல்.

– (மாவட்டம், பஞ்சாயத்து ஒன்றியம், கிராமம் ஆகிய மூன்று நிலைகளில்) மாவட்ட அளவிலும், அதற்குக் கீழ்நிலையிலும் தேர்ந்தெடுக்கப்பட்ட பிரதிநிதிகளைக்கொண்ட, மூன்றாவது அடுக்கு ஆட்சிமுறையை ராஜீவ் காந்தி, கருத்தில் உருவாக்கினார். இதன்மூலம் இந்திய ஆட்சி அமைப்பு முறையில் அடிப்படை மாற்றத்தைக் கொண்டுவந்தவர் ராஜீவ் காந்தி.

– மக்களுக்கு அதிகாரத்தை மாற்றி அளிக்கும் நோக்கத்துடன், நாடாளுமன்றம், இந்திய அரசமைப்பு சட்டத்தின் 73ஆம் திருத்தத்தையும் 74ஆம் திருத்தத்தையும் நிறைவேற்றியது. இது முன்னர் கூறிய கருத்தின் வளர்ச்சி நிலையாகும்.

விதிமுறைகள்

1. 'தன்னாட்சியுடன் கூடிய பஞ்சாயத்து நிறுவனங்களை அமைக்க வேண்டும்' என்பதே 73ஆவது அரசமைப்புத் சட்டத் திருத்தத்தின் அடிப்படைக் கொள்கையாகும். இந்தக் கொள்கை, அண்மைக் காலத்தில் நிறைவேற்றப்பட்ட மாநிலச் சட்டங்களில் பெரிதும் புறக்கணிக்கப்பட்டுள்ளது. இத்தகைய சட்டங்களின் முரண்பாடுகொண்ட அனைத்துப் பிரிவுகளும் நீக்கப்படுதல் வேண்டும்; அல்லது அவை ஏற்ற வகையில் திருத்தம் பெறுதல் வேண்டும். இவ்வாறு செய்தால்தான், பஞ்சாயத்துகள், மக்கள் பங்குபெறக் கூடிய தன்னாட்சி அரசாங்கமாக அமையும்.

2. மத்திய, மாநில அரசுகளின் நிருவாகக் கட்டமைப்புகள் மிகவும் அதிகரித்துள்ளன. அவை, தன்னாட்சி பெற்ற பஞ்சாயத்தின் நிருவாகக் கட்டமைப்பு முன்னேறுவதற்குத் தடைக் கற்களாக உள்ளன. எனவே, 11ஆவது அட்டவணையில் குறிப்பிடப்பட்டுள்ள பொருள்களிலாவது, மத்திய,

மாநில அரசுகளின் அதிகாரங்களையும், நிருவாக அமைப்பு களையும் ஏற்ற வகையில் குறைக்க வேண்டும்; அல்லது மாற்றி அமைக்க வேண்டும். இப்படிச் செய்தால்தான் தன்னாட்சி அரசாகப் பஞ்சாயத்துகள் வளரும். இந்த அதிகாரக் குறைப்பையும், கட்டமைப்பு மாற்றத்தையும் உறுதி செய்யும் வகையில், தேசிய ஆணையம் ஒன்றை நிறுவுதல் வேண்டும்.

3. மத்திய, மாநில அரசுகளில் நகர்ப்புற உள்ளாட்சிக்கும், பஞ்சாயத்திற்கும் என்று தனி அமைச்சகம் அமைக்கப் படுதல் வேண்டும்.

4. பல்வேறு சமுதாயத்தினர் வாழும் இந்தியாவில், சட்டங் களாலும், நிருவாக நடைமுறைகளாலும் மட்டும் மக்களாட்சிக் கொள்கையை நிறைவேற்ற முடியாது. இதற்கு மிகப் பெரிய அளவில் மக்கள் சக்தியைத் திரட்ட வேண்டும். இந்த வகையில், தன்னார்வத் தொண்டு நிறுவனங்கள், அறிவுஜீவி கள், வாழ்க்கைத் தொழில் அமைப்புகள், தொழிற் சங்கங்கள், அரசியல் கட்சிகள், சிறு சிறு குழுக்கள் ஆகியவையும் தனிமனிதரும் உதவி செய்ய வேண்டும்; ஆட்சி உரிமையை உரியவர்களிடம் வழங்கும் முயற்சியில் ஈடுபட்டுச் செயலாற்ற வேண்டும்.

5. பொருளாதார வளர்ச்சி, சமூக நீதிக்கான திட்டங்களை உருவாக்குவதிலும், நிறைவேற்றுவதிலும், தன்னார்வத் தொண்டு நிறுவனங்கள், கூட்டுறவு அமைப்புகள் ஆகியவை பஞ்சாயத்துடன் இணைந்து செயலாற்ற வேண்டும்.

6. மத்திய, மாநிலச் சட்டங்கள், ஒழுங்குமுறைக் கையேடுகள், அரசாங்க ஆணைகள் ஆகியவற்றில் மிகுதியானவை, பஞ்சாயத்திற்கு அதிகாரங்களையும் செயல்பாடுகளையும் வழங்குவதற்கு எதிராக உள்ளன. இவை அனைத்தையும் இனம் காண வேண்டும். ஏனெனில் இதற்குப் பரிகாரமாக மாற்றுச் சட்டங்களை இயற்றிச் செயல்படுத்த வேண்டும். சட்ட ஆணையம் அல்லது வல்லுநர் குழு ஒன்றிடம் இந்தப் பணி ஒப்படைக்கப்படுதல் வேண்டும். இந்தக் குழு ஆறு மாதங்களில் இது குறித்த பரிந்துரைகளைச் சமர்ப்பிக்க

வேண்டும். ஒன்றிய, மாநில அரசுகள், அந்தப் பரிந்துரைகளின் அடிப்படையில் உரிய நடவடிக்கைகளை மேற் கொள்ளும்; பஞ்சாயத்திற்கு எதிரான சட்டங்களையும் விதிகளையும் திருத்தம் செய்யும்; நிருவாக அமைப்பை மாற்றி அமைக்கும்.

7. மக்களால் தேர்ந்தெடுக்கப்பட்ட பஞ்சாயத்துகள், அரசாங்க அதிகாரிகளுக்குக் கீழ் பணியாற்றக்கூடியவை அல்ல. மக்களால் தேர்ந்தெடுக்கப்பட்ட உள்ளாட்சிப் பிரதிநிதிகளுக்குச் செயல்பாட்டு உரிமைகளை ஒப்படைக்கும் போது, அரசாங்க அலுவலர்களைக் கண்காணிக்கும், கட்டுப்படுத்தும் அதிகாரங்களையும் அவர்களிடம் அளிக்க வேண்டும்.

8. அடித்தளப் பஞ்சாயத்தைக் கலைக்கும் உரிமையையும், அதைக் கவனிக்கும் பொறுப்பையும் அதற்கு அடுத்த உயர்நிலை பஞ்சாயத்திற்கே வழங்க வேண்டும். அதாவது, கலைக்கும் உரிமையும் கண்காணிக்கும் பொறுப்பும், கிராமப் பஞ்சாயத்திற்கு ஒன்றியப் பஞ்சாயத்திடமும் ஒன்றியப் பஞ்சாயத்திற்கு மாவட்டப் பஞ்சாயத்திடமும் அமையும். இந்த உரிமையை அரசு அதிகாரிகளிடம் அளிக்கக் கூடாது. இதன் மூலம், ஒத்த குழுவினர் இடையிலான பொறுப்பு வளரும்.

9. நிதி குறித்த பொறுப்புக்கான கோரிக்கை, நெறியாளர் மற்றும் தணிக்கையாளர் தலைவரால் (ஆடிட்டர் ஜெனரல்) வரையப் பட்டுக் கண்காணிக்கப்படுதல் வேண்டும்.

10. வளர்ச்சி நிருவாகத்திற்கும், பொது நிருவாகத்திற்கும் இடையே உள்ள செயற்கையான இடைவெளி நீக்கப் படுதல் வேண்டும். சிறிய சிறிய வழக்குகளைத் தீர்ப்பதற்கும், தனிமனிதர்களுக்கு இடையேயும் குழுக்களுக்கு இடையேயும் தோன்றும் பிணக்குகளைப் போக்குவதற்கும் தேவையான நீதி, காவல்துறை அதிகாரங்களைப் பஞ்சாயத்துகளுக்கு அளிக்க வேண்டும். இதனால் பஞ்சாயத்துகள் அதிகார வலிமை பெறும். இவ்விதம் செய்வதில் எவ்விதச் சட்டத் தடையும் ஏற்படாது.

11. கீழ்த்தட்டு நிலையில் செய்ய வேண்டியதை அந்த நிலையிலேயே செய்தல் வேண்டும்; மேல்தட்டு நிலையில் அதைச் செய்தல் கூடாது. இதுவே, அதிகாரப் பங்கீடு— செயல்

பாட்டின் அடிப்படைக் கொள்கை ஆகும். ஒவ்வொரு தட்டுக்கும் உரிய அதிகாரங்களையும், செயல்பாடுகளையும் சட்டத்தின் மூலமாகப் பகிர்ந்து அளிக்கும் போது, நிருவாக ஆணையின் மூலம் செய்வதற்கான வாய்ப்பில்லாமல் பார்த்துக்கொள்ள வேண்டும்.

12. ஒவ்வொரு மாநிலத்திலும் மாவட்டப் பஞ்சாயத்தின் கூட்டமைப்பு அல்லது பஞ்சாயத்துகளின் பேரவை அமைக்கப் படுதல் வேண்டும். முதலமைச்சர் அதன் தலைவராக இருப்பார். தேர்ந்தெடுக்கப்பட்ட அனைத்து மாவட்டப் பஞ்சாயத்தின் தலைவர்கள், மாநில சட்டமன்றத்தின் எதிர்க் கட்சித் தலைவர், தொடர்புடைய துறைகளின் அமைச்சர்கள் ஆகியோர் பேரவையின் உறுப்பினர்கள் ஆவார்கள். பொது வகையில் பஞ்சாயத்துகள் பற்றிய பொருள்களும் (விசயங்களும்), குறிப்பாக, மாவட்டப் பஞ்சாயத்து பற்றிய பொருள்களும் மாநில அரசாங்கத்தின் சட்டம், நிதி, நிருவாகம் குறித்த பிரச்சினைகளும் அந்தப் பேரவையில் விவாதிக்கப்பட்டுத் தீர்வு காணப்படும்.

13. மத்திய, மாநில அரசுகளால் தீட்டப்பட்டு, நிதி உதவியுடன் அளிக்கப்படும் திட்டங்களை நிறைவேற்றும் முகவராக மட்டும் பஞ்சாயத்துகள் செயல்படக்கூடாது. அதன் உண்மையான முறையில், பரவல் ஆக்கப்பட்ட திட்டங் களை மேற்கொள்வதன் மூலமாகவே, பஞ்சாயத்துகள் சுய ஆட்சி நிறுவனங்களாக விளங்கும். ஆகவே, கிராமம், ஒன்றியம், மாவட்டம் ஆகியவற்றின் பஞ்சாயத்துகளால் உருவாக்கப்பட்டு அளிக்கப்படும் திட்டங்களாக, மாவட்ட அளவிலான திட்டங்கள் அமைய வேண்டும். இவ்வாறன்றி, அதற்கு மேல்நிலையில் தீட்டப்பட்டு, ஒப்படைக்கப்படும் திட்டங்களாக அவை அமையக் கூடாது. மாநிலத் திட்ட நிதியிலிருந்தும், பிற நிதிவள ஆதாரங்களிலிருந்தும், பஞ்சாயத்துகள் உரிய விகிதத்தைப் பெறுதல் வேண்டும். முன்னுரிமை, தேவை அடிப்படையில் பஞ்சாயத்துகள், நிதியைப் பயன்படுத்தும் வகையில், இவ்வாறு பெறும் நிதிகள் ஒருங்கிணைக்கப்படுதல் வேண்டும். இவை அனைத்தும் பிற செலவுகளும் மாவட்டத் திட்ட நிதிநிலை

அறிக்கையின் அங்கங்களாக அமையும். இதற்கான நிதி ஒதுக்கீடுகள் எல்லாம், மாநில நிதிநிலை அறிக்கையில் தெளிவாகக் காட்டப்படுதல் வேண்டும். தேர்ந்தெடுக்கப் பட்ட மாவட்டப் பஞ்சாயத்தின் தலைவரே மாவட்டத் திட்டக் குழுவிற்குத் தலைவராக அமைதல் வேண்டும்.

14. நாடு முழுவதிலும், ஒவ்வொரு பகுதியிலும் பஞ்சாயத்துகள் அமைக்கப்படும். அரசமைப்பு சட்டத்தின் ஐந்தாவது, ஆறாவது அட்டவணையில் அமைந்துள்ள நிலப் பரப்பும் இதில் அடங்கும். இந்தப் பகுதிகளில் 73ஆவது சட்டத் திருத்தத்தின் அடிப்படை விதிகள், உள்ளூர் மக்களின் தனிப் பண்புடனும், மரபுடனும், சமூக நிறுவனங்களுடனும் பொருந்தி இருக்குமாறு செய்தல் வேண்டும். அப்போதுதான் குடியாட்சிமுறை, தொடர் இணைப்பைப் பெறும்.

15. பஞ்சாயத்து அரசாங்கத்தின் நோக்கங்களை நிறைவேற்று வதில், கூட்டுறவு முறைகளின் வெற்றிகரமான செயல்பாடுகள் முக்கிய பங்கு வகிக்கின்றன. எனவே, கூட்டுறவு நிறுவனங் களின் முறையான தேர்தல் குறித்த சட்டத் திருத்தம் கொண்டுவரப்படுதல் வேண்டும்.

முடிவுரை

நாம் மக்களிடம்
நல்லெண்ணம் கொண்டுள்ளோம்.
நம்பிக்கை கொண்டுள்ளோம்
மக்களே தமது தலைவிதியையும்
நிர்ணயிக்கக் கூடியவர்கள்
இந்திய மக்களுக்கு-
அதிக அளவு குடியாட்சியையும்
அதிக அளவு பொறுப்புணர்ச்சியையும்
உறுதிப்படுத்துவோம்
மக்கள்
அதிகாரம் பெறட்டும்

- ராஜீவ்காந்தி

5

அதிகாரப் பரவலின் அடிப்படைகள்

இந்திய அரசமைப்புத் திருத்தச் சட்டங்கள் 73, 74 ஆகிய இரண்டும் இந்தியப் பாராளுமன்ற ஜனநாயகத்தில் ஒரு மைல்கல் என்று அனைவராலும் கூறப்படுகிறது. இந்தச் சட்டத் திருத்தங்களின் உண்மையான விளைவுகள் என்னவாக இருக்கும் எனப் பலரும் கணிக்க முயலுகிறார்கள். அதே நேரத்தில் இந்தச் சட்டத் திருத்தங்கள் என்ன விளைவை சமுதாயத்தில் ஏற்படுத்த வேண்டும் என எண்ணி இந்தத் திருத்தத்தைக் கொண்டுவந்தார்கள் என்பதையும் விளக்க முயற்சி செய்கிறார்கள். பல்வேறுபட்ட கருத்துகள் இந்தப் புதிய அமைப்புகளைப் பற்றி வெளியிடப்பட்டு வருகின்றன. கட்டுரைகளும் புத்தகங்களும் பல்வேறுபட்ட கோணங்களில் எழுதப்பட்டு இருப்பதால், சில நேரங்களில் படிப்பவர்களுக்குச் சற்றுக் குழப்பத்தைக்கூட உருவாக்கிவிட்டிருக்கிறது.

இந்தக் குழப்பமான சிந்தனை முடிவெடுக்கும் உயர் அதிகாரிகளிலிருந்து, கிராமங்களில் வாழும் குடிமக்கள்வரை இன்று வரை இருந்துவருகிறது. இந்தக் குழப்பமான சிந்தனைதான் பல மாநிலங்களில் உள்ளாட்சியின் செயல்பாடுகளுக்குச் சவாலாக நிற்கிறது. இருந்த போதிலும் உள்ளாட்சி அமைப்புகள் அவற்றின் செயல்பாடுகளில் மெல்ல மெல்ல நகரத் தொடங்கி மக்கள் இயக்கமாகப் பரிணமித்துக் கொண்டுள்ளன. இந்த நிலைப்பாடு அதிகாரங்களைக் காலகாலமாக அனுபவித்துவரும் பலருக்கு அச்சத்தையும் ஏற்படுத்தியுள்ளது. ஆகவே, இந்த அத்தியாயத்தின் நோக்கம் உள்ளாட்சி அமைப்புகளைப் பற்றி ஒரு சரியான பார்வையை உருவாக்குவதே ஆகும். இது ஒரு சட்டத்தைப்

பற்றியோ, ஓர் அரசாங்கத்தின் திட்டத்தைப் பற்றியோ எழுதப் பட்டது அல்ல.

இந்த அதிகாரப் பரவல் என்ற நிலைப்பாடு உலகில் எப்படி வந்தது? அதன் பின்னணி என்ன? இந்தியாவில் அந்தக் கோட்பாடு எப்படி உள்வாங்கப்பட்டது? இந்திய மாநிலங்கள் இந்த அதிகாரப் பரவலை எப்படி நடைமுறைப்படுத்துகின்றன? இதில் பங்கெடுக்கக் கூடிய அமைச்சர்களிலிருந்து அரசு அதிகாரிகள், அலுவலர்கள், தேர்ந்தெடுக்கப்பட்ட உள்ளாட்சித் தலைவர்கள், சட்டமன்ற பாராளு மன்ற உறுப்பினர்கள், பொதுமக்கள், தன்னார்வத் தொண்டு நிறுவனங்கள், அறிவுஜீவிகள், பத்திரிகைகள், தகவல் தொடர்பு சாதனங்கள் வரை எப்படித் தங்களுடைய பங்களிப்பைச் செய் கிறார்கள்? இவை அனைத்தையும், இவற்றின் அடிப்படையில் நம் உள்ளாட்சிகள் எங்கே சென்றுகொண்டுள்ளன என்பன வற்றையும் படம்பிடித்துக் காண்பித்து, அவை செல்ல வேண்டிய தடத்தைக் கோடிட்டுக் காட்டுவதுதான் இந்த இயலின் நோக்கம்.

உலகளாவிய செயல்பாடு

அதிகாரப் பரவல் என்ற ஒரு முக்கியமான நிகழ்வு இந்தியாவில் நடக்கும் ஒரு தனிச் செயல்பாடு அல்ல. இது ஒரு சர்வதேசச் செயல்பாடாகும். எண்பதுக்கும் மேற்பட்ட நாடுகள் இந்த அதிகாரப் பரவலை ஓர் இயக்கம் போலப் பாவித்துச் செயல்படுத்தி வருகின்றன. அப்படிச் செயல்படுத்தி வருகின்றபோது, இந்த அதிகாரப் பரவல் பல்வேறு வடிவங்களைப் பெற்றுள்ளது. அதை நடைமுறைப்படுத்தும் அமைப்புகள் பல்வேறு நிலைகளிலும் கோணங்களிலும் தங்களை நிலைநிறுத்திக் கொண்டுள்ளன. அது மட்டுமல்ல இந்த அதிகாரப் பரவல் என்பது அந்தந்த நாட்டில் இருக்கும் சூழலுக்கு ஏற்ப வடிவமைக்கப்பட்டுள்ளது.

பல்வேறு நாடுகளில் மக்கள் குழுமங்கள் ஆட்சிப் பொறுப்புக்கு வருவதற்குத் தங்களைத் தயார்படுத்திக்கொள்கின்றன. அப்போது மத்திய அரசாங்கங்கள் அதற்கு ஏற்றவாறு பல்வேறு நிலைகளில் அதிகாரங்கள்கொண்ட கீழ்நிலை அமைப்புகளை உருவாக்கிப் பல்வேறு இனமக்கள் குழுமங்களை அவற்றில் அமர வைக்கின்றன. இன்னும் சில நாடுகளில் மேல்நிலையில் அரசாங்கங்களால் தீட்டப்படும் திட்டங்களை மக்கள் பங்கேற்புடன் செயல்படுத்து

வதற்குக் கீழ்நிலையில் புதிய புதிய அமைப்புகளை உருவாக்கு கின்றன. ஒரு சில நாடுகளில் இனப்பிரச்சினைகளை முடிவுக்குக் கொண்டுவர அதிகாரப் பரவலை ஒரு யுக்தியாகக் கையாள் கின்றன. இனத் தலைவர்களுக்கு ஆட்சிப் பொறுப்பைத் தந்து நாட்டின் ஒற்றுமையையும் இறையாண்மையையும் காத்துக்கொள் கின்றன. பல நாடுகளில் ஜனநாயகத்தை விரிவுபடுத்தும் வகையில் அதிகமான எண்ணிக்கையில் மக்கள் பிரதிநிதிகள் ஆட்சிப் பொறுப்பில் இருக்க வேண்டும் எனச் செயல்படுகின்றன. சில நாடுகள் அதிகாரப் பரவலுக்காக அரசமைப்பு சட்டத்தின் மூலம் புதிய கீழ்நிலை அமைப்புகளை மத்திய அரசாங்கங்கள் உருவாக்குகின்றன.

அதிகாரப் பரவல் கடந்த முப்பது ஆண்டு காலமாக உலகெங்கும் மிகவும் விரைவாக நடைபெற்று வருகின்றது. அடிப்படையில் இந்த அதிகாரப் பரவல் என்பது மக்களை அதிகாரப்படுத்தி அரசை மக்களுக்குக் கடமைப்பட்டதாகக் கொண்டுவரும் சக்திவாய்ந்த ஒரு புதிய அணுகுமுறை. இந்த அதிகாரப் பரவலின் போக்கு, தன்மைகள், விளைவுகள் ஆகியவை நாட்டுக்கு நாடு வேறுபட்ட நிலையில் இருக்கின்றன. மேலும் இந்த அதிகாரப் பரவல் எந்த அளவுக்கு அந்தந்த நாட்டுத் தலைவர்கள் மத்தியிலும், பொது மக்கள் மத்தியிலும், அதிகாரிகள் மத்தியிலும் ஜீரணிக்கப் படுகின்றதோ, உள்வாங்கப்படுகிறதோ அந்த அளவுக்கு நல்ல விளைவுகளை ஏற்படுத்திக்கொண்டு, ஓர் எல்லையை நோக்கி நகர ஆரம்பித்துவிட்டது.

அதிகாரப் பரவல் பல்வேறு நிலைகளில் உலக நாடுகளில் இருந்து வந்தாலும், இதற்கென அடிப்படையான பல நோக்கங்கள் உள்ளன. இந்த அடிப்படை நோக்கங்கள்தாம் அதிகாரப் பரவலை வழிநடத்துகின்றன. முதலில் அதிகாரப் பரவலுக்கான அடிப்படை நோக்கங்கள் என்னென்ன என்பதைப் பார்ப்போம்.

ஜனநாயகத்தை ஆழப்படுத்துதல்

ஜனநாயகத்தை அகலப்படுத்துதலும் ஆழப்படுத்தலும்தான் இதன் தலையாய நோக்கம். ஜனநாயகம் என்பது நாடாளு மன்றத்திற்குள்ளும் சட்டமன்றத்திற்குள்ளும் நடக்கக்கூடிய

நிகழ்வு மட்டுமல்ல. மக்கள் வாழும் எல்லா இடங்களிலும் ஜனநாயக அமைப்புகள் கட்டமைக்கப்பட்டு, மக்களுக்கு அருகில் மக்கள் பிரதிநிதிகளை வைத்து, மக்கள் பிரச்சினைகளுக்குத் தீர்வு காணச் செய்தலே ஜனநாயக முறையிலான அதிகாரப் பரவல் ஆகும். இதன் விளைவாகத் தேசிய பாராளுமன்றத்திலிருந்து மக்கள் வாழும் கிராமங்கள், குக்கிராமங்கள்வரை ஜனநாயக அமைப்புகளை நிறுவுதல் வேண்டும்.

இந்தியா போன்ற நாடுகளில் இதுவரை 136 கோடி மக்களுக்கு 5000 மக்கள் பிரதிநிதிகள்தாம் ஆட்சிக் கட்டிலில் இருந்தார்கள் (பாராளுமன்றத்திலும், மாநில சட்டமன்றங்களிலும்). ஆனால் இன்றைக்கு உள்ளாட்சி வந்த பிறகு ஏறத்தாழ 30 இலட்சம் மக்கள் பிரதிநிதிகள் ஆட்சிக் கட்டிலில் அமர்த்தப்பட்டு இருக்கிறார்கள். இதுவரை மாநிலம்வரை ஜனநாயக அமைப்புகள் இயங்கி வந்தன. அதற்குக் கீழே அதிகாரிகள் ஆட்சிதான் நடைபெற்று வந்தது. இந்த அதிகாரப் பரவலின் விளைவாகக் கிராமம், நகரம் வரை ஜனநாயகம் விரிவாக்கப்பட்டுவிட்டது. எல்லா இடங்களிலும் மக்கள் பிரதிநிதிகள் வியாபித்திருக்கிறார்கள்.

ஜனநாயகத்தை விரிவுபடுத்தும்போது, சமூகத்திலுள்ள எல்லாத் தரப்பு மக்களையும் அதில் பங்கெடுக்குமாறு செய்வது மிகவும் முக்கியம். இதுவரை எந்தெந்தப் பகுதி அல்லது வர்க்க மக்களுக்குப் பிரதிநிதித்துவம் கிடைக்கவில்லையோ அவர்கள் அனைவருக்கும் இந்த அதிகாரப் பரவலில் பிரதிநிதித்துவம் கிடைத்துவிடும். அது தலித்தானாலும் சரி, பெண்களானாலும் சரி, ஆதிவாசிகளானாலும் சரி எல்லாத் தரப்பு மக்களுக்கும் இந்த வாய்ப்பு அளிக்கப்பட்டுள்ளது. இதில் மிகவும் முக்கியமானது ஜனநாயகத்தை உள்ளாட்சி மூலம் ஒரு பண்பாடாக மாற்றுதல் தான். இன்றையச் சூழலில், நம் நாட்டில் தேர்தல்தான் ஜனநாயகம் என்று செயல்பட்டதன் விளைவு மக்களாட்சி விரிவடையவில்லை.

நாம் எப்படி அமைப்புகளை நடத்துகிறோம், நம் நிறுவனங் களை எப்படி நடத்துகிறோம், நம் சட்டமன்றங்களையும், பாராளுமன்றத்தையும் எப்படி நடத்துகிறோம் என்பதில்தான் ஜனநாயகம் உள்ளது. ஜனநாயகம் ஒரு பண்பாடு. இது ஒரு நடத்தை. மற்றவரை மதிப்பது, மற்றவர் கருத்தைக் கேட்பது,

கருத்துகளின் அடிப்படையில் முடிவெடுப்பது, இவைதாம் ஜனநாயகம். நம் நாட்டில் இன்னும் கட்சிகளில்கூட ஜனநாயகம் வளரவில்லை. எதேச்சதிகாரமும் பிரபுத்துவ மனோபாவமும்தான் எல்லா இடங்களிலும் மேலோங்கி உள்ளன. இந்த நிலையில் ஜனநாயகத்தை ஒரு கலாச்சாரமாகக் கொண்டுவருவதற்கான நோக்கத்தை உள்ளடக்கியதுதான் இந்த அதிகாரப்பரவல்.

வளர்ச்சிப் பணிகளில் மக்கள் பங்கேற்பு

வளர்ச்சிப் பணிகளில் மக்கள் பங்கேற்பை உறுதி செய்வது அடுத்த முக்கியக் கூறாகும். வளர்ந்த நாடுகளுக்கும், வளர்ச்சியடைந்து வரும் நாடுகளுக்கும் இடையே இருக்கும் ஒரு பெரிய வேறுபாடு வளர்ச்சிச் செயல்பாடுகளில் மக்கள் பங்கேற்புதான். பெரும்பாலான மூன்றாவது உலக நாடுகளில் மக்கள் வளர்ச்சிப் பணிகளில் பங்கெடுப்பது கிடையாது. வளர்ச்சி என்பது அரசாங்கம் கொண்டு வர வேண்டிய ஒன்று என்று திடமாக எண்ணி, அரசு அதிகாரி களின் பங்களிப்பை அதிகப்படுத்திவிட்டனர். இதன் விளைவாக வளர்ச்சிக்கான வசதிகளும் கட்டமைப்புகளும் உருவாக்கப்பட்டன. அவற்றை மக்கள் முழுமையாகப் பயன்படுத்த முடியவில்லை. வசதிகளையும் கட்டமைப்புகளையும் எப்படி வளர்ச்சிக்குப் பயன்படுத்த முடியும் என்ற சிந்தனையே மக்களிடம் உருவாக்கப் படவில்லை.

அரசாங்கம் எத்தனையோ திட்டங்களைக் கொண்டுவந்தது. அத்தனையும் அரசாங்க அதிகாரிகளால் நிறைவேற்றப்பட்டன. ஆனால், எதிர்பார்த்த விளைவுகள் கிட்டவில்லை. எங்கெல்லாம் அரசாங்கத்தின் திட்டங்களில் மக்கள் பங்கேற்பு உறுதி செய்யப் பட்டனவோ அங்கெல்லாம் வளர்ச்சியும் மேம்பாடும் வந்துள்ளன. நம் நாட்டிலேயே நாம் கண்கூடாகப் பார்த்தது பசுமைப் புரட்சி. பசுமைப் புரட்சியைச் செய்தது அரசாங்கம் அல்ல; நம் விவசாயிகள். அரசாங்கம் உதவி செய்தது; விவசாயிகள் பங்கெடுத்து உற்பத்தியை உலகம் வியக்கும் வண்ணம் உயர்த்தினர். மக்கள் பங்கேற்பு என்ற சொல்லைப் பலரும் பலவிதமாக விளக்கியுள்ளனர். இதற்குச் சரியான விளக்கம், மக்கள் முடிவெடுக்கும் நிலையிலும், நிறைவேற்றும் நிலையிலும், நிறைவேற்றிய முடிவை பரிசீலிக்கும் நிலையிலும் பங்கெடுப்பதுதான் மக்கள் பங்கேற்பாகும்.

மக்கள் பங்கேற்பு, கோவில் திருவிழாக்களில் கிராம மக்கள் பங்கேற்பது போன்றது. இந்தப் பங்கேற்பு உரிமையுடனும், கடமையுடனும், பொறுப்புடனும், பொறுமையுடனும் நடை பெறும் நிகழ்வாகும். ஆக, வளர்ச்சிப் பணிகளில் மக்கள் திட்டம் தீட்டுதலிலிருந்து அதை நிறைவேற்றி ஆய்வு செய்வதுவரை, மக்கள் பங்களிப்பை உறுதி செய்வது இந்த அதிகாரப் பரவல்.

பொருளாதார வளர்ச்சியும் சமூக நீதியும்

பொருளாதார வளர்ச்சி, சமூக நீதி வழங்குதல் போன்ற பணிகளை மத்திய மாநில அரசாங்கங்கள் இதுவரை செய்து வந்தன. ஆனால், இந்த இரண்டு நிலை அரசாங்கங்களால் சமுதாயத்தில் ஒட்டுமொத்த பொருளாதார மேம்பாட்டையும் சமூக நீதியையும் கொண்டுவர இயலவில்லை. இதனை ஆமோதித்த பிறகு, கீழ்த்தட்டில் உருவாக்கப்படுகின்ற பஞ்சாயத்துகள் அந்தந்த இடங்களில் இருக்கும் மனிதவளத்தையும் இயற்கை வளத்தையும் பயன் படுத்தியும் மேல்நிலை அரசாங்கங்கள் தருகின்ற நிதிவசதிகளை உபயோகித்தும் வேலை வாய்ப்புகளை உருவாக்கி வறுமையைப் போக்கிப் பொருளாதார வளர்ச்சியைக் கொண்டுவர வேண்டும் என்பது உணரப்பட்டது.

அதேபோல, சமுதாயத்தில் நலிந்த பிரிவினர், தாழ்த்தப் பட்டோர், புறக்கணிக்கப்பட்டோர் ஆகிய அனைவர் நலனையும் மனதில் கொண்டு, மத்திய மாநில அரசுகளின் உதவியுடன், சமூக நீதிக்கான செயல்பாடுகளையும் இந்தப் பஞ்சாயத்துகள் மேற்கொள்ள வேண்டும். ஒரு கிராமத்தில் இரட்டை டம்ளர் முறை இருந்தால் அதை மாற்றவேண்டியது கீழ்நிலை அமைப்புகள். சட்டம் இயற்றுவதைத்தான் மத்திய அரசும் மாநில அரசும் செய்யும். நடைமுறைப்படுத்த வேண்டியது கீழ்நிலை அமைப்புகள்தாம். தீண்டாமை ஒழிப்பைச் செய்ய வேண்டியது கீழ்நிலை அமைப்புகள்தாம். எனவே சமூகநீதியை நிலைநாட்டு வது கீழ்நிலை அரசாங்கத்தின் கடமையாகும்.

கீழிருந்து திட்டங்கள் தயாரித்தல்

இந்தியாவில் பதினொரு ஐந்தாண்டுத் திட்டங்கள் மேல்நிலை களில் தீட்டப்பட்டு, நிதி ஒதுக்கீடு செய்யப்பட்டுச் செயல்பாடுகள்

நிறைவேற்றப்பட்டன. அவற்றை நடைமுறைப்படுத்திய பிறகு, எந்த அளவுக்கு மக்களுடைய தேவைகள் நிறைவேற்றப்பட்டன? ஒவ்வொரு ஐந்தாண்டுக்கும் சராசரியாக மூன்றிலிருந்து ஐந்து கோடி ரூபாய்வரை ஒவ்வொரு பஞ்சாயத்துக்கும் மேம்பாட்டிற்காக செலவழிக்கப்பட்டுள்ளது. இந்தப் பணம் மக்கள் கையிலிருந்து அவர்கள் திட்டம் தீட்டி செலவழித்திருந்தால், எல்லாத் தேவைகளும் நிறைவேற்றப்பட்டிருக்கும். தற்போதைய ஊரக வளர்ச்சித் துறையின் கணக்கின்படி ஆண்டுக்கு இரண்டு இலட்சம் கோடி ரூபாய் ஊரக வளர்ச்சிக்காக மத்திய அரசு செலவழிக்கிறது. அதே அளவில் மாநில அரசுகளும் செலவழிக்கிறது. ஓர் ஆண்டுக்கு நான்கு இலட்சம் கோடி ரூபாய் செவழிக்கப்படுகிறது—மொத்தத்தில்.

இருந்தபோதிலும் மக்கள் தேவைகள் பூர்த்தியானதா என்றால் இல்லை என்பதுதான் அனைவரின் பதிலும். ஏனென்றால் எல்லாப் பணமும் மேலிருந்து போடப்பட்ட திட்டங்கள். மக்கள் திட்டங்கள் அல்ல. இதை மாற்றுவதுதான் இந்த அதிகாரப் பரவலின் நோக்கம். ஆகையால், அடிப்படைத் தேவைகள் பூர்த்தி செய்யப்படுவதற்கும், பொருளாதார வளர்ச்சிக்கும் வறுமையைப் போக்குவதற்கும் திட்டங்கள் கீழிருந்து தயாரிக்கும் போது அவை மக்கள் பங்கேற்புடன் கூடியதாக அமைய வேண்டும். அது மட்டுமல்லாது, திட்டங்களைக் கீழிருந்து தயாரிக்கும்போது தேசிய இலக்குகளை மனதில் வைத்துத் தயாரிக்க வேண்டும். மேலே இருக்கின்ற அரசாங்கங்கள் அதற்கான நிதி ஆதாரத்தைக் கீழ்நிலை அமைப்புகளுக்கு உருவாக்கித் தரும்.

இப்படிச் செய்வதன் மூலம், பெருமளவில் நிதி விரயம் தடுக்கப்படும். மக்களின் தேவைகளும் பூர்த்தி செய்யப்படும். இப்படித் திட்டங்களை எல்லாம் மக்களைப் பங்கேற்க வைத்துத் தயாரித்து அவற்றை நடைமுறைப்படுத்தும்போது, மிகக் கவனமாக ஒரு செய்தியை மனத்தில் கொள்ள வேண்டும்: அவை சமூக மேம்பாட்டிற்கு மக்களை மையப்படுத்தும் திட்டங்களாக இருக்க வேண்டும்; அதில் பங்கெடுக்க அரசு அதிகாரிகள் தயாராக இருப்பதையும் உறுதி செய்து கொள்ள வேண்டும். அதாவது அரசுத் திட்டத்தில் மக்கள் பங்களிப்பு எனும் நிலையிலிருந்து மக்கள் திட்டத்தில் அரசு பங்களிப்பு எனும் நிலைக்கு மாறவேண்டும். இதுதான் அதிகாரப் பரவலின் மிக முக்கியமான கூறாகும்.

மக்கள் சக்தியைப் பயன்படுத்துதல்

மிகப் பெரிய அளவில் வளர்ச்சியடைந்த நாடுகள், உலகத்திற்குப் பல செய்திகளைத் தந்துகொண்டிருக்கின்றன. அவற்றில் மிகவும் முக்கியமானது: மக்கள் மேம்பாட்டிற்காக மனித சக்தியை முழுமையாகப் பயன்படுத்துதல். ஒரு நாடு தன்னிடம் இருக்கும் முழு மனித சக்தியையும் கணக்கெடுக்க வேண்டும். அது பல்வேறு நிலைகளில் இருக்கும். உடலுழைப்பை மட்டும் தரக்கூடியவர் பெரும் எண்ணிக்கையில் இருக்கலாம்; கைத்தொழில் தெரிந்தவர்களும், விவசாயக் கூலிகளும், படித்து ஆற்றல் கூட்டப் பட்ட மனிதர்களும் பெருமளவில் இருக்கலாம். அந்தந்த நிலை களிலுள்ள மனித சக்தியைப் பயன்படுத்தத் திட்டமிட வேண்டும். எல்லா நிலைகளிலும் உள்ள ஆற்றலைப் பயன்படுத்த நம்மிடம் திட்டம் உருவாக்கப்பட்டால், நதியில் ஓடும் நீர் கடலுக்குச் செல்லாமல் தேக்கப்பட்டு, பாசனத்துக்குப் பயன்படுத்தி, நல்ல விளைவைத் தருவது போல, மனித உடலில் உருவாகும் ஆற்றலை முறையாகப் பயன்படுத்தி சமுதாயத்துக்கு முன்னேற்றத்தைக் கொண்டுவரும்.

அதுமட்டுமல்ல. முறைப்படுத்தப்படாத சக்திதான் இன்றைக்கு சமுதாயத்தில் அமைதியைக் குலைக்கின்றது. எனவே, மனித சக்தியைப் பயன்படுத்துவதற்கும், மனித ஆற்றலை மேம் படுத்துவதற்கும் இந்த அதிகாரப் பரவல் மிகவும் உதவியாக இருக்கும். அறிவியலும், தொழில்நுட்பமும் மேம்பட மேம்பட மனித ஆற்றலை அதற்குத் தகுந்தாற்போல் மேம்படுத்த வேண்டும். மாறுகின்ற சூழலுக்கு ஏற்ப மனித ஆற்றலை மேம்படுத்த வேண்டும். இன்று உலகமயமான பொருளாதாரச் செயல்பாட்டில் நாம் பயன்பெற வேண்டுமானால், நாம் முதலில் செய்யவேண்டியது ஆற்றல் பெருக்கம்.

மனிதவள மேம்பாடும் ஆற்றல் பெருக்கமும்

அடுத்த நிலையில் இன்றைய சூழல் யாருக்கு வளர்ச்சியைக் கொண்டுவரும் என்றால் ஆற்றல் கூட்டப்படுபவருக்கு அல்லது ஆற்றல் கூட்டப்பட்ட மக்கள் வாழும் சமுதாயத்திற்குத்தான். சந்தைப் பொருளாதாரம் வாழ்வின் மையத்திற்கு வந்துவிட்டது. அதன் எல்லா நிலைகளிலும் போட்டி என்பது மையப்படுத்தப்

பட்டுவிட்டதால், எந்தச் செயல் செய்தாலும் அதில் நேர்த்தி இருக்க வேண்டும். எந்தத் தொழில் செய்தாலும் அதில் நிறைவு இருக்க வேண்டும். அது முடிதிருத்தும் தொழிலாக இருந்தாலும் அல்லது கணினித் தொழிலாக இருந்தாலும் ஆற்றலுடன் செயல் பட்டால்தான் மேம்பாடு அடையலாம். இதற்கு மிகவும் முக்கிய மானது, அடிப்படையானது மனித வளமும் ஆற்றலும்.

மனித வளம் கூட்டப்பட பல அடிப்படையான வேலைகளைச் செய்ய வேண்டும். குழந்தை கருத்தரிப்பிலிருந்து கல்விக்கூடம் வரை இந்த வேலைகள் சிறப்பாக நடைபெற வேண்டும். கர்ப்பகாலக் கவனிப்பு, பேறுகால கவனிப்பு, குழந்தைக்கும் தாய்க்கும் ஊட்டச்சத்து, பொதுச் சுகாதாரம் பேணுதல், நல்ல குடிநீர் தருதல், தொடக்கப் பள்ளிக் கல்வியை முறைப்படுத்துதல், பள்ளிக்கூடங்களுக்கு முறைப்படி வசதிகள் செய்து தருதல் போன்ற பல்வேறு கடமைகளை நன்கு செய்தால்தான் மனித வளம் ஒரு சமுதாயத்தில் கூடும். இல்லையென்றால், எத்தனை கம்ப்யூட்டர் தந்தாலும் என்ன வசதிகளைக் கல்லூரிகளிலும் பள்ளிகளிலும் செய்தாலும் மனித வளத்தையும் ஆற்றலையும் கூட்ட இயலாது. அதுமட்டுமல்ல, 80 விழுக்காடு மூளைவளர்ச்சி, குழந்தைகளுக்கு ஐந்து வயதிற்குள் முடிந்துவிடுகிறது. ஆகவே ஆற்றல் மேம்பாட்டிற்கான மனித வளத்தைக் கூட்டுவது சமுதாயத்தின் கடமை. அதற்குத்தான் அதிகாரங்கள் பரவலாக்கப் படுகின்றன என்ற உண்மையை அனைவரும் அறிந்துகொண்டு ஒவ்வொருவரும் தங்கள் பங்களிப்பைச் செய்ய வேண்டும்.

அரசாங்க அலுவலர்களைக் குறைத்தல்

பொதுவாக இன்றைய சூழலில் அரசாங்க அமைப்புகள் பெருகியதன் காரணமாக நிருவாகச் செலவுக்காகவே பெரும் தொகையைச் செலவிட வேண்டியிருக்கிறது. ராஜீவ்காந்தி ஒருமுறை பாராளுமன்றத்தில், யானையை டெல்லியிலிருந்து கிராமத்திற்கு அனுப்பினால், அதன் வால்தான் கிராமத்திற்குச் செல்கிறது என்று குறிப்பிட்டார். நம் நாட்டில் ஒரு ரூபாய் அளவுக்கு வசதியை மக்களுக்குச் செய்ய ஆறு ரூபாயை நிருவாகச் செலவாகச் செய்ய வேண்டியுள்ளது. இதை மும்பையிலுள்ள ஒரு சமூக ஆராய்ச்சி நிறுவனம் ஆய்வு செய்து மத்திய அரசுக்குத் தந்துள்ளது.

இந்த நிலையில் இனிமேல் அரசாங்கம் செயல்பட நம்மிடம் நிதிவசதி இல்லை. அதன் விளைவுதான் பல நிறுவனங்களைத் தனியாருக்கு அரசு தரவேண்டியுள்ளது. ஏனென்றால், அரசாங்கம் தாங்க முடியாத அளவிற்குக் கனமாக மக்கள் தலையில் அமர்ந்து விட்டது. இதன் கனம் குறைக்கப்படல் வேண்டும். இதற்கு, அரசாங்கம் செய்யும் மிகவும் முக்கியமான வேலைகளைக் கீழ் நிலையிலுள்ள மக்கள் அமைப்புகள் எடுத்துக்கொண்டால், அரசாங்கத்தின் பளுவும் குறையும், செலவும் குறையும், மக்களும் தங்கள் பங்களிப்பைச் செய்வார்கள், மக்கள் பங்கேற்புடன் செய்கின்ற வேலையும் தரமாக இருக்கும்.

மக்களிடம் பொறுப்புக்களை ஒப்படைத்தல்

அதிகாரம் பரவலாக்கப்படும்போது, மக்களிடம் பல பொறுப்புக்கள் வந்துசேரும். இதில் மிகவும் முக்கியமாக, மக்களிடம் அதிகமான பொறுப்புக்களைத் தரும்போது மக்கள் பொறுப்புள்ள குடி மக்களாக மாறுவார்கள். இன்று நாம் பார்ப்பது பயனாளிகள். அதனால்தான் எல்லா நிலைகளிலும் பொறுப்புள்ளவர்களாக மக்கள் நடந்துகொள்வதில்லை. எதை எடுத்தாலும் அரசாங்கம் பார்த்துக்கொள்ளும் என்ற மனநிலை வந்துவிட்டது. அதற்கு மிகவும் முக்கியமான காரணம் அரசாங்கம் அப்படிப்பட்ட நிலைக்குத் தன்னை வளர்த்துக்கொண்டு, மக்களைப் பயனாளிகளாக மாற்றி விட்டது. இதன் விளைவு எனக்கென்ன என்ற ‘ஏனோதானோ’ மனநிலை எல்லாத் தரப்பு மக்களிடமும் வந்துவிட்டது.

இது மாற்றப்படவில்லை என்றால் நம் சமுதாயத்தில் பொறுப் புள்ள குடிமக்களை உருவாக்க முடியாது. அப்படி உருவாக்க வில்லை என்றால் ஒரு வளர்ச்சியடைந்த சமுதாயமாக இந்தியா மாறாது. இது இந்த நாட்டுக்கு மட்டுமல்ல, எந்த நாட்டுக்கும் பொருந்தும். ஆகவே பொறுப்புக்களை மக்கள் மத்தியில் தரவேண்டும். அப்படித் தரும்போது அரசாங்க அமைப்புகள் குறையும். அது குறையும்போது செலவினங்கள் குறையும். அதன் விளைவு வளர்ச்சிப் பணிக்கு நிறைய நிதி கிடைக்கும். அத்துடன் ஒரு பொறுப்பான சமுதாயமும் உருவாகும். பொதுமக்களும் பொறுப்புமிக்கவர்களாக மாறுவார்கள்.

ஒளிவு மறைவில்லா நிருவாகம்

அதிகாரப் பரவலால் அதிகமான பொறுப்புக்களைக் கீழ் நிலைக்குக் கொண்டுவரும்போது ஒரு பெரிய நன்மை மக்களுக்குக் கிடைக்கும். அதுதான் ஒளிவுமறைவு இல்லாத நிருவாகம். ஏனென்றால், கீழ்நிலையில் மக்கள் மத்தியில், மக்கள் பங்கேற்புடன் செயல்படும்போது எது நடந்தாலும் அது மக்களுக்குத் தெரிந்து விடும். எல்லாச் செயல்பாடுகளும் மக்களின் இசைவுடன்தான் நடைபெற வேண்டும். இந்த நிகழ்வு கீழ்நிலையில் நடக்க ஆரம்பித்துவிட்டால், சிறிது சிறிதாக மேல்நிலையிலுள்ள அமைப்புகளையும் மக்கள் கேள்வி கேட்கத் தொடங்கிவிடுவார்கள். ஆக ஒளிவுமறைவு இல்லா நிருவாகத்திற்கு இந்த அதிகாரப் பரவல் வழிவகை செய்கிறது.

பஞ்சாயத்துகள்-வளர்ச்சிக்கான அமைப்புகள்

மற்றொரு முக்கியமான நிகழ்வு இந்த அதிகாரப் பரவலில் நடக்கும். அதாவது இன்றைய அரசியல் சூழல் சமுதாய சேவை என்பதிலிருந்து வணிகநிலைக்கு மாறிவிட்டது. நான் பிழைக்க எனக்கும் ஏதாவது ஒரு பதவி தரக்கூடாதா என்று வெளிப்படையாக ஆட்சிக் கட்டிலில் இருக்கக்கூடிய தலைவர்களைப் பார்த்துக் கீழ்நிலையிலுள்ள அந்தக் கட்சித் தலைவர்கள் கேட்கும் நிலையை நாம் அனைவரும் பார்க்கிறோம். ஆக, சேவையாற்ற அரசியலுக்குச் செல்கின்றேன் என்றால் அவரைப் பரிகாசமாகப் பார்க்கும் நிலை உள்ளது. அதுமட்டுமல்ல, அரசியல் எந்த இடத்தையும் விட்டு வைக்கவில்லை. ஆகையால் சேவை செய்ய எண்ணியோருக்கு இடமில்லாமல் இருந்தது. அந்த நிலைமாறி சேவைக்காகவே ஓர் இடம் உருவாக்கப்பட்டுள்ளது. அதுதான் கீழ்நிலை மக்கள் அமைப்புகள். இதில் சேவை செய்வது மிகவும் எளிது. அதிகாரமே இல்லை என்றாலும் ஒருவர் நிறைய சேவைகள் செய்யலாம்.

அடுத்து மேல்நிலை அமைப்புகள் இன்று தாழ்ந்து அதற்குச் செல்ல வேண்டும் என்றாலே அதிகமான பணம் செலவு செய்ய வேண்டும் என்ற நிலை உள்ளது. ஊழலும் முறைகேடுகளும் செய்தால்தான் அங்கு செல்ல முடியும். அதற்கு நிறைய மூலதனம் தேவை. மக்களிடம் நேரடியாகச் சென்று வாக்குகளைச் சேகரித்துச் செல்ல முடியாது. கட்சிகளை நம்ப வேண்டும். கட்சிகள் பணம்

கேட்கும். கடன் வாங்கிக் கட்சிக்குக் கொடுத்து சட்டமன்ற, பாராளுமன்ற உறுப்பினராகி, செலவழித்த பணத்தையும் எடுத்து லாபமும் சம்பாதிக்க வேண்டும். அதிகாரத்தைப் பரவலாக்கும் போது உருவாக்கப்படுகிற கீழ்நிலை அமைப்புகள் மக்களின் நேரடித் தொடர்பில் இருக்கும். மக்களை நேரில் சந்திக்கலாம். நேரடித் தொடர்பின் மூலம் வாக்குகளைப் பெற்றுப் பதவிக்கு வந்துவிடலாம். ஆகவே சேவைக்கு என ஒரு புதிய பகுதி அதிகாரத்துடன் வந்துள்ளது.

வசதியை வளர்ச்சிக்கு இட்டுச் செல்லல்

இதுவரை நாம் பார்த்தது, வசதிகளைச் செய்யும் முனைப்பு கொண்ட அரசாங்கங்களைத்தான். அதாவது, அதிகமான வசதி களைச் செய்வதுதான் அரசின் கடமை என நினைத்து, சாலைகள் அமைத்தல், கழிப்பறை கட்டுதல், ஆசிரியர் நியமனம், பள்ளிக் கூடத்திற்குக் கட்டடம், தெருவிளக்குப் போடுதல், மருத்துவமனை அமைத்தல் போன்ற ஏராளமான வசதிகளைச் செய்தல் என்பது முதன்மைக் கடமையாக இருந்து வந்தது. ஆனால், இந்த வசதிகள் அனைத்தும் முறையாகப் பயன்படுத்தப்பட்டனவா, மக்களைச் சென்றடைந்தனவா என்பதைப் பற்றி நாம் சிந்தித்துப் பார்க்க வில்லை; கவலைப்படுவதும் இல்லை.

வசதிகளை முறையாகப் பயன்படுத்தவில்லை என்றால் அது சமுதாயத்தை வளர்ச்சிக்கு இட்டுச் செல்லாது. வசதிகளை முறையாக வளர்ச்சிக்குப் பயன்படுத்த ஒரு வலுவான மக்கள் கட்டமைப்பு, அதிகாரத்துடன் உருவாக்கப்படல் வேண்டும். அதை இந்த 'அதிகாரப் பரவல்' செய்கிறது. உள்ளாட்சிகள் வசதிகளைச் செய்வது மட்டுமின்றி, அந்த வசதிகள் முறையாகப் பராமரிக்கப்படுகின்றனவா, பயன்படுத்தப்படுகின்றனவா என்பதைக் கண்காணிக்கவும் முறைப்படுத்தவும் வேண்டும். அப்படிச் செய்தால்தான் வளர்ச்சி வரும். வசதிகள் அனைத்தும் கீழ்நிலை அமைப்புகளின் கட்டுப்பாட்டுக்குள் வரும்போது இவை அனைத்தும் முறைப்படிப் பராமரிக்கப்படும்.

அறிவியலும் தொழில்நுட்பமும் மனித ஆற்றலும் எல்லையில்லா அளவுக்கு வளர்ந்து வருகின்ற சூழலில் எந்தப் பணியையும் எந்த அமைப்பும் எந்த நிலையிலும் செய்யலாம் என்ற தத்துவம் உலகில்

பரவ ஆரம்பித்துவிட்டது. எனவே, எந்தெந்தச் செயல்பாடுகளை எந்தெந்த அமைப்புகள் திறனுடன் செய்யும் அளவுக்கு ஆற்றல் பெற்றிருப்பதாகக் கருதுகிறதோ, அந்தப் பணிகளையெல்லாம் அந்த அமைப்புகளிடம் விட்டுவிடுதல்தான் சமுதாயத்திற்கு நல்ல வளர்ச்சியைக் கொண்டுவரும். இதற்கு ஆங்கிலத்தில் துணைக் கோட்பாடு (சப்சைடரி தியரி) என்று பெயர். கிராமத் திற்குத் தண்ணீர் தருவதற்கு டெல்லியில் திட்டம் தேவையில்லை. இதுபோல எந்தெந்தப் பணிகளை எல்லாம் கீழ்நிலை அமைப்புகள் தங்களால் செய்யமுடியும் என எண்ணுகிறதோ, அவற்றை யெல்லாம் அந்த அமைப்புகளுக்கே தந்துவிட வேண்டும். எதைக் கீழ்நிலையில் செய்ய முடியவில்லையோ, அவற்றை அதற்கு மேலே உள்ள அமைப்புகளிடம் தந்துவிட வேண்டும். இது மாநிலத்திற்கு மாநிலம் மாறுபடும். நாட்டுக்கு நாடு மாறுபடும்.

வளர்ச்சி இயக்கம்

மிகவும் முக்கியமாக இந்தக் கீழ்நிலை அமைப்புகளை நாம் எப்படிப் பார்க்கிறோம் என்பதில்தான் ஒட்டுமொத்தச் செயல் பாடும் அடங்கி இருக்கிறது. இதை ஓர் அரசியல் செயல்பாடாகப் பார்க்கிறோமா, அல்லது வளர்ச்சிச் செயல்பாடாகப் பார்க்கிறோமா என்பதில் தெளிவு வேண்டும். இன்றைய சிக்கலே இந்த அமைப்புகளை நம் தலைவர்களும் அரசியல் கட்சிகளும் ஓர் 'அரசியல் அமைப்பாக' பார்ப்பதுதான். இதை ஓர் அரசியல் அமைப்பாகப் பார்த்தால், மேல்நிலையிலுள்ள அரசாங்கங்களுக்கு என்னென்ன பலவீனம் உள்ளதோ அதே பலவீனங்கள் இவற்றுக்கும் வந்துசேரும். ஏனென்றால், நம்முடைய அரசியல் கட்சிகள் வளர்ச்சி அரசியல் செய்யவில்லை; செய்ய முனையவும் இல்லை. எனவே, இந்த அமைப்புகளை மக்கள் அமைப்புகளாக, அரசியலுக்கு அப்பாற்பட்டு, ஒரு வளர்ச்சி இயக்கமாகப் பார்க்க வேண்டும். அதன் மூலம்தான் இந்த அமைப்புகளை இலக்கு நோக்கி நகர்த்த முடியும்.

ஆக, இதை ஒரு வளர்ச்சி இயக்கமாக நாம் கருத வேண்டும். கீழ்நிலையில் செயல்பாடுகள் உருவாகின்ற போது அது ஒரு மக்கள் இயக்கச் செயல்பாடாக மாற வேண்டும். எனவே, அதிகாரம் பரவலாக்கப்படும்போது, அது வளர்ச்சிக்கான மக்கள்

இயக்கமாக உருவாக வேண்டும். இதைப் புரிந்த கேரளம் உள்ளாட்சியை மக்கள் இயக்கமாக மாற்றிவிட்டது.

இயற்கையை நோக்கி

மிக முக்கியமாக, இந்த அதிகாரப் பரவல் நகரக்கூடிய மூன்று திசைகள் உள்ளன. அதில் ஒன்று கீழ்நிலை அமைப்புகள் அவற்றின் செயல்பாடுகளை இயற்கையை நோக்கி நகர்த்த வேண்டும். ஏனென்றால் சீரழிந்த சூழலையும், வெப்பமயமாகிக் கொண்டுள்ள பருவநிலையையும், பாழடைந்த நீரையும், பசுமை மாறி பாலைவனமாக மாறும் நிலையையும், நிலத்தடி நீர் ஆண்டுதோறும் கீழ்நோக்கிச் செல்வதையும் தடுத்து மாற்றி யமைக்கவில்லை என்றால் இந்தப் பிரபஞ்சம் உருமாறிப் போகும். இதை யார் செய்ய முடியும் என்றால் மத்திய அரசோ, மாநில அரசோ அல்ல. அவை உதவி வேண்டுமானால் செய்யும். செயல்பட வேண்டிய இடம் கீழ்நிலையில் உள்ளது. எனவே, அதிகாரப் பரவலில் கீழ்நிலை அமைப்புகளின் முதல் வேலை இயற்கையைப் பாதுகாப்பதுதான். இயற்கையைப் பாதுகாத்து வளர்க்க வளர்க்க, வறுமை விரட்டப்பட்டுக்கொண்டே இருக்கும்.

ஏழைகளை நோக்கி

இரண்டாவதாக, இதன் செயல்பாடுகள் ஏழைகளை நோக்கியதாக இருக்க வேண்டும். குறிப்பாக வசதிகள் செய்யும்போது, ஏழை களுக்குப் பயனளிக்கிறதா என்பதை மனத்தில் வைத்துச் செயல்பட வேண்டும். அது குடிதண்ணீர் வழங்குவதானாலும் சரி, சுகாதார வசதி அளிப்பதாக இருந்தாலும் சரி, என்ன வசதி செய்தாலும், இது எப்படி ஏழையைச் சென்றடைகிறது என்பதைப் பார்க்க வேண்டும். ஏனென்றால், தண்ணீர் ஓர் ஊரில் கிடைக்க வில்லை என்றால், அந்த ஊரிலுள்ள வசதிபடைத்தவர்கள் தண்ணீரை விலைக்கு வாங்கிக்கொள்வார்கள். ஏழைகள் எங்கே போவார்கள்? அதேபோல், மருத்துவ வசதியில்லை என்றால் வசதி படைத்தவர்கள் தனியார் மருத்துவமனைக்குச் சென்று பார்த்துக் கொள்வார்கள். ஏழைகள் அன்றாடம் வயிற்றைக் கழுவவே தவிக்கும்போது இந்தச் செலவை எப்படிச் சமாளிப்பார்கள்? ஆகவே உள்ளாட்சிகள் செயல்படும்போது மிக முக்கியமாக ஏழைகளின்

முதன்மையான தேவைகள் நிறைவேற்றப்பட்டனவா என்பதைப் பார்க்க வேண்டும். அதை நோக்கி இந்த அமைப்புகள் செயல்பட வேண்டும்.

பெண்களை நோக்கி

அடுத்து இது பெண்களை நோக்கிச் செயல்பட வேண்டும். ஏனென்றால் இதுவரை பொதுவான வசதிகள் இல்லையென்றால் அதாவது, குடிதண்ணீர் இல்லை என்றாலும் தெருவிளக்கு இல்லை என்றாலும், மருத்துவ வசதி இல்லை என்றாலும், கழிப்பிடம் இல்லை என்றாலும் அவதிக்கு உள்ளாவது பெண்கள்தாம். இதிலிருந்து அவர்கள் மீளவேண்டும். இதற்கு மிகவும் முக்கியமாக இந்தப் பஞ்சாயத்து அமைப்புகள் முடிவுகள் எடுக்கும்போது, இந்த முடிவுகள் எந்த அளவுக்குப் பெண்களின் பாரத்தைக் குறைக்கும் என எண்ணிச் செயல்பட வேண்டும்.

மேலே கூறப்பட்டவைதாம் இந்த அதிகாரப் பரவலின் அடிப்படைக் கூறுகள். இந்த அடிப்படைக் கூறுகள் சரியாக நடைமுறைப்படுத்தப்பட்டால், எல்லா மாநிலங்களும் வளமாக இருக்கும். இந்தியாவும் வலுவாகவும் வளமாகவும் விளங்கும். இதற்குத் தேவை ஓர் அரசியல் கடப்பாடு, ஒரு நல்ல முற்போக்கான சட்டம், அவற்றை நடைமுறைப்படுத்தக்கூடிய நல்ல அதிகார அலுவலர் வர்க்கம், ஆற்றல் கூட்டப்பட்ட உள்ளாட்சித் தலைவர்கள், புதிய சூழலைப் புரிந்துகொண்டு செயல்படக்கூடிய மக்கள். இது ஒரு சமூகச் செயல்பாடு. இது ஒரு மக்கள் இயக்கம். இது மக்கள் இயக்கமாக மாறினால்தான் மிகப்பெரிய சாதனைகளைக் கொண்டுவரும். ஆகவே, புதிய சூழலுக்கு நம்மைத் தயார் செய்து கொள்ள வேண்டும்.

6

கிராமிய மேம்பாடு
ஒரு நாகரிகத்தை மீட்டெடுத்தல்

இன்று கிராம வளர்ச்சி, மேம்பாடு என்று பேசுவோர் அனைவரும் எதை மையப்படுத்துகின்றனர் என்றால் கிராமங்களில் வசதிகளைப் பெருக்குவது. அதாவது, சாலைகள் போடுதல், பள்ளிக்கூட கட்டடங்கள் கட்டுதல், அங்கன்வாடிக் கட்டடம் கட்டுதல், சிறு பாலங்கள் கட்டுதல், சமுதாயக்கூடம் கட்டுதல், கலையரங்கம் கட்டுதல், பயணிகள் நிழற்குடை அமைத்தல், சுய உதவிக் குழுக் கட்டடம் கட்டுதல் போன்ற கட்டுமானப் பணிகளை மையப் படுத்தியதாகவே மேம்பாட்டைப் பார்க்கப் பழகிக்கொண்டனர். இந்த வசதிகள் அனைத்தும் தேவைதான். யாரும் மறுக்கவில்லை. இந்த வசதிகள் வளர்ச்சிக்கு வித்திட வேண்டும் என்றால் இந்த வசதிகளை முறைப்படுத்தி வளர்ச்சிக்குப் பயன்படுத்தும் புரிதலும் மனோபாவமும் மக்களுக்கு வேண்டும்.

அடிப்படைக் கேள்விகள்

கட்டடம் மட்டும் பள்ளிக்கூடம் ஆகிவிடாது.

நல்ல கல்வியைத் தரும் சூழலில் அவை உருவாக்கப்பட்டிருக் கின்றனவா,

அங்கு தரமான ஆசிரியர்கள் நியமிக்கப்பட்டுள்ளார்களா, அவர்கள் மாணவர்களுக்கு நன்கு கற்றுத் தருகின்றார்களா,

பள்ளியில் நல்ல வசதிகள் ஏற்படுத்தப்பட்டுள்ளனவா,

நல்ல கழிப்பறைகள் இருபால் மாணவர்களுக்கும் இருக் கின்றனவா, கழிப்பறையில் தூய்மை பேணப்படுகின்றனவா,

வகுப்பறைகள் காற்றோட்டமுள்ளவையாக இருக்கின்றனவா,
மாணவர்கள் குடிக்க பாதுகாக்கப்பட்ட நல்ல தண்ணீர் வைக்கப்
பட்டுள்ளதா,
பள்ளியில் வகுப்பறைத் தூய்மை பேணப்படுகின்றதா? கரும்
பலகை எழுதும் நிலையில் இருக்கின்றதா,
குழந்தைகள் அனைவரும் வயது நிரம்பியவுடன் பள்ளியில்
சேர்க்கப்பட்டுள்ளனரா,
சேர்த்த குழந்தைகள் இடைநிற்றல் இல்லாமல் தொடர்ந்து
பள்ளிக்குச் செல்கின்றனரா,
திருமணமான ஏழைப்பெண்களின் மகப்பேறு ஆரம்ப சுகாதார
நிலையத்தில் நடக்கிறதா,
கருவுற்ற தாய்மார்களுக்குத் தேவையான ஊட்டச்சத்தும்
பாதுகாப்பும் கிடைக்கின்றனவா,
ஊரில் பிறந்த குழந்தைகள் அனைத்தும் நிறை எடையுடன்
பிறந்துள்ளனவா,
அந்தக் குழந்தைகள் ஆரோக்கியமாக வளர்க்கப்படுகின்றனரா,
அனைவரும் ஊட்டச்சத்து பாதிப்பில்லாமல் வளர்கின்றனரா,
வளரிளம் பெண்கள் ஆரோக்யமாக வளர்க்கப்படுகின்றனரா?
உங்கள் ஊரிலுள்ள இயற்கைவளங்கள் பாதுகாக்கப்படு
கின்றனவா,
தீண்டாமை இன்னும் உங்கள் ஊரில் பழக்கத்தில் இருக்கின்றதா?
உங்கள் ஊரில் கூட்டுறவு அமைப்பு செயல்படுகின்றதா,
உங்கள் ஊரிலுள்ள அனைவருக்கும் கழிப்பறைப் பயன்படுத்தும்
வழக்கம் உள்ளதா,
எல்லாச் சாதியைச் சேர்ந்தவர்களும் ஒரே மயானத்தைப் பயன்
படுத்துகின்றனரா,
பாதுகாக்கப்பட்ட குடிநீர் அனைத்துக் குடும்பங்களுக்கும்
கிடைக்கின்றதா,
ஊரில் உள்ள நீர்நிலைகள் அனைத்தும் முறைப்படி பாதுகாக்கப்
பட்டுப் பராமரிக்கப்படுகின்றனவா,
வீதிகளில் குப்பையின்றி சாக்கடையின்றி தூய்மையாகப்
பராமரிக்கப்படுகின்றனவா,

பொதுமக்கள் குப்பைகளை முறைப்படுத்தி மேலாண்மை செய்யும் முறையறிந்து தூய்மைக் கலாச்சாரம் பேணுபவர்களாக இருக்கின்றார்களா,

உங்கள் ஊரில் வளரும் அரியவகைத் தாவரங்கள் பற்றிய விவரம் பொதுமக்களுக்குத் தெரியுமா,

அவை அனைத்தும் பஞ்சாயத்தில் பதிவு செய்யப்பட்டுள்ளனவா?

உங்கள் ஊரில் வளரும் பிராணிகளுக்கு ஏதாவது சிறப்புக் குணம் உண்டா,

அது மாடுகளாக இருக்கலாம், கோழிகளாக இருக்கலாம், ஏதாவது சிறப்புக் கூறு இருக்கின்றதா,

உங்கள் ஊரில் சித்த வைத்தியர்கள் இருக்கின்றார்களா,

அப்படி இருந்தால் மருத்துவம் பார்க்கின்றார்களா, மக்கள் எந்த மருத்துவ முறையை நாடுகின்றனர்,

கிராமங்களில் விவசாயம் தவிர்த்து எந்த விதமான பொருளாதாரச் செயல்பாடுகள் நடைபெறுகின்றன,

உங்கள் ஊரில் தயாரிக்கப்படும் பொருள்கள் ஏதாவது உண்டா,

உங்கள் ஊரில் எத்தனை கோவில்கள் சமுதாயத்தால் பராமரிக்கப் படுகின்றன,

அதன் ஒட்டுமொத்த பராமரிப்புச் செலவு எவ்வளவு, அதை எப்படிச் சமாளிக்கின்றீர்கள்?

உங்கள் ஊரில் உள்ள பொதுச் சொத்துக்கள் முறையாகப் பராமரிக்கப்படுகின்றவா? அவை அனைத்தும் பயன்பாட்டில் உள்ளனவா,

உங்கள் ஊரில் உள்ள நீர் நிலைகளுக்கு தண்ணீர் வரும் கால்வாய்கள் உபரிநீர் வெளியேற்றும் கால்வாய்கள் அனைத்தும் ஆக்கிரமிக்கப் படாமல் தூர்வாரப்பட்டு பயன்பாட்டில் உள்ளனவா,

உங்கள் ஊரில் சிறு சிறு சமூகப் பிணக்குகளைத் தீர்க்கும் அமைப்பு ஏதாவது இருக்கிறதா, அந்த அமைப்புகளின்மேல் மக்களுக்கு நம்பிக்கை உள்ளதா?

இதுபோன்ற கேள்விகளுக்கு பதில் தேடும்போது நமக்கு ஒன்று புலப்படும். நாம் வாழ்வது கிராமிய வாழ்வா, கிராமங்களில் நகர வாழ்வா என்பதே அது. பெரும்பாலும் நம் கிராமங்கள்

கிராமிய வாழ்வை இழந்துவிட்டன. கிராமங்களை வசிப்பிட மாக்கி, நகர வாழ்க்கைமுறையைப் பின்பற்றி வாழ்ந்து கொண்டிருக் கிறோம். நம் முன்னோர்கள் பல்லாயிரம் ஆண்டுகளுக்குமுன் வாழ்ந்த ஒரு நாகரிகமிக்க உன்னத வாழ்க்கை முறையை மீட்டெடுப்பது தான் நமது தலையாய கடமை. நமக்கான வாழ்க்கைத் தத்துவத்தின் மூலம் வாழ்வதுதான் கிராமிய வாழ்க்கை என நம் மகான்கள் நமக்கு வழிகாட்டினர். அந்த வாழ்க்கை முறைக்கு நம்மை இட்டுச் செல்வதற்குத் தேவையான சிந்தனையையும் கருத்துகளையும்தான் விவேகாநந்தர், அரவிந்தர், காந்தி, ரவீந்திரநாத் தாகூர், ஜே.சி. குமரப்பா ஆகியோரும் இவர்களை உள்வாங்கிய கவிச்சித்தன் பாரதியும் உருவாக்கினர். அந்த வாழ்வியல்முறை இந்த மண்ணுக்கான முறை; இந்திய முறை; இதை எளிமைப்படுத்தியவர் நம்மாழ்வார். அப்படிப்பட்ட சமூகத்தை உருவாக்கத்தான் மேற்கூறிய மகான்கள் மாற்றத்திற்கு வித்திட்டனர். நம் கிராமிய வாழ்வுமுறைக்கு நம் மக்களைத் திருப்புவதற்காகவே இவர்கள் அனைவரும் கருத்துகளைக் கூறி, அவற்றின் அடிப்படையில் செயல்பட நம்மைத் தயார் செய்தனர்.

எது நம் வாழ்வு முறை?

இந்த வாழ்வு முறை மேற்கத்திய முறைக்கும், நவீனத்திற்கும், தொழில்மயத்திற்கும் மாற்றானது. இந்தக் கிராமிய வாழ்வு முறை முழுக்க முழுக்க மக்கள் செயல்பாட்டை மையப்படுத்தியது. இந்த வாழ்வு முறையில் அறிவியல் உண்டு, தொழில்நுட்பம் உண்டு, கலாச்சாரம் உண்டு, கலை உண்டு, இலக்கியம் உண்டு, இசை உண்டு. நம் கலாச்சாரத்தின் நாகரிகத்தின் தொன்மையிலிருந்து அனைத்தையும் மீட்டுருவாக்கம் செய்து கிராமங்களைப் புனரமைப்பது. அதுதான் கிராமிய வாழ்வு. இந்த வாழ்வு முறையை வைத்துத்தான் இந்தியா கிராமங்களில் வாழ்கிறது; கிராமங்கள் மேம்பட்டால்தான் இந்தியா மேம்படும்; இல்லையேல் அழிந்துவிடும் என்ற கருத்தை உருவாக்கினர். கிராமங்களை இந்திய நாகரிகத்தின் அடையாளமாகவும் சின்னமாகவும்தான் பார்த்தனர். இந்தக் கிராமிய வாழ்வு இன்றைய கிராமங்களில் இல்லை. மேற்கத்திய மயமும் தொழில்மயமும் காலனியமயமும்

நவீனமயமும் நமது கிராமங்களைச் சிதைத்துவிட்டன. சமூக வாழ்க்கையைச் சிதைத்து கிராம சமூகத்தை சாதியமயமாகவும் ஆதிக்கமயமாகவும், மூடப்பழக்க வழக்கங்களிலும் வாழ அனுமதித்துவிட்டனர். நகரவாழ்வை உயர்வாக எண்ணி தனிமனித சுகம் காணும் புலன்சார்ந்த வாழ்க்கைக்குக்கொண்டு வந்து நிறுத்திவிட்டனர் நமது கிராமங்களை. இந்தக் கிராம வாழ்க்கையை மாற்றியமைக்கத்தான் சுதந்திரப் போராட்ட காலத்திலே கிராமப் புனரமைப்புக்குத் திட்டமிட்டார் அண்ணல் மகாத்மா காந்தி.

நமது வாழ்க்கைமுறையின் அடிப்படைகள்

இந்த இந்திய வாழ்வு முறையின் அடிப்படைகள் என்னென்ன, அவற்றை மீட்டுருவாக்குதலுக்கான முறைகள் என்னென்ன என்பதை அறிஞர்கள் நமக்கு வழிகாட்டியுள்ளனர். இந்திய வாழ்வுமுறையின் அடிப்படை மனிதம் மேம்படுவது, உயர்வது. அந்த வாழ்வு இயற்கைக்கும் மனிதர்களுக்குமான ஒரு நேச உறவை வளர்த்து வாழ்வது. உலகம் மனிதர்களுக்கானது மட்டுமல்ல என்பதை உணர்ந்து வாழ்வது. மானுடம் கோள்களைப் பாதுகாக்க இயற்கையைச் சுரண்டி வாழ்வதல்ல. மானுடத்தின் தேவையை நிறைவேற்றுவதற்கு இயற்கையைப் பயன்படுத்துவது. அடுத்து, அன்பும் கருணையும் கொண்ட வாழ்வு. மனிதர்களின் வாழ்வில் தெய்வத்தன்மை மிகுந்த உயர் தர்மநெறிகளைக் கடைப்பிடித்து வாழ்வது. அங்கு முன்னேற்றம், மேம்பாடு என்ற சொல்லுக்குப் பொருளாதாரம் உயர்வது என்று பொருளல்ல. மனிதம் மேம்படுவது என்று பொருள். அனைத்து உயிர்களையும் நேசித்து வாழ்வது. மனித வாழ்வு என்பது தனக்காக மட்டும் வாழ்வது அல்ல, தன் குடும்பத்திற்கு மட்டும் வாழ்வதல்ல, சமூகத்திற்கு வாழ்வது. சமூகம் மேம்பட வாழ்வது. சமூக மேம்பாட்டில் அனைவரின் மேம்பாடும் உறுதிசெய்யப்படும் என்ற அடிப்படையில் வாழ்வது.

இந்தியாவின் சிறப்பு இந்தியக் கிராமங்களின் வேறுபாடு களில் இருக்கின்றது—நேர்மை, தியாகம், அர்ப்பணிப்பு, அன்பு, அகிம்சை ஆகியவற்றை விழுமியங்களாகக் கடைப்பிடித்து வாழ்தல். இவை அனைத்தும் இந்திய சமூகத்தில் வாழ்வியல்

விழுமியங்களாகவே இருந்திருக்கின்றன; தமிழ்ச் சமுதாயத்தில் இருந்ததை வைத்துத்தான் மேலோங்கு வதற்கு நம் சித்தர்கள் கூறிய மார்க்கத்தைக் கடைப்பிடிக்க வேண்டும் என நம்முடைய முன்னோர்கள் வேண்டினர்.

அரவிந்தர் விவாதிக்கும் போது, நம் சமுதாயம் நாகரிகத்தின் உச்சத்தில் ஒரு காலத்தில் இருந்தது என்பதை யாரும் மறுப்ப தில்லை. அப்படி இருக்கும்போது நம் சமூகத்தில் அறிவியல், தொழில்நுட்பம், கலை, இலக்கியம், இசை இல்லாமல் எப்படி மக்கள் வாழ்ந்திருக்க முடியும்? அவற்றை மீட்டுருவாக்கி மேம்படுத்தி வாழ்வதுதான் நம் கடமை என்பதை பகவான் அரவிந்தர் நமக்குக் கட்டளையிட்டார்.

நாம் தடம் மாறினோம்

இந்திய வாழ்வியல் விழுமியங்களை ஏழை எளிய மக்களின் சிந்தனையிலும், நடத்தையிலும், செயல்பாடுகளிலும் கடைப் பிடிக்கச் செய்து இந்திய சமூக மாற்றத்திற்குப் பணியாற்ற தயார்படுத்தினார். காந்தியை சுதந்திரப் போராட்டத்துடன் இணைத்துப் பார்த்துப் பெருமைப்படும் நாம், அவரை சுதந்திரப் போராட்டத்திற்கு மேல் இந்திய மீட்டுருவாக்கப் பணியில் அவரின் சமூக மாற்றத்திற்கான வழிமுறைகளையும் வரையறை களையும் வாழ்வியல் சிந்தனைகளையும் பார்க்கத் தவறி விட்டோம். இதற்குக் காரணம் சுதந்திரத்திற்கு பிறகு நடந்த அரசியல், ஆளுகை, நிருவாக மேம்பாட்டுச் சூழல் இடம் தரவில்லை என்பதுதான் மிகப் பெரிய சோகம். காந்தியின் கனவு சுதந்திரத்துடன் நிறுத்தப்பட்டு அவரின் புதிய சமூகம் படைக்கும் கனவு சிதைக்கப்பட்டது.

இந்திய சமூகம் தொழில் மயத்திலும், வணிகமயத்திலும், நவீனமயத்திலும், மேற்கத்தியமயத்திலும், உலகமய பொருளாதாரத் திலும் தனியார்மயத்திலும், தாராளமயத்திலும் தோய்ந்திடும் வகையிலேயே இந்திய அரசியல், ஆட்சியியல், ஆளுகையியல், நிருவாகவியல், மேம்பாட்டியியல் வடிவமைத்துச் செயல் படுத்தப்பட்டன.

இன்று நாம் எங்கே?

இவற்றின் தாக்கமாக இன்று நாம் பார்ப்பது தகர்க்கப்பட்ட கிராமங்கள், அழிக்கப்பட்ட இயற்கைச் சூழல், சூறையாடப்பட்ட இயற்கை வளங்கள், அறம் இழந்த அரசியல், நேர்மையற்ற நிருவாகம், ஆடம்பர அரசியல், கிராமத்தில் நகர வாழ்க்கை, நகரத்தை நோக்கி படையெடுக்கும் மக்கள், புலன்கள் சார்ந்த வாழ்க்கை, சாரம் இழந்த கல்வி, லாபம் ஒன்றையே குறிக் கோளாகக்கொண்ட நியாயமற்ற வணிகம், பெரும்பான்மை மக்களைச் சுரண்டி, வளம் பெருக்கும் தனிமனிதர்கள், நுகர்வு வெறிக்குள் சிக்கித் தவிக்கும் மக்கள் கூட்டம். அனைவருக்கும் தெரிகிறது பொருளில் வளர்ந்தோம், தொழிலில் வளர்ந்தோம், புறத்தோற்றத்தில் பொலிவுடன் வாழ மாறினோம், ஆடம்பரமாக வாழக் கற்றுக்கொண்டோம், நுகர்வுக் கலாச்சாரத்தில் தோய்ந்து விட்டோம், விஞ்ஞானத்தில், தொழில்நுட்பத்தில் உயர்ந்தோம், அறம் சார்ந்த வாழ்வில் தாழ்ந்தோம். கல்வி கற்றவர் எண்ணிக்கை கூடியது, மதங்கள் பெருகின, மத வழிபாடு வியாபித்தது, கோவில்கள், தேவாலயங்கள், மசூதிகள் என அனைத்தும் அதிகரித்து எங்கும் கூட்டம். ஆனால்தான் பெற்ற கல்வியும், மதங்களின் வளர்ச்சியும், சமூகத்தை மேம்படுத்த இயலவில்லை. ஒரு முரண்பட்ட வாழ்க்கைச் சூழலில்தான் நம் சமூகம் சிக்கித் தவிக்கின்றது.

மேம்பாட்டுக்கு யார் பொறுப்பு

இந்தியா சுதந்திரம் அடைந்தபோது இந்திய அரசு உருவாகி, மக்கள் முன்னேற்றமும் மேம்பாடும் அரசாங்கத்தின் பொறுப்பு எனப் பிரகடனப்படுத்தப்பட்டது. வளர்ச்சிக்கும் சமூக மேம் பாட்டிற்கும் மேற்கத்திய முறையிலான வளர்ச்சிப் பாதையில் இந்தியா பயணிக்க ஆரம்பித்தது. அதிலும் மாற்றம் கொண்டுவருவது அரசாங்கத்தின் பொறுப்பில். அதேபோல் சமூகத்தை மேம் படுத்துவதும் அரசாங்கம் என்பதைப் பிரகடனப்படுத்தியது நம் நாட்டின் அரசியல் தலைமை. முப்பது கோடி மக்கள் இருந்தபோது கொடுத்த உத்தரவாதம் மேற்கூறியவை அனைத்தும். இன்று 136 கோடி மக்கள் வாழும் சமுதாயத்திற்குப் பொருந்துமா என்பதுதான் கேள்வி. அரசாங்கத்தால் தான் கொடுத்த வாக்குறுதியை நிறைவேற்ற

முடியவில்லை. வறுமையை ஒழிப்பேன் என்றது, முடியவில்லை. அடுத்து வறுமையைக் குறைப்பேன் என்றது, குறைத்தது ஓரளவுக்கு. ஒரு நிலைக்கு மேல் குறைக்க முடியவில்லை. ஆனால் பொருளாதாரத்தை வளர்த்தது. அது யாருக்குச் சென்றது என்பதுதான் கேள்வி. இன்று இந்தியத் திருநாட்டில் வாழும் மக்களில் 80 கோடி அரசாங்கத்தின் பொதுபங்கீட்டுத் திட்டத்தில் உணவு வழங்கவில்லை என்றால், பட்டினிச்சாவு உறுதியாகி விட்டது. அதனால்தான் இவர்களுக்கு அரசே உணவுப் பாதுகாப்புக் கொடுத்துள்ளது. இதை நம் பாரதப் பிரதமர் ஐநா நிறுவன விழா ஒன்றில் எடுத்துரைத்தார். இதில் நமக்குத் தெரியவரும் செய்தி வைர விழா கண்ட சுதந்திர இந்தியாவில் வளர்ச்சி ஒரு சிலருக்கு என்றாகிவிட்டது. இதை உணர்ந்த அரசு இனி மக்கள் தேவைகளை அரசாங்கம் மட்டுமே செய்ய இயலாது என்று பிரகடனப்படுத்தி அரசாங்கம் தன் கடமைகளிலிருந்து வெளியேறிக் கொண்டிருக்கிறது. எனவே தான் சந்தை அரசுடன் இணைந்து மக்கள்பணி செய்கிறேன் என்று மேம்பாட்டுச் செயல்பாடுகளில் இறங்கியது. அது குடிநீர் தரும் பணியாக இருந்தாலும் சரி, மருத்துவப்பணியாக இருந்தாலும் சரி, கல்விப் பணியாக இருந்தாலும் சரி, சந்தை வந்து அடிப்படைச் செயல்பாடுகளில் மிகப் பெரிய கட்டமைப்பை உருவாக்கியது. ஆனால் 30 ஆண்டுகால சந்தைச் செயல்பாடுகளும் பிரச்சினைகளுக்குத் தீர்வுகாண முடியவில்லை. முப்பது ஆண்டுச் செயல்பாடுகளில் மக்கள் பெருமளவில் சுரண்டப்பட்டதுதான் நாம் கண்ட எதார்த்தமான உண்மை. அதுமட்டுமல்ல, இந்த முப்பது ஆண்டுகாலச் செயல்பாடுகள் கிராமத்திலிருந்த மக்களை நகரம் நோக்கிப் புலம்பெயர வைத்தது. எனவே வல்லுநர்கள் அரசும் தோற்றது, சந்தையும் தோற்றது என்பதைப் பிரகடனப்படுத்தினர்.

புதிய பாதை

இந்த நேரத்தில்தான் உலகெங்கும் ஒரு புதிய யுக்தியைப் பயன் படுத்தி சமூகத்தில் மேம்பாடு கொண்டுவரலாம் என முடிவு செய்தனர். அதுதான் ஆளுகையிலும், சமூக மேம்பாட்டிலும் மக்கள் பங்கேற்பை உறுதி செய்வது. அரசாங்கத்திலும், சமூக முன்னேற்றச் செயல்பாட்டிலும் மக்கள் பங்கேற்கும்போதுதான் மக்களுக்கு பதில் கூறக்கூடிய கடமைப்பாடுமிக்க ஓர் அரசாங்கம்

உருவாக முடியும். அப்படிப்பட்ட அரசாங்கம்தான் மக்களை மதித்து மக்களுக்குப் பணியை சேவையாகச் செய்யும். அந்த நாட்டில்தான் மக்கள் அரசாங்கத்தைத் தங்களின் நலனுக்காக உருவாக்கப்பட்டது என்று கருதி அரசை தங்களுக்குப் பணி செய்ய வைத்துக்கொள்வார்கள். இந்தக் கருத்து அரிஸ்டாட்டில் காலத்திலிருந்து இன்றுவரை மக்களை அதிகாரப்படுத்த வலியுறுத்தப்படும் கருத்து. இந்தக் கருத்தை உள்வாங்கி மக்களை அரசாங்கத்தின் பயனாளியாக இல்லாமல், அரசாங்கத்தின் பங்காளியாய் ஆக்க பொறுப்புமிக்க குடிமக்கள் தயாரிப்பைச் செய்ய வேண்டும். அவ்வாறு செய்த நாடுகளில் மக்கள் மதிக்கத் தக்க வாழ்க்கையை மரியாதையுடன் வாழ்கின்றனர். அங்கு ஏழை பணக்காரர் ஏற்றத்தாழ்வுகள் இருந்தாலும், சமூக சமத்துவமும், அரசியல் சமத்துவமும் பெற்று சுதந்திரமாக வாழ்கின்றனர். அங்கெல்லாம் மக்கள் பங்கேற்பு அரசியலுக்கு மட்டுமல்ல, ஆளுகைக்கும், மேம்பாட்டுச் செயல்பாடுகளுக்கும் என அத்தனை யிலும் உறுதி செய்யப்பட்டது.

புதிய இந்தியாவில் மக்கள்

இந்தியாவிலும் அப்படிக் கொண்டுவரத்தான் மக்களைத் தயார் செய்தார் மகாத்மா காந்தி. சுதந்திரம் பெற்றவுடன் கிராமங்களில் வாழும் மக்களின் சுயமரியாதையை மீட்டெடுத்து இயற்கையுடன் இயைந்த எளிய வாழ்வு முறையைக் கடைப்பிடித்து வாழத் தேவையான ஒரு வாழ்வியல் கல்வியை வடிவமைத்தார் மகாத்மா காந்தி. அந்தக் கல்வி வாழ்க்கைக்கான கல்வி. அனைவருக்குமான கல்வி. அது பள்ளிக் கல்வி அல்ல. அந்தக் கல்வியில் மானுட வாழ்வின் நோக்கங்கள், மானுடத்திற்கும் இயற்கைக்கும் உள்ள உறவுமுறை இடம்பெற்றிருக்கும். இயற்கை வளங்களின் மதிப்பை அனைத்து மக்களும் உள்வாங்கிக்கொண்டு செயல் படுபவர்களாக மாற்றம் பெறத் தேவையான அடிப்படைக் கூறுகளைக் கொண்டிருக்கும். அந்தக் கல்வியில் குடிமக்கள் தயாரிப்பு அடிப்படைக் கூறாக இருக்கும். சுதந்திர நாட்டில் சுதந்திரத்தை அனுபவிக்க எப்படிப்பட்ட பொறுப்புமிக்க குடிமக்களாக நடந்துகொள்ள வேண்டும் என்பதை அந்தக் கல்வி எடுத்துரைக்கும். இந்தக் கல்வி இந்திய வாழ்வு முறையின்

விழுமியங்களான எளிமை, சமூகச் சிந்தனை, வாழ்வியல் அறம், இயற்கையை நேசித்து வாழ்தல் போன்ற கூறுகளைக் கொண்டு இருக்கும். அந்தக் கல்வியில் சுகாதார அறிவியல், சுதந்திரத்திற் கான அறிவியல், குடியரசுக்கான அரசியல் ஆகியவையும், குடிமக்கள் பொறுப்புக்களும் கடமைகளும் முக்கிய கூறுகளாக விளங்கும். வாழ்க்கையின் அனைத்துச் செயல்பாடுகளுக்கும் அடிப்படை ஆடம்பரம் அல்ல, பெருமை அல்ல, தேவை மட்டுமே. தேவை அடிப்படையில் வாழ்வது. மனித உழைப்பு குறிப்பாக உடலுழைப்பு மக்களால் போற்றப்படும், பெரிதும் மதிக்கப்படும் விழுமியமாகும்.

மானுட சமூகம் சோம்பித் திரியாது சுறுசுறுப்பாய்ச் செயல் பாட்டில் தன்னை ஈடுபடுத்திக்கொள்ளும். மானுட வாழ்க்கை பொறுப்புமிக்கதாக நடைபெறும். வாழ்க்கை பொறுப்புமிக்கதாக மாற மாற, சமூகம் தன்னை ஒழுங்குபடுத்திக்கொள்ளும், ஒழுக்கப்படுத்திக்கொள்ளும். வாழ்க்கை பொறுப்புள்ளதாக மாற மக்களுக்கு விழிப்புநிலை வேண்டும். விழிப்புநிலை வந்து விட்டால், அறிவுத் தேடலும் ஆன்மிகத் தேடலும் வந்துவிடும். அறிவும் ஆன்மிகமும் உயர உயர மானுட வாழ்க்கை செம்மைப்படும். இதைத்தான் பாரதி *கஞ்சி குடிப்பதற்கிலார், காரணமும் அறிந்திலார்* என்று கூறினார். பசியால் வாடுபவனுக்கு ஏன் அப்படி வாழ வேண்டியுள்ளது என்ற சிந்தனை வந்து விட்டால், அவன் அந்தச் சூழலிலிருந்து வெளியேறிவிடுவான். ஆகவேதான் மக்களை விழிப்புநிலைக்குக் கொண்டுவந்து சிந்தனை மாற்றத்தையும் சமூக மாற்றத்தையும் ஏற்படுத்தி, பொறுப்புமிக்க சமுதாயமாக ஆக்கிவிட வேண்டும் என்று சுவாமி விவேகாநந்தர், அரவிந்தர், காந்தி, தாகூர், ஜே. சி. குமரப்பா, பாரதி போன்றோர் எழுதியும் செயல்பட்டும் வந்தனர்.

சமூக மாற்றம்

இவர்கள் போன்று எண்ணற்ற மாமனிதர்கள் மக்களை மாற்றுவதற்கும், மேம்படுத்துவதற்கும் மக்களுடன் பணியாற்றினர். இந்த மாற்றங்களை எல்லாச் செயல்பாடுகளிலும் மக்களை பங்கேற்க வைப்பதன் மூலம் கொண்டுவர வேண்டும் என்றுதான் செயல்பட்டனர். இவர்கள் அனைவரும் அரசாங்கம் மக்களை

மாற்றும் என்று நம்பியது கிடையாது. அரசாங்கம் மக்களால் உருவாக்கப்படுவது, எப்படிப்பட்ட சமுதாயம் உருவாகின்றதோ அதன்படித்தான் அரசாங்கமும் உருவாகும் என்ற சிந்தனை கொண்டவர்கள். எல்லோரும் நல்ல அரசாங்கம் வேண்டும், நல்ல ஆளுகை வேண்டும், நல்ல நிருவாகம் வேண்டும் என்று பேசு கிறார்கள். இவையெல்லாம் எப்போது சாத்தியப்படும் என்றால் நற்சமுதாயம் உருவாகும்போதுதான். சீரழிந்த சமுதாயத்தில் சிறப்புமிக்க அரசாங்கம் உருவாகாது.

எனவே சமூக மாற்றம்தான் முதன்மையானது எனக் கருதினர். அதற்கான வாழ்க்கைமுறையை வடிவமைக்கப் பாடுபட்டனர். ஆகையால்தான் மகாத்மா காந்தி இந்தியாவிற்கு முதலில் தேவைப்படுவது எது என்று கேட்டபோது சுதந்திரம் என்று கூறவில்லை, மாறாக சுத்தம், சுகாதாரம், துப்புரவு என்றார். இந்திய சமூகம் குப்பைக்குள் வாழ்கிறது, அதிலிருந்து மக்கள் வெளியேற வேண்டும். எனவே துப்புரவு, தூய்மை, சுகாதாரம் பற்றிய சிந்தனை, விழிப்பு, அறிவு மக்களுக்கு வேண்டும். அது ஓர் அறிவியல். அந்த அறிவியலை மக்களுக்குக் கற்றுத்தர வேண்டும். இந்தத் தூய்மையை, துப்புரவை, சுகாதாரத்தை வெளிப்புறம் உட்புறம் இரண்டிலும் கொண்டுவர வேண்டும் என்று முயன்றார். அந்த அறிவியலை, சுதந்திரம் அடைந்து 75 ஆண்டுகளைக் கடந்தும் மக்களிடம் கொண்டுசேர்க்காமல் கழிப்பறை கட்டிக் கொண்டுள்ளோம்.

முப்பது கோடி மக்கள் வாழ்ந்த இந்தியாவில் இருந்த சுகாதாரக் கேட்டை வைத்து காந்தி தம் கருத்தைக் கூறினார். காந்தி 'பொறுப்புமிக்க ஆரோக்கியமான வாழ்க்கையை வாழ மக்களைத் தயார் செய்ய வேண்டும்' என்றார். அது மக்களைத் தயார் செய்வதில்தான் இருக்கிறது. எனவே கிராம நிர்மாணப் பணியில் அது பெரும்பங்கு வகித்தது. சுதந்திரம் அடைந்து 75 ஆண்டுகளில் வளர்ந்த அறிவியலும் தொழில்நுட்பமும் 136 கோடி மக்கள் வாழும்போது உள்ள சுகாதாரக் கேட்டிற்கு மேற்கத்திய மருத்துவமும் மருத்துவமனைகளும், ஆங்கில மருந்துகளும், அரசாங்கத்தின் மருத்துவக் காப்பீடும் தீர்வு என்று நம்ப வைத்து சந்தைக்குச் செயல்பட மக்களைத் தயார் செய்துவிட்டன.

வாழ்க்கைச் சீரழிவு

உணவென்பது நம் மண்ணில் விளைந்த தானியங்களை வைத்து நம் உடலுக்குத் தேவையானவற்றைத் தயாரித்து உண்ணதைவிட நாவிற்கும் குடலுக்கும் சந்தையிலிருந்து பதப் படுத்திய உணவை உண்டு உடல் கெட்டுப் போவதைப் பற்றிய எந்தப் புரிதலும் இன்றி உணவு எடுத்து வருகிறோம். பொருள்கள் வாங்கும்போது, நமக்குத் தேவையானவற்றை வாங்குவதற்குப் பதில் சந்தையில் மயங்கி எல்லையில்லா அளவுக்குப் பொருள்களை வாங்கிக் குவிக்கும் மனோபாவத்தில் வாழ பழகிக்கொண்டோம். நம் நிதி ஆதாரம் இதற்கு இடம் தருகிறதா என்பதைப் பற்றி எந்தப் புரிதலும் இன்றி கடன் வாங்கி பொருள் வாங்கும் வழக்கத்திற்கு வந்துவிட்டோம். இன்றைய கிராமத்தில் கிராமிய வாழ்க்கை நடைபெறவில்லை. நகர வாழ்க்கையைக் கிராமத்தில் மக்கள் வாழ்கின்றனர். கிராம மக்களின் வாழ்க்கையைப் பெருமளவில் நகர வாழ்க்கை முறை ஆக்கிரமித்துவிட்டது. மக்களை இயக்குவது புலன்கள். அறிவு, ஞானம் அனைத்தும் பின்தள்ளப்பட்டு விட்டன. அறம் இழந்த வாழ்வாக, சாதியாக, கட்சியாக, மதமாக கிராம மக்கள் பிரிந்து அரசாங்கத்தின் பயனாளியாகவும், அரசியல் கட்சிகளின் உறுப்பினராகவும், வாக்காளராகவும், சந்தைக்கு நுகர்வோராகவும் வாழ்கின்றனர். அரசு அதிகாரிகளுக்கும் அலுவலர்களுக்கும் மனுதாரராகவும், அரசை சார்ந்து வாழும் மனோபாவம் பெற்றவராகவும் பொறுப்பற்ற நிலையில் பயனாளிப் பட்டாளங்களாக வாழ பழக்கப்பட்டுவிட்டனர்.

குடிமக்கள் மாட்சி

பொறுப்புள்ள குடிமக்களாக மக்கள் இருந்தால் கிராமத்தைக் கிராம மக்கள் ஒன்று கூடி ஆட்சி செய்வார்கள். கிராமப் பொது நலன் களை நோக்கி அனைத்துச் செயல்பாடுகளையும் வடிவமைப்பார்கள். பொதுமக்கள் தங்கள் வாழ்க்கை தங்கள் கையில் இருப்பதாக உணர்ந்து செயல்படுவார்கள். அரசாங்கம் தங்களுக்கானது என எண்ணுவார்கள். அறம் சார்ந்து செயல்படுவார்கள். அறம் சார்ந்து செயல்பட ஆரம்பித்தால், பயமற்று இருப்பார்கள். ஆரோக்கியமாக வாழக் கற்றுக்கொள்வார்கள். வாழ்க்கையில் முன்னேற்றச் சிந்தனை நிறைந்து மக்கள் தொடர்ந்து செயல்பாடுகளில்

ஈடுபட்டுக்கொண்டிருப்பார்கள். எளிய வாழ்விலும் ஏகாந்தம் அடைவார்கள். சுரண்டலற்ற எளிய வாழ்வு வாழ்வார்கள். உடல் உழைப்பால் வாழும் வாழ்க்கையில் உள்ள பெருமிதத்தை உணர்ந்து போற்றி மகிழ்ச்சியாக மரியாதையுடைய, மாண்புடைய மானுட வாழ்க்கையை அடிப்படை வசதிகளுடன் அறிவியல் பூர்வமாக வாழ்வார்கள்.

புதிய வாய்ப்பு

இப்படிப்பட்ட வாழ்க்கை வாழ்வதற்கான ஒரு வாய்ப்பு தற்போது கிராம மக்களுக்கு வந்திருக்கின்றது. அதுதான் நமது புதிய பஞ்சாயத்து அரசாங்கம். அது அரசாங்கமாக, மத்திய மாநில அரசுகள் போல அரசமைப்புச் சட்டத்தால் உருவாக்கப்பட்டுள்ளது. அது மட்டுமல்ல இந்த அரசாங்கம் மக்கள் கையில், மக்களின் நேரடிக் கண்காணிப்பில் செயல்பட வடிவமைத்துள்ளனர். எப்படி மத்திய அரசை, மாநில அரசைப் பார்க்கிறோமோ, அப்படி இந்த அரசையும் பார்க்க பொதுமக்களுக்கு ஒரு புரிதல் வேண்டும். அதிலுள்ள வாய்ப்புக்களைப் புரிந்து மக்களைத் தயார் செய்து விட்டால் ஒரு குட்டிக் குடியரசை உருவாக்கிவிடலாம். காந்தி கண்ட கனவுக் கிராமத்தை உருவாக்கிவிடலாம். அண்ணல் அம்பேத்கர் கூறிய அழுக்குகளையும் கிராமங்களிலிருந்து வெளியேற்றிவிடலாம்.

புதிய தலைமை

இதற்குத் தேவை இதனைப் புரிந்த ஒருவர் நம் கிராமப் பஞ்சாயத்துகளுக்குத் தலைவர் ஆக வேண்டும். அவர் மக்களுக்கு இந்தப் புரிதலை உருவாக்க வேண்டும். இந்த அரசாங்கம் ஒரு மக்கள் பாராளுமன்றத்தைப் பஞ்சாயத்தில் உருவாக்கியுள்ளது 'கிராமசபை' என்ற பெயரில். இதன் உண்மைத் தன்மையைப் புரிய வைத்துவிட்டால் கிராமத்தை மக்கள் பிடித்துக்கொள்வார்கள். கிராமத்தில் மக்கள் தங்கள் கிராமம் எப்படி இருக்க வேண்டும் என கனவு காண தயார் ஆகிவிடுவார்கள்; தாங்கள் கனவுகாணும் கிராமத்தை உருவாக்க ஒரு திட்டத்தைத் தயாரிப்பார்கள். அந்தத் திட்டத்தை நடைமுறைப்படுத்த அரசுத் துறைகளைப் பணித் திடுவார்கள். பொதுப் பணம் சிவன் சொத்து, அதை எடுத்து என்

குடும்பம் வளர்ந்தால், அது எனக்கும் எனது குடும்பத்துக்கும் அவமானம், பாவம், அதைவிட பிச்சை எடுப்பது மேல் என்று எண்ணும் தலைவர் ஒருவர் தேவை. அப்படி ஒருவர் கிடைத்து விட்டால் மேலே கூறியது நடக்கும். நாம் நீதியுடன் நியாயத்துடன், நேர்மையுடன் செயல்பட்டால், நாம் தீயாய் மாறுவோம். நம்மை நெருங்க எவருக்கும் துணிவிருக்காது. அப்படிப்பட்ட ஒரு தலைமை நமக்குக் கிடைத்துவிட்டால் கிராமம் நமக்கு வசப்படும். பஞ்சாயத்து அலுவலகத்தில் என் வேட்டியில், என் சேலையில் ஒட்டியிருக்கும் தூசுகூட என் வீட்டுக்குச் செல்லக்கூடாது என தட்டிவிட்டுச் செல்லும் தலைமை கிடைத்துவிட்டால், கிராமம் ஒரு கிராம ராஜ்யமாக மாறும்.

குடிமக்களாக

கிராமத்தில் உள்ள பொதுமக்களாகிய நாம் சுதந்திர நாட்டின் குடிமக்கள், எடுபிடிகள் அல்ல. அரசின் பயனாளிகள் அல்ல, பொறுப்பு மிக்க குடிமக்கள். நாம் செய்ய வேண்டிய பணிகளைக் குடிமக்களாகச் செய்வோம். அரசு தரும் நலத்திட்டம் அனைத்தும் உதவிகள் அல்ல; நலத்திட்ட உரிமைகள். அது யாருக்காகக் கொண்டுவரப்பட்டதோ, அவர்களுக்குக் கொண்டு சேர்க்க வேண்டியது பஞ்சாயத்தின் கடமை. அதைச் செய்ய பஞ்சாயத்து தவறினால் அதைச் சட்டபூர்வமாகத் தட்டிக் கேட்க வேண்டியது ஒவ்வொரு கிராமசபை உறுப்பினரின் கடமை. நேர்மையாக வாழ்வதை முறைமையாக்கிக்கொண்டால் ஏழையாக வாழ்வதிலும் பெருமிதத்துடன், சுயமரியாதையுடன் வாழ்வதிலும் ஒரு மகிழ்வை எய்தலாம். குடிமக்களின் கடமைகள், பொறுப்புக்கள் என்னென்ன என்று விவரம் புரிந்தவர்களைக் கிராமசபையில் பேச அழைத்து, மக்களிடம் விழிப்புணர்வை ஏற்படுத்த வேண்டும். கிராமத்தில் உள்ளவர்கள் பொறுப்பு மிக்கவர்களாக மாறிவிட்டால், அரசு அதிகாரிகளும், அலுவலர்களும் மக்களுக்குச் சேவகர்களாக மாறிவிடுவார்கள். அவர்கள் மக்கள் பணத்தில் கைவைக்கக் கூச்சப்படுவார்கள், அஞ்சுவார்கள். பாரதி ஒரு கனவு கண்டான். அவன் கண்ட அரசாங்கம் மூன்று பாதுகாப்பைத் தரவேண்டும். ஒன்று உணவுப் பாதுகாப்பு, இரண்டு சுகாதாரப் பாதுகாப்பு. மூன்று கல்விப் பாதுகாப்பு. இதில் மிக முக்கியமாக இந்தக் கல்விப்

பாதுகாப்பில் குடிமக்கள் கல்வி கட்டாயம் எனக் கருதினான். சுதந்திர நாட்டில் வாழும் குடிமக்கள் எப்படி சுயக் கட்டுப்பாட்டு, ஒழுக்கம், நியாயம், நேர்மை போன்றவற்றுடன் ஏழ்மையிலும் பெருமையுடன் வாழ்வதையும் அந்தக் கல்வியில் கற்றுத்தர வேண்டும். குடிமக்கள் பொறுப்புள்ளவர்களாக வாழக் கற்றுக் கொண்டுவிட்டால், அரசாங்கம் மக்கள் மீது கோலோச்சுவதை விட்டு மக்களுடன் கைகோத்துப் பணி செய்ய ஆரம்பிக்கும். அந்த அரசாங்கத்தில் பயனாளிகள் இருக்கமாட்டார்கள். பொறுப்பான குடிமக்கள் இருப்பார்கள். அவர்கள் தங்கள் சமூக, பொருளாதார மேம்பாட்டுக்குத் தாங்கள் பொறுப்புடன் செயல்பட பழகிக் கொள்வார்கள். அந்த அரசாங்கம் மக்களுக்குப் பின்னிருந்து மக்கள் செயல்பாட்டை ஊக்குவிக்கும் கிரியா ஊக்கியாக மாறிவிடும். எனவே கிராம மக்களைக் குடிமக்களாக மாற்ற முயற்சி மேற் கொள்ள வேண்டும். கிராம வாழ்க்கை என்பது சாதி மதங்களைக் கடந்ததாகும். அரசியல் கட்சிகளைக் கடந்ததாகும் பொதுமக்கள் மேம்பாட்டில்தான் குடும்பங்களின் மேம்பாடு அடங்கியுள்ளது என்பதைப் புரிந்து செயல்பட மக்களைத் தயார் செய்யும் பணியைத் தான் இன்று கிராமங்களில் செய்ய வேண்டும்.

புதிய புரிதல்

புதிய பஞ்சாயத்து அரசாங்கம், அரசமைப்புத் திருத்தச் சட்டத்தின் மூலம் உருவாகும்போது, ராஜீவ்காந்தி பாராளு மன்றத்தில் கூறியதை வைத்து ஒரு கதை சொல்வார்கள். மத்திய அரசு டெல்லியிலிருந்து ஒரு யானையைக் கிராமத்திற்கு அனுப்பு கின்றது, அது கிராமத்தை வந்தடையும்போது அதன் வால்தான் வருகிறது என்பதுதான் கதை. அந்தக் கதை இன்றும் தொடர்ந்தால், இந்தப் பஞ்சாயத்து அரசாங்கத்தில் பொறுப்பானவர்கள் இல்லை, புரிந்தவர்கள் இல்லை, திறனும் ஆற்றலும் உள்ளவர்கள் இல்லை, மக்களுக்குப் பதில் கூறக்கூடியவர்கள் இல்லை, மக்களுக்கு வழிகாட்டக் கூடியவர்கள் இல்லை என்பதுதான் பொருள். இந்தச் சூழலை மாற்றியமைக்க சிற்றூராட்சி, ஊராட்சி மன்றங்களுக்குத் தலைவராக வந்தவர்கள் பஞ்சாயத்து அரசாங்கத்தின் ஆழ அகலங்களைப் புரிந்துகொண்டு, தங்களுக்கு வழங்கப்பட்ட அதிகாரங்களை கைக்கொண்டு பயன்படுத்தத் தேவையான

திறன் வளர்ப்பைச் செய்து, தங்களுக்கென ஒரு பார்வையை உருவாக்கிக்கொண்டு மக்களுடன் இணைந்து பொறுப்புக்களை நிறைவேற்றுவதில்தான் தலைவர்களின் பணிச் சிறப்புள்ளது. அந்த நிலைக்கு நம் பஞ்சாயத்துத் தலைவர்கள் தங்கள் தலைமைத்துவத்தை வளர்த்துக்கொள்ள வேண்டும். தலைமைத்துவம் வளர வளர மக்கள் தலைமையின் மேல் உள்ள நம்பிக்கை அதிகரிக்கும். அந்த நம்பிக்கை வளர வளர மக்கள் மேல் கரிசனம் தலைவர்களுக்கு அதிகரிக்கும்.

யார் தலைவர்?

இன்றைய சூழலில் கிராமங்கள் சந்திக்கின்ற பிரச்சினைகளைச் சமாளித்து மக்களைத் தயார்படுத்தி, ஒரு மதிக்கத்தக்க கிராம வாழ்க்கை வாழக்கூடிய சூழலை உருவாக்க வேண்டும். அதற்கு ஒவ்வொரு ஊராட்சி மன்றத் தலைவருக்கும் ஒரு மாவட்ட ஆட்சித் தலைவருக்கு இருக்கும் ஆற்றலை உருவாக்கிக்கொள்ள வேண்டும். தலைவர்கள் பதவியில் இருப்பதால், தலைவர்களாக முடியாது. தங்களின் செயல்பாட்டால் மட்டுமே, தலைவர்களாக மாறுவார்கள். பதவியால் எவரும் தலைவராக முடியாது. பதவியின் மூலம், மக்களுக்குச் செயல்படுவதன்மூலம்தான் தலைவர்களாக முடியும். தலைவர்கள் தனித்து இயங்குபவர்கள் அல்லர். தலைவர்கள் மக்களோடு இணைபவர்கள், இணைந்து செயல்பட்டு மாற்றங்களைக் கொண்டுவருபவர்கள். இந்தத் தலைவர்களுடன் பணியாற்ற கிராமங்கள் மாறாதா என்ற ஏக்கத்துடன் இருக்கும் தன்னார்வலர்கள் இணைய வேண்டும். தலைவர்களுடன் தோளோடு தோள் கொடுத்துப் பணியாற்ற வேண்டும்.

கிராம மேம்பாட்டுக்கான நிபுணத்துவம்

இன்றைய சூழலில் கிராமங்களில் பணி செய்ய நிபுணத்துவம் வேண்டும். நிபுணத்துவம் இல்லா வேலைகள் எதுவும் தாக்கங் களை உருவாக்க முடியாது. குறிப்பாக மைய அரசு இன்று அனைத்தையும் எண்மத்தில் (டிஜிட்டல்) கொண்டு வருகிறது. எனவே கிராமப் பஞ்சாயத்து அலுவலகம் மக்கள் கூடும் செயலாக்க மன்றமாக மாற வேண்டும். பஞ்சாயத்துத் தலைவருக்கே கணினி

இயக்கத் தெரிந்திருக்க வேண்டும். நான் வியந்து பார்த்த ஒரு பஞ்சாயத்து அலுவலகம். குஜராத் மாநிலத்தில், புன்சிரி என்ற கிராமப் பஞ்சாயத்தை ஒரு குட்டிக் குடியரசாக்கி வைத்திருந்தார் ஓர் இளைஞர். பஞ்சாயத்து அலுவலகம் மக்கள் கூட்டம் நிரம்பி வழியும் இடமாக மாற்றி வைத்திருந்தார் அந்த இளைஞர். அந்த அலுவலகத்தில் ஒரு கணினி அறை. அதில் மக்களுக்குத் தேவையான அனைத்துப் பணிகளும் செய்து கொடுக்கப்படுகிறது. தொடர்வண்டி பயணச்சீட்டு, பேருந்து பயணச்சீட்டு, விமானப் பயணச் சீட்டு, பல வகையான அரசு ஆவணங்கள், மனு அனுப்புதல், பெறல் என அனைத்துப் பணிகளையும் செய்ய இருவர் இருக்கின்றார்கள். அவர்களுக்குச் சம்பளம் பஞ்சாயத்துக் கொடுக்கவில்லை. அவர் யாருக்கெல்லாம் பணிகள் செய் கின்றார்களோ அவர்கள்தாம் கொடுக்கின்றார்கள். பஞ்சாயத்து அலுவலகமே இ-சேவை மையமாக செயல்பட்டுக் கொண்டுள்ளது. அதேபோல் ஒவ்வொரு பஞ்சாயத்திலும் ஒரு கணினி அறை கட்டாயம் எல்லா வசதிகளுடன் செயல்படும் அளவுக்குத் தரம் உயர்த்தப்பட வேண்டும். ஒவ்வொரு கிராமப் பஞ்சாயத்தின் வரவு செலவுகள் மத்திய அரசின் பஞ்சாயத்து ராஜ் அமைச்சகத்தின் வலைத்தளத்தில் பதிவேற்றப்பட்டுள்ளது. அதைப் பார்த்துத்தான் மக்கள் பிரமித்துப் போய், கிராமசபையில் கேள்விகள் கேட்டு, சிறப்பாய் செயல்படும் பஞ்சாயத்தாக மாற்றிவிட்டார்கள் கம்பூர் இளைஞர்கள் மதுரை மாவட்டத்தில்.

திட்டமிடுவதற்கான புதிய வாய்ப்பு

மத்திய நிதிக்குழுவின் அழுத்தத்தால் இன்று எல்லாக் கிராமப் பஞ்சாயத்தும் திட்டமிடும் பணியில் இறக்கிவிடப்பட்டுள்ளது. இன்று இந்தத் திட்டமிடல் பணி கட்டாயமாக நடந்தே தீர வேண்டும். தமிழகக் கிராமப்புற உள்ளாட்சித்துறை அமைச்சர் இதையே டிசம்பர் மாத கடைசிக்குள் விழிப்புணர்வை மக்கள் மத்தியில் ஏற்படுத்தி விரைவில் திட்டமிடும் பணியை நிறைவு செய்துவிடுவோம் என்று கூறியுள்ளார். இதைப் பயன்படுத்தி ஒவ்வொரு கிராமப் பஞ்சாயத்தும் தங்கள் கிராமத்தின் மேம்பாட்டுக்கான திட்டத்தை மக்களைப் பங்கேற்க வைத்துத் தயார் செய்ய வேண்டும். இதற்கு நிபுணர்கள் வேண்டும். முதலில்

புள்ளிவிவரம் அறிவியல்பூர்வமாகச் சேகரிக்க வேண்டும். ஒன்று குடும்பம் சார்ந்த புள்ளிவிவரங்கள். மற்றொன்று பஞ்சாயத்து சார்ந்த புள்ளிவிவரங்கள். இந்த இரண்டு புள்ளிவிவரங்களையும் வைத்துக்கொண்டு அலசி ஆராய்ந்து, நம் கிராமம் எப்படிப்பட்ட நிலையில் இருக்கிறது, நம் மக்களின் வாழ்க்கைத் தரம் எங்குள்ளது என்பதை அறிவியல்பூர்வமாகக் கண்டுபிடிக்க வேண்டும். அதன் அடிப்படையில் நம் கிராமம் எதிர்காலத்தில் எப்படி இருக்க வேண்டும் என்ற கனவை முன்னிறுத்தி தேவைகளைக் கண்டறிய வேண்டும். மக்களுடன் கலந்துரையாடி இதன் அடிப்படையில் கிராம மேம்பாட்டுக்கான கருத்தரங்கம் ஒன்று கிராமத்தில் நடத்தி திட்டத்தை உருவாக்க வேண்டும். இந்தச் செயல்பாடுகளுக்கு நிபுணத்துவம் தந்து உதவுவதற்கு இன்று மத்திய அரசு 'உன்னத் பாரத் அபியான்' என்ற திட்டத்தை உருவாக்கியுள்ளது. இந்தியாவிலுள்ள உயர் கல்வி நிறுவனங்கள் கட்டாயமாகக் கிராம சேவையில் ஈடுபட வேண்டும் என்று இந்தத் திட்டத்தின் மூலம் பணித்துள்ளது. எனவே நம் கிராமங்களுக்கு அருகிலுள்ள உயர் கல்விச் சாலைகளை அணுகி அதன் மூலம் ஓர் உயர் கல்விச் சாலையைக் கிராம திட்டமிடுதல் பணிக்கு உதவ அழைத்துத் திட்டம் தயாரிக்க வேண்டும். இந்த உயர்கல்வி நிறுவனத் தொடர்பு பஞ்சாயத்து வேலைகளுக்குத் தேவையான நிபுணத்துவத்தைக் கொடுக்கும். உயர்நிலைக் கல்விக்கழகங்கள் கட்டாயம் கிராமங்களில் விரிவாக்கப்பணி செய்தாக வேண்டும் எனப் பணிக்கப் பட்டுள்ளதால், கட்டாயம் ஆசிரியர்களும் மாணவர்களும் உதவ முன்வருவர். இந்தப் பணியில் அவர்கள் ஈடுபடுவதால் கிராமம் மட்டுமல்ல, ஆசிரியர்களும் மாணவர்களும் பலன் பெறுவார்கள்.

தலைவர்களுக்கான பார்வை

இன்று இதற்கு நம் உள்ளாட்சியில் தலைவர்களுக்குத் தலைமைத் துவத்துடன் சரியான பார்வையையும் உருவாக்க வேண்டும். அப்பொழுதுதான் பிரச்சினைகளைப் புரிந்துகொண்டு தீர்வுகாண அவர்களால் முடியும். முதலில் மக்கள் சார்ந்து பிரச்சினைகளைப் பார்ப்பது, இயற்கை சார்ந்து பிரச்சினைகளைப் பார்ப்பது, தாழ்த்தப் பட்டவர்கள் சார்ந்து பிரச்சினைகளைப் பார்ப்பது, பெண்கள் சார்ந்து பிரச்சினைகளைப் பார்ப்பது, சூழல் சார்ந்து பிரச்சினை

களைப் பார்ப்பது, உயிரினவளம் சார்ந்து பிரச்சினைகளைப் பார்ப்பது, பருவநிலை மாற்றம் சார்ந்து பிரச்சினைகளைப் பார்ப்பது என்ற பார்வையை உருவாக்க சிறந்த பயிற்சியை அவர்களுக்கு அளிக்க வேண்டும். இவை எல்லாவற்றுடன் மக்கள் பங்கேற்பு பற்றிய புரிதலுக்கான பார்வையையும் உருவாக்க வேண்டும்.

முன்மாதிரி

ஜல்லிக்கட்டுப் போராட்டத்தில் பங்கு பெற்ற சில இளைஞர்கள் தங்கள் ஊருக்குச் சென்று மத்திய அரசின் வலைத்தளத்தில் தங்கள் ஊர் பஞ்சாயத்து வரவு செலவு கணக்கைப் பதிவிறக்கம் செய்து ஊர் மக்களிடம் காண்பித்தனர். எப்படி நம் பணம் பறிபோயிருக்கிறது பாருங்கள் என்று கூறி அவர்களிடம் ஒரு விழிப்புணர்வை ஏற்படுத்தினர். கிராமசபைக்கு ஏறத்தாழ ஆயிரம் பேரைத் திரட்டி கேள்வி கேட்க வைத்தனர்; அரசாங்கத்தை மக்களுக்காகப் பணியாற்ற வைப்பதற்கு மக்கள் பங்கேற்பின் முக்கியத்துவத்தை உணர வைத்தனர். மதுரை மாவட்டம் கொட்டாம்பட்டி ஒன்றிய, கம்பூர் ஊராட்சியில் பணியாற்றும் இளைஞர்கள் அந்த ஊரை அனைவரும் திரும்பிப் பார்க்க வைத்துவிட்டனர். இன்று அந்த ஊர்மக்கள் குறைகளை அரசு அதிகாரிகள் ஓடி ஓடித் தீர்க்கின்றனர். இதைத்தான் ஐந்தாயிரம் ஆண்டுகளுக்குமுன் உலகப் புகழ் பெற்ற அரசியல் சிந்தனையாளர், பிளேட்டோவின் மாணவர் அரிஸ்டாட்டில்,

> எந்த நாட்டில் மக்கள் புரிதலோடு தங்கள் கடமைகளைக் குடிமக்களாகச் செய்து அரசாங்கச் செயல்பாடுகளில் பங்கேற்கிறார்களோ அங்குதான் மக்களின் வாழ்க்கைத் தரத்தை அரசாங்கம் சேவையாகச் செய்து உயர்த்தும்,

என்று கூறினார். உலகில் உருவாக்கப்பட்ட அத்தனை ஆளுகைக் கோட்பாடுகளும் இதுவரை அதை மறுக்கவில்லை. இந்த மக்கள் பங்கேற்பின் நடைமுறை குறித்துதான் உலகம் முழுவதும் விவாதங்கள் நடக்கின்றன. இன்று பெரிய தேசிய அரசாங்கங்கள் கட்டமைக்கப்படும்போது சிறிய நகர, கிராம அரசாங்கத்தில் பங்கேற்பது போல பங்கேற்க முடியாது என்று விவாதிக்கின்றன. அதுமட்டுமல்ல, இன்றைய பிரதிநிதித்துவ மக்களாட்சி

முறையில் இன்னொரு புதிய முறைதான் அடித்தட்டு அரசாங்கம். மத்திய மாநில அரசாங்கங்களில் மக்களுக்குத் தேவையான வற்றைப் பெற அரசியல் ரீதியாக ஆளுகைக்கும் நிருவாகத்திற்கும் வெளியில் நின்றுதான் போராட முடியும். ஆனால் இந்த உள்ளாட்சி அமைப்புகளில் மக்கள் தங்கள் பங்களிப்பை ஆட்சிக்குள், ஆளுகைக்குள், நிருவாகத்திற்குள் செய்ய முடியும். மேல்நிலை அரசாங்கங்கள் கொள்கை ரீதியாகத்தான் முடிவெடுக்கின்றன. உள்ளாட்சி அமைப்புகள் மேம்பாட்டுக்காகச் செயல்படுவதன் மூலம் ஒரு மேம்பாட்டு அரசியலை முன்னெடுக்கலாம்.

இதற்கு ஒரு பெரிய மக்கள் தயாரிப்பு நடத்திட வேண்டும். மக்களை அதுவும் குறிப்பாக ஏழைகளைப் பயனாளிகளாக்கி அரசாங்கத்தை எஜமானனாக்கி பயன்களைக் கொடுத்து வந்துள்ளது நமது அரசுகள். இந்தப் புதிய முறையில் எல்லா மேம்பாட்டுச் செயல்பாடுகளிலும் மக்களைப் பங்காளர்களாக்கும் மாற்றத்தைக் கொண்டுவர வேண்டும். இது அவ்வளவு சாதாரணமான நிகழ்வு அல்ல. ஆண்டு முழுவதும் மக்களை எதாவது ஒரு மேம்பாட்டுச் செயல்பாடுகளில் ஈடுபடுத்திக்கொண்டே இருக்க வேண்டும். இதுவரை அரசாங்கம் எந்த மேம்பாட்டுச் செயல்பாடுகளிலும் மக்களைப் பங்கேற்கப் பழக்கியதில்லை. பங்கேற்க வைக்கவும் இல்லை. அதன் விளைவுதான் மக்களுக்கும் அரசாங்கத்திற்கும் மிகப்பெரிய இடைவெளி விழுந்துள்ளது. மக்கள் அரசைக் கண்டு பயம்கொண்டு மக்கள் ஏதோ அரசுக்காக இருப்பதுபோல் வாழ்கின்றனர். அரசாங்கம் தங்களுக்கானது என்ற உணர்வற்று, தங்களுக்கு சேவை செய்வதுதான் அதன் தலையாயப் பணி என்று கருதி அரசாங்கத்தைத் தங்களுக்குப் பணி செய்யுமாறு பணிப்பதற்கு பதில், தங்களுக்குச் செய்யவேண்டிய சேவைக்கே கையூட்டு கொடுக்கும் நிலைக்குக் கொண்டுவந்து வைத்துள்ளனர். இந்த நிலையை மாற்றவந்ததுதான் உள்ளாட்சி அரசாங்கம். அதையும் மக்கள் தங்கள் கைக்குள் கொண்டுவராமல், இந்த அரசாங்கத்தையும் அரசுத்துறை அதிகாரிகள் கையில் விட்டு விட்டு, துறை அதிகாரிகளின் வாய்மொழி உத்தரவுக்குச் செயல்படும் அரசு ஊழியர்களாக மாறிவருவதுதான் ஒரு சோக நிகழ்வு.

மத்திய அரசின் 14ஆவது நிதிக்குழுவும், 15ஆவது நிதிக்குழுவும் பஞ்சாயத்தில் திட்டமிடுவதைக் கட்டாயமாகச் செய்ய வேண்டும்

என உள்ளாட்சிகளை நிர்பந்தித்துள்ளன. இதற்காக ஒன்றிய அரசு நெறிமுறைகளை வகுத்து ஒரு வழிகாட்டு கையேடு தயாரித்து எல்லா மாநிலங்களுக்கும் அனுப்பி, திட்டமிடுதல் பணியைத் தொடங்குமாறு மாநிலங்களைக் கேட்டுக்கொண்டுள்ளது. தமிழகத்தைப் பொறுத்தவரை எதையும் சடங்காக்கும் சக்தி படைத்தவர்கள் நாம் என்பதற்கு அத்தாட்சியாக எல்லா ஊர் களிலும் கட்டுமானப் பணிகளைத் திட்டமாக்கி மத்திய அரசின் வலைத்தளத்தில் பதிவேற்றம் செய்து வைத்திருந்தனர். பின்னர் என்ன காரணம் கருதியோ அதை நீக்கிவிட்டனர்.

தற்போதுதான் புதிய அமைச்சர் டிசம்பர் இறுதிக்குள் திட்டம் தீட்டுவதற்கான மக்கள் தயாரிப்பு நடத்தி அடுத்த ஆண்டு முற்பகுதியில் உள்ளாட்சியில் திட்டமிடும் பணி நிறைவு பெறும் என அறிவித்துள்ளார். இந்தப் பணியைச் செம்மையாகச் செய்திட மத்திய அரசின் வழிகாட்டு நெறிமுறைக் கையேட்டைப் பயன் படுத்தி தமிழகம் முழுவதுமிருந்து 200 உயர்கல்வி நிறுவனங் களைத் தேர்ந்தெடுக்க வேண்டும், அந்த நிறுவனங்களிலிருந்து பேராசிரியர்களைத் தேர்வு செய்து பயிற்சியளிக்க வேண்டும். அவர்கள் மூலமாக ஆசிரியர்களும், மாணவர்களும் அந்தந்த நிறுவனங்களுக்குப் பக்கத்தில் இருக்கும் ஊராட்சிகளில் திட்ட மிடுவதற்கு உதவி செய்திட பணித்திட வேண்டும். உயர்கல்வி நிறுவனங்கள் அனைத்தும் *உன்னத் பாரத் அபியான்* திட்டத்தின் மூலம் கிராமப்புறப் பணி செய்வது கட்டாய மாக்கப்பட்டுள்ளது. அதைப் பயன்படுத்தி இந்தக் கிராம மேம்பாட்டுக்கான திட்டமிடுதல் பணியைச் செய்து முடித்துவிடலாம். இந்த நிகழ்வைக் கேரளாவில் செய்ததுபோல் ஒரு மக்கள் இயக்கமாகவே மாற்றிச் செயல்பட வேண்டும். அப்படிச் செய்து ஒவ்வொரு சிற்றூராட்சியும் ஒரு திட்டம் தயாரித்தால் அரசுத் துறைகள் அனைத்தும் மக்கள் திட்டத்தில் பங்கேற்கும். இதன் மூலம் அரசுத் துறைகளை மக்கள் தேவையில் பணிசெய்ய வைக்கலாம்.

பகுதி இரண்டு
தமிழகக் கிராமப் பஞ்சாயத்து அரசாங்கம்

7

கிராமசபை
அதிகாரங்களும் கடமைகளும்

இந்தப் பஞ்சாயத்து அரசாங்க அமைப்பில் கிராமசபை என்ற அமைப்புதான் மக்களின் நேரடி ஜனநாயகத்தை உருவாக்கும் கருவியாகும். இந்த அமைப்புதான் மக்களை அதிகாரப்படுத்தும் அமைப்பாகும். இந்த அமைப்பில் மக்கள் செயல்படுவதன் மூலம்தான் தங்கள் வாழ்க்கையைப் பாதிக்கும் பிரச்சினைகளில், தங்கள் பங்களிப்பால் முடிவெடுத்து தங்கள் வாழ்க்கையை மாற்றியமைத்துக்கொள்ள முடியும். பெரும்பாலான மக்கள் நம் ஆட்சிமுறையையும், நம் அரசாங்க அமைப்புகளையும் புரிந்து கொள்ளாததன் விளைவு, தங்களின் வாழ்க்கையில் முன்னேற்றத்தைக் கொண்டுவர இயலவில்லை. அரசாங்க அமைப்புகளைப் புரிந்துகொண்டவர்கள், அவற்றைப் பயன்படுத்தி வாழ்க்கையை வளப்படுத்திக்கொண்டுவிட்டனர்.

எனவே நம் அமைப்புகளை, நாம் சரிவரப் புரிந்துகொண்டால், புரிந்துகொண்டு செயல்பட்டால் நம் வாழ்க்கையை நம்மால் மாற்றியமைத்துக்கொள்ள முடியும். அந்த வகையில் நம் மக்களுக்குக் கிராமசபையின் வலிமையும் அதை நாம் கையாளும் முறையையும் தெரியப்படுத்தி, மக்களைப் பங்களிப்புச் செய்யத் தயார் செய்துவிட்டால், மிகப் பெரிய மாற்றத்தை நம்மால் நம் சமுதாயத்தில் உருவாக்க முடியும். எனவே கிராமசபையின் நோக்கங்களையும், அதிகாரங்களையும், அது செய்யவேண்டிய பணிகளையும் சட்டபூர்வமாக முதலில் தெரிந்துகொண்டு, அதைப் பயன்படுத்தும் வழிமுறைகளை நாம் உருவாக்க முனைய

வேண்டும். முதலில் சட்டபூர்வமாக இதற்குள்ள அதிகாரங் களையும் பொறுப்புகளையும் பார்ப்போம்.

இந்திய அரசமைப்புச் சட்டத்தின் 73ஆவது திருத்தத்தின்படி, கிராமசபை மூன்றடுக்கு ஊராட்சி அமைப்புகளின் அடித் தளமாகச் செயல்பட வழிவகை செய்யப்பட்டுள்ளது. அதன்படி அடித் தட்டிலுள்ள கிராம மக்கள், தங்களைத் தாங்களே நேரடியாக நிர்வகித்துக்கொள்ளவும், தங்களால் தேர்ந்தெடுக்கப்பட்ட மக்கள் பிரதிநிதிகளால் மறைமுக மக்களாட்சி நிருவாக அமைப்புகளின் செயல்பாட்டுக்கு வழிகாட்டி, அதனைக் கண்காணிக்கும் ஒரு மேன்மையான அமைப்பாகவும் கிராமசபை உள்ளது. அதிகாரப் பரவலாக்கல் முயற்சி முற்றுப் பெறவும், பரவலாக்கப்பட்ட அதிகாரத்தை மக்கள் நேரடியாக அனுபவிக்கவும் கிராமசபை மூலமே முடியும். கிராமசபையே மக்களாட்சியின் ஆணிவேர். அந்த ஆணிவேர் எவ்வளவு வலுவானதாக உள்ளதோ அந்த அளவே மக்களாட்சி வலுவுள்ளதாகவும், செயல்துடிப்புள்ள தாகவும் இருக்கும்.

கிராமசபையின் மூலம் மக்களாட்சி

கிராமம் முழுமையான மேம்பாடு அடைய வேண்டுமெனில் கிராமத்தில் வாழ்கின்ற ஒவ்வொரு தனிமனிதரும் தங்களது கிராமத்தின் வளர்ச்சியில் ஈடுபாடு காட்டவேண்டும். கிராமம் கிராம மக்கள் கையில் இருந்தால் அரசுத்துறைகள் மக்களுக்காகப் பணியாற்றும். இல்லை என்றால் கிராம மக்கள் அரசுத் துறை களுக்குப் பணியாற்றுவார்கள். கிராம மக்கள் தங்களிடம் ஒற்றுமை உணர்வை வளர்த்துக்கொண்டு, ஒன்றுபட்ட சமுதாயமாகச் செயல்பட வேண்டும். ஒன்றுக்கொன்று முரண்பட்ட, சாதி, சமய வேறுபாடுகளாலும், சண்டை சச்சரவுகளாலும் பிளவுபட்ட குழுக்களாக கிராம மக்கள் இருந்தால், கிராமங்களில் வளர்ச்சி குன்றி, அமைதியின்றி கிராமங்கள் வெகுவாகப் பாதிப்படையும். எனவே கிராம மக்களை ஒன்றுபட்ட, நல்லுறவுகொண்ட, ஒற்றுமை உணர்வுடன் செயல்படும் சமுதாயமாக மாற்றும் பொறுப்பு கிராமசபைக்கே உள்ளது. அத்தகைய கிராமங்களில் வேறுபட்ட கருத்துகள் இருந்தாலும், கிராமசபையில் கண்ணியம் கட்டுப்பாட்டுடன் விவாதித்து ஒருமனதான முடிவுகள் எடுக்க

வேண்டும். முடிவுகள் உண்மையின் அடிப்படையிலும், தரவுகளின் அடிப்படையிலும், நியதியின் அடிப்படையிலும் விஞ்ஞானபூர்வமாக, நேர்மையானதாக இருக்க வேண்டும். இந்தக் கிராம மக்களின் ஒன்றுபட்ட குரலே கிராமசபையின் குரலாக எதிரொலிக்க வேண்டும். இதனால் கிராமங்களில் உள்ளுறைந்துள்ள அடிப்படை மனிதப் பண்புகள் விழிப்படைவ துடன், ஊராட்சி அமைப்புகளின் செயல்பாடுகள், கிராமசபை மூலம் மக்களுக்குப் பொறுப்புள்ள நிருவாகத்தை அளிக்க உதவுகின்றன. இந்தக் கிராமசபை, இந்திய மக்களவை போன்ற அரசமைப்பு சட்டத் தகுதியைப் பெற்றது. முறையாக கிராம சபைக்கு அளிக்கப்பட்ட அதிகாரத்தைப் பயன்படுத்தி முடிவுகள் எடுத்து விட்டால் அந்த முடிவுகளை யாரும் மாற்ற இயலாது. அரசமைப்புச் சட்டத் திருத்தம் 73, 243ஏ-இல் வகுத்துரைக்கப் பட்ட, மாநில சட்டமன்றத்தால் நிறைவேற்றப்பட்ட பஞ்சாயத்து சட்டத்தில் கொடுக்கப்பட்ட அதிகாரங்களையும் பொறுப்பு களையும் கிராமப் பகுதிகளில் உருவாக்கப்பட்ட கிராமசபை நிறைவேற்றிடும்.

கிராமசபையின் அமைப்பு

1994ஆம் ஆண்டு தமிழ்நாடு ஊராட்சிகள் சட்டத்தின் பிரிவு 3இன் படி ஒவ்வொரு கிராம ஊராட்சியிலும் உள்ள அனைத்து வாக்காளர்களையும் உள்ளடக்கிய அமைப்பாக கிராமசபை உருவாக்கப்பட்டுச் செயல்படுகிறது.

கிராமசபையின் பயன்

ஊராட்சி அமைப்புகளையும் பல்வேறு அரசுத்துறைகளின் நிருவாகத்தையும் கண்காணித்து, அவற்றில் உள்ள குறைபாடு களை அவ்வப்போது, ஆங்காங்கே சுட்டிக்காட்டிக் களைவது அரசு இயந்திரத்தால் மட்டுமே இயலாத ஒன்று. எனவே விழிப்புணர்வு பெற்ற கிராம சமுதாயம், கிராமசபை மூலம் நிருவாகத்தின் குற்றங்குறைகளை நீக்கி நல்வழிக்கு இட்டுச் செல்வதே நடை முறைக்கு ஏற்ற ஒன்று. அந்த நிலையில்தான் நேர்மையான, வெளிப்படையான, பொறுப்பான நிருவாக அமைப்பு நாட்டில் உருவாகும். இதனால் திட்டச் செயல்பாட்டில் ஏற்படும் குறைகள்

அவ்வப்போது களையப்படும்; பண வீணடிப்பும் குறைக்கப்படும். திட்டத்தின் முழுப்பயனும் மக்களைச் சென்று அடையும். இதன் மூலம் காலப்போக்கில் ஒரு தூய்மையான, நேர்மையான, மக்களின் குறைகளைக் களையும் பொறுப்பான நிருவாகம் எல்லா நிலைகளிலும் அமைய வாய்ப்பு ஏற்படும்.

பல தரப்பட்ட மக்களின் அறிவு, ஆற்றல், அனுபவங்கள் கிராம ஊராட்சியின் சீரிய செயல்பாட்டுக்கும், வளர்ச்சிப் பணிகளைத் திட்டமிட்டுச் செயல்படுத்துவதற்கும் ஒரு சிறந்த வழிகாட்டுதலை ஏற்படுத்தும். அதன் மூலம் ஒரு பொறுப்பான நிருவாகத்தை ஏற்படுத்தலாம்; அதைக் கிராமசபை மூலம் செய்ய வேண்டும்.

கிராமசபையின் மூலம் பாமரர்கள், தாழ்த்தப்பட்டவர்கள், நலிந்தோர், புறந்தள்ளப்பட்டோர், பெண்கள் என அனைவரும் வேறுபாடின்றி நேரடியாக அடித்தள நிருவாகத்தில் பங்கு பெறும் வாய்ப்பு உருவாக்கப்பட்டுள்ளது. அவர்களின் முன்னேற்றத்திற்காக அவர்களையே நேரடியாகத் திட்டமிடுதலிலும், திட்டச் செயலாக்கத்திலும் பங்குகொள்ளச் செய்யவேண்டும்.

சிறப்பான கிராமசபைச் செயல்பாட்டால் காலப்போக்கில் மனிதநேயத்துடன் ஓர் இணக்கமான கிராம சமுதாயம் உருவாகும்.

கிராமசபையால் பெறும் நன்மைகள்

- வலுவான கிராமசபைகளின் செயல்பாடுகள் நம் மக்களாட்சியின் தன்மையைப் பிரதிநிதித்துவ மக்களாட்சியிலிருந்து, பங்கேற்பு மக்களாட்சியாக மாற்றுகின்றன.

- கிராம மக்கள் அனைவரும் ஒன்றுகூடி தங்கள் கிராமம் எப்படி இருக்கவேண்டும் எனக் கனவு கண்டு, திட்டமிடுவதற்கான புதிய வாய்ப்பு ஏற்பட்டுள்ளது.

- நம் கிராமம் எங்கே இருக்கின்றது, எந்தச் சூழலில் மக்கள் வாழ்கிறார்கள் என்று தாங்களே சுயமதிப்பீடு செய்து கொள்ள ஒரு புதிய வாய்ப்பு ஏற்பட்டுள்ளது.

- சமத்துவத்தையும் சமூகநீதியையும் பற்றிய பொதுப் புரிதலை மக்களிடம் ஏற்படுத்த இந்தக் கிராமசபை ஒரு வாய்ப்பை வழங்கியுள்ளது.

- ஒடுக்கப்பட்ட, புறந்தள்ளப்பட்ட மக்களின் கருத்துகள் ஒலிக்கும் இடமாக கிராமசபை வந்துள்ளது.
- உள்ளாட்சி என்பது தலைவர்கள் மட்டும் நடத்தும் குட்டி சாம்ராஜ்யமாக இல்லாமல், மக்கள் நடத்தும் குட்டிக் குடியரசாக உருவாக வாய்ப்பு வந்துள்ளது.
- மக்களாட்சிப் பண்புகளை வளர்த்தெடுக்க அடிமட்டத்தில் ஒரு வாய்ப்பு வந்துள்ளது.
- விவாத ஜனநாயகத்தை உருவாக்க ஒரு புதிய வாய்ப்பு வந்துள்ளது.

கிராமசபையின் கடமைகள்

- கிராம ஊராட்சியின் ஆண்டு வளர்ச்சித் திட்டத்திற்கும், வருடாந்திர வரவு-செலவுத் திட்டத்திற்கும் ஒப்புதல் அளித்தல்.
- தனிமனிதர் பயன்பெறும் அரசுத் திட்டங்களில் கிராம ஊராட்சி யால் தேர்வு செய்யப்பட்ட பயனாளிகள் பட்டியலுக்கும் சமுதாயச் சொத்துக்கள் உருவாக்கத் தேர்வு செய்யப்படும் இடங்களுக்கும் ஒப்புதல் அளித்தல்.
- கிராம ஊராட்சிப் பகுதியில் நடைபெறும் அனைத்து வளர்ச்சித் திட்டங்களின் செயல்பாடுகளை ஆய்வு செய்து ஆலோசனை வழங்குதல்.
- உள்ளாட்சி அமைப்புகள் மூலம் செயல்படுத்தப்பட்டு முடிவுற்ற பணிகள், நடைபெற்றுவரும் பணிகள், பிற அரசுத்துறைகள், நிறுவனங்கள் மூலம் நிறைவேற்றப்படும் திட்டங்கள் ஆகியவற்றைக் கண்காணித்து ஆய்வு செய்தல்.
- சமூக நலப்பணிகளையும் வளர்ச்சித் திட்டப் பணிகளையும் சிறப்பாகச் செயல்படுத்த பொதுமக்களை ஒன்றுதிரட்டி உழைப்பு, நிதி, பொருள்கள் போன்றவற்றைப் பெற்று திட்டத்தைப் பயனாளிகளும், நன்கொடையாளர்களும் செயல்படுத்த ஊக்குவித்தல்.
- சாதி, மத நல்லிணக்கத்தையும், சமூக ஒற்றுமையையும்

கிராம ஊராட்சியின் பல்வேறு பிரிவு மக்களிடையே வளர்த்தெடுத்தல்.

- கிராம ஊராட்சியின் ஆண்டு வரவு செலவு கணக்கு களையும், தணிக்கை அறிக்கையையும் பரிசீலித்து சமூகத் தணிக்கை அறிக்கைக்கு ஒப்புதல் தருதல்.

கிராமசபைக் கூட்டம் நடத்துதல்

தமிழ்நாடு ஊராட்சிகள் சட்டம் பிரிவு 3(2)இன் படி ஒவ்வொரு கிராம ஊராட்சியும் ஆறு மாதத்திற்கு குறையாத கால இடைவெளியில் கிராமசபைக் கூட்டத்தை, சட்டப்படிக் கட்டாயம் கூட்ட வேண்டும்.

கிராம ஊராட்சியின் தலைவர் கிராமசபையைக் கூட்ட வேண்டும். கிராம ஊராட்சித் தலைவர் கிராமசபையைக் கூட்டத் தவறினால் ஆய்வாளர் (மாவட்ட ஆட்சித் தலைவர்) கிராம சபையைக் கூட்டவேண்டும். மாவட்ட ஆட்சித் தலைவரால் கூட்டப்படும் கூட்டத்திற்கு வட்டார வளர்ச்சி அலுவலர் தகுதிக்குக் குறையாத ஓர் அலுவலரைப் பார்வையாளராக மாவட்ட ஆட்சித் தலைவர் நியமிப்பார். அவர் கிராமசபைக் கூட்டம் முடிந்த 72 மணி நேரத்திற்குள் மாவட்ட ஆட்சித் தலைவருக்கு அறிக்கை சமர்ப்பிக்க வேண்டும்.

கூட்டம் நடக்கும் இடம், நாள், நேரம் ஆகியவை பற்றி அறிவிக்க வேண்டும். கிராமசபைக் கூட்டம், கிராம ஊராட்சியின் எல்லைக்குட்பட்ட ஏதாவது ஒரு பொது இடத்தில் சுழற்சி முறையில் நடத்தப்பட வேண்டும். கிராமசபைக் கூட்டம் நடைபெறுவதைக் கண்காணிக்க மாவட்ட ஆட்சித் தலைவர் பற்றாளர் ஒருவரை நியமிப்பார்.

கூட்டம் முடிந்த 3 நாள்களுக்குள் கூட்டக்குறிப்பைத் தீர்மான நகலுடன் மாவட்ட ஆட்சியருக்கு அனுப்ப வேண்டும்.

கூட்ட நாள்கள்

கிராமசபைக் கூட்டம் ஆண்டுக்குக் குறைந்தது ஆறு முறை யாவது, குறிப்பாக ஜனவரி 26, மே 1, ஆகஸ்ட் 15, அக்டோபர் 2,

நவம்பர் 1, மார்ச் 22 ஆகிய தேதிகளில் கண்டிப்பாக நடத்த வேண்டும். கிராம ஊராட்சி தீர்மானித்தால், தேவைக்கேற்ப விடுமுறை நாள்கள் தவிர ஏனைய எந்த நாளிலும் கூட்டம் நடத்தலாம்.

கூட்டத்தின் நிகழச்சி நிரல் கிராம ஊராட்சியின் இசைவோடு தலைவரால் தயாரிக்கப்படவேண்டும்.

கிராமசபையின் ஒவ்வொரு கூட்டத்திலும் பின்வரும் பொது வான விவாதப் பொருள்களை இடம்பெறச் செய்யலாம்:

- சென்ற கிராமசபைக் கூட்டங்களில் நிறைவேற்றப்பட்ட தீர்மானங்கள் மீது எடுக்கப்பட்ட நடவடிக்கைகள்.
- ஊராட்சி அமைப்புகள், அரசுத் துறைகளின் செயல்பாடு, அவற்றின் மூலம் செயல்படுத்தப்படும் திட்டங்களின் முன்னேற்றம் மற்றும் குறை, நிறைகளை ஆய்வு செய்தல்.
- கிராம வளர்ச்சியில் பொதுமக்களே செய்துகொள்ளக் கூடிய பணிகள் பற்றியும், நமக்கு நாமே திட்ட அடிப்படையில் அரசின் உதவியுடன் செயல்படுத்தப்பட வேண்டிய பணிகள் குறித்தும் முடிவு செய்தல்.

இதைத் தவிர குறிப்பிட்ட பொருள்கள் பற்றி பின்வரும் தேதிகளில் நடைபெறும் கூட்டங்களில் தவறாது விவாதிக்க வேண்டும்.

ஜனவரி 26: கிராம ஊராட்சியின் வளர்ச்சிப் பணி தொடர்பாக அடுத்து வரும் நிதியாண்டிற்கான திட்ட அறிக்கையையும், உத்தேச வரவு-செலவுத் திட்டத்தையும் கிராமசபைக் கூட்டத்தில் வைத்து ஒப்புதல் பெறுதல்.

மே 1: அரசின் பல்வேறு திட்டங்களில் பயன்பெறத் தேர்வு செய்யப்பட்ட பயனாளிகள் பட்டியல், கிராம ஊராட்சியின் திட்டப் பணிகள் பட்டியல் ஆகியவற்றை விவாதித்து ஒப்புதல் பெறுதல்.

ஆகஸ்ட் 15: வறுமை ஒழிப்புத் திட்டம் உட்பட அனைத்துத் துறைகளிலும் நிறைவேற்றப்படும் திட்டங்கள், பயன்பெறும் தன்மை பற்றி எடுத்துரைத்தல்.

அக்டோபர் 2: ஊராட்சி அமைப்புகள், அரசின் இதர துறைகள் மேற்கொள்ளும் வளர்ச்சிப் பணிகள் குறித்து ஆய்வு மேற்கொள்ளுதல்.

நவம்பர் 1: தமிழக உள்ளாட்சி நாள் கடைப்பிடிக்கும் போது, அரசுத் துறைகளால் செயல்படுத்தப்படும் திட்டங்கள் குறித்து மக்கள் மத்தியில் விழிப்புணர்வை ஏற்படுத்த வேண்டும்.

மாவட்ட ஆட்சித் தலைவர் ஏதேனும் ஓர் ஊராட்சி கிராம சபையில் கலந்துகொண்டு நலத்திட்ட உதவிகள் வழங்க வேண்டும்.

மார்ச் 22: உலகத் தண்ணீர் நாள். அன்று கிராமசபையில் தண்ணீர் பற்றிய விழிப்புணர்வு, தண்ணீர் சிக்கனம், தண்ணீர் பற்றிய அறிவு உருவாக்கம் போன்ற விவரங்களை மக்களிடம் கொண்டு சேர்க்க கிராமசபையைப் பயன்படுத்த வேண்டும். தண்ணீர் பாதுகாப்புக்கும் நீர்மேலாண்மைக்கும் உறுதிமொழி எடுத்தல்.

கிராம ஊராட்சியின் முந்தைய ஆண்டிற்கான நிருவாக அறிக்கை, வரவு செலவுக் கணக்கின் மீதான தணிக்கைக் குறிப்புகளையும் அதற்குரிய பதில்களையும் பரிசீலித்தல்.

ஒவ்வொரு கிராம ஊராட்சியும் கிராமசபைக் கூட்டம் கூட்டுவதற்கு ஒரு வாரத்திற்கு முன்பு கிராமசபையில் விவாதப் பொருள்களை முடிவு செய்ய, கிராம ஊராட்சிக் கூட்டத்தைக் கூட்ட வேண்டும்.

விவாதிக்கப்பட வேண்டிய பல்வேறு தலைப்புகள் குறித்து இந்தக் கூட்டத்தில் முடிவு செய்யலாம். குறிப்பாக பின்வருபவை கண்டிப்பாக இடம் பெறவேண்டும்:

1. சென்ற கிராமசபைக் கூட்டத்தில் அனுமதிக்கப்பட்ட தீர்மானங்கள், அவற்றின் மீது எடுக்கப்பட்ட நடவடிக்கைகள்.

2. சென்ற ஆண்டில் ஊராட்சி அமைப்புகள், பிற துறைகள் மூலம் நிறைவேற்றிய திட்டப்பணிகள் பற்றி விவாதித்தல்.

3. சென்ற ஆண்டில் தனிமனிதர்கள் பயன்பெறும் அரசுத் திட்டங்களின் மூலம் பயன்பெற்ற பல்வேறு பயனாளிகள் பற்றிய விவரம் தெரிவித்தல்.

4. சென்ற ஆண்டுக்கான கணக்குகளை சமூகத் தணிக்கைக்கு வைத்தல்.

5. சென்ற ஆண்டுக்கான தணிக்கைத் தடைகள், அவற்றுக்குக்

கிராம ஊராட்சி அளித்துள்ள பதில் பற்றிய விவரங்கள்.

6. நடப்பு ஆண்டில் தனிமனிதர் பயன்பெறும் திட்டங்களில் முன்னுரிமை அளிக்கப்பட வேண்டிய குடும்பங்கள் விவரம், குறிப்பாக தொகுப்பு வீடுகள் பற்றி விவாதித்து முடிவு செய்தல்.

7. ஊரக வளர்ச்சித்துறை மூலம் நிறைவேற்றப்படும் தனி மனிதர் பயன்பெறும் திட்டங்கள், குழு மூலம் பயன் பெறும் திட்டங்கள், தொகுப்புவீடுகள் ஆகியவற்றில் தகுதியான பயனாளிகள் பட்டியல் தயார் செய்யப்பட்டுக் கிராமசபை மூலமே அனுமதிக்கப்பட வேண்டும்.

8. அரசுத்துறைகள் மூலம் நிறைவேற்றப்படும் திட்டங்கள், பற்றியும் கிராமங்களில் தீட்டப்படும் கிராம வளர்ச்சித் திட்டம் பற்றியும் கிராமசபையில் விவாதிக்கப்பட்டுக் கிராமசபையின் அனுமதி பெறவேண்டும்.

9. ஒவ்வொரு கிராம ஊராட்சியிலும் தேவையான அடிப்படை வசதிகள், சமூகப் பணிகள் குறித்த பொதுமக்களின் கோரிக்கைகள் கிராமசபையில் தொகுக்கப்பட்டு மக்களின் அவசியத் தேவைகள் அடிப்படையில் முன்னுரிமைப்படுத்த வேண்டும். அதன் அடிப்படையில் பல்வேறு திட்டங்களிலும் எடுத்துக்கொள்ள வேண்டிய பணிகள் குறித்த பட்டியலை, கிராமசபையே அனுமதிக்க வேண்டும்.

10. ஒவ்வொரு கிராமத்திலும் நமக்கு நாமே திட்டத்தில் எடுத்துச் செய்யவேண்டிய பணிகள் பற்றியும் மக்களின் பங்களிப்பு பற்றியும் விவாதித்து, கிராமசபை மூலம் செய்ய வேண்டும்.

11. நடப்பு ஆண்டில் நடத்தவேண்டிய மருத்துவ முகாம், தீவிரமாகப் பரப்புரை செய்ய வேண்டிய இதரத் தலைப்புகள் பற்றியும் விவாதத்திற்கு வைக்கலாம்.

இது போன்ற பிரச்சினைகளையும் கிராமத்தில் குறிப்பாக உள்ள வேறு பிரச்சினைகளையும் பற்றி விவாதிக்க உரிய விவரங்களைத் தொகுத்து, கிராம ஊராட்சியின் அனுமதி பெற வேண்டும். இந்தப் பொருள் தொடர்பான விவரங்களை தொடர்புடைய துறைகளிடமிருந்து சேகரிக்கவேண்டும்.

கூட்டத்திற்கான கால அவகாசம்

கிராமசபைக் கூட்டத்தை நடத்த உரிய அறிவிப்பைக் கிராம ஊராட்சித் தலைவர் வெளியிடுவார். கூட்டம் நடைபெற திட்டமிட்டுள்ள தேதிக்கு குறைந்தது ஏழு நாள்களுக்கு முன்னரே அறிவிக்க வேண்டும்.

கூட்ட அறிவிப்பு: வெளியிடுதலும் விளம்பரப்படுத்துதலும்

- கூட்டம் நடைபெறும் இடம், நாள், நேரம், விவாதிக்கப்படும் பொருள்கள் குறித்து, கிராம ஊராட்சி அலுவலகம், முக்கிய பொது இடங்களான பள்ளிகள், சத்துணவு மையம், தொலைக்காட்சி அறை, கோவில், மேல்நிலை நீர்த்தேக்கத் தொட்டி எனப் பொதுமக்கள் கூடும் அனைத்து இடங்களிலும் ஒட்டவேண்டும்.
- இது குறித்த துண்டறிக்கைகளை எல்லா வீடுகளுக்கும் வழங்கலாம்.
- மாவட்ட நிருவாகம், செய்திகள் வெளியிடுதல், விழிப்புணர்வு முகாம்கள், திரைப்பட சிலைடுகள், துண்டறிக்கைகள் மூலம் பொதுமக்களைக் கிராமசபையில் கலந்துகொள்ள வேண்டுகோள் விடுக்கும் தன்னார்வத் தொண்டு நிறுவனங்களையும் இந்தப் பணியில் ஈடுபடுத்தலாம்.

கூட்ட அறிவிப்பையும் கூட்ட விவாதப் பொருள்களையும் கூட்டம் நடைபெற உள்ள ஏழு நாள்களுக்கு முன்னரே ஆய்வாளருக்கு (மாவட்ட ஆட்சித் தலைவர்) அனுப்பவேண்டும்.

பிற துறை தொடர்பான விவரங்களைக் கிராம வாரியாகத் திரட்டி ஊக்குவிப்பாளர் மூலம் கிராம ஊராட்சிக்குத் தெரியப் படுத்த வேண்டும்.

ஆவணங்கள் சேகரித்துப் பார்வைக்கு வைத்தல்

சமூகத் தணிக்கைக்குப் பதிவேடுகளையும் ஆவணங்களையும் யார் பொறுப்பில் எங்கு வைக்கவேண்டும் என்று முன்னரே முடிவு செய்யவேண்டும். கூட்டம் நடைபெறும் இடம் முன் கூட்டியே முடிவு செய்யவேண்டும். அந்த இடம் பொதுமக்களுக்கு வசதியான பொது இடமாக இருக்கவேண்டும்.

சென்ற ஆண்டு ஊரக வளர்ச்சித்துறை, பொதுப்பணித்துறை, நெடுஞ்சாலைத்துறை போன்ற துறைகள் மூலம் செயல்படுத்தப் பட்ட திட்டப்பணிகள் குறித்து ஆய்வு செய்ய மாவட்ட ஆட்சித் தலைவர் தொடர்புடைய துறையிலிருந்து விவரங்கள் பெற்று பற்றாளர் மூலம் கிராம ஊராட்சிக்கு வழங்க வேண்டும்.

அதே போல் ஊரக வளர்ச்சித்துறை, வேளாண்மைத்துறை, தோட்டக்கலைத்துறை, கால்நடைப் பராமரிப்புத்துறை, ஆதி திராவிடர் நலத்துறை, வருவாய்த்துறை, சமூக நலத்துறை போன்ற துறைகள் மூலமாகத் தனிமனிதர்களுக்கு வழங்கப்படும் மானியம், கடன், பிற திட்டங்களில் உதவிகள், பயன்பெற்ற தனிமனிதர் பட்டியல், நிதிப் பயன்பாடு இவற்றைக் கிராம வாரியாகத் தொடர்புடைய துறைகளிலிருந்து பெறவேண்டும்.

ஒவ்வொரு கிராமசபைக் கூட்டத்திலும், கிராம ஊராட்சியின் வரவு-செலவு கணக்குகள், செலவுச் சீட்டுக்கள், ரசீது புத்தகங்கள், பதிவேடுகள் போன்றவற்றைப் பாதுகாப்பான இடத்தில் கிராம சபை உறுப்பினர்களின் பார்வைக்கு வைக்கப்பட்டு, சமூகத் தணிக்கைக்கு ஆவன செய்ய வேண்டும்.

கூட்டம் நடத்துவதற்குரிய முன்னேற்பாடுகள்

கிராமசபை, அரசியல் அமைப்புச் சட்டப்படியான ஓர் அமைப்பு. இதன் முக்கியத்துவத்தையும் பொறுப்பையும் உணர்ந்து கிராம சபைக் கூட்டத்தில் இந்த அமைப்பின் கண்ணியம் காப்பாற்றப்பட வேண்டும். இந்தக் கூட்டம் அரசு விழாவோ, அரசியல் மேடையோ, பொதுக்கூட்ட மேடையோ இல்லை என்பதைத் தொடர்புடைய அனைவருக்கும் உணர்த்த வேண்டும்.

- கிராமசபைக் கூட்டம் நடத்த முடிவு செய்த தேதிக்கு ஒரு வாரம் முன்னதாக விதிமுறைப்படி அறிவிப்பு செய்ய வேண்டும். துண்டுப்பிரசுரம், ஒலிபெருக்கி மூலம் விளம்பரம் செய்ய வேண்டும். வார்டு உறுப்பினர்கள் நேரில் சென்று பொதுமக்களை அழைக்கவேண்டும்.

- கிராமசபை நடத்த தேர்ந்தெடுக்கப்பட்ட இடம் பொது இடமாகவும் திறந்த வெளியாகவும் இருக்கவேண்டும். விழா மேடைகள் அமைத்தல், தேவையற்ற ஆடம்பரம்

முதலியவை தவிர்க்கப்படவேண்டும். அறைகளுக்குள் கூட்டம் நடத்தப் படுவதும் தவிர்க்கப்படவேண்டும்.

- கூட்டப் பொருள் தொடர்பாக கிராமசபைக் கூட்டத்தில் துண்டுப் பிரசுரம் மீண்டும் கொடுக்கவேண்டும். இதனால் கிராமசபையில் விவாதிக்கப்படும் பொருள் குறித்து விவரங்கள் மக்கள் தெரிந்துகொள்ள வாய்ப்பாக அமையும்.

கூட்ட நடைமுறை

1. கூட்டத்திற்குத் தலைமை ஏற்றல். கிராம ஊராட்சித் தலைவரே கிராமசபையின் கூட்டத்திற்குத் தலைமை தாங்கி நடத்த வேண்டும். கிராம ஊராட்சித் தலைவர் வராதபோது துணைத் தலைவரும், தலைவர், துணைத் தலைவர் ஆகிய இருவருமே வராத போது கூட்டத்திற்கு வந்துள்ள கிராம ஊராட்சி உறுப்பினர் களால் தேர்வு செய்யப்படுகின்ற உறுப்பினர் ஒருவரும் தலைமை வகித்தல் வேண்டும்.

2. வருகை, கூட்ட நடவடிக்கைப் பதிவேடு. கூட்டத்திற்கு வருகை தரும் உறுப்பினர்களின் கையொப்பத்தை வருகை - கூட்ட நடவடிக்கைப் பதிவேட்டில் பெறவேண்டும்.

3. குறைந்த அளவு வருகை சரிபார்த்தல். கூட்டம் தொடங்கிய அரைமணி நேரத்திற்குள் உரிய குறைவெண் வரம்பு இல்லையெனில் அந்தக் கூட்டம் ஒத்திவைக்கப்பட வேண்டும். மீண்டும் கூட்டம் நடைபெறும் நாள் குறித்து அறிவிக்க வேண்டும்.

- கிராமசபைக் கூட்டத்தில் கலந்துகொள்ளும் உறுப்பினர்களில் 1/3 பங்குக்குக் குறையாமல் மகளிர் இடம் பெற வேண்டும்.

- கிராம ஊராட்சியின் மொத்த மக்கள்தொகையில் ஆதி திராவிடர்/பழங்குடியினர் மக்களின் மக்கள்தொகை விகிதாச்சார அளவில் எவ்வளவோ, அந்த விகிதாச்சார அடிப் படையில் இந்தப் பட்டியலினத்தவர்கள் பங்கு பெற்றிருக்க வேண்டும்.

- தனி வருகைப் பதிவேடு, பங்கேற்பைப் புகைப்பட நகல்கள் மூலம் பதிவு செய்யவேண்டும்.

- குறைந்தளவு வருகை இருந்தால், கூட்டத் தலைவர்

6.1: குறைவெண் வரம்பு

வ.எண்	மக்கள்தொகை	குறைவெண் வரம்பு
1.	500 வரை	50
2.	501 முதல் 3000 வரை	100
3.	3001 முதல் 10,000 வரை	200
4.	3001 முதல் 10,000 வரை	300

ஒவ்வொரு பொருளாக எடுத்துரைக்க அதன்மீது கிராமசபை உறுப்பினர் விவாதித்து உரிய தீர்மானம் நிறைவேற்றிப் பதிய வேண்டும்.

4. உறுப்பினர்கள் குறைகளைச் சுட்டிக்காட்டுதல். கிராம ஊராட்சியின் தலைவர், கிராம ஊராட்சி நிருவாகம் மீதான குறைகள்- தவறுகளை உறுப்பினர் சுட்டிக்காட்டினால், உரிய பதிலை தொடர்புடையவர் ஆதாரப்பூர்வமாகப் பொதுமக்களுக்கு விளக்க வேண்டும்.

- விவாதம் சுமுகமாகவும், கண்ணியத்துடனும், கட்டுப் பாட்டுடனும் நடத்த உரிய நடவடிக்கைகளை எடுப்பது தலைவர், உறுப்பினர்களின் பொறுப்பு ஆகும்.

- முதலில் தலைவர் கிராமசபை உறுப்பினர்களை வரவேற்க வேண்டும். அதன் பிறகு விவாதிக்கப்பட வேண்டிய பொருள் களைச் சுருக்கமாகக் கோடிட்டுக் காட்ட வேண்டும். பிறகு ஒவ்வொரு விவாதப் பொருளையும் தலைவர் எடுத்துரைக்க விவாதம் தொடங்கும். கிராம மக்களுக்கு வேறுபாடின்றி விவாதத்தில் கலந்துகொள்ள அனுமதி அளிக்கவேண்டும்.

- ஒவ்வொரு பொருள் மீதான விவாதத்தின் இறுதியில் பொதுமக்கள் கூறும் கருத்தின் அடிப்படையில் முடிவு களைக் கிராமசபை அனுமதியைப் பெற்று, வருகை-கூட்ட நடவடிக்கைப் பதிவேட்டில் தீர்மான வடிவில் பதிவு செய்ய வேண்டும்.

- கிராமசபைக் கூட்டத்தை உரைமேடையாகவோ, விவாத மேடையாகவோ பயன்படுத்தக் கூடாது.

- தலைவர்மீது குற்றச்சாட்டுக் கூறப்பட்டால், தலைவர் பொறுமையாகப் பதில் அளிக்கவேண்டும். தேவைப்பட்டால், ஆவணங்களைக் காண்பிக்கவேண்டும்.

- தலைவர் மீதோ, உறுப்பினர்கள் மீதோ, அலுவலர்கள் மீதோ கிராமசபை உறுப்பினர்கள் குறைகளைச் சுட்டிக் காட்டுவதற்கு உரிமை உண்டு. அதே போல் பதில் அளிப்பதும் தலைவரின் கடமையாகும்.

- பிற துறை அலுவலர்கள் மீது ஆதாரத்துடன் குற்றஞ் சாட்டப் பட்டாலோ, திட்டப் பணியில் குறைபாடு சுட்டிக் காட்டப் பட்டாலோ அது பற்றித் தீர்மானம் இயற்றி அந்தத் துறையின் மேல் அலுவலருக்கு நடவடிக்கைக்காக அனுப்ப வேண்டும்.

- சலசலப்புகள், சச்சரவுகள், பிரச்சினைகள் ஆகியவற்றைத் தலைவர் தலையிட்டுச் சுமுகமாகத் தீர்த்துவைக்க வேண்டும். பிரச்சினைகள் கட்டுக்கடங்காமல் சென்றால் கிராம சபைக் கூட்டத்தை ஒத்திவைக்கலாம். பாதுகாப்புடன் கிராம சபையை மீண்டும் கூட்டுவதற்கு உரிய நடவடிக்கை எடுக்க வேண்டும்.

- கிராமசபை உறுப்பினர்கள் கூறும் குற்றச்சாட்டுகள் ஆவணங்கள் மூலம் பொய்யானவை என நிரூபிக்கப்பட்டால், மக்களிடையே தலைவர் மீதும் உறுப்பினர்கள் மீதும் மக்களுக்கு நம்பிக்கை ஏற்பட வாய்ப்பு ஏற்படும் என்பதை நினைவில்கொண்டு தலைவர் பொறுப்புடன் நடந்து கொள்ள வேண்டும்.

- சட்டமன்ற, பாராளுமன்ற உறுப்பினர்கள் கிராமத்தினுடைய வாக்காளர்கள் என்ற முறையில், கருத்துச் சொல்ல அனுமதிக்கப்படுவார்களே தவிர, அவர்கள் தனிப்பட்ட மரியாதையை எதிர்பார்க்கக் கூடாது.

1. செய்யவேண்டியவை

- கிராமசபைக் கூட்டத்தில் விவாதிக்கப்பட வேண்டிய பொருள் களைக் கிராம ஊராட்சியில் முடிவு செய்து தீர்மானம் இயற்றி அதன் அடிப்படையில்தான் விவாதிக்க வேண்டும்.

- கிராமசபை நடக்கும் நாள், நேரம், இடம் குறித்து 7 நாள் களுக்கு முன்னதாக கிராம ஊராட்சி அலுவலகத்திலும் பொது மக்கள் கூடும் இடங்களிலும் அறிவிப்பு வெளியிட வேண்டும்.
- கிராமத்தில் உள்ள முக்கிய பிரமுகர்களைத் தலைவர், உறுப்பினர்கள் கிராமசபைக் கூட்டத்திற்கு நேரில் சென்று அழைக்கலாம். வார்டு உறுப்பினர்கள் அந்தந்த வார்டு மக்களைத் திரட்டுவதற்குப் பொறுப்பேற்க வேண்டும்.
- துண்டுப் பிரசுரம், தண்டோரா, ஒலிபெருக்கி மூலம் கிராமத்தின் அனைத்துப் பகுதிகளிலும் விளம்பரப் படுத்தலாம்.
- கிராமசபைக் கூட்டம் நடத்துவதற்கான செலவினங்களைக் கிராம ஊராட்சியின் ஒப்புதலுடன் அதிகபட்சமாக ரூ. 5000 (ஐந்தாயிரம்) மட்டும் செலவு செய்துகொள்ளலாம்.
- கூட்டம் நடைபெறுவதற்கு இரண்டு அல்லது மூன்று நாள்களுக்கு முன்னதாக திருவிழா போன்ற உணர்வு ஏற்படுமாறு விழிப்புணர்வை ஏற்படுத்த வேண்டும்.
- கிராமசபைக் கூட்டத்திற்கு முன்பாக கிராமசபை பற்றியும் வளர்ச்சிப் பணிகளைப் பற்றியும் பட்டிமன்றம், கருத்தரங்கம், பொம்மலாட்டம், வில்லுப்பாட்டு, ஓரங்க நாடகம் போன்ற வற்றை நடத்தி விழிப்புணர்வை ஏற்படுத்தலாம்.
- கிராமசபைக் கூட்டம் நடைபெறுவதற்கு முன்னதாக, வளர்ச்சித்துறை வெளியிட்டுள்ள இலவச வெளியீடுகள், துண்டுப் பிரசுரங்கள், திட்டவிளக்கக் குறிப்புகள் ஏதும் இருப்பின் அவற்றைப் பெற்று, கிராமசபையின் போது வழங்கலாம்.
- கிராமசபைக் கூட்டம் கிராம ஊராட்சி எல்லைக்குள்ளேயே திறந்த வெளியில், இயற்கைச் சூழலில் அமைந்துள்ள பள்ளிகள், சமுதாயக் கூடங்கள் போன்ற பொது இடங்களில் மக்களுக்கு வசதியான பகல் நேரத்தில் நடத்த வேண்டும். இது பொது இடமாக இருப்பது அவசியம்.
- கிராம ஊராட்சியின் கணக்குகளை சமுதாயத் தணிக்கை

செய்யும் பொருட்டு வரவு-செலவு கணக்குகள், பதிவேடுகள், செலவுச் சீட்டுக்கள் போன்ற ஆவணங்களைக் கிராம ஊராட்சி அலுவலகத்தில் பாதுகாப்புடன் பார்வைக்கு வைக்க வேண்டும்.

- திட்டச் செயல்பாடுகளை விளக்குவதற்குக் கரும்பலகை போன்ற கருவிகளைப் பயன்படுத்தலாம்.

- கூட்டத் தலைவர் ஒவ்வொரு பொருளாக எடுத்துரைக்க அதன் மீது விவாதித்து உரிய தீர்மானம் நிறைவேற்றி தனிப் பதிவேட்டில் பதிவு செய்து கூட்டத்தில் பங்கேற்ற அனைத்து உறுப்பினர்களின் கையொப்பம் பெறப்பட வேண்டும்.

- கிராம ஊராட்சித் தலைவர், கிராம ஊராட்சியின் நிருவாகம் மீதான குறைகளையும் தவறுகளையும் உறுப்பினர்கள் ஆதாரப்பூர்வமாக, பொறுமையாக விளக்க வேண்டும். ஆத்திரப்படக்கூடாது.

- இயற்றப்பட்ட தீர்மானங்கள் மீண்டும் கிராமசபைக் கூட்டத்தில் வாசிக்கப்பட வேண்டும்.

- எடுக்கப்பட்ட முடிவின் அடிப்படையில் நிறைவேற்றப் பட்ட தீர்மான நகலைத் தொடர்புடைய துறைகளின் மேல் நடவடிக்கைக்காக அனுப்பவேண்டும்.

2. **செய்யக் கூடாதவை**

- கிராமசபைக் கூட்டத்திற்குக் குறைவெண் வரம்பிற்கு குறைவான உறுப்பினர்கள் கலந்துகொண்டால் கூட்டத்தை நடத்துதல் கூடாது.

- ஒவ்வொரு பொருள் மீதும் தீர்மானம் இயற்றிய பின்னர், அது குறித்து எவ்விதக் கலந்துரையாடலையும் அனுமதிக்கக் கூடாது.

- கிராமசபைக் கூட்டம் நடத்துவதற்குப் பந்தல் போட்டு வீணான செலவுகள் ஏதும் செய்தல் கூடாது.

- கிராமசபைக் கூட்டத்தை இரவு நேரங்களில் நடத்தக் கூடாது.

- கிராமசபைக் கூட்டத்தைச் சிறிய அறையில் நடத்தக் கூடாது.

- கிராமசபைக் கூட்டங்களுக்கு நாற்காலி, மேசை போன்ற வற்றை வாடகைக்கு எடுக்கக்கூடாது. கூட்டத்திற்கு வருகை தரும் எவருக்கும் தனிப்பட்ட மரியாதையோ, புகழ்ச்சியோ, இகழ்ச்சியோ செய்தல் கூடாது. உறுப்பினர்கள் அமர்வதற்கு கிராம ஊராட்சியிலுள்ள தார்ப்பாய்களைப் பயன்படுத்தலாம்.

- கிராமசபைக் கூட்டங்களில் மாலை, பொன்னாடைகளை அணிவித்தல் கூடாது.

- கிராமசபைக் கூட்டங்களில் அரசையோ, மற்ற ஊராட்சி அமைப்புகளையோ, அரசுத் துறைகளையோ, தொடர்புடைய அலுவலர்களையோ தனிப்பட்ட முறையில் குறிப்பிட்டு விமர்சிக்கக் கூடாது. ஆனால் தவறுகள் இருந்தால் ஆதார பூர்வமாக கிராமசபைக்குத் தெரிவிக்கலாம்.

கூட்டத் தீர்மானங்கள்

கிராமசபைக் கூட்டம் நடந்த மூன்று நாள்களுக்குள் கிராம ஊராட்சித் தலைவர் கூட்ட நடவடிக்கைகளை ஆய்வாளருக்கு (மாவட்ட ஆட்சித்தலைவர்) அனுப்ப வேண்டும்.

நாம் என்ன செய்யவேண்டும். இதுவரை மேலே கூறப்பட்ட அனைத்தும் சட்டபூர்வமாக கிராமசபையைக் கூட்டுவதற்கும் அதை நடத்துவதற்கும் உள்ள சட்டபூர்வமான வழிகாட்டு நெறிகள். இந்த வாய்ப்பை எப்படிப் பயன்படுத்துவது என்பதை நாம் யோசிக்கவேண்டும். முதலில் மக்கள் மத்தியில் விழிப்புணர்வை ஏற்படுத்திட நாம் முயலவேண்டும். மக்கள் கிராமசபைக்குச் செல்வதால் தங்களுக்கு என்ன நன்மை என்பதை யோசிப்பார்கள். அப்படி யோசித்தால் இன்றையச் சூழலில் எந்த நன்மையும் கிடைக்கவில்லை என்ற நிலையில் கிராமசபைக்கு வர மறுப்பர். முதலில் கிராமசபைக்கு மக்கள் வருவதால், சமுதாயத்துக்கும் தனக்கும் என்ன நன்மை கிடைக்கும் என்பதை விவரிக்க வேண்டும். அதற்கு முதலில் கிராமப் பஞ்சாயத்துத் தலைவருக்குக் கிராமசபையின் வலிமையைப் பற்றி ஒரு தெளிவான எண்ணத்தை உருவாக்கவேண்டும். கிராமசபை வலிமை பெற்றுவிட்டால், எந்த அரசாங்கத் துறையும் ஊழல் செய்ய முடியாது. மக்கள் நேரடி யாகப் போராட ஆரம்பித்துவிடுவார்கள்.

சட்டமன்ற உறுப்பினர்களும், பாராளுமன்ற உறுப்பினர்களும், மற்றுமுள்ள மக்கள் பிரதிநிதிகளும், அரசுத்துறை நிறுவனங்களும் தாங்கள் நினைத்தபடி கிராமங்களில் வேலை செய்யமுடியாது. ஏனென்றால் கிராமசபை தீர்மானிக்கின்ற வேலைகளை மட்டும் தான் செய்ய முடியும். கிராமசபை உறுப்பினர்கள், செய்த வேலைகளைச் சென்று ஆய்வு செய்வார்கள். வேலைகள் தரமானவையாக இல்லை என்றால் தொடர்புடைய துறை மேலதிகாரிகளிடம் முறையிட்டு, தகுந்த நடவடிக்கை எடுக்க வைப்பர். எனவே கிராமங்களில் நடக்கும் வேலைகளின் மேல், அதிகாரப்பூர்வமான கவனம் மக்களுக்கு வந்துவிட்டது என்றால் தவறு செய்ய அரசு நிறுவனங்களும் மக்கள் பிரதிநிதிகளும் யோசிப்பார்கள். அடுத்து, கிராமங்களில் ஒற்றுமை நிலவுகிறது என்றால் நல்ல அதிகாரிகள் அப்படிப்பட்ட கிராமங்களைத் தேடிச்சென்று அந்தக் கிராம மக்களுடன் சேர்ந்து வேலை செய்து சாதனை புரிய முயலுவார்கள். ஊழல் அதிகாரிகள் அந்தக் கிராமத்தில் வேலை நடைபெறும்போது ஊழல் பண்ணுவதற்கு அச்சப்படுவார்கள்—மக்கள் பிடித்துக்கொள்வார்கள் என்று.

அதுமட்டுமல்ல, தனிமனிதர் பயனடையும் திட்டங்களில் எந்தத் துறையாக இருந்தாலும், பயனாளிகள் தேர்வு, கிராம சபையில் நடைபெற வேண்டும். அப்படி நடைபெற்றால் இன்று நடப்பது போல் 'நீ ஒருவரைச் சேர்த்துக்கொள், நான் ஒருவரைச் சேர்த்துக்கொள்கிறேன், அதிகாரி ஒருவரைச் சேர்த்துக்கொள்ளட்டும்' என இல்லாமல் உண்மையிலேயே பாவப்பட்ட, ஒதுக்கப்பட்ட, ஓரம் கட்டப்பட்ட, கடைக்கோடி மனிதன் பயன்பெறும் வகையில் தேர்வுகள் நடைபெறும். உண்மையான தேர்வு நடைபெற்றால் ஒரு பத்து ஆண்டு காலத்தில் அனைவருக்கும் பட்டா, வீடு, கல்வி, சுகாதார வசதி, பாதுகாக்கப்பட்ட குடிநீர் என வாழ்க்கைக்குத் தேவையான அடிப்படை வசதிகளைப் பஞ்சாயத்துகள் செய்து கொடுத்துவிட முடியும்.

அதேபோல் இந்தக் கிராமசபையைக் கோவில் திருவிழா நடத்துவதற்கு ஊர்க்கூட்டம் கூட்டுவது போல நடத்த வேண்டும். நம்முடைய ஊர் ஏரிகள், குளங்கள், கண்மாய்கள் இவற்றைப் பாதுகாக்க முறைப்படுத்த, பாசனமுறைகளை நெறிப்படுத்த பாசனதாரர் கூட்டம் போடுவது போல, கிராம சபையைச் சடங்குக்

காகக் கூட்டாமல், நமக்காக, நம் மக்களுக்காகக் கூட்ட வேண்டும். அப்படிக் கூட்டும் போது கூட்டத்தில் விவாதிக்க வேண்டிய பொருள் பட்டியலை நம் பஞ்சாயத்தில் தயாரிக்க வேண்டும்.

அரசாங்கம் தரும் பொருளையும் விவாதிக்கலாம். பிரச்சினை களை விவாதிக்க வேண்டும். கருத்துகளைப் பரிமாறிக்கொள்ள வேண்டும். பஞ்சாயத்து செய்த வேலைகளைக் கூறவேண்டும். செய்யப் போகும் வேலைகளையும் கூறவேண்டும். செலவு களையும் வரவுகளையும் சொல்ல வேண்டும். கேள்வி கேட்டால், கோபப்படாமல், பதில் சொல்ல பஞ்சாயத்துத் தலைவர்கள் பக்குவப்படவேண்டும். இது பஞ்சாயத்துத் தலைவருக்குத் தொல்லை கொடுக்க அல்ல, செய்திகளைத் தெரிந்துகொள்ள. கேள்வி கேட்டு, பிரச்சினையைக் கிளப்பிவிட்டு, வேடிக்கை பார்க்க அல்ல—பிரச்சினைகளை விவாதித்துத் தீர்ப்பதற்காக.

பஞ்சாயத்துத் தலைவர்கள் கிராமசபையை மனுக்கள் வாங்கும் மன்றமாக மாற்றிவிடக் கூடாது; அவர்களும் 'அதிகாரியாக' மாறிவிடக் கூடாது. மனுக்கள் வாங்குவதற்குப் பதிலாகப் பிரச்சினை களின் ஆழ அகலங்களைப் பேசி, இந்தப் பிரச்சினைக்குத் தீர்வுகளைச் சிந்தித்து, முடிவுகளை எடுத்துத் தொடர்புடைய துறை அதிகாரிக்குத் தெரிவிக்க வேண்டும். மாவட்ட ஆட்சித் தலைவருக்கு அனைத்து மனுக்களையும் அனுப்பிவிட்டு, மாவட்ட ஆட்சித் தலைவர் ஒன்றும் செய்யவில்லை என்று மக்களிடம் தலைவர்கள் சொல்வதைத் தவிர்க்க வேண்டும்.

விரைவாக அரசு அலுவலகங்கள் நடைபெற ஓர் அரசாணை பிறப்பிக்கப்பட்டுள்ளது. அந்த அரசாணையை அனைத்துப் பஞ்சாயத்துகளும் பயன்படுத்த வேண்டும். அரசு ஆணை எண் தேதியுடன் ஒரு கடிதம் அரசு அலுவலருக்கு அனுப்பினால் ஐந்து நாள்களுக்குள் கடிதம் பெற்றுக்கொண்டதற்கு ஒப்பம் அளிக்க வேண்டும். கடிதம் பெற்ற நாளிலிருந்து மூன்று மாதத்திற்குள் முடிவெடுத்து அறிவிக்க வேண்டும். இந்த ஆணையை அனைத்துப் பஞ்சாயத்துகளும் கடைப்பிடிக்க வேண்டும்.

கிராமசபைக் கூட்டத்தில் ஏற்றத்தாழ்வுகள் நீங்கும் வகையில் எல்லாத் தரப்பு மக்களுக்கும் பேச வாய்ப்பளிக்க வேண்டும். எந்தப் பிரச்சினைகள் உருவானாலும் அவை பற்றி விவாதிக்க வேண்டும்.

கிராமசபை அதிகாரங்களும் கடமைகளும் ✦ 97

பிரச்சினைகளை ஆழமாக, அமைதியாக விவாதிக்கின்றபோதுதான் பொதுவாக அனைவரும் பக்குவம் பெறுவார்கள். இதற்கு முதலில் பஞ்சாயத்துத் தலைவருக்குப் பக்குவமும் ஆற்றலும் தேவை.

கிராமசபையில் நாம் நல்வாழ்வுக்கான அரிய பல கருத்துகளைத் தெரிந்துகொண்டோம். நம் ஊரில் செயல்படுத்துவதற்கு உரிய அரசாங்கத் திட்டங்களைத் தெரிந்துகொண்டு, அவற்றை நடை முறைப்படுத்த நாம் முடிவெடுக்க வேண்டும். தனிமனிதர் பயனாளித் திட்டங்களில் நம் ஊரில் வறுமைக் கோட்டுக்குக் கீழே உள்ளோருக்குக் கிடைக்கும்படியும் நம் பள்ளிக்கூடத்தில் நல்ல வசதிகளையும் கல்வியையும் தருவதற்கு முடிவெடுக்கவும் வேண்டும். ஆசிரியர்கள் பள்ளிக்குச் சரிவர வருவதில்லை என்றால் அதைக் கேட்க வேண்டும். நம்மைப் பாதிக்கின்ற நிகழ்வு களைக் கிராமசபையில் பங்கேற்பதன் மூலம் மாற்றலாம் என மக்கள் எண்ணும்படிச் செயல்பட வேண்டும். அதற்குத் திறமையாக பஞ்சாயத்துத் தலைவர்கள் செயல்பட்டால், மக்களைக் கூட்டலாம். இன்றும் தமிழகத்தில் சாதனை புரிகின்ற பஞ்சாயத்து களில் கிராமசபைக்கு மக்கள் கூடுகிறார்கள். எனவே மக்களிடம் அவர் களின் அதிகாரங்களை எடுத்துக் கூறினால், மக்கள் பங்கேற்பின் மூலம் உறுதியாக கிராம சபைக் கூட்டம் வலுவுள்ளதாக மாறிவிடும்.

8

சிற்றூராட்சி ஆளுகையும் நிருவாகமும்

1

இந்திய அரசமைப்புத் திருத்தச் சட்டம் 73இன் சுருக்கம் பின்வருவனவற்றை உறுதிசெய்துள்ளது:

- உள்ளாட்சி என்பது ஓர் அரசாங்கம்;
- ஆளுகையிலும் மேம்பாட்டுச் செயல்பாடுகளிலும் குடிமக்கள் பங்கேற்புக்காக உருவாக்கப்பட்டது 'கிராமசபை';
- சமூகத்தை ஜனநாயகப்படுத்துவது 'கிராமசபை';
- பஞ்சாயத்து அரசாங்கம் நான்கு அடுக்குகளாக உருவாக்கப் பட்டுள்ளது (கிராமசபை, சிற்றூராட்சி/கிராம ஊராட்சி, ஊராட்சி ஒன்றியம், மாவட்ட ஊராட்சி);
- மூன்று நிலை ஊராட்சிகள் 'ஊராட்சி' என்ற பெயரில் தன்னாட்சி பெற்ற அரசாங்கமாக உருவாக்கப்பட்டிருக்கிறது;
- நாடாளுமன்றம், சட்டமன்றம் போல் ஊராட்சிகளுக்கு ஐந்து ஆண்டுக்கு ஒருமுறை தேர்தல் நடத்துதல் கட்டாய மாக்கப்பட்டிருக்கிறது;
- தாழ்த்தப்பட்ட வகுப்பினர், பழங்குடியினர் ஆகியோருக்கு உறுப்பினர், தலைவர் ஆகிய பதவிகளில் அவர்களின் மக்கள்தொகைக்கு ஏற்ப விகிதாச்சார அடிப்படையில் இடஒதுக்கீடு செய்யப்பட்டுள்ளது;

- உறுப்பினர்கள், தலைவர் பணியிடங்களில் மூன்று அடுக்குகளிலும் மூன்றில் ஒரு பங்குக்குக் குறையாமல் பெண்களுக்கு இடங்கள் ஒதுக்கீடு சுழற்சி முறையில் செய்யப்பட்டிருக்கிறது—இந்த இடஒதுக்கீடு தற்போது 50 விழுக்காடு என மாற்றம் பெற்றிருக்கிறது மாநிலச் சட்டத்தால்;
- தேர்தல்களை நெறிப்படுத்தி நடத்தவும் கண்காணிக்கவும் மாநிலத் தேர்தல் ஆணையம் உருவாக்கப்பட்டுள்ளது;
- மாநில அரசின் நிதியில் உள்ளாட்சிக்கு ஒதுக்கீடு குறித்து ஆராய்ந்து பரிந்துரைக்க ஒவ்வொரு மாநிலத்திலும் ஐந்து ஆண்டுக்கு ஒருமுறை மாநில நிதி ஆணையம் அமைக்க வழிவகை செய்யப்பட்டுள்ளது;
- மக்களின் பொருளாதார வளர்ச்சிக்கும் சமூக நீதிக்கும் கீழிருந்து திட்டமிட்டுச் செயலாற்ற மாவட்டந்தோறும் 'மாவட்டத் திட்டக் குழு' உருவாக்கப்பட்டுள்ளது;
- மத்திய அரசு, மாநில அரசுபோல் மூன்றாம் நிலையில் மக்களுக்கு அருகில் அரசமைப்புச் சட்ட அங்கீகாரத்துடன் பஞ்சாயத்து அரசாங்கம் உருவாக்கப்பட்டுள்ளது (அரசமைப்புச் சட்டம் பகுதி ஒன்பது).

2
தமிழ்நாடு ஊராட்சிகள் சட்டம், 1994

தமிழ்நாடு ஊராட்சிகள் சட்டம் 1994இல் எந்தெந்தப் பகுதிகளில் எந்தெந்த அமைப்புகள் பற்றிக் குறிப்பிடப்பட்டுள்ளது என்பதைக் குறியிட்டுக் காட்டுவது இந்தப் பகுதியின் நோக்கமாகும். மூன்று அடுக்கு ஊரக உள்ளாட்சி அமைப்புகளின் விவரம்: 1. கிராம ஊராட்சி, 2. ஊராட்சி ஒன்றியம், 3. மாவட்ட ஊராட்சி.

கிராம ஊராட்சி (பிரிவு 4)

- மக்களால் நேரடியாகத் தேர்ந்தெடுக்கப்பட்ட தலைவரும், நேரடியாகத் தேர்ந்தெடுக்கப்பட்ட கிராம ஊராட்சி உறுப்பினர்களும், மறைமுகத் தேர்தல் மூலம் கிராம

ஊராட்சி உறுப்பினர்களால் தேர்ந்தெடுக்கப்பட்ட துணைத் தலைவரும் கொண்டது கிராம ஊராட்சி.

- கிராம ஊராட்சித் தலைவரே கிராம ஊராட்சியின் நிருவாக அலுவலர் ஆவார் (அரசாணை 225, ஊவது, நாள்: 15. 10. 96).

- கிராம ஊராட்சிப் பணிகளில் ஊராட்சித் தலைவருக்கு உதவிட ஊராட்சி செயலர், மேல்நிலை நீர்தேக்கத்தொட்டி இயக்குபவர்கள், துப்புரவுப் பணியாளர்கள், பணித்தளப் பொறுப்பாளர்கள் செயல்படுகின்றனர்.

- கிராம ஊராட்சிச் செயல்பாடுகள் அனைத்தும் ஊராட்சி மன்றத் தீர்மானத்தின் அடிப்படையில் நடைபெற வேண்டும்.

- கிராம ஊராட்சி ஒவ்வொன்றையும் மக்களால் தேர்ந்தெடுக்கப் படும் உறுப்பினர்களைக் கொண்டு மாவட்ட ஆட்சித் தலைவர்/ஆய்வாளர் அறிக்கை மூலம் அமைத்து உருவாக்கு கின்றார்.

அவ்வாறு உருவாக்கப்படும் ஒவ்வொரு கிராம ஊராட்சியும் தனித்தனி அமைப்பாக விதிமுறைகளுக்கு உட்பட்டுச் செயல்படும்.

இந்தக் கிராம ஊராட்சிகள் தனக்கென சொத்துக்களை வாங்கவும், விற்கவும், உரிமை படைத்த நிறுவனமாகச் செயல்படும். ஒப்பந்தங்கள் செய்துகொள்ளவும், வழக்கு தொடுக்கவும் உரிமை உடையதாகும்.

- ஒவ்வொரு கிராம ஊராட்சியிலும் தேர்ந்தெடுக்கப்பட வேண்டிய உறுப்பினர்களின் எண்ணிக்கையை முடிவு செய்து ஆய்வாளர் அறிக்கை வெளியிடுவார்.

அட்டவணை 8. 1

வ. எண்	மக்கள்தொகை	வார்டு எண்ணிக்கை
1.	500-இலிருந்து 2000 வரை	6
2.	2001 முதல் 6000 வரை	9
3.	6001 முதல் 10000 வரை	12
4.	10000-க்கு மேல்	15

ஒவ்வொரு ஊராட்சியும் ஐந்து ஆண்டுகள் பதவியிலிருந்து விதிக்கப்பட்ட பணிகளை நிறைவேற்றிடும்.

தமிழ்நாடு ஊராட்சிகள் சட்டம் 1994: அடிப்படைகள்

பிரிவு-8: மாவட்ட ஆட்சித் தலைவர் ஆய்வாளர் என்ற முறையில் அட்டவணை 8. 1இல் கண்டுள்ளபடி மக்கள்தொகை அடிப்படையில் கிராம ஊராட்சியின் உறுப்பினர்களின் எண்ணிக்கையை நிர்ணயிப்பார்.

பிரிவு-46: கிராம ஊராட்சித் தலைவரின் பணிகள் விவரிக்கப் பட்டுள்ளன.

பிரிவு-83: கிராம ஊராட்சித் தலைவர் கிராம ஊராட்சியின் செயல் அலுவலராக நியமிக்கப்பட்டு உள்ளார் (அரசாணை 225, ஊவது, நாள்: 15. 10. 1996)

பிரிவு-84: செயல் அலுவலரின்/ நிருவாக அதிகாரியின் கடமைகள்: கிராம ஊராட்சியின் தீர்மானங்களைச் செயல்படுத்துதல், கிராம ஊராட்சியின் பணியாளர்களைக் கட்டுப்படுத்துதல் போன்ற பணிகளை அரசு வழிமுறைகளுக்கு உட்பட்டுச் செயல்படுத்த வேண்டும்.

பிரிவு-90: ஊராட்சிகளின் கூட்டங்கள் பற்றி விளக்கப்பட்டுள்ளன (அரசாணை 167, ஊவது, நாள்: 9. 08. 1999இன்படி ஊராட்சிகளின் கூட்டங்கள் நடத்திட வேண்டும்). சாதாரணக் கூட்டம், சிறப்புக் கூட்டம், அவசரக் கூட்டம், வேண்டுகோள் கூட்டம், அனைத்தும் தேவைக்கு ஏற்ப உரிய விதிமுறைகளின்படி கூட்டப்பட வேண்டும்.

பிரிவு-94: கிராம ஊராட்சி நிலைக் குழுக்கள் அமைத்தல் பற்றி விவரிக்கப்பட்டுள்ளது (அரசாணை 102, ஊவது, நாள்: 12. 07. 2005இன்படி ஐந்து நிலைக் குழுக்கள் உருவாக்கப்பட்டு, பணிகள் செய்யவைக்க வேண்டும்). 1. நியமனக் குழு, 2. வளர்ச்சிக் குழு, 3. வேளாண்மை—நீர் பிரிமுகடு குழு, 4. பணிக்குழு, 5. கல்விக் குழு.

பிரிவு-98: கிராம ஊராட்சியின் ஆண்டு நிருவாக அறிக்கைய ஊராட்சித் தீர்மானத்துடன் (அரசாணை 248, ஊவது, நாள்: 03.

12. 1999) ஒவ்வோர் ஆண்டும் ஜூலை 31க்குள் ஊராட்சி ஒன்றிய ஆணையருக்கு அனுப்ப வேண்டும்.

பிரிவு-102, 103 ஊராட்சிப் பணியாளர்களின் பணிக்குழு

- ஊராட்சி செயலர்: பின்வருபவர்களைப் பணியாற்ற நிருவாகத்தை நடத்துபவர் (அரசாணை 72, ஊவது, நாள்: 9. 07. 2013);
- துப்புரவுப் பணியாளர்கள்;
- மேல்நிலை நீர்தேக்கத் தொட்டி இயக்குபவர்கள்.

பிரிவு-106: பணியாளர்களைத் தண்டிப்பதற்கான அதிகாரங்கள் விளக்கப்பட்டுள்ளன.

பிரிவு-110: ஊராட்சியின் கட்டாயக் கடமைகள் கொடுக்கப் பட்டுள்ளன.

பிரிவு-111: ஊராட்சியின் விருப்பக் கடமைகள் கொடுக்கப் பட்டுள்ளன.

பிரிவு-113, 114: ஒப்பளிப்புப் பணிகள் : கட்டாயக் கடமைகள், விருப்பக் கடமைகள் தவிர அரசு சில வளர்ச்சித் திட்டங்களை நிறைவேற்றும் பொறுப்பைக் கிராம ஊராட்சியிடம் ஒப்படைத் துள்ளது. (எகா) தாய் திட்டம், பசுமை வீடுகள், பிரதம மந்திரி குடியிருப்புத் திட்டம், ஊரகக் கட்டமைப்புத் திட்டம், மகாத்மா காந்தி தேசிய ஊரக வேலை உறுதித்திட்டம், சூரிய சக்தியுடன் கூடிய முதல் அமைச்சரின் பசுமை வீடு திட்டம், தெரு விளக்குகள், தூய்மையான கிராம இயக்கம், தூய்மை பாரத இயக்கம் போன்ற பணிகள்.

பிரிவு-159: தொழில் உரிமம் - கிராம ஊராட்சியின் உரிய உரிமம் பெற்றுதான் தொழில் நடத்த வேண்டும் (எ.கா. தேநீர்க்கடை, மளிகைக் கடை, அரிசி ஆலை போன்றவை).

பிரிவு-160: கிராம ஊராட்சி எல்லைக்குள் தொழில் நிறுவனங்கள் தொடங்கப்பட வேண்டுமென்றால் ஊராட்சி ஒன்றியக்குழு அனுமதி பெற்று ஊராட்சி ஒன்றிய ஆணையாளர் அனுமதி வழங்குவார். ஆனால் உரிமக் கட்டணத்தை ஊராட்சியில் செலுத்த வேண்டும் (அரசாணை 138, ஊவது, நாள்: 21. 07. 1998).

பிரிவு-172(ஆ): விளம்பர வரி (மாவட்ட ஆட்சியர் மூலம் தற்போது வசூல் செய்து ஊராட்சிகளுக்குப் பிரித்தளிக்கப்படுகிறது).

பிரிவு-178: வரி இனங்கள் தள்ளுபடி—கிராம ஊராட்சித் தலைவரால் வசூலிக்க முடியாத வரிகள், வரி இனங்கள் (அ) ஊராட்சிக்கு வரவேண்டிய தொகைகளைத் தனிப்பட்ட இனத்தில் ரூ. 100க்கு மிகாமல், தள்ளுபடி செய்யும் அதிகாரம் ஊராட்சிக்கு உள்ளது. தனிப்பட்ட இனத்தில் ரூ. 100-ஐத் தாண்டினால் மாவட்ட ஆட்சித் தலைவரின் ஒப்புதல் பெறவேண்டும் (அரசாணை 204, ஊவது, நாள்: 28. 09. 1999). வீட்டுவரி விதித்தல்-வசூலித்தல் பற்றி அரசாணை 255, ஊவது, நாள்: 13. 12. 1999இல் விவரிக்கப்பட்டுள்ளது.

பிரிவு-188: கிராம ஊராட்சி நிதி பற்றி விளக்கப்பட்டுள்ளது.

பிரிவு-191: ஊராட்சி நிதியிலிருந்து செலவுகள் மேற்கொள்ளுதல் - (அரசாணை 43, ஊவது, நாள்: 21. 02. 2000) பற்றி விளக்கப் பட்டுள்ளது.

பிரிவு-192: கிராம ஊராட்சியின் வரவு-செலவு திட்டம் (அரசாணை 223, ஊவது, நாள்: 20. 10. 1999) ஒவ்வோர் ஆண்டும் டிசம்பர்-31க்குள் குறிப்பிட்ட படிவத்தில் தயாரித்து கிராம சபை மற்றும் ஊராட்சி மன்றத்தின் முன்வைத்து ஜனவரி 26க்குள் நிருவாக அலுவலர் கிராம சபையில் வைத்து மாற்றம் இருப்பின் சரிசெய்து ஒப்புதல் பெறவேண்டும். வரவு-செலவுத் திட்டம் வந்து சேர்ந்த 30 நாள்களுக்குள் அனுமதியளிக்கப் பட்டதாகக் கருதி, நிருவாக அலுவலர் அதன் மேல் நடவடிக்கை தொடரலாம். வரவு-செலவுத் திட்டத்தின் மீது தனது குறிப்புரை யுடன் துணை வட்டார வளர்ச்சி அலுலவர் (தணிக்கை) பிப்ரவரி 28க்குள் அனுமதிக்கப்பட்டு, மார்ச் 15க்குள் திரும்பவும் ஊராட்சி மன்றத்தின் ஒப்புதலைப் பெறவேண்டும்.

1.கடன் தொகை, 2. வைப்புத்தொகை 3. சில குறிப்பிட்ட இனத்தின் சிறப்பு வரி உபரி இருந்தால் 4. மூலதன சொத்து விற்றதால் வந்த வரவு 5. அறக்கட்டளை மற்றும் நிறுவனங்களின் வரவு 6. ஒரு குறிப்பிட்ட இனத்திற்காக அரசு அளிக்கும் மானிய ஊக்கத்தொகை 7. ஆரம்ப இருப்புத் தொகை ஆகியவற்றை வரவு செலவுத் திட்டத்தில் சேர்க்கக் கூடாது. 5% மிகாமல்

ஏற்பட்ட செலவினங்களுக்குக் கிராம ஊராட்சி ஒப்புதல் பெற்று துணை வட்டார வளர்ச்சி அலுவலர் (தணிக்கை) பிறகு ஏற்பு பெறப்பட வேண்டும். 5%க்கு மேற்பட்ட கூடுதல் செல வினங்களுக்கு ஆய்வாளரின் அனுமதி தேவை.

பிரிவு-193: தணிக்கை அலுவலர்கள் நியமனம் அரசாணை 65, ஊவது, நாள்: 21.02.1999இன்படி தணிக்கையாளர்கள் நியமிக்கப்பட்டுள்ளனர். 1. துணை வட்டார வளர்ச்சி அலுவலர் (தணிக்கை) கிராம ஊராட்சியின் கணக்குகளைத் தணிக்கை செய்ய வேண்டும் (அரசாணை 95, நாள்: 10. 04. 2000, 2. ஊரக வளர்ச்சி உதவி இயக்குநர்-தணிக்கை), 3. உள்ளாட்சி நிதித் தணிக்கை உதவி இயக்குநர் (மற்றும்) உதவியாளர்கள், அரசாணை 371, நிதித்துறை, நாள்: 11. 11. 2002 (மற்றும்) அரசாணை 95, ஊவது, நாள்: 10. 04. 2002இன்படி உள்ளாட்சி நிதித் தணிக்கைதுறை உதவி இயக்குநர் மாவட்டத்திலுள்ள மொத்த ஊராட்சிகளில் 22% தணிக்கை செய்ய வேண்டும். 20% உதவி இயக்குநர் (தணிக்கை) அவர்களாலும், 2% ஊரக வளர்ச்சி இயக்குநர் அவர்களாலும் ஒவ்வோர் ஆண்டும் தேர்வு செய்து தணிக்கை செய்து அறிக்கை அளிக்க வேண்டும்.

பிரிவு-198 பி: தொழில் வரி விதித்தல் - வசூலித்தல் விளக்கப்பட்டுள்ளது.

பிரிவு-199 ஊராட்சிகளின் ஆய்வாளர் நியமனம்-அரசாணை 149, ஊவது, நாள்: 19. 08. 1994இன்படி மாவட்ட ஆட்சித் தலைவர் ஊராட்சியின் ஆய்வாளராக நியமிக்கப்பட்டுள்ளார்.

பிரிவு-203: ஆய்வாளரின் அவசரகால அதிகாரங்கள்-அரசாணை 148, ஊவது, நாள்: 31. 05. 2001இன்படி ஊராட்சி ஒன்றிய பொது நிதியைப் பயன்படுத்தி மக்களின் பாதுகாப்புக் கருதி, தீ, புயல், வெள்ளம் போன்றவற்றுக்கு, சில கடமைகளை நிறைவேற்ற ஆணையிடலாம். நிருவாக நலன் கருத்தில்கொண்டு அரசிற்கு சொந்தமான நிலங்களைப் பொதுமக்களின் நலன் கருதி அந்த நிலத்தைப் பயன்படுத்தும் அனுமதியை வழங்கலாம்.

சட்டத்திற்குப் புறம்பாக கிராம ஊராட்சித் தீர்மானம் நிறை வேற்றினால் ரத்து செய்யவும் ஆய்வாளருக்கு அதிகாரம் கொடுக்கப்பட்டுள்ளது.

பிரிவு-220: உரிமம்-அனுமதி தொடர்பான பொதுவான வகை முறைகள் - உரிமங்கள், கட்டணங்கள் வசூலிப்பதில் மாற்றம் செய்ய ஊராட்சிகளின் ஆய்வாளருக்கு உரிமை உள்ளது.

பிரிவு-223: நுழைவதற்கும் ஆய்வு செய்வதற்கும் அதிகாரம்- அரசாணை 148, ஊவது, நாள்: 21.07.1999) சூரியன் மறைவதற்கும் உதயமாவதற்கும் இடையில் நுழையக்கூடாது. ஒரு குடியிருப்பு வீட்டில் அல்லது குடியிருப்பிடமாகப் பயன்படுத்தும்போது பொதுக் கட்டடத்தின் பாகத்தின் அனுபோக உரிமைதாரர் இசைவு இல்லாமல் அதில் நுழைய இருப்பது குறித்து குறைந்தது ஆறு மணி நேரத்திற்கு முன்பு உரிமையாளர் அறிவிப்பு பெற்றிருந்தால் அன்றி, அந்த வீட்டில் அந்த பாகத்தில் நுழையக்கூடாது. பெண்களுக்கான பாதுகாக்கப்பட்ட இடமெனில், அவர்களை வேறொரு இடத்திற்குப் போய் விடுமாறு அறிவிப்பு கொடுக்க வேண்டும்.

மேற்கண்ட விதிகளின்றி எந்த நேரமும் நுழைய அதிகாரமுள்ள இடங்களாவன: 1. ஆடு, மாடு முதலியவற்றின் தோல் பதனிடும் இடங்கள் 2. வாணவேடிக்கை வெடிமருந்து தயாரிக்கும் இடங்கள் 3. மது இறக்கும் இடங்கள் (குடிப்பதற்குத் தகுதியற்ற தாக்கப்பட்டிருந்தாலும் இல்லாவிட்டாலும் சரி) 4. வெடிக்கத் தக்க எளிதில் தீப்பற்றக்கூடிய பொருள்களைச் சேர்த்து வைத்திருக்கும் இடங்கள்.

பிரிவு-224: எடைகளையும், அளவைகளையும் சோதனையிடுதல் - ஊராட்சிப் பகுதிகளிலும், அங்காடிகளிலும் கடைகளிலும் பயன்படுத்தப்படுகின்ற எடைகளையும் அளவைகளையும் ஆராயலாம்; சோதனையிடலாம் (இந்திய தண்டனைச் சட்டம் xiv/1860 அத்தியாயம் 13).

பிரிவு-225: கிராம நிருவாக அலுவலரிடமிருந்து தகவலைக் கேட்டுப் பெறுவதற்கான அதிகாரம் (அரசாணை 220 ஊவது, நாள்: 20.10.1999) கிராம நிருவாக அலுவலரிடமிருந்து கிராமப் பதிவேடுகளிலிருந்து கிடைக்கின்ற வகையில் தங்களின் எல்லைக்குள் ஒரு நிலத்தின் சர்வே எண், உட்பிரிவு, வகைப்பாடு, நஞ்சை, புஞ்சை நிலத்தின் பரப்பு, வரி விதிப்பு நிலங்களை அனுபவிப்பவரின் பெயர், ஊராட்சி, ஊராட்சி ஒன்றியத்திற்குச்

சொந்தமான சாலைகள், ஆக்கிரமிப்பு பற்றிய விவரங்கள், பிறப்பு, இறப்பு பற்றிய விவரங்கள், விவசாயத் தொழிலாளர்கள், பயிரிடப்பட்டுள்ள பயிர்கள் பற்றிய விவரங்களைக் கேட்டுப் பெறலாம்.

பிரிவு-228: குற்றச் செயல்களை இணக்கமாகத் தீர்த்துக்கொள்ளுதல் (அரசாணை 205, ஊவது, நாள்: 17. 08. 2000) (1) நீதிமன்ற அனுமதியுடன் கூடிய குற்ற உடன்பாடு, (2) பல்வேறு சட்டப் பிரிவு களில் (131, 151, 154, 155, 157, 148, 150, 159) கூறப்பட்டவை.

பிரிவு-232: கிராம ஊராட்சி, ஊராட்சி ஒன்றிய, மாவட்ட ஊராட்சித் தலைவர் மற்றும் அலுவலரின் நல்லெண்ணத்தின் பேரிலான செயல்களுக்குப் பாதுகாப்பு, எந்தவொரு செயலையும் நிறைவேற்றுவதில் ஏற்பட்ட கவனக்குறைவு அல்லது தவறு நல்லெண்ணத்தின் பேரில் செய்யப்பட்டிருந்தால், நடவடிக்கை எடுக்க வேண்டிய தேவை இல்லை. ஆனால், அத்தகைய நடவடிக்கை பிரிவு-234இன்படி (சொத்து இழப்பு வீணடிப்பு) தொடுக்கப்படும் வழக்குகளைப் பொறுத்து அமையும்.

பிரிவு-239: மாநிலத் தேர்தல் ஆணையம் அமைத்துருவாக்குதல். (அரசாணை 132, ஊவது, (சி1) நாள்: 14. 07. 1994) உள்ளாட்சித் தேர்தலை நடத்துவதில் கண்காணிப்பு/இயக்கம், கட்டுப்பாடு ஆகியவற்றிற்கு மாநிலத் தேர்தல் ஆணையரே பொறுப்பு.

பிரிவு-240: கிராம வளர்ச்சித் திட்டம் தயாரித்தல் (ஆண்டு தோறும் சார்புத் துறைகளையும் இணைத்து ஆண்டுத் திட்டம் தயாரித்தல் மிக முக்கியமான கட்டாயக் கடமையாகும்)

பிரிவு-245: கிராம வட்டார ஊராட்சி விதிகளை மீறுகைக்கான தண்டனைகள், தொடர் மீறுகைக்கான தண்டனைகள் விவரம் தெரிவிக்கப்பட்டுள்ளது (அரசாணை 130, ஊவது, நாள்: 18. 06. 2009).

3
ஊராட்சிகளின் ஆய்வாளர் அதிகாரங்கள்

ஊராட்சிகளின் ஆய்வாளர் நியமனம். 1994 ஆம் ஆண்டு தமிழ்நாடு ஊராட்சிகள் சட்டம், (தமிழ்நாடு சட்டம் 21/1994) பிரிவு 199 உட்பிரிவு (1) மற்றும் பிரிவு 2, கூறு (16)இல் அளிக்கப்பட்டுள்ள

அதிகாரங்களைக்கொண்டு தமிழ்நாடு ஆளுநர் அவர்கள், மாவட்ட ஆட்சித் தலைவரைத் தங்கள் எல்லைக்குள் அமைந்துள்ள மூன்றடுக்கு ஊராட்சிகளுக்கும் ஊராட்சிகளின் ஆய்வாளராக நியமித்து அறிவிப்பார்.

ஊராட்சிகளின் மீது, இந்தச் சட்டத்தின்படி ஆய்வாளர் வழங்கப்பட்டுள்ள அதிகாரங்களையும் கடமைகளையும் நிறை வேற்ற உரிமை பெற்றவர் ஆவார்.

ஊராட்சிகளின் ஆய்வாளரின் கடமைகளும் அதிகாரங்களும்

தமிழ்நாடு ஊராட்சிகள் சட்டம் 1994

1. *பிரிவு 3 (2-அ)(அ) கிராமசபையைக் கிராம ஊராட்சித் தலைவர் கூட்டத் தவறினால் ஆய்வாளர் கூட்ட ஏற்பாடு செய்ய வேண்டும்.*

2. *பிரிவு 4 (1-இல்): ஊராட்சி கிராமங்களை அமைத்து அறிவிக்கை வெளியிடுவார். இதைப் போலவே ஊராட்சியின் பகுதிகளை நீக்கவோ, வேறு கிராம ஊராட்சியுடன் இணைக்கவோ அறிவிக்கை வாயிலாக ஆணையிடலாம். அதேபோல் ஊராட்சியின் பெயரையும் மாற்றியமைக்கலாம்.*

3. *பிரிவு-5 (1): ஊராட்சியின் (அரசாணை 44, ஊவது, நாள்: 29.03.1995) வேண்டுகோளின்படி அல்லது தமிழ்நாடு நகராட்சிகள் சட்டம், 1920இன் சட்டப் பிரிவுகளின்படி ஊராட்சிப் பகுதிகளை விரிவாக்கம் செய்யலாம்.*

4. *பிரிவு-6: இந்தப் பிரிவின்படி ஊராட்சியின் வார்டு உறுப்பினர் களின் எண்ணிக்கையை நிர்ணயித்துத் தேர்ந்தெடுக்கப்படும் உறுப்பினர்களைக்கொண்ட கிராம ஊராட்சி அமைக்கப் படுகிறது (பிரிவு 11, 12). பிரிவு 47 (3): கிராம ஊராட்சித் தலைவர்/துணைத் தலைவர் பதவிகள் செயல் படாத நிலையில் கிராம ஊராட்சியின் நிருவாகத்தைக் கிராம ஊராட்சி உறுப்பினர் ஒருவரிடம் ஒப்படைக்க அதிகாரம் பெற்றவர். இந்த உறுப்பினர் தற்காலிகத் தலைவர் என அழைக்கப்படுவார்.*

5. *பிரிவு 92: மூன்றடுக்கு ஊராட்சிகளில் நடைபெறும்*

குழுக்கூட்ட நடவடிக்கை குறிப்புகள், கலந்துகொண்ட உறுப்பினர்களின் மறுப்புக் குறிப்புகள் இவற்றுடன் கூட்டம் நடைபெற்ற 3 நாள்களுக்குள் அறிக்கையை ஆய்வாளருக்கு அனுப்ப வேண்டும்.

6. பிரிவு 95: ஒன்றுக்கு மேற்பட்ட ஊராட்சிகளை ஒருங்கிணைத்து, அல்லது பிற உள்ளாட்சி அமைப்புகளுடன் குறிப்பிட்ட நோக்கம் நிறைவேற கூட்டுக்குழு அமைக்க ஆய்வாளர் ஆணையிடலாம்.

7. பிரிவு 101 (3) கிராம ஊராட்சிக்குரிய பணியிடங்கள் பற்றிய கோரிக்கை, கிராம ஊராட்சியால் தீர்மானிக்கப்பட்டு, அதன்பேரில் பணியிடங்கள் உருவாக்கி சம்பளம்/ கட்டணங்கள் ஆகியன குறித்து ஆணையிடலாம்.

8. பிரிவு 106: ஊராட்சிச் செயலாளர்கள் மீதான ஒழுங்கு நடவடிக்கைகள் எடுப்பதற்கு அரசாணை எண் 113, ஊவது, (இ5), நாள்: 13. 09. 2023இன்படி வட்டார வளர்ச்சி அலுவலருக்கு அதிகாரம் வழங்கப்பட்டிருக்கிறது.

9. பிரிவு 110, 126: கிராமச் சாலைகளை ஊராட்சி பராமரிப்பது அவசியம். பொதுச் சாலைகளை ஊராட்சி ஒன்றியம் வசம் ஒப்படைப்பது, கிராம ஊராட்சி, ஒன்றிய ஊராட்சிகளை வகைப்படுத்துதல் செய்யும் அதிகாரம் பெற்றவர் ஆய்வாளர் (அரசாணை 200அ, ஊவது, நாள்: 27. 09. 1999).

10. பிரிவு 132: ஒரு கிராமத்தின் பொதுச் சொத்து (அல்லது) பொது வருமானத்தைக் கிராம ஊராட்சியின் சொத்து/வருமானம் என ஆணையிடும் அதிகாரம் பெற்றவர் ஆய்வாளர்.

11. பிரிவு 133: ஒரு நீர்ப்பாசன அமைப்பை, கிராம ஊராட்சி ஊராட்சி ஒன்றியத்திற்கு ஒப்படைக்கும் அதிகாரம் பெற்றவர் ஆய்வாளர்.

12. பிரிவு 137, 242 (2) (xix): கிராம ஊராட்சி, ஊராட்சி ஒன்றியத்திற்கு அசையாத சொத்துக்களைக் கையகப்படுத்த, தனியார் சொத்துக்களை வாங்க உத்தரவிடும் அதிகாரம் பெற்றவர். (அரசாணை 209, ஊவது, நாள்: 17. 8. 2000).

13. பிரிவு 138: வழிபாட்டுத் தலங்களில் விழாக்கள் கொண்டாட பங்குத் தொகையை விழாக்கள் கொண்டாடும் அமைப்புகள் ஊராட்சிக்குச் செலுத்த உத்தரவிடும் அதிகாரம் பெற்றவர் ஆய்வாளர்.

14. பிரிவு 147: பொதுச் சந்தை நடத்தவும், மூடவும் அதற்கான கட்டமைப்புகளை நிர்ணயிக்கவும் ஊராட்சி ஆய்வாளரின் முன்அனுமதி பெறவேண்டும்.

15. பிரிவு 148: தனியார் சந்தை உரிமம் அளித்தல், நீட்டித்தல், ரத்து செய்தல் குறித்து ஊராட்சி ஒன்றியச் செயல்பாட்டிற்கு ஆய்வாளர் மேல்முறையீட்டு அலுவலராகச் செயல்படுவார்.

வசூலிக்க இயலாத இனங்களைத் தள்ளுபடி செய்தல்

16. பிரிவு 178 கிராம ஊராட்சி/ஊராட்சி ஒன்றியம் வசூலிக்க இயலாத வரியினங்களை ஆய்வாளரின் அனுமதி பெற்று தள்ளுபடி செய்யலாம்.

(டி) கிராம ஊராட்சி (அரசாணை 204, ஊவது, நாள்: 28. 09. 99) தனித்தனி இனங்களில் வரி ரூ. 100ஐத் தாண்டினால், அரசுக்கு அனுப்பி அனுமதி பெற்று தள்ளுபடி செய்யலாம்.

17. பிரிவு 181(அ): ஊராட்சிகள் உபரி நிதியை நிதி நிறுவனங்களில் வைப்பீடு செய்ய ஆய்வாளரின் அனுமதி பெற வேண்டும்.

18. பிரிவு 181 (ஈ): ஊராட்சிகள் மற்ற ஊராட்சிகள் எதனிட மிருந்தும், குறிப்பிட்ட வருமானம், முக்கிய மூலதனப் பணிகள் செய்ய கடன் கோரிப் பெறலாம் அல்லது கடன் கொடுக்கலாம். இதற்கு ஆய்வாளரின் முன்னனுமதி தேவை.

19. பிரிவு 188: கிராம ஊராட்சியில் முன்பிருந்த 11 கணக்குகள் தற்போது ஆறாகக் குறைக்கப்பட்டுள்ளன. இதில், ஐந்து கணக்குகள் இணையவழி (ஆன்லைன் - நிகழ்நிலை) முறைமையில் இயங்குகின்றன. ஒரே ஒரு கணக்கு மட்டுமே தற்போதும் காசோலை மூலம் பரிமாறப்படுகிறது; இந்தக் கணக்கும் விரைவில் மின்னணு பரிமாற்ற முறைமைக்கு மாற்றப்பட உள்ளது.

மின்னணு பரிமாற்றத்தில் செயல்படும் கணக்குகள்: கணக்கு

எண் 1, 2, 7, 8, 9. காசோலை வழியில் மட்டும் செயல்படும் கணக்கு: கணக்கு எண் 11.

இத்தனை மாற்றமும் 'தமிழ்நாடு எளிமைப்படுத்தப்பட்ட ஊராட்சிகள் கணக்குகள் திட்டம்' கீழ் மேற்கொள்ளப் பட்டுள்ளது.

வரியை நிர்ணயிக்கும் ஆய்வாளரின் அதிகாரம்

20. பிரிவு 172அ: கிராம ஊராட்சிகளில் விளம்பர வரியை நிர்ணயித்து அறிவிக்கை செய்வது ஊராட்சிகளின் ஆய்வாளரின் பொறுப்பாகிறது. விளம்பர வரி மாவட்ட ஆட்சியரால் வசூல் செய்து, ஊராட்சிகளுக்குப் பிரித்து வழங்கப்பட வேண்டும்.

21. பிரிவு 171(3): கிராம ஊராட்சி ஒரு குறிப்பிட்ட நோக்கத் திற்காக விவசாய நிலங்களின் மீது வரிவிதிக்க ஆய்வாளரின் அனுமதி பெறவேண்டும்.

22. பிரிவு 174: வீட்டுவரி, விவசாய நிலங்களின் மீது வரிவிதித்தல் போன்றவற்றில் ஏற்படும் பிணக்குகளுக்கு—ஆய்வாளர் மேல் முறையீட்டு அலுவலராக (அரசாணை 141, ஊவது, நாள்: 21. 07. 99) செயல்படுவார்.

23. பிரிவு 199: மூன்று அடுக்கு ஊராட்சிகளின் ஆய்வு மற்றும் கண்காணிக்கும் அலுவலராக ஆய்வாளர் செயல்படுவார் (அரசாணை 264, ஊவது, நாள்: 21. 12. 1999).

விதிமுறைகளுக்கு மாறாக, தமிழ்நாடு ஊராட்சிகள் சட்டத் திற்கு முரணாக இயற்றப்படும் தீர்மானத்தை ரத்து செய்யும் அதிகாரம் ஆய்வாளருக்கு வழங்கப்பட்டுள்ளது.

24. பிரிவு 202: மூன்று அடுக்கு ஊராட்சிகளின் விதிமுறை களுக்குப் புறம்பான தீர்மானங்களை/ உரிமங்களை நிறுத்தி வைக்கவும்/ரத்து செய்யவும் ஊராட்சிகளின் ஆய்வாளருக்கு அதிகாரம் வழங்கப்பட்டுள்ளது.

25. பிரிவு 203: அவசரகால அதிகாரங்கள் - ஊராட்சிகளுக்கு உத்தரவிடலாம். (மக்கள் நலன், சுகாதாரப் பாதுகாப்பு) பேரிடர், புயல், வெள்ளம், நிலநடுக்கம், சுனாமி உட்பட

பேரிடர் காலங்களிலும் போர்க் காலங்களிலும் தமிழ்நாடு அரசாணையின்படி ஊராட்சி, ஊராட்சி ஒன்றியம், மாவட்ட ஊராட்சிகளில் நிதி திரட்டலாம். பின்பு மன்ற ஒப்புதல் பெறலாம். பேரிடர் காலங்களில் நிலம், கட்டடங்களைக் கையகப்படுத்தி ஆக்கிரமிப்புகளை அகற்றலாம்.

26. பிரிவு 204: ஊராட்சிகள் கடமையைச் செய்யத் தவறினால், அந்தக் கடமையைச் செய்ய, காலவரையறையுடன் ஆணை இடலாம். ஊராட்சி செய்யவில்லையெனில், வேறு ஒருவரை அந்தப் பணியைச் செய்ய நியமிக்கலாம். கிராம ஊராட்சியில் ஒத்துழைப்பு இல்லாத நிலையில் ஆறு மாதங்களுக்குக் கிராம ஊராட்சியை, தன் கட்டுப்பாட்டின் கீழ் கொண்டு வரலாம். ஊராட்சிமன்றத்தை இடைநீக்கம் (சஸ்பெண்ட்) செய்யாமல், நிருவாகம் செய்யலாம். அத்தனை அதிகாரங்களும் ஆய்வாளருக்கு உள்ளன.

இந்தப் பிரிவின்படி ஊராட்சி ஆய்வாளர், கடமையைச் செய்யத் தவறும் ஊராட்சி தலைவர் மற்றும் துணைத் தலைவரின் காசோலை அதிகாரத்தை வட்டார வளர்ச்சி அலுவலர் (கிராம ஊராட்சி) மற்றும் மண்டலத் துணை வட்டார வளர்ச்சி அலுவலருக்கு மாற்றம் செய்ய அதிகாரம் பெற்றவர்.

கட்டுப்படுத்தும் அதிகாரம்

27. பிரிவு 201: மூன்று அடுக்கு ஊராட்சிகள் கட்டாயக் கடமைகளைச் செய்யத் தவறினால், செய்து முடிக்கக் கட்டளையிடலாம். மூன்று அடுக்கு ஊராட்சிகளுக்கும் தங்களுடைய சொத்துக்களை/ வருமானங்களை விட்டுவிட ஆய்வாளரின் அனுமதிபெற வேண்டும். ஆய்வாளர் எந்தவொரு ஆவணத்தையும் ஊராட்சிகளிடமிருந்து கோரிப் பெறலாம் (201-பி, 201-டி).

28. பிரிவு 205: கிராம ஊராட்சித் தலைவர்களைப் பதவிநீக்கம் செய்யும் அதிகாரம்.

- பிரிவு 206: கிராம ஊராட்சித் தலைவர், துணைத் தலைவர்களைப் பதவிநீக்கம் செய்யலாம்.

- பிரிவு 211: கிராம ஊராட்சித் தலைவர், துணைத் தலைவர்

மீது நம்பிக்கையில்லாத் தீர்மானம் அறிவிக்கையை வெளியிடலாம்.

- பிரிவு 220: ஊராட்சிகளில் உரிமங்கள், கட்டணங்கள் வசூலிப்பதில் மாற்றங்கள் செய்யலாம்.
- பிரிவு 244: மூன்று அடுக்கு ஊராட்சிகள் தங்களுடைய நிருவாகத்திற்குத் துணைவிதிகள் ஏற்படுத்திக்கொள்ள ஆய்வாளரின் அனுமதி பெறுதல் வேண்டும்.
- பிரிவு 110இல் குறிப்பிடப்பட்ட கட்டாயக் கடமைகளுக்கு மேலும் தேவைப்படும் போது சில கடைமைகளை பகுதிக்கு நிறைவேற்றும்படி ஊராட்சி களுக்கு ஆய்வாளர் ஆணையிடலாம் (பிரிவு 201-அ).

4

ஊராட்சிகளின் கடமைகளும் பொறுப்புகளும்

கிராமப் பஞ்சாயத்து ஆற்ற வேண்டிய கடமைகள் பொறுப்புகள் என்னென்ன என்பதைத் தமிழகப் பஞ்சாயத்துச் சட்டத்தின் மூலமாகவும், அரசு ஆணைகள் மூலமாகவும் கொடுக்கப் பட்டுள்ளன. அவை: 1. கட்டாயக் கடமைகள், 2. விருப்பக் கடமைகள், 3. ஒப்பளிக்கப்பட்ட பணிகள்.

கட்டாயக் கடமைகள்

(பிரிவு 110 தமிழ்நாடு ஊராட்சிகள் சட்டம் 1994)

1. கிராமச் சாலைகளும் தெருக்களும் அமைத்தல், பழுது பார்த்தல், பராமரித்தல், மேம்படுத்துதல், அவற்றிலுள்ள சிறு பாலங்கள் கட்டுதல், பராமரித்தல், பழுதுபார்த்தல்.
2. பொது இடங்களிலும் தெருக்களிலும் விளக்கு வசதி ஏற்படுத்தி பராமரித்தல்.
3. வடிகால் வசதி செய்து பராமரித்தல்.
4. தெருக்களைச் சுத்தம் செய்தல், குப்பை கூளங்கள், முட்செடிகள் அகற்றுதல்.
5. பாழுங்கிணறுகளை மூடுதல்.

6. சுகாதாரத்தை மேம்படுத்துதல்.
7. பொதுக் கழிப்பிடம் கட்டுதல், பராமரித்தல், துப்புரவு செய்தல்.
8. இடுகாடு, சுடுகாடு அமைத்தல், பராமரித்தல்.
9. குடிப்பதற்கு, துவைப்பதற்கு, குளிப்பதற்குத் தண்ணீர் வசதி செய்தல், அவற்றுக்கான ஆதாரங்களை ஏற்படுத்துதல், பராமரித்தல், பழுதுபார்த்தல்.
10. கட்டடமனை அங்கீகாரம், கட்டடங்கள் கட்டுவதை முறைப்படுத்துதல்.
11. ஆண்டுத் திட்டத்தைத் தயாரித்துச் செயற்படுத்துதல்.
12. ஊராட்சியின் வரியினங்களான வீட்டுவரி, சொத்துவரி, தொழில் வரி ஆகியவற்றை மதிப்பிடல், விதித்தல், வசூலித்தல்.
13. கிராமச் சொத்துக்களைப் பராமரித்தல், பாதுகாத்தல்.
14. வடிகால்களைக் கட்டுதல், பராமரித்தல், கழிவுநீர் அகற்றுதல்.
15. கிராம நத்தங்களை விரிவுபடுத்துதலும் கட்டடங்களை ஒழுங்குமுறை செய்தலும்.
16. கிராம அளவில் நிறைவேற்றப்படும் மத்திய மாநில அரசுத் திட்டங்களைக் கண்காணித்தல், செயல்படுத்துதல், ஆலோசனை வழங்குதல்.
17. கிணறு வெட்டுதல், குளம்-குட்டை வெட்டுதல், பராமரித்தல், பழுதுபார்த்தல், நீர் விநியோகம் தொடர்பான நடவடிக்கைகள் எடுத்தல்.
18. அரசு அவ்வப்போது அறிவிக்கும் கடமைகளையும் முகமைப் பணிகளையும் செய்தல்.

விருப்பக் கடமைகள்

1. பொதுச் சாலைகளில் மரங்கள் நடுதல், பாதுகாத்தல், பராமரித்தல்.
2. பொதுச் சாலைகளிலும் பொது இடங்களிலும் விளக்கு வசதி செய்தல்.

3. பொதுச் சந்தைகள் திறத்தல், பராமரித்தல்.
4. விழாக்கள், கண்காட்சிகளைக் கட்டுப்படுத்துதல்.
5. பொதுத் தங்குமிடங்கள், இறங்குமிடங்கள், வண்டிப் பேட்டைகள், மாட்டுத் தொழுவங்கள் திறத்தல், பராமரித்தல்.
6. பொது இறைச்சிக் கொட்டில்கள் திறத்தல், பராமரித்தல்.
7. படிப்பகம் ஏற்படுத்துதலும் பராமரித்தலும்.
8. விளையாட்டுத் திடல்கள், பூங்காக்கள். உடற்பயிற்சிக் கூடங்கள் ஏற்படுத்துதல், பராமரித்தல்.
9. எழுத்தறிவு நிலையங்கள் திறத்தல், பராமரித்தல்.
10. மக்களின் பாதுகாப்பு, நலன், வசதி, பண்பாடு, பொழுது போக்கிற்கான கட்டடங்கள் கட்டுதல், இதர வசதிகள் செய்தல்.

ஒப்பளிக்கப்பட்ட பணிகள். அரசு சில வளர்ச்சித் திட்டங்களை நிறைவேற்றும் பொறுப்பை கிராம ஊராட்சிகளிடம் ஒப்படைத்துள்ளது. அவை:

1. முதலமைச்சரின் பசுமை வீட்டுத் திட்டம்
2. பாரதப் பிரதமரின் குடியிருப்புத் திட்டம்
3. மகாத்மா காந்தி தேசிய ஊரக வேலைவாய்ப்பு உறுதி அளிப்புத் திட்டம்
4. ஒருங்கிணைந்த சுகாதார வளாகங்கள்
5. தூய்மை பாரத இயக்கத் திட்டம்
6. திடக்கழிவு மேலாண்மைத் திட்டம்

இவற்றைக் கடந்து மக்கள் தேவைகளை நிறைவேற்ற அரசுத் துறைகள் செயல்படுத்தும் அத்தனை திட்டங்களையும் கொண்டு வந்து செயல்படுத்த வேண்டும். இதற்கான மக்கள் பங்கேற்பை உறுதிசெய்ய வேண்டும்.

5
ஊராட்சி மன்றக் கூட்டங்கள்

இது ஒரு கிராமக் குடியாட்சி. எனவே முடிவுகள் ஒரு கூட்டு

முடிவுதானேயொழிய தனிமனிதரின் ஆதிக்கத்தின் வெளிப்பாடு அல்ல. ஆகையால் ஊராட்சி மன்றக் கூட்டங்கள் மன்ற உறுப்பினர்களின் கருத்துகளின், நியாயங்களின் அடிப்படையில் இருக்க வேண்டும். அதே போல முடிவுகள் தரவுகளின் அடிப்படையில் அறிவியல்பூர்வமாக எடுக்க வேண்டும்.

கூட்டங்களுக்கிடையே உள்ள கால அளவு. கிராம ஊராட்சி அதன் அலுவலகத்தில் அலுவல்களை நடத்துவதற்கு ஒவ்வொரு மாதத்திலும் ஒரு தடவையேனும் அது ஏற்பாடு செய்யக்கூடிய நாள்களில் எப்போதெல்லாம் தலைவர் கூட்டம் கூட்டுகிறாரோ அப்போதெல்லாம் கூடவேண்டும்; விடுமுறை நாள்களில் கூட்டம் நடத்தக் கூடாது.

கூட்ட அறிவிப்பு

1. கூட்டம் நடக்கும் நாள், நேரம் அந்தக் கூட்டத்தில் விவாதிக்கப் போகும் பொருள்கள் ஆகியவை பற்றிய அறிவிப்பு கூட்ட நாளுக்குக் குறைந்தது மூன்று முழு நாள்களுக்கு முன்னதாகக் கொடுக்கப்படவேண்டும்.

2. அவசர நிமித்தம் கருதி தலைவர் இருபத்து நான்கு மணி நேரத்திற்குக் குறைவாக அறிவிப்பு கொடுத்துவிட்டுக் கூட்டத்தைக் கூட்டலாம். அவசரக் கூட்டத்திற்கான காரணம், இடம், தேதி, நேரம், அங்கே நடத்தவிருக்கும் அலுவல்கள் ஆகியவை அதில் குறிப்பிடப்பட்டிருக்க வேண்டும்.

சிறப்புக் கூட்டம். சட்டத்தில் குறிப்பிட்டுள்ளபடி ஒரு பொருள் பற்றிச் சிறப்பாக விவாதிப்பதற்காகக் கூட்டப்படுகின்ற சிறப்புக் கூட்டத்தில் குறிப்பிட்ட சிறப்புப் பொருளைத் தவிர மற்ற பொருள்கள் வைத்து முடிவு ஏதும் எடுத்தல் கூடாது.

பொருள் நிரல்

1. கூட்டத்திற்கான பொருள் நிரல் தலைவரால் தயாரிக்கப்பட வேண்டும். உறுப்பினர்களும் கூட்டத்தில் விவாதிக்கும் பொருட்டு பொருள் நிரல் கொண்டுவரலாம். அதைக் கூட்டம் நடைபெறும் நாளுக்கு ஏழு நாள்களுக்கு முன்பு தலைவருக்கு விவரங்களை அளிக்கவேண்டும். தலைவர் அதன் மீது தனது

கருத்துகளுடன் கூட்ட விவாதத்தில் எடுத்துக்கொள்ள வேண்டும்.

2. தலைவர், சாதாரணக் கூட்டத்திற்கான பொருள் நிரல் தயாரிக்கும் பொழுது மற்றவற்றுடன் பின்வரும் குறிப்பிட்ட பொருள்களையும் சேர்க்கவேண்டும்.

அ. மாதம் முடிய கிராம ஊராட்சியின் அனைத்துக் கணக்கு களிலும் வரவினங்கள், செலவினங்கள் ஆகியவற்றைத் தெரிவிக்கும் விவர அறிக்கை;

ஆ. மாதம் முடிய கிராம ஊராட்சிப் பகுதிகளில் செயல்படுத்த உள்ள அனைத்துத் திட்டங்கள், திட்டச் செயற்பாடுகள், திட்டப் பணிகளின் முன்னேற்றம்;

இ. ஒவ்வொரு நிதியாண்டுக்கான கிராம ஊராட்சியின் நிருவாக அறிக்கையை அடுத்த ஆண்டில் மூன்று மாதத்திற்குள் வைக்க வேண்டும்;

ஈ. கிராம ஊராட்சியின் தணிக்கை அறிக்கை, விளக்கக் குறிப்பு பெறப்பட்ட பிறகு நடைபெறும் முதல் கூட்டத்தில் வைக்க வேண்டும்;

உ. உயரதிகாரிகளின் பயண அறிக்கை, திட்டப் பணிகளைப் பார்வையிட்ட அறிக்கை ஆகியன பெறப்பட்ட பின்பு நடைபெறும் முதல் கிராம ஊராட்சிக் கூட்டத்தில் வைத்தல், கிராம ஊராட்சிகளுக்கான வளர்ச்சித் திட்டத்தை வைத்தல்;

3. நிருவாகத்தில் உறுப்பினர்கள் திறம்பட பங்கு கொள்வதை உறுதி செய்யும் பொருட்டு மத்திய மாநில அரசுகள், ஊரக வளர்ச்சி இயக்குநர், மாவட்ட ஆட்சித் தலைவர் ஆகியோரிடமிருந்து பெறப்படும் பல்வேறு அறிவுரை களையும் வழிகாட்டுதல்களையும் கூட்ட நிகழ்ச்சி நிரலில் சேர்த்து ஊராட்சிக் கூட்டத்தில் வைத்து விவாதித்தல்.

கூட்ட அறிவிப்புப் பொருள் நிரல் சேர்ப்பித்தல்

கூட்ட அறிவிப்பு, பொருள் நிரல் கீழே குறிப்பிட்ட வரிசையிலும் முறையிலும் உறுப்பினருக்குச் சேர்ப்பித்தல் வேண்டும்.

அ. கூட்ட அறிவிப்பை நேரிடையாக ஒவ்வொரு உறுப்பினருக்கும் கொடுத்தல் அல்லது சார்பு செய்தல்;

ஆ. நேரிடையாகக் கொடுக்க முடியாவிட்டால், குடும்பத்திலுள்ள வயதுவந்த உறுப்பினர்களிடம் கொடுத்தல்;

இ. அவ்வாறு வயதுவந்த உறுப்பினர் யாரும் இல்லையெனில் கூட்ட அறிவிப்பை ஒப்புகையுடன்கூடிய பதிவு அஞ்சலில் அனுப்பலாம் அல்லது அவர்கள் கடைசியாக குடியிருந்த வீட்டில் அந்தக் கிராம நிருவாக அலுவலர் முன்னிலையில் முக்கியமான இடத்தில் ஒட்டி சார்பு செய்யலாம்.

செல்லத்தகாத கூட்டம்

கூட்ட அறிவிப்பை நிகழ்ச்சி நிரலுடன் கிராம ஊராட்சியின் ஓர் உறுப்பினருக்கு முறையாக சார்பு செய்யாவிடில் கூட்ட நடவடிக்கைகள் அனைத்தும் செல்லத்தக்கவை அல்ல.

வேண்டுகோள் கூட்டம்

1. கிராம ஊராட்சியின் உறுப்பினர் எண்ணிக்கையில் மூன்றில் ஒரு பங்கிற்குக் குறைவில்லாத அளவில் உறுப்பினர்கள் கூட்டம் நடத்த வேண்டுமென்ற கோரிக்கையை அதற்கான தேதி என்ன காரணத்திற்காக கூட்டம் நடத்தவேண்டும் என்ற விவரங்களுடன் கிராம ஊராட்சித் தலைவருக்கு எழுத்து மூலம் வேண்டுகோள் கொடுத்தால், தலைவர் கிராம ஊராட்சிக் கூட்டத்தைக் கூட்ட வேண்டும். இத்தகைய வேண்டுகோளை அலுவலக நேரங்களில், கிராம ஊராட்சியின் அலுவலகத்தில் தலைவரிடமோ, தலைவர் பொறுப்பு வகிக்கக்கூடியவரிடமோ கூட்டம் நடத்த வேண்டிய நாளுக்கு ஏழு முழு நாள்களுக்கு முன்னதாகக் கொடுக்க வேண்டும்.

2. தலைவர், வேண்டுகோள் கொடுத்த 48 மணி நேரத்திற்குள் கூட்டம் நடத்தக் கேட்டுக்கொண்ட நாளிலோ மூன்று நாள்களுக்குள்ளாகவோ கூட்டத்தைக் கூட்டத் தவறினால் வேண்டுகோள் விண்ணப்பத்தில் ஒப்பமிட்ட உறுப்பினர்கள் இதர உறுப்பினர்களுக்கு அறிவிப்பு கொடுத்து கூட்டத்தைக் கூட்டலாம்.

ஊராட்சிக் கூட்டத்திற்குப் பொதுமக்கள் வருகை அனுமதி

பொதுவாகக் கிராம ஊராட்சிக் கூட்டத்திற்குப் பொதுமக்கள்

வருகை தரலாம். இருப்பினும் கிராம ஊராட்சித் தலைவர், அவராகவோ கிராம ஊராட்சியின் வேண்டுகோளின் பேரிலோ சில குறிப்பிட்ட நேரங்களில் அதற்கான காரணங்களை நடவடிக்கைக் குறிப்பில் பதிந்து பொது மக்களோ வேறு யாருமோ குறிப்பிட்ட கூட்டத்தில் கலந்துகொள்ளக் கூடாதென்றும் உத்தரவிடலாம்.

கூட்டத்தின் வருகைப் பதிவு

உறுப்பினர்களும் தலைமை வகிப்பவரும் கூட்டத்தில் கலந்து கொள்ளும்போது அதற்கான பதிவேட்டில் கையொப்பமிட வேண்டும். கூட்டம் முடிந்தவுடன் தலைமை வகித்த உறுப்பினர் எத்தனை உறுப்பினர்கள் கூட்டத்தில் கலந்துகொண்டார்கள் என்று வருகைப் பதிவேட்டில் பதிவு செய்து கடைசியில் கையொப்பம் இடவேண்டும்.

குறைவெண் வரம்பு

1. கிராம ஊராட்சிக் கூட்டம் நடைபெறும் நேரம் முழுவதும் குறைந்தது மூன்று உறுப்பினர்களோ, கிராம ஊராட்சியில் அப்போதுள்ள மொத்த உறுப்பினர்களின் எண்ணிக்கையில் மூன்றில் ஒரு பங்கு உறுப்பினர்களோ இவற்றில் எது அதிகமோ அந்த அளவு உறுப்பினர்கள் கூட்டத்தில் கலந்து கொள்ளவில்லையென்றால் எந்தவொரு பொருளையும் விவாதித்து முடிவெடுக்க முடியாது.

2. கூட்டம் நடத்த குறிப்பிட்ட நேரத்திற்குப் பிறகு அரைமணி நேரத்திற்குள் தேவையான உறுப்பினர்கள் வரவில்லை யென்றால் வருகை தந்துள்ள உறுப்பினர்கள் மேலும் காத்திருக்கச் சம்மதித்தால் அன்றி கூட்டம் ஒத்திவைக்கப்படும்.

3. குறைந்த அளவு உறுப்பினர்கள் வரவில்லை எனக் கூட்டம் ஒத்திவைக்கப்பட்டால் கிராம ஊராட்சித் தலைவர் ஒத்தி வைக்கப்பட்ட கூட்டத்தை நடத்த புதிய அறிவிப்பை அனுப்பவேண்டும்.

கூட்டத்தை ஒத்திவைத்தல்

1. தலைமை வகிப்பவர், கூட்டம் நடைபெறும் போது

பெரும்பான்மை உறுப்பினர்களின் சம்மதத்துடன், ஒத்தி வைப்பதற்கான காரணங்களைக் கூட்ட நடவடிக்கைப் புத்தகத்தில் எழுத்து மூலம் பதிவு செய்து, கூட்டத்தை ஒத்தி வைக்க வேண்டும். நியாயமான காரணங்களின் பேரில் இவ்வாறு நாள் குறிப்பிடாமல் கூட்டம் ஒத்திவைக்கப் பட்டால், கூட்டம் தொடர்ந்து நடைபெறக் கூடாது.

2. கூட்டம் நடைபெறும்போது வருகை தந்துள்ள உறுப்பினர் களில் பெரும்பான்மை உறுப்பினர்களின் சம்மதத்துடன் தலைமை வகிப்பவர் கூட்டத்தை ஒத்திவைத்தால், அவ்வாறு ஒத்திவைக்கப்பட்ட தேதியில் நடைபெறும் கூட்டத் திற்குப் புதிய அறிவிப்பு கொடுக்க வேண்டிய தேவையில்லை.

3. தலைவர், உறுப்பினர்களின் விருப்பத்திற்கு மாறாகக் கூட்டத்தை ஒத்திவைத்து விவாதித்துக்கொண்டிருந்த பொருளை முடிக்காமல், சென்றுவிடுவாரேயானால், கூட்டத்தில் இருக்கக்கூடிய உறுப்பினர்கள் சட்டப்படி கூட்டத்தைத் தொடர்ந்து நடத்தலாம்.

தலைவர் இல்லையெனில் துணைத் தலைவரோ, துணைத் தலைவர் இல்லையெனில், உறுப்பினர்களால் தேர்ந் தெடுக்கப்பட்ட ஓர் உறுப்பினரோ அந்தக் கூட்டத்திற்குத் தலைமை வகித்துக் கூட்ட நடவடிக்கைகளைத் தொடரலாம். கூட்ட அறிவிப்பில் கொடுக்கப்பட்ட பொருள்கள் மட்டுமே ஆலோசனைக்கு எடுத்துக்கொள்ளப்பட்டு, முடிவுகள் எடுக்க வேண்டும். இவ்வாறு எடுக்கப்படும் முடிவுகள் சட்டப்படி நிறைவேற்ற வேண்டும்.

தீர்மானம் நிறைவேற்றுதல்

கிராம ஊராட்சிக் கூட்டத்தில் வைக்கப்படும் எந்தவொரு பொருளையும் வருகை தந்திருக்கின்ற உறுப்பினர்களில் பெரும் பான்மையானவர்கள் கூட்டத்தில் வாக்களிப்பதன் அடிப்படையில் முடிவு செய்யலாம். சமமான வாக்குகள் இருப்பின் கூட்டத் தலைவர் இரண்டாவது வாக்கு அளித்து முடிவை இறுதியாக்கலாம்.

ஏதேனும் ஒரு தீர்மானம் ஒருமனதாக நிறைவேற்றப்பட வில்லையென்றால், அந்தத் தீர்மானத்திற்கு ஆதரவாகவும்

எதிராகவும் வாக்களித்த உறுப்பினர்களின் பெயர்களைக் கூட்ட நடவடிக்கைப் புத்தகத்தில் பதிவு செய்யவேண்டும்.

தீர்மானத்தை மாற்றம் செய்தல் அல்லது ரத்து செய்தல்

எந்த ஒரு தீர்மானத்தையும் மூன்று மாதங்களுக்கிடையே மாற்றம் செய்யவோ, ரத்து செய்யவோ முடியாது. இந்தக் காலத்திற்குள் ரத்து செய்ய வேண்டுமெனில் இதற்காகத் தனியாகக் கூட்டப்பட்ட ஒரு கூட்டத்தில் கிராம ஊராட்சியின் அப்போதுள்ள மொத்த உறுப்பினர்கள் எண்ணிக்கையில் பாதி நபர்கள் ஆதரவாக வாக்களிப்பதன் மூலம் மாற்றலாம் அல்லது ரத்து செய்யலாம்.

கூட்ட நடவடிக்கைகள்

ஒவ்வொரு கூட்டத்தின் நடவடிக்கைகளும் அதற்கெனப் பராமரிக்கப்படும் புத்தகத்தில் பதிவு செய்ய வேண்டும். ஒரு பொருளின் மீது விவாதம் முடிந்தவுடன் தலைமை வகிப்பவர் கிராம ஊராட்சியின் முடிவை அவ்வப்போது பதிவு செய்து கூட்டத்தில் இருக்கக் கூடிய உறுப்பினர்கள் அனைவருக்கும் அதைப் படித்துக் காண்பித்துத் தீர்மானத்தின் கடைசி வரி முடிவில் கையொப்பமிட வேண்டும்.

கூட்டம் முடிந்தவுடன் நிறைவேற்றப்பட்ட எல்லாத் தீர்மானங்களும் படித்துக் காண்பிக்கப்பட்டன என்று கூட்ட நடவடிக்கை புத்தகத்தில் பதிவு செய்து, அதன் பின்னரே கையொப்பமிட வேண்டும். கூட்டத்தில் பங்கேற்ற உறுப்பினர்களிடமும் கையொப்பம் பெற வேண்டும்.

ஆவணங்களைப் பாதுகாத்தல்

கிராம ஊராட்சியின் கூட்ட நடவடிக்கைகளும் அதற்கான ஆவணங்களும் தலைவரின் பொறுப்பில் இருக்கும்.

கிராம ஊராட்சி பொதுவான அல்லது தனியான உத்தரவு மூலம் நிர்ணயிக்கப்பட்ட கட்டணங்களைச் செலுத்தினால், ஊராட்சியின் ஆவணங்களின் நகல்களைக் கொடுக்கலாம்.

அவ்வாறு வழங்கப்படும் நகல்களில், இந்திய சாட்சி சட்டம் பிரிவு 76இன்படி உண்மை நகல் என்று ஊராட்சித் தலைவர் சான்று அளிக்கலாம்.

இவ்வாறு சான்று அளிக்கப்பட்ட நகல்கள் இந்திய சாட்சி சட்டம் கூறு (5) பிரிவு 78இன்படி கிராம ஊராட்சியின் நடவடிக்கை களை நிரூபணம் செய்யப் பயன்படுத்திக்கொள்ளலாம் (அரசாணை 167, ஊவது, நாள்: 09. 08. 1999).

6

ஊராட்சியின் நிதியையும் கணக்குகளையும் மேலாண்மை செய்யும் முறை

ஒவ்வொரு கிராம ஊராட்சியிலும் பின்வரும் கணக்குகளை அரசாணை 60, நாள்: 16. 04. 2015இல் கூறப்பட்டுள்ள வழிகாட்டு தலின்படி பராமரிக்க வேண்டும்.

1. கிராம ஊராட்சி நிதிக் கணக்கு (கணக்கு எண்-1);
2. தமிழ்நாடு மின்சார வாரியம்/தமிழ்நாடு குடிநீர் வடிகால் வாரியம்/மாவட்ட ஆட்சியர் கொடுப்புக் கணக்கு (கணக்கு எண்-2);
3. கிராம ஊராட்சிப் பணியாளர் ஊதியக் கணக்கு (கணக்கு எண்-7);
4. திட, திரவக்கழிவு மேலாண்மைக் கணக்கு (கணக்கு எண்-8);
5. மத்திய அரசு நிதிக்கணக்கு (15ஆவது ஃபைனான்ஸ் க்ராண்ட்-9).
6. மாநில அரசுக்கு பஞ்சாயத்து செலுத்த வேண்டிய கணக்கு எண்-11.

ஒவ்வொரு கணக்கிற்கும் தனித்தனியாகப் பணக்குறிப்பேடு வைத்திருக்க வேண்டும்.

ஊராட்சிகளின் வருவாய் இனங்கள்

தமிழ்நாடு ஊராட்சி சட்டம் 1994இன்படி ஊராட்சி நிதிக்குரிய வரவினங்கள் பின்வருமாறு:

கிராம ஊராட்சியின் வரிகளும் இதர நிதி ஆதாரங்களும்

1. வரி வருவாய்

2. வரி அல்லாத வருவாய் (கட்டணங்கள்)
3. ஒருங்கிணைந்த ஒப்படைக்கப்பட்ட வருவாய்
4. பல்வகை வருவாய்
5. அரசு மானியங்கள்
6. திட்ட நிதி
7. இதர வருவாய்

அ. வரியினங்கள்
 1. வீட்டுவரி
 2. தொழில்வரி
 3. விளம்பர வரி
 4. கேளிக்கை வரி

ஆ. கட்டணங்களும் அபராதங்களும்
 1. அபாயகரமானதும் அருவருக்கத்தக்கதுமான தொழில் உரிமக் கட்டணம்
 2. கட்டட வரைபட அனுமதி, மனைப்பிரிவு ஒப்புதல் கட்டணம்
 3. பேருந்து நிலையம், வண்டி நிலையக் கட்டணங்கள்
 4. தனியார் கழிவறை, கழிவு நீர்த்தொட்டி சுத்திகரிப்புக் கட்டணம்
 5. ஊராட்சிச் சந்தைக் கட்டணம்
 6. ஆக்கிரமிப்புக் கட்டணம்
 7. தமிழ்நாடு பொதுநல இடச் சட்டம் 1888இன்படி விதிக்கப் படும் உரிமக் கட்டணம்
 8. பொதுமக்கள் தங்குமிடக் கட்டணம்
 9. பொதுக்கழிப்பறைக் கட்டணம்
 10. தண்டத்தொகை, அபராதத்தொகை
 11. ஊராட்சியால் வசூலிக்கப்படும் இதரக் கட்டணங்கள்
 12. நாய்கள், பன்றிகள் உரிமம்

13. அங்கீகாரமற்ற மனைப்பிரிவுகளுக்கான கட்டணங்கள்

14. தொழிற்சாலைகளில் இயந்திரங்கள் மீதான கட்டணம்

15. குடிநீர்க் கட்டணம்

16. வேடிக்கைகள், கேளிக்கை உரிமக் கட்டணம்

17. சாலைகளில் கண்ணாடி இழைகள் பதித்தல் - வருடாந்திர தட வரிசைக் கட்டணம்.

இ. ஒப்படைக்கப்பட்ட வருவாய் இனங்கள்

1. சொத்துடைமை மாற்றத்தின் மீதான தீர்வை, கேளிக்கை வரி
2. 2-சி மரப்பட்டா (வருவாய்த்துறை)
3. சிறு கனிமங்கள் உரிமக் கட்டணம் (கிரானைட் தவிர)
4. நீதிமன்ற அபராதத் தொகைகள்
5. சமூகவனத் தோட்டங்கள் ஏல விற்பனை மூலம் கிடைக்கும் வருவாய்.

ஈ. மானியம்

1. மாநில நிதிக்குழு மானியம்
2. மத்திய நிதிக்குழு மானியம்
3. அரசால் அவ்வப்போது ஊராட்சிக்கு அனுமதிக்கப்படும் மானியங்கள்

உ. பல வகை வரவு இனங்கள்

1. 2-சி பட்டா வரி
2. மீன்பாசி குத்தகை
3. சாலையோர மரங்கள், தோப்புகள், சமூகக் காடுகள் வளர்ப்பு மூலம் வரவினங்கள்
4. திருவிழா, கண்காட்சி வரவினங்கள்
5. ஊராட்சிக்குச் சொந்தமான கடைகள், கட்டடங்கள்,

தங்குமிடங்கள், சமுதாயக் கூடம், திருமண மண்டபம், வணிகக் கட்டடங்களின் வரவினங்கள்

6. ஊராட்சிக் கட்டுப்பாட்டிலுள்ள தோணித்துறை வருமானம்
7. காலங்கடந்த வைப்புத்தொகை
8. முதலீடு வட்டி
9. பங்குத்தொகை, நன்கொடைகள்
10. கருவிகள், பயனற்ற தளவாட சாமான்கள் வாடகை, ஏல வரவு
11. பொதுச் சுகாதாரம் - உரங்கள் விற்பனை வரவு
12. கடன்கள், முன்பணங்கள் வரவு
13. சட்டத்தின்படி பெறப்படவேண்டிய அபராதத் தொகைகள்
14. அரசால் நிர்ணயிக்கப்படும் சமன்பாடு, ஊக்க நிதி
15. ஈமச்சடங்கு மானியம் (செலவினம் திரும்பப் பெறுதல்)
16. வைப்புத் தொகைகள்
17. உதவித் தொகைகள்
18. குடிமராமத்துக் கட்டணம்

வரவு செலவுத் திட்ட மதிப்பீடு

தமிழ்நாடு ஊராட்சிகள் சட்டம் 1994 பிரிவு 192 மற்றும் அரசாணை 223 ஊவது, நாள்: 20. 10. 99)யின்படி ஊராட்சி நிருவாக அலுவலர் ஒவ்வோர் ஆண்டும் டிசம்பர் 31ஆம் தேதிக்குள் வரும் நிதி ஆண்டுக்குரிய வரவு-செலவு குறித்த உத்தேச வரவு செலவுத் திட்ட மதிப்பீட்டை ஊராட்சிப் படிவம் 31இல் தயாரிக்க வேண்டும். இதை ஜனவரி 31ஆம் தேதிக்குள் துணை வட்டார வளர்ச்சி அலுவலர் (ஊராட்சிகள்) அவர்களுக்கு அனுப்பித் துணை வட்டார வளர்ச்சி அலுவலர் பிப்ரவரி 28ஆம் தேதிக்குள் ஒப்புதல் அளிக்க வேண்டும் (அரசாணை 9, ஊவது, (சி2), நாள்: 18. 1. 1999).

ஊராட்சியின் வரி இனங்கள்

வீட்டுவரி விதிப்பு. ஊராட்சிகளின் வருவாய் ஈட்டல் வரிகளில்

மிகவும் முதன்மையானது வீட்டுவரி. ஊராட்சி மன்றத்தின் தீர்மானத்தின்படி தற்போதுள்ள வரிவிதிப்பு முறை தொடரலாம். அல்லது தமிழ்நாடு சிற்றூராட்சிகள் சட்டம் 1994, பிரிவு 172இன் படி வீடுகளின் வகைப்பாடுகளுக்கு ஏற்ப (சிமெண்டு, கூரை, ஓடு, கீற்றுக்கூரை முதலியன) அட்டவணை 8. 2இல் குறிப்பிட்ட வீதத்தில் அனைத்து வீடுகளுக்கும் கட்டடப் பரப்பு அடிப்படையில் அரையாண்டு, ஆண்டுக்கு வரி கணக்கிட்டு விதிக்கப்பட வேண்டும்.

இவ்வாறு வரிவிதிக்கும்போது ஆய்வாளரின் (மாவட்ட ஆட்சித் தலைவர்) முன்னனுமதி பெறாமல், வரி மதிப்பீடு செய்யப் பட்ட ஆண்டில் அதைத் திருத்தவோ மாற்றவோ முடியாது. ஆனால், வரிவிதிப்பு உயர்த்தப்படும் போது ஆய்வாளரின் முன்னனுமதி தேவையில்லை (அட்டவணை 8. 2, பிரிவு 172, 1), அரசாணை 255, ஊவது, நாள்: 13. 12. 2000)

1. ஒரு கட்டடம் பகுதி காங்கிரிட் கட்டடமாகவும் பகுதி ஓடு அல்லது கூரை வீடாகவும் இருந்தால், ஒவ்வொரு இனத்திற்கும் தனித்தனியே உள்ள விகிதத்திற்கு வரி விதிக்கவேண்டும் (அட்டவணை 8. 2).

2. ஆனால் 18.58 சதுர மீட்டர் உள்ள கட்டட பரப்பு காங்கிரிட், ஓடு, கூரை என எவ்வாறு இருந்தாலும், ஒட்டுமொத்த வரியாக ஒரு அரையாண்டுக்கு ரூ. 20 விதிக்கலாம்.

3. கட்டடங்களின் தன்மைக்கு ஏற்ப அட்டவணையில் குறிப்பிட்டுள்ளவாறு வீட்டுவரி மீது (சர்சார்ஜ்) கூடுதல் வரி விதிக்க வேண்டும்:

    1. குடியிருப்புக் கட்டடமாக இருந்தால் கூடுதல் வரி இல்லை.

    2. கட்டடம் சிறிய வியாபார நிறுவனம் உள்ள இடமாக இருந்தால், கூடுதல் வரி 20%.

    3. பெரிய வியாபார நிறுவனம், தொழிற்சாலை, திரை யரங்குகள், தங்கும் விடுதியாக இருந்தால், கூடுதல் வரி 60%.

    4. ஒரு கட்டடத்தின் பகுதி குடியிருப்பாகவும் மறுபகுதி வாடைக்காகவும் இருந்தால், அந்தந்த வகைப்பாட்டிற்குத் தக்கவாறு சர்சார்ஜ் விதிக்க வேண்டும் (ஊராட்சிச் சட்டம் 1994 பிரிவு 172 (1). பார்க்க: அட்டவணை 8. 2).

8. 2: வரி விகிதங்கள்

வ எ	கட்டட வகைப்பாடு	கட்டட அடிப்பரப்பு	அரையாண்டு வரி விதிப்புக்கு		ஆண்டுக்கு வரி விதிக்கப்பட்டால்	
			குறைந்த அளவு ரூ	அதிக அளவு ரூ	குறைந்த அளவு ரூ	அதிக அளவு ரூ
1	கான்கிரீட் வீடுகள், மாடி வீடுகள்	ஒரு 9.29 சதுர டெசி மீட்டருக்கு	0.25	0.50	0.50	1.00
2	ஓட்டு வீடுகள்	ஒரு 9.29 சதுர டெசி மீட்டருக்கு	0.15	0.30	0.30	0.60
3	கூரை வீடுகள் 20 சதுர மீட்டர் அதற்கு மேலும்	ஒரு 9.29 சதுர டெசி மீட்டருக்கு	0.10	0.20	0.20	0.40
4	கூரை வீடுகள் 20 சதுர மீட்டர் கீழ்	ஒரு 9.29 சதுர டெசி மீட்டருக்கும் அதன் பகுதிக்கும்	0.20	0.50	0.40	1.00

7
தொழில்வரி

(தொழில், வர்த்தக அமைப்புகள், பணிகள் ஆகியவற்றின் மீதான வரிவிதிப்பு)

1. மாத ஊதியம் பெறும் மைய, மாநில அரசு அலுவலர்கள், தனியார் நிறுவனங்களில் பணிபுரியும் அலுவலர்கள் ஆகியோரின் ஊதியத்திலிருந்து அரையாண்டுக்கு ஒருமுறை ஊராட்சியால் வரையறுக்கப்பட்ட விகிதத்தில் தொழில் வரியை அந்தந்த அலுவலர்கள் சம்பளத்தில் பிடித்தம் செய்து ஊராட்சிக்குச் செலுத்த வேண்டும். இந்த வரி ஆண்டு தோறும் ஆகஸ்ட், ஜனவரி மாத ஊதியத்தில் பிடித்தம் செய்து முறையே செப்டம்பர் மற்றும் பிப்ரவரி

15ஆம் நாளுக்குள் ஊராட்சிக்குச் செலுத்த வேண்டும். தற்போது விதிக்கப்படும் தொழில் வரிகளுக்குப் பார்க்க: அட்டவணை 8. 3.

2. இதே போன்று வணிகம், பிற தொழில் செய்வோர் அரையாண்டு வருமானம் ரூ. 21000-க்கு மேல் இருப்பின், ஊராட்சியால் வரையறுக்கப்பட்ட விகிதத்தில் வரி கணக்கிட்டுத் தண்டல் செய்யப்பட வேண்டும்.

3. 1992ஆம் ஆண்டு தொழில் வர்த்தகம் அமைப்புகள், பணிகள் சட்டத்தின்படி தொழில் வர்த்தகம் சார்ந்த அமைப்புகள் படிவம் 1இல் கண்டுள்ள விவரங்களுடன் செயல் அலுவலரிடம் ஆவணங்கள் சமர்ப்பிக்கப்பட வேண்டும். ஆவணங்களின் அடிப்படையில் தொழில் வரி விதிக்க வேண்டும்.

4. ஊராட்சி எல்லைக்குள் அமைந்துள்ள ஆயுள் காப்பீட்டுக் கிளை நிறுவனங்கள் மீது தொழில் வரி விதிக்கப்பட வேண்டும். (அரசாணை எண் 933, ஊவது, நாள்: 28. 05. 1960).

5. தொழிலாளர் ஈட்டுறுதிக்கழக (இஎஸ்ஐ) நிறுவனத்திற்கும் தொழில்வரி விதிக்கப்பட வேண்டும் (அரசுக் குறிப்பாணை எண். 51269/எப். 164 ஊவது, நாள்: 7. 12. 1974).

6. மின்சார வாரியத்தின் அலகு அலுவலகம் ஊராட்சி எல்லைக்குள் அமைந்திருப்பின் மின்சார வாரியத்திற்குத் தொழில்வரி விதிக்கப்பட வேண்டும் (அரசாணை 226, ஊவது, நாள்: 13. 05. 1970).

7. வங்கிகளுக்குத் தொழில் வரி விதிக்கப்பட வேண்டும். (அரசாணை 226, ஊவ (ம) உது, நாள்: 13. 05. 1970).

8. பாரத ஸ்டேட் வங்கியின் மீது தொழில் வரி விதிக்கப்பட வேண்டும் (அரசுக் குறிப்பாணை எண். 30029/சி2/73-11, ஊவ (ம) உது, நாள்: 8. 7. 1974).

9. இந்திய உணவுக்கழகம் செயல்படுத்தும் தானியம் உலர்த்தல் இயந்திரப் பணிக்குத் தொழில் வரி விதிக்கப்பட வேண்டும் (அரசாணை 30029/சி2/73-11 ஊவ (ம) உது, நாள்: 8. 07. 1974).

8. 3: தொழில்வரி விகிதங்கள்

வ. எ	சராசரி அரையாண்டு வருமானம் (ரூபாயில்)	அரையாண்டு வரி (ரூபாயில்)
1	20000-30000 வரை	155
2	30001-45000	375
3	45001-60000	740
4	60001-75000	1115
5	75001-க்கு மேல்	1250

10. ஐந்து ஆண்டுகளுக்கு ஒருமுறை 25 முதல் 35 விழுக்காடு வரை வரி உயர்த்தி, நிர்ணயம் செய்வதற்கு உள்ளாட்சி அமைப்புகளுக்கு அனுமதி அளிக்கப்பட்டுள்ளது.

விளம்பர வரி

எந்த ஒரு திரையிலும், பலகையிலும், சுவரிலும் அல்லது தனியார் அல்லது பொதுநிலத்தின் மீது நிறுவப்படும் விளம்பரத்தட்டி அல்லது கட்டுமான அமைப்பு அல்லது தாங்குதூண் முழுவது மாகவோ, பகுதியாகவோ தனியார் அல்லது பொதுநிலம், கட்டடத்தில் முழுவதுமாக அல்லது பகுதியாகத் தெரியும் செய்தி விளம்பரம் எனப்படும். இதில் நாளிதழ்கள், வானொலி, தொலைக் காட்சி மூலம் வரும் செய்திகள் சேராது.

2. பொதுமக்கள் முழுமையாகவோ, பகுதியாகவோ தெரிந்து கொள்ளுமாறு—விளம்பரப்படுத்தும் நோக்குடன் செய்திப் பலகை தனியார், பொது நிலத்தில் அல்லது சுவரில், கட்டடத்தின் கட்டுமானத்தில் வைக்கப்பட்ட திரைச்சட்டம் அல்லது தட்டி விளம்பரப் பலகை ஆகும்.

3. மேற்படி விளம்பரங்கள், விளம்பரப் பலகைகள் நிறுவ ஓராண்டுக்கு ஒருமுறை விளம்பர வரி ஊராட்சிக்குச் செலுத்தப்பட வேண்டும். அட்டவணை 8. 4இல் காண்க.

ஒரு விளம்பரப் பலகை நிறுவப்படும் காலம் ஆறுமாத காலத் திற்குள் இருப்பின் ஆண்டுக்கான வரித்தொகையில் 50 விழுக்காடு வசூல் செய்யப்பட வேண்டும். ஆண்டு விளம்பரவரி செலுத்தி

8.4: விளம்பர வரி விகிதங்கள்

வ.எ	பகுதி	குறைந்த அளவு (ரூ/சமீ)	அதிக அளவு (ரூ)
1	மாநகராட்சிப் பகுதியிலிருந்து 30 கிமீ சுற்றளவுக்குள் அமைந்துள்ள ஊராட்சிப் பகுதி	30	500
2	நகராட்சிப் பகுதியிலிருந்து 30 கிமீ சுற்றளவுக்குள் அமைந்துள்ள ஊராட்சிப் பகுதி	20	500
3	இதர ஊராட்சிப் பகுதிகள்	10	500

யிருப்பின் அந்த விளம்பரத்தை அப்புறப்படுத்தும்போது எஞ்சிய தொகையைத் திருப்பி அளிக்க வேண்டும். இதற்குரிய அனுமதியை மாவட்ட ஆட்சியரிடம் பெறவேண்டும்.

விளம்பரத்திற்கான உரிமம் ஓராண்டு காலத்திற்குச் செல்லுபடி ஆகும். உரிமம் பெற்ற முப்பது நாள்களுக்குள் விளம்பர வரி செலுத்தப்பட வேண்டும். உரிமம் புதுப்பிப்பதற்கான விண்ணப்பம் உரிமக்காலம் காலாவதி ஆவதற்கு இரண்டு மாதத்திற்கு முன்பு கட்டணத் தொகையுடன் உரிய படிவத்தில் விண்ணப்பம் செயல் அலுவலருக்கு அனுப்பப்பட வேண்டும் (அரசாணை 218, ஊவது, (சி4) நாள்: 14. 10. 1999)

ஆபத்தானதும் அருவருக்கத்தக்கதுமான தொழில் உரிமக் கட்டணம் (பிரிவு 159 (4) தமிழ்நாடு ஊராட்சிகள் சட்டம் 1994)
ஊராட்சி எல்லைக்குள் நடத்தப்படும் அனைத்து அபாயகரமானதும் அருவருக்கத்தக்கதுமான தொழில்களுக்குரிய கட்டணங்கள் ஊராட்சியில் அறிவிக்கப்பட்ட கட்டணங்களின் அடிப்படையில் வசூலிக்கப்பட வேண்டும்.

கட்டடங்கள், வீட்டுமனைப் பிரிவுகளுக்கு அனுமதி வழங்கும் கட்டணம் (அரசாணை 180, ஊவது (சி2), நாள்: 05. 12. 2024இல் வெளியிடப்பட்ட விதிகளின்படி) வீட்டுமனைப் பிரிவுகள்,

8. 5: வரைபடம், கட்டடங்கள், மனை அனுமதிக் கட்டணங்கள்

வ எ	பகுதி	விவரம்	அதிக அளவு (ரூ)	குறைந்த அளவு (ரூ/1சமீ)
1	கட்டட வரைபட அனுமதி	1. கட்டடப் பகுதி	100 அல்லது அதன் மடங்கு	5 அல்லது அதன் மடங்கு
		2. கிணறு அமைக்க	100	25
		3. வெளிப்புறச் சுவர்	100 (மொத்தம்)	25 (மொத்தம்)
		4. ஆய்வுத் தொகை	50	25
		5. மனை வரைபடம் (மூன்று பிரதிகளுக்கு மேல்)	10 (கூடுதல் படிக்கு)	10 (கூடுதல் படிக்கு)
2	மனைப் பிரிவு அனுமதி	வளர்ச்சிக் கட்டணம்	1000/ஏக்கர்	500/ஏக்கர்

கட்டடங்கள் கட்டுவதற்குரிய விண்ணப்பம் செயல் அலுவலரால் அனுமதிக்க உரிய கட்டணம் வசூலிக்க வேண்டும் (பார்க்க: அட்டவணை 8. 5; அரசாணை 180, நாள்: 05. 12. 2024).

உள்ளூர்த் திட்டக் குழுமம் மற்றும் வளர்ச்சிக் குழுமங்களின் கட்டுப்பாட்டிலுள்ள அனைத்து உள்ளாட்சிகளுக்கும் ஊரமைப்புச் சட்டம் 1971, பிரிவு 49இன் கீழ் திட்ட அனுமதி வழங்கவும், பிற பகுதிகளில் அடங்கும் உள்ளாட்சிகளில் தொழில்நுட்ப அனுமதி வழங்கவும் அதிகாரம் பகிர்ந்தளிக்கப்பட்டுள்ளது.

அங்கீகரிக்கப்படாத மனைப் பிரிவு, மனை ஒழுங்கு விதிகள் 2017

நகர்ப்புறம் மற்றும் கிராமப்புறப் பகுதிகளில் அதிக எண்ணிக்கையிலான அங்கீகரிக்கப்படாத மனைப்பிரிவு உருவாகி உள்ளன. இந்த மனைப் பிரிவுகளில் அடிப்படை வசதிகள், கட்டுமான வசதிகள் இல்லாத நிலையில் பெரும்பாலான மனைகளை ஏழைகளும் விவரம் அறியாத மக்களும் வாங்கியுள்ளனர். இந்த மனைப் பிரிவுகளை மீளவும் முந்தைய பயன்பாட்டு நிலைக்கு மாற்ற இயலாத நிலை உள்ளது. ஏழைகளும் விவரம் அறியா தோரும் வாங்கியுள்ள

அங்கீகரிக்கப்படாத மனைகளை உரிய வகையில் ஒழுங்கு முறைப்படுத்தி உள்கட்டமைப்பு வசதிகள் ஏற்படுத்தித்தர அரசு முடிவு செய்து, அங்கீகரிக்கப்படாத மனைப் பிரிவுகளிலுள்ள சாலைகளை அகலப்படுத்துதல், பொதுப் பயன்பாட்டிற்கான இடங்களைப் பயன்படுத்துதல் ஆகிய நிபந்தனைகளுடன் அங்கீகரிக்க வழிவகை செய்யப்பட்டுள்ளது.

தமிழ்நாடு நகர் மற்றும் ஊரமைப்புச் சட்டம் 1971 (தமிழ்நாடு சட்டம் 35, 1972) பிரிவு 113இன்படி தமிழக ஆளுநருக்கு அளிக்கப்பட்ட அதிகாரத்தின்படி 29. 11. 1972 முதல் 20. 10. 2016க்கு முன்னர் அங்கீகரிக்கப்படாத மனைப் பிரிவுகளில் விற்கப்பட்ட, பதிவு செய்யப்பட்ட வீட்டுமனைகளைத் தமிழ்நாடு நகர் மற்றும் ஊரமைப்புச் சட்டம் 1971க்கு விலக்களித்து மேற்படி அங்கீகரிக்கப் படாத மனைப்பிரிவுகளையும் வீட்டுமனைகளையும் வரைமுறை செய்வதற்கு மேற்கண்ட சட்டத்தில் விளக்கப்பட்டுள்ளது.

இந்த வரன்முறை செய்வதற்கு வட்டார வளர்ச்சி அலுவலருக்கு அதிகாரம் அளிக்கப்பட்டுள்ளது. இதற்கான கட்டண விகிதங்கள் அரசாணை 172, நாள்: 13. 10. 2017இன் மூலம் தெரிவிக்கப்பட்டுள்ளது. வளர்ச்சிக் கட்டணம் ஒரு சதுர மீட்டருக்கு ரூ. 25உம், ஆய்வுக் கட்டணம் (ஒழுங்குமுறைக் கட்டணம்) ஒரு மீட்டருக்கு ரூ. 30உம் விதிக்க வேண்டும். வசூலிக்கப்படும் கட்டணத்தை உடனடியாக ஊராட்சி நிதியில் செலுத்த வேண்டும். இந்தத் தொகையை அடிப்படை உள்கட்டமைப்பு வசதிகளை ஏற்படுத்த பயன்படுத்திக் கொள்ள வேண்டும் (அரசாணை 172, வீட்டுவசதி, நகர்ப்புற வசதித் துறை, நாள்: 13. 10. 2017).

வண்டி நிலையங்களுக்கான கட்டணம் (பிரிவு 155)

மாவட்ட ஆட்சித் தலைவரின் அனுமதியுடன் பொது இடங்களில் கட்டணம் நிர்ணயித்து வசூல் செய்யலாம். நிர்ணயிக்கப்பட்ட கட்டணத்தை மாவட்ட அரசிதழிலும் விளம்பரப்படுத்த வேண்டும். இதைக் குத்தகை முறையிலும் ஒப்படைத்துத் தொகை வசூல் செய்யலாம் (அரசாணை 184, ஊவது, நாள்: 30. 8. 1999. அரசாணை 118, ஊவது, நாள்: 26. 7. 2004).

மனைப்பிரிவு அனுமதி

மனைப்பிரிவு அனுமதிக்காக வரைபடத்துடன் கிராம ஊராட்சித் தலைவரிடம் விண்ணப்பிக்க வேண்டும். மனுவைத் துணை இயக்குநர், நகர் ஊரமைப்புத்துறை அவர்களுக்குக் கிராம ஊராட்சித் தலைவர் உரிய அங்கீகாரத்திற்காக அனுப்ப வேண்டும். நகர் ஊரமைப்புத்துறை விதிமுறைகள் பின்பற்றப்பட்டுள்ளனவா என்பதைச் சரிபார்த்துத் தொழில்நுட்ப ஒப்புதல் அளிக்கும். அதைப் பெற்றபின் கிராம ஊராட்சியின் செயல் அலுவலர் அனுமதி அளிப்பார்.

மனைப்பிரிவில் இடம்பெறும் பொது இடங்களுக்கான நிலங்களை நடைபாதைகள், சாலைகள் ஆகியவற்றை ஊராட்சியின் பெயரில் நில உரிமையாளர் தானப் பத்திரம் செய்துதர வேண்டும்.

தேவையான சாலைகள்/சிறுபாலங்கள்/தெரு விளக்குகள்/ கழிவு நீர்க்கால்வாய் வசதி போன்ற மேம்பாட்டுப் பணிகளை மேற்கொள்ள வேண்டும். இல்லையெனில் அவற்றிற்கான மேம்பாட்டுக் கட்டணத்தைக் கிராம ஊராட்சி நிர்ணயித்து வசூக்க வேண்டும். அந்த நிலத்திற்குச் செல்ல வழியுள்ளதை உறுதி செய்ய வேண்டும்.

மேற்கண்ட அரசாணையில் வெளியிடப்பட்ட பிரிவு எண்35இன் படி கிராம ஊராட்சிகளால் வசூலிக்கப்படும் குறைந்த அளவு, அதிக அளவு உரிமத்தொகை, அருகிலுள்ள நகராட்சிகளிலிருந்து பெற்று தொடர்புடைய ஊராட்சிக்கு, ஊராட்சிகள் ஆய்வாளரால் தெரிவிக்க வேண்டும்.

கிராம ஊராட்சியால் நிர்ணயிக்கப்பட்ட உரிமத்தொகை அண்மை யிலுள்ள நகராட்சியின் நடப்பு உரிமத் தொகைகளுக்கு மிகாதென்று உறுதிசெய்தல் வேண்டும்.

8

செலவினங்கள்

பொது: கிராம ஊராட்சியில் உள்ள நிதியிலிருந்து செலவழிப்பதற் காகத் தயார் செய்யப்படும் பட்டியல்களில் நிருவாக அலுவலர் அல்லது அரசால் தொடர்புடைய திட்டம் அல்லது நிதியிலிருந்து வழங்க அதிகாரம் பெற்றவர் செலவினப் பட்டியல்களை அங்கீகரித்த பிறகுதான் ஊராட்சி நிதியிலிருந்து பணம் வழங்க வேண்டும்.

தனது காசோலை மூலம் தொகை பெறுதல்

1. ஊராட்சியால் தயாரிக்கப்படும் செலவுச் சீட்டுகள், பட்டியல்களின் அடிப்படையில் அரசால் அவ்வப்போது வழங்கப்படும் வழிமுறைகளின்படி குறுக்குக் கோடிட்ட காசோலை மூலமாகத் தொகை, யாருக்கு வழங்க வேண்டுமோ அவருக்குக் கொடுக்க வேண்டும்.

2. கிராம ஊராட்சியில் செயல் அலுவலர் பின்வரும் இனங்களுக்கு மட்டும் தனது காசோலை மூலம் தொகை பெறலாம்.

   அ. கிராம ஊராட்சிப் பணியாளர்கள் ஊதியம்;

   ஆ. கிராம ஊராட்சியின் நிருவாக அலுவலர், உறுப்பினர், பணியாளருக்குப் பயணப்படி வழங்குவதற்கு;

   இ. அலுவலகச் சில்லறை செலவினம்;

   ஈ. பணியாளர்களுக்குப் பண்டிகை முன்பணம்.

3. செயல் அலுவலர் அவ்வப்போது ஏற்படும் இடைநிலை செலவுக்கு காசோலை மூலம் ரூ. 500 முன்பணமாக எடுக்கலாம்.

   இந்தத் தொகையின் முன்பதிவேட்டில் (ஊராட்சிப் படிவம் 12இல்) பதிவிட்டு, அந்தத் தொகை ஈடுசெய்தலைக் கண்காணிக்க வேண்டும்.

   ஏற்கெனவே பெற்ற முன்பணம் நிலுவையில் உள்ளபோது இரண்டாவதாக ரூ. 500 எடுத்தல் கூடாது.

9
தலைவர், உறுப்பினர் பயணப்படி

நிலையான மதிப்பூதியம். ஊராட்சித் தலைவர்களுக்கு நிலையான மதிப்பூதியமாக ரூ. 2000 மாதத்திற்கு அனுமதிக்கப்படுகிறது.

1. ஊராட்சித் தலைவர், உறுப்பினர் பயணப் படியும் இதரவும்

அரசாணை எண் 258, ஊவது, நாள்: 14. 12. 99இல் பயணப்படி விதிகள் வெளியிடப்பட்டுள்ளது.

ஒவ்வொரு கிராம ஊராட்சியின் தலைவருக்கும் உறுப்பினருக்கும் அந்தந்த ஊராட்சி நிதியிலிருந்து அரசால் அவ்வப்போது

8. 6: பயணப்படி

பதவி	ரயில்	தினப்படி	பேருந்து
ஊராட்சித் தலைவர்	முதல் வகுப்பு	ரூ. 50	உள்ளபடி
ஊராட்சி உறுப்பினர்	இரண்டாம் வகுப்பு	இல்லை	உள்ளபடி

நிர்ண யிக்கப்படும் நிலையான மாதாந்திர பயணப்படி வழங்க வேண்டும்.

ஆட்சி எல்லைக்கு வெளியே பயணங்கள் மேற்கொள்ளும் போது தினப்படி, பயணப் படிகள் அவ்வப்போது அரசால் நிர்ணயிக்கப்படும் விகிதத்தில் வழங்கப்படவேண்டும்.

சென்னைக்குப் பயணம் மேற்கொள்ளப்படும் போது சென்று திரும்ப தினப்படி நூறு விழுக்காடு உயர்த்தி வழங்க வேண்டும்.

2. நிலையான மாதாந்திரப் பயணப்படி

ஊராட்சித் தலைவர்களுக்கு அட்டவணை 8. 6இல் காணும்படி மாதாந்திரப் பயணப்படி அனுமதிக்கப்பட்டுள்ளது.

மாதாந்திரப் பயணப்படி ஊராட்சித் தலைவருக்கு ரூ. 500 (அரசாணை 226, ஊவது, சி1, நாள்: 25. 10. 99).

தினப்படி

ஊராட்சித் தலைவர், உறுப்பினர்கள் அலுவல் காரணமாக பயணம் மேற்கொள்ளும் போது அட்டவணையில் குறிப்பிட்டுள்ள விவரப்படி தினப்படி அனுமதிக்கப்பட்டுள்ளது (அரசாணை 362, ஊவது, (சி 1), நாள்: 20. 12. 97).

மேற்படிப் பயணக் கட்டணம் அந்தந்த மாவட்டத்திற்குள்ளே அலுவல் காரணமாக மேற்கொள்ளப்படும் பயணங்களுக்கு மட்டுமே பொருந்தும். ஊராட்சிமன்றத் தலைவர்கள் மாவட்டங்களுக்கு வெளியே அலுவல் காரணங்களுக்காகப் பயணம் செய்ய நேரிட்டால், மாவட்ட ஆட்சித் தலைவரின் முன்னனுமதி பெற வேண்டும்.

ஊராட்சிமன்ற மூன்று கூட்டங்களுக்கான அமர்வுப்படி

ஊராட்சித் தலைவர், உறுப்பினர்களுக்குப் பின்வருமாறு அமர்வுப்படி அனுமதிக்கப்பட்டுள்ளது.

1. ஊராட்சித் தலைவர் ரூ. 500 (ஒரு மாதத்திற்கு ஒரு அமர்வுக்கு மிகாமல்)

2. ஊராட்சி உறுப்பினர்கள் ரூ. 250 (ஒரு மாதத்திற்கு ஒரு அமர்வுக்கு மிகாமல்; அரசாணை 54, ஊவது, நாள்: 29. 06. 2012).

பொருள்கள் கொள்முதல்

எழுதுபொருள்கள், பொது சுகாதாரப் பொருள்கள் கைப்பம்புகள், விசைப் பம்புகள் பராமரிப்பு, கிணறு பராமரிப்புப் பொருள்கள், மேல்நிலை நீர்த்தேக்கத் தொட்டிப் பொருள்கள், மின்சாரப் பொருள்கள், வானொலி, தொலைக்காட்சிப் பொருள்கள், தளவாட சாமான்கள் வாங்குதல்.

அரசாணை 446, நிதித்துறை, நாள்: 26. 09. 2000இல் வெளியிடப் பட்டுள்ள ஒளிவு மறைவற்ற ஒப்பந்தச் சட்டம் 43/1998 விதி முறைகள் பிரிவு 2 (சி) அட்டவணை 3இன்படி பொருள்கள் கொள்முதல் செய்யும்போது பின்வரும் நடைமுறைகள் முழுமையாகப் பின்பற்றப்பட்ட விவரத்தைச் சரிபார்க்க வேண்டும்:

1. ஒப்பந்தப்புள்ளி இல்லாமல் பொருள்கள் கொள்முதல் செய்யக் கூடாது (பிரிவு (1)).

2. ஒப்பந்தப் புள்ளி முடிவு செய்யும்போது ஒப்பந்த ஆவணங் களில் குறிப்பிடப்பட்ட அட்டவணை விலை வீதங்கள், உள்ளூர்ச் சூழ்நிலைகள், இனங்களைக் கருத்தில் கொள்ள வேண்டும் (பிரிவு 10 (1)).

3. மிகக் குறைந்த ஒப்பந்தப் புள்ளி ஏற்கவேண்டும் (பிரிவு (21).

4. குறைந்தபட்ச ஒப்பந்தப் புள்ளியில் குறிப்பிட்ட சில இனங்களில் தொகை மிகவும் அதிகமாகக் குறிப்பிட்டிருந்தால் அதைக் குறைப்பதற்கு அந்த ஒப்பந்தக்காரருடன் கலந்து பேசலாம் (பிரிவு 10 (3)).

5. ரூபாய் 5 இலட்சத்திற்கு மேற்பட்டு ஆனால் ரூ. 25

இலட்சத்திற்கு மேற்படாத இனங்களுக்கான ஒப்பந்த அறிவிப்புகள் மாவட்ட ஒப்பந்தச் செய்தி மலரிலும் ரூ. 25 இலட்சத்திற்கு மேற்பட்ட இனங்கள் மாநில ஒப்பந்தச் செய்தி மலரிலும் வெளியிடப்பட வேண்டும் (பத்தி 8, 9).

6. அரசால் விலக்களிக்கப்பட்ட வகைகளைத் தவிர ஒப்பந்தக் காரர்களிடமிருந்து மதிப்பில் 1 ரூபாய்க்கு மிகாமல் பிணையப் பணம் பெறவேண்டும் (பத்தி (14 (1)).

7. பிணை வைப்புத்தொகை 5 ரூபாய்க்குக் குறையாமலும், நிறுத்தி வைக்கப்படும் தொகை 10 ரூபாய்க்கு மிகாமலும் இருக்க வேண்டும் (14(3) 9சி).

8. ஒப்பந்தத்தை முழுமையாக நிறைவேற்றத் தவறினால், செலுத்த வேண்டிய தண்டத்தொகை குறித்து விவரம் குறிப்பிட வேண்டும் (பத்தி 14(1)).

ஊராட்சிக்குத் தேவைப்படும் தெருவிளக்கு கருவிகள் வாங்கிக் கொள்ள பின்வரும் நெறிமுறைகளைப் பின்பற்ற வேண்டும்.

1. ஐஎஸ்ஐ முத்திரை கொண்ட மின்பொருள்கள் உள்ளூரில் வாங்கிக்கொள்ளலாம்.

2. அரசாணை 223, ஊவது, நாள்: 19. 12. 94 தெரிவித்துள்ளபடி தெருவிளக்குகள் மாற்றுவதற்கான ஆணையைச் சார்ந்தே பொருள்களின் தேவைகள் இருக்க வேண்டும்.

    1. குழல்விளக்குகள்: ஒரு மின்கம்பத்திற்கு ஆண்டுக்கு இரண்டு.
    2. சோக்கு: ஒரு மின்கம்பத்துக்கு ஆண்டுக்கு ஒன்று.
    3. ஸ்டார்ட்டர்: ஒரு மின்கம்பத்துக்கு ஆண்டுக்கு மூன்று.
    4. சோடியம் நியான், மெர்குரி ஒரு மின்கம்பத்துக்கு 3 ஆண்டுக்கு இரண்டு.
    5. மின்விளக்குப் பொருத்துதல்: கருவிகள் ஒரு மின் கம்பத்துக்கு, 5 ஆண்டுக்கு ஒருமுறை (ஒவ்வொரு ஆண்டும் 1/5 பங்கு) மாற்றப்படவேண்டும்.

3. அனைத்துக்கும் ஊராட்சி மன்றத்தின் தீர்மானங்கள் பெற வேண்டும்.

4. தெருவிளக்குகள் பொருத்திகள் மற்றும் சோக்குகள் ஒரு

இலட்சத்திற்கு அல்லது அதற்கு அதிகமாக வாங்கும்போது ஒப்பந்தப்புள்ளி மூலமாகவும், சிறுதொழில் நிறுவனங்களிடமிருந்தும் வாங்க வேண்டும்.

10
கிராம ஊராட்சியில் பணிகளைச் செயல்படுத்தும் முறை

கிராம ஊராட்சிகளால் நிறைவேற்றப்படும் பணிகள் குறித்து இந்தப் பகுதியில் விளக்கப்பட்டுள்ளது. ஒரு பணியை மேற்கொள்ள நிருவாகத்தால் வழங்கப்படும் அனுமதியே நிருவாக அனுமதி யாகும். நிருவாக அனுமதியின்றி பணிகளைச் செய்ய இயலாது. கிராம ஊராட்சியின் மூலம் நிறைவேற்றப்படும் அத்தனை பணிகளுக்கும் ஊராட்சி மன்றத்தின் அனுமதி பெறவேண்டும். கிராம ஊராட்சி செயல்பாடுகளுக்கான மதிப்பீடுகள் தயாரித்து, அதற்கு நிருவாக அனுமதி பெறவேண்டும். பொது நிதியிலிருந்து செய்யும் பணிகளுக்கு (அரசாணை 203, ஊவது, நாள்: 20. 12. 2007) நிருவாக அனுமதி வழங்கும் அதிகாரம் அதிகாரிகளுக்குக் கொடுக்கப்பட்டுள்ளது.

1. நிருவாக அனுமதி

ஒரு கிராமப் பஞ்சாயத்திற்கு வரும் நிதியைப் பயன்படுத்திச் செய்யும் எந்தப் பணியும் மேற்கொள்ள நிருவாகத்தால் வழங்கப் படும் அனுமதியே நிருவாக அனுமதியாகும். நிருவாக அனுமதி இல்லாமல் எந்த ஒரு வேலையையும் மேற்கொள்ளுதல் கூடாது. கிராம ஊராட்சியின் மூலம் மேற்கொள்ளப்படும் அனைத்துப் பணிகளுக்கும் அந்தக் கிராம ஊராட்சி மன்றத்தில் முதலில் ஒப்புதல் பெற வேண்டும்.

கிராம ஊராட்சியின் மூலம் மேற்கொள்ளப்படும் அனைத்துப் பணிகளும் ஆண்டு வரவு- செலவுத் திட்டத்தில் (பட்ஜெட்) சேர்க்கப்பட்டு, கிராம ஊராட்சியின் ஒப்புதல் பெறவேண்டும். அவ்வாறு ஒப்புதல் பெற்ற பணிகளுக்கு மதிப்பீட்டுத் தொகைக்கு ஏற்ப தக்க அலுவலர்களிடமிருந்து நிருவாக அனுமதி பெற வேண்டும். பணி செய்யும் இடம் அரசுக்கோ கிராம ஊராட்சிக்கோ சொந்தமானதாக இருக்க வேண்டும். தனியார் இடத்தில் வேலை களை மேற்கொள்ளக் கூடாது.

மதிப்பீடுகள் தயாரித்து நிருவாக அனுமதி பெறுதல்

வேலை மேற்கொள்ளப்பட வேண்டிய தேவையின் அடிப்படையில், வேலைக்கான மதிப்பீட்டை ஊராட்சி ஒன்றிய மேற்பார்வையாளர்/ பொறியாளர் தயாரிக்க வேண்டும். பின்னர் அந்த மதிப்பீட்டிற்கு நிருவாக அனுமதியைத் தொடர்புடைய அலுவலரிடம் பெற வேண்டும்.

I. கிராம ஊராட்சிப் பொதுநிதியிலிருந்து செய்யும் வேலை களுக்கு அரசாணை 203, ஊவ (ம) உது, (ப.ரா-1), நாள்: 20. 12. 2007) நிருவாக அனுமதி வழங்கும் அதிகாரம் பெற்ற அலுவலர்களின் விவரத்தை அட்டவணை 8. 7இல் காணலாம்.

II. மத்திய, மாநில அரசு நிதி உதவியில் செய்யும் அனைத்து வேலைகளுக்கும் நிருவாக அனுமதியை மாவட்ட ஆட்சியரிடம் பெற வேண்டும்.

2. தொழில்நுட்ப அனுமதி

ஒவ்வொரு வேலைக்கான மதிப்பீட்டையும் தக்க தொழில்நுட்ப அலுவலரிடம் அங்கீகாரம் பெறுவது தொழில்நுட்ப அனுமதி யாகும். மூலதனப் பணிகள், பராமரிப்புப் பணிகள், மின் பணிகளுக்குத் தொழில்நுட்ப அனுமதி வழங்கும் அதிகாரங்கள், அலுவலர்கள் பற்றிய விவரங்களை அட்டவணை 8. 8, 8. 9 ஆகியவற்றில் காணலாம்.

வேலைகளை அளவு, மேலளவு செய்தல்

மகாத்மா காந்தி ஊரக வேலை உறுதித் திட்டத்தைத் தவிர இதர அனைத்துப் பணிகளுக்கான அளவு, மேல் அளவுகள் மேற்கொள்ள அதிகாரம் அளிக்கப்பட்ட அலுவலர்களின் விவரங்கள் அட்டவணை 8. 10இல் கொடுக்கப்பட்டுள்ளது.

மேற்கொள்ளப்படும் வளர்ச்சிப் பணிகளில் புதிய பணிகள், பராமரிப்புப் பணிகள், மின்சாதன அமைப்புகள், கட்டுமானப் பொருள்கள் மற்றும் அளவுகள் செய்ய வேண்டிய பொருள்கள் (குழாய்கள் முதலியன) விநியோகம் ஆகிய அனைத்துப் பணிகளும் அந்தந்த அட்டவணையின் கீழ் (8. 9, 8. 10) அடங்கும்.

8. 7: நிருவாக அனுமதி வழங்கல்

மதிப்பீட்டுத் தொகை	நிருவாக அனுமதி வழங்க வேண்டிய அலுவலர்
ரூ. 5 இலட்சத்திற்குட்பட்ட பணிகள்	கிராம ஊராட்சி செயல் அலுவலர்
ரூ. 5 இலட்சத்திற்கு மேல் 50 இலட்சம் வரை	மாவட்ட ஆட்சித் தலைவர்
ரூ. 50 இலட்சத்திற்கு மேல்	இயக்குநர், ஊரக வளர்ச்சி மற்றும் ஊராட்சித்துறை, சென்னை

குறிப்பு

1. தொடர்புடைய தொழில்நுட்ப அலுவலர்களால் அளவு மற்றும் மேல் அளவு முறைப்படி செய்யப்படாமல் எந்தவொரு பட்டியலும் அனுமதிக்கப்படக்கூடாது. தொழில்நுட்ப அலுவலர்களால் முறையான அளவு, மேலளவு செய்யப்பட்டு, அவர்களால் சான்றளிக்கப்பட்ட தொகைக்கு மட்டும் பட்டியலை அனுமதிக்கலாம்.

2. ஒவ்வோர் ஆண்டும் ஒவ்வோர் ஊராட்சி ஒன்றியத்திலும் உதவி செயற்பொறியாளர் மேலளவு செய்த பணிகளில் குறைந்தது 10 விழுக்காடு பணிகளைச் செயற்பொறியாளர் சோதனை மேலளவு செய்ய வேண்டும்.

மகாத்மா காந்தி தேசிய ஊரக வேலை உறுதித் திட்டத்தின் கீழ் மேற்கொள்ளப்படும் பணிகளை அளவு, மேலளவு செய்தல்

மகாத்மா காந்தி தேசிய ஊரக வேலை உறுதித் திட்டத்தின் கீழ் 100% பணியாளர்களைக் கொண்டு மேற்கொள்ளப்படும் பணிகளை அளவு, மேலளவு செய்ய அதிகாரம் அளிக்கப்பட்ட அலுவலர்களின் விவரங்களை அட்டவணை 8. 10இல் காணலாம்.

8. 8: மூலதனப் பணிகள்

மதிப்பீட்டுத் தொகை	தொழில்நுட்ப அனுமதி வழங்க வேண்டிய அலுவலர்
ரூ. 5 இலட்சத்திற்கு உள்பட்ட பணிகள்	உதவிப் பொறியாளர் (ஊவ) அல்லது ஒன்றியப் பொறியாளர்
ரூ. 5 இலட்சத்திற்கு மேல் 10 இலட்சம் வரை	உதவி செயற்பொறியாளர் (ஊவ)
ரூ. 10 இலட்சத்திற்கு மேல் ரூ. 50 இலட்சம் வரை	செயற்பொறியாளர் (ஊவ)
ரூ.50 இலட்சத்திற்கு மேல்	கண்காணிப்புப் பொறியாளர் (ஊவ)

குறிப்பு

1. மகாத்மா காந்தி தேசிய ஊரக வேலை உறுதித் திட்டப் பணிகளில் கிராம ஊராட்சியால் வட்டார வளர்ச்சி அலுவலருக்கு (கிஊ) சமர்ப்பிக்கப்படும் பட்டியலில் ஐந்தாவது பட்டியலை வட்டார வளர்ச்சி அலுவலர் நிறுத்தி வைத்து, அந்தப் பணிக்குரிய அளவை உதவி செயற் பொறியாளர் சோதனை மேலளவு செய்து சான்று அளித்த பின்னரே அனுமதியளிக்க வேண்டும்.
2. மகாத்மா காந்தி தேசிய ஊரக வேலை உறுதித் திட்டத்தில் ஒரு பணிக்கு வழங்க வேண்டிய இறுதிப் பட்டியலுக்கான தொகையை, தொடர்புடைய உதவி செயற்பொறியாளர் பணி அளவின் தன்மைக்கு ஏற்ப மேலளவு அல்லது சோதனை மேலளவு செய்து உரிய சான்றளித்த பின்னரே வட்டார வளர்ச்சி அலுவலர் (கிஊ) தொகையை அனுமதிப்பார்.

பணிகளைத் தேர்வு செய்தல். எந்த ஒரு பணியைத் தேர்வு செய்யும் போதும், அந்தப் பணியைச் செயல்படுத்துவதற்கான தேவை, பயன்பாடு, சாத்தியக்கூறு ஆகியவற்றை பின்வருமாறு ஆய்வு செய்ய வேண்டும்.

8.9: பராமரிப்புப் பணிகளும் மின் பணிகளும்

மதிப்பீட்டுத் தொகை	தொழில்நுட்ப அனுமதி வழங்க வேண்டிய அலுவலர்
ரூபாய் ஒரு இலட்சத்திற்கு உள்பட்ட பணிகள்	உதவிப் பொறியாளர் (ஊவ) (அ) ஒன்றியப் பொறியாளர்
ரூ. 1,00001க்கு மேல் 5 இலட்சம் வரை	உதவி செயற்பொறியாளர் (ஊவ)
ரூ. 5,00001 மேல் 10 இலட்சம் வரை	செயற்பொறியாளர் (ஊவ)
ரூ. 10,00001 இலட்சத்திற்கு மேல்	கண்காணிப்புப் பொறியாளர் (ஊவ)

- பணியின் பயன்பாடு, அதன் முக்கியத்துவத்தைக் கருத்தில் கொண்டு பணியிடத்தைத் தேர்வு செய்தல் வேண்டும்.
- தேர்வு செய்யப்பட்ட பணியிடத்தின் உரிமை, அளவு, நில வகைப்பாடு அமைப்பு போன்றவற்றை ஆய்வு செய்ய வேண்டும்.
- பணியிடத்தின் மண்ணின் தன்மையை ஆய்வு செய்யவேண்டும்.
- சாலைப் பணிகளைத் தேர்வு செய்யும் போது, சாலையை விரிவுபடுத்த போதிய அகலம் உள்ளதா என்பதை ஆய்வு செய்ய வேண்டும்.
- சாலையின் தற்போதைய நிலை, நீளம் ஆகியவற்றைக் கணக்கில்கொள்ள வேண்டும். எந்த ஒரு சாலைப் பணியை மேற்கொள்ளும்போதும், அதன் முழு நீளத்தையும் மேம்படுத்தும் வகையில் பணியைத் தேர்வு செய்ய வேண்டும்.
- சிறுபாலங்கள் கட்ட மேற்கொள்ளும்போது அதன் வழியே செல்லும் மழைநீரின் அளவை ஆய்வு செய்து அதற்கு ஏற்றாற் போலச் சிறுபாலங்களை வடிவமைக்க வேண்டும்.

8. 10: அளவு, மேலளவு செய்யும் அலுவலர்கள்

பணியின் மதிப்பீட்டுத் தொகை	அளவு செய்யும் அலுவலர்	மேல் அளவு சரிபார்க்கும் அலுவலர்
ரூ. 5 இலட்சம் வரை	ஒன்றியப் பணி மேற்பார்வையாளர்	வட்டாரப் பொறி யாளர் அல்லது உதவிப் பொறியாளர் (ஊவ)
ரூ. 5 இலட்சத்திற்கு மேல்	வட்டாரப் பொறி யாளர் (அ) உதவிப் பொறியாளர் (ஊவ)	உதவி செயற்பொறி யாளர் (ஊவ)

3. மதிப்பீடு தயாரித்தல்

வேலைக்கான மதிப்பீடு, பொதுப்பணித்துறை/நெடுஞ்சாலைத் துறை/ஊரக வளர்ச்சித் துறையினரால் ஒவ்வொரு வருடமும் அங்கீகரிக்கப்படும் விலைப்புள்ளிப் பட்டியல் அடிப்படையில் (செட்யூல் ஆஃப் ரேட்ஸ்) தயார் செய்யப்பட வேண்டும்.

ஒப்பந்த முறை

1. பொருள்கள் கொள்முதல் (எழுதுபொருள்/சாதனங்கள்/ கருவிகள்) ஒரே சமயத்தில் ரூபாய் ஐயாயிரத்துக்குள் மதிப்புள்ள பொருள்களை அரசாணை 206, நிதித் (ஊதியம்) துறை நாள்: 04. 07. 2017இன்படி சான்று அடிப்படையில் கொள்முதல் செய்யலாம். ரூ. 10000-க்கு அதிகம் மதிப்புள்ள பொருள்கள் ஒப்பந்தப் புள்ளி விதிகள் அரசாணை 392, நிதி (ஊதியம்) துறை/நாள்: 18. 02. 2009இன்படி கொள்முதல் செய்யவேண்டும்.

2. ஒளிவு மறைவு இல்லாத ஒப்பந்தச் சட்டம் 43/1998 மற்றும் அரசாணை 446, நிதித்துறை. நாள்: 26. 9. 2000, அரசு ஆணை எண். 286, ஊவது, நாள்: 31. 12. 1998இல் குறிப்பிட்டுள்ள விதி களின்படி ரூ. 5000க்கு மேல் மேற்கொள்ளும் வேலைகளுக்குக் கண்டிப்பாக ஒப்பந்தப் புள்ளிகள் (டெண்டர்) கோர வேண்டும்.

ஒப்பந்ததாரர்களைப் பதிவு செய்தல். ஒப்பந்ததாரர் பதிவு கிராம ஊராட்சியில் மேற்கொள்ளத் தேவையில்லை. எனினும் ஊராட்சியில் நடைபெறும் வேலைகளை மாவட்ட ஊரக வளர்ச்சி முகமை/ஊராட்சி ஒன்றியம் ஆகியவற்றில் பதிவு செய்த ஒப்பந்ததாரர்கள் மூலமும் செயல்படுத்தலாம்.

4. ஒப்பந்த அறிவிப்பில் (டெண்டர் நோட்டீஸ்) ஒப்பந்தப் புள்ளிகளை அழைக்கும் அலுவலர்கள் பெயர், முகவரி, திட்டத்தின் பெயர், ஒப்பந்த ஆவணங்கள் கிடைக்கும் இடம், நேரம், விலை, செலுத்த வேண்டிய முன்வைப்புத் தொகை (இஎம்ஓ) ஒப்பந்தப்புள்ளி பெறுவதற்கான கடைசி தேதி, நேரம் போன்ற விவரங்களைக் குறிப்பிட வேண்டும்.

5. ஒப்பந்த அறிவிப்பை விளம்பரம் செய்வது தொடர்பான வரைமுறைகள் (நிதித்துறை அரசாணை 392, நாள்: 18. 08. 2009) இல் வழங்கப்பட்டுள்ளது.

- ரூபாய் 10 இலட்சத்திற்குள் மதிப்பீடு உள்ள பணிகளின் ஒப்பந்த அறிவிப்பு, அந்தந்த ஊராட்சி/ஊராட்சி ஒன்றிய அலுவலகத் தகவல் பலகையில் ஒட்டி வெளியிட்டால், போதுமானது. ரூபாய் 5 இலட்சத்திற்கு மேல் 25 இலட்சத்திற்கு உட்பட்ட மதிப்பீட்டுப் பணிகளுக்கு அந்தந்த மாவட்ட அரசிதழில் ஒப்பந்த அறிவிப்பு வெளியிட வேண்டும்.

- ரூ. 25 இலட்சம் வரையுள்ள வேலைகளுக்கும், ரூ. 10 இலட்சம் வரையுள்ள பொருள்கள், தளவாடங்கள் கொள்முதல் பணிக்கும் நாளிதழில் விளம்பரம் செய்ய வேண்டியதில்லை. ஆனால் ஒப்பந்த அறிவிப்பு மாவட்ட அளவிலும், ஒன்றிய அளவிலும் ஊராட்சியிலும் பதிவு செய்த ஒப்பந்ததாரர்களுக்கு அனுப்பப்படுவதுடன் மாவட்ட ஊரக வளர்ச்சி முகமை, ஒன்றிய அலுவலகம், ஊராட்சி அலுவலக அறிவிப்புப் பலகை ஆகியவற்றில் ஒட்டப்பட வேண்டும்.

- ரூ. 25 இலட்சத்திற்கு மேல் உள்ள கட்டுமானப் பணிகளுக்கு மாநில அரசிதழ் (ஸ்டேட் கெசட்) செய்தித்தாள்களிலும் இணையதளம் மூலமும் விளம்பரம் செய்ய வேண்டும்.

- ரூ. 10 இலட்சத்திற்கு மேலுள்ள தளவாடங்கள், கருவிகள், உணவுப்பொருள்கள் ஆகியவற்றைக் கொள்முதல் செய்தல் கட்டுமான ஆலோசனை செலவினத்திற்கு நாளிதழ்களில் விளம்பரம் செய்ய வேண்டும். ரூ. 25 இலட்சத்திற்கு மேற்பட்ட கொள்முதல்களுக்கு மாநில ஒப்பந்த மலரிலும், நாளிதழ்களிலும் இணையதளம் மூலமும் விளம்பரம் செய்ய வேண்டும்.

- நாளேடுகள் மூலம் விளம்பரம் செய்ய வேண்டிய விவரங்களை அட்டவணை 8. 11இல் காணலாம்.

ஒப்பந்தப்புள்ளி வரவேற்புக்கும் திறப்புக்கும் உள்ள கால இடைவெளி

விதி எண் 20இன்படி ஒப்பந்தப்புள்ளி வரவேற்பு அறிவிப்பு வெளியிடப்படும் நாளுக்கும், ஒப்பந்தப்புள்ளிகள் திறக்கப்படும் நாளுக்கும் இடையே பின்வருமாறு கால இடைவெளி இருக்க வேண்டும். டெண்டர் கோருவதற்கு உரிய கால அவகாசம் அளிக்க வேண்டும் (விதி. 20).

மதிப்பீடு - ரூபாய் 2 கோடி வரை - 15 முழு நாள்கள்

மதிப்பீடு - ரூபாய் 2 கோடிக்குமேல் - 30 முழு நாள்கள்

வரையறுக்கப்பட்ட கால இடைவெளி ஏதும் குறைக்கப்பட வேண்டுமெனில் அதற்கான பின்வரும் காரணத்தை எழுத்து மூலமாக எழுதி ஒப்பந்தப்புள்ளி வரவேற்கும் அதிகாரி, அவரின் மேல் அதிகாரியின் சிறப்பு அனுமதியைப் பெறவேண்டும்.

1. ஒப்பந்தப்புள்ளி அறிவிப்பு வெளியிடுவதில் தவிர்க்க முடியாத காலதாமதம் ஏற்பட்டால்.

2. ஒப்பந்தப்புள்ளி ஆவணங்களின் அறிவிப்பு வெளியிடப் பட்டு மாற்றங்கள் ஏதேனும் செய்யப்பட்டு அது குறித்த திருத்தச் சீட்டானது ஒப்பந்தப்புள்ளி ஆவணங்களைப் பெற்ற அனைத்து ஒப்பந்ததாரர்களையும் சென்றடைவதில் காலதாமதம் ஏற்பட்டால்.

3. ஒப்பந்ததாரர் கோரும் கூடுதல் தகவல்கள் அனைத்து ஒப்பந்த தாரரையும் சென்றடைவதில் காலதாமதம் ஏற்பட்டால்.

அரசாணை 243, நிதித் (ஊதியங்கள்) துறை, நாள்: 21. 08. 2017இன்படி

ஒப்பந்தப்புள்ளி விளம்பரங்களைப் பத்திரிகைகளில் வெளியிட வேண்டும். இதற்காக அரசால் நிர்ணயிக்கப்பட்டுள்ள நிதி உச்சவரம்பு பற்றிய விவரங்கள் அட்டவணை 8. 12இல் இடம் பெறுகிறது.

1. ஒப்பந்தப் படிவம் *(ஷெட்யூல்)* தொடர்புடைய தொழில் நுட்ப அலுவலரால் ஒப்புதல் அளிக்கப்பட வேண்டும்.

2. ஒப்பந்தக்காரர்களிடமிருந்து பெறப்படும் ஒப்பந்தப்புள்ளி களுக்கு ஒப்புநோக்குப் பட்டியல் தயார் செய்து, குறைந்த ஒப்பந்தப்புள்ளி கொடுத்துள்ள ஒப்பந்தக்காரருக்கு ஊராட்சி மன்ற அனுமதி பெறப்பட்ட பிறகு வேலை உத்தரவு வழங்கப்பட வேண்டும்.

3. ஒப்பந்தப் புள்ளி கோரும் அலுவலர்கள் விவரம், வரன்முறை:

அ. மதிப்பீட்டுத் தொகை 5 இலட்சத்திற்குள் உள்பட்டு வரும் ஒப்பந்தப் புள்ளிகளுக்கு பார்க்க: அட்டவணை 8. 12.

ஆ. மதிப்பீட்டுத் தொகை 5 இலட்சத்திற்கு மேல் 5 விழுக் காட்டுக்குள் அளிக்கப்படும் ஒப்பந்தப் புள்ளிகளுக்கு பார்க்க: அட்டவணை 8. 13

இ. மதிப்பீட்டுத் தொகை 5 இலட்சத்திற்கு மேல் 5 விழுக் காட்டுக்கும் மேல் அளிக்கப்படும் ஒப்பந்தப் புள்ளிகளுக்கு பார்க்க: அட்டவணை 8. 14

ஒப்பந்தப் புள்ளிகளை ஏற்கும்போது பின்வரும் விதிமுறை களைக் கடைப்பிடிக்க வேண்டும்.

1. மதிப்பீட்டிற்குள் வரும்போது அனைத்துப் பணிகளுக்கும், ஒப்பந்தக்காரர்களிடம், வேலையின் மதிப்பீட்டில் 1% முன்வைப்புத் தொகை *(ஈஎம்டி)* பெற வேண்டும்.

2. வேலை உத்தரவு வழங்கப்படும்போது, மதிப்பீட்டுத் தொகையில் 5 சதவீதத்திற்கு மேற்படாமல் காப்புத்தொகை *(செக்யூரிடி டெபாசிட்)* பெறப்பட வேண்டும்.

3. வேலை உத்தரவு வழங்கப்படும்போது, வேலையின் பெயர், மதிப்பீட்டுத் தொகை, வேலை முடிக்கப்பட வேண்டிய காலம் ஆகியவற்றைக் குறிப்பிட வேண்டும். பணி ஆணை

8. 11: நிதி உச்ச வரம்பு விவரம்

வ. எண்	ஒப்பந்தப்புள்ளி விளம்பரங்கள் வெளியிட வேண்டிய நாளிதழ், பதிப்புகளின் எண்ணிக்கை	கட்டுமான வேலைகளின் மதிப்பீடு	பொருள்கள் தளவாடங்கள் உள்பட இதர கொள்முதல்களின் மதிப்பு
1	மாவட்ட ஒப்பந்தப் புள்ளி மலர் (மாவட்ட அளவில் மட்டும்)	ரூ. 10 இலட்சம் முதல் 25 இலட்சத்திற்குள்	ரூ. 5 இலட்சம் முதல் 10 இலட்சம் வரை
2	மாவட்ட அளவில் ஒரு தமிழ் நாளிதழில் (மாவட்ட பதிப்பில் மட்டும்)	ரூ. 25 இலட்சம் முதல் 50 இலட்சத்திற்குள்	ரூ. 10 இலட்சம் முதல் 25 இலட்சத்திற்குள்
3	மாவட்ட அளவில் ஓர் ஆங்கில நாளிதழில் (மாநிலப் பாதிப்பு), ஒரு தமிழ் நாளிதழ் (தமிழகம் முழுவதும்)	ரூ. 50 இலட்சம் முதல் 3 கோடி வரை	ரூ. 25 இலட்சம் முதல் 3 கோடி வரை
4	ஓர் ஆங்கில நாளிதழ் (தென்னிந்திய பதிப்பு), ஒரு தமிழ் நாளிதழ் (தமிழகம் முழுவதும்)	ரூ. 3 கோடி முதல் 5 கோடி வரை	ரூ. 3 கோடி முதல் 5 கோடி வரை
5	ஓர் ஆங்கில தினசரி (இந்தியா முழுவதும்), ஒரு தமிழ் நாளிதழ் தமிழ்நாடு முழுவதும்	ரூ.5 கோடிக்கு மேல் ரூ.75.00 கோடி வரை	ரூ.5 கோடிக்கு மேல் ரூ.75.00 கோடி வரை
6	இந்திய வணிக நாளிதழில் வெளியிடுதல்	ரூ.75 கோடிக்கு மேல்	ரூ.75 கோடிக்கு மேல்

வழங்கப்பட்ட பிறகு, ஒப்பந்தத்தில் கலந்துகொண்ட பிற ஒப்பந்த தாரர்களின் முன்வைப்புத் தொகையைத் திரும்ப அளிக்கலாம்.

4. வேலை உத்தரவு வழங்கப்படும் முன் ரூ. 20 மதிப்புள்ள முத்திரைத் தாளில் ஒப்பந்த நிபந்தனைகள் அனைத்தையும் குறிப்பிட்டு ஒப்பந்தம் செய்துகொள்ள வேண்டும்.

4. பணிகளைச் செயல்படுத்துதல்

அனைத்து வேலைகளும் உரிய தொழில்நுட்ப அலுவலரின் ஆலோசனையின் பேரில் நடைபெற வேண்டும். பொதுவாக கட்டடம் கட்டுவதற்குச் செய்யப்பட வேண்டிய பணிகள், கட்டுமானப் பொருள்களின் விவரங்கள் ஆகியவை பொதுவான தகவலுக்காகக் கீழே தரப்படுகின்றன:

1. **அடித்தளம்** (*ஃபவுண்டேஷன்*) ஒரு கட்டடத்தின் பூமிக்குக் கீழ் உள்ள பகுதி அடித்தளம் ஆகும். இந்த அடித்தளப் பகுதியானது கட்டடத்தின் மூலமாக வருகிற பளு (*லோட்*) காற்றழுத்த பளு மற்றும் இதர பளுவை அப்படியே பூமிக்குள் செலுத்தும். பூமியின் அடித்தளம் மேலே இருந்துவருகின்ற பளுவை தாங்கக்கூடிய தன்மையாக இருக்க வேண்டும் (*லோட் பியரிங் கெபாசிடி*). இல்லை என்றால் அவற்றை எதிர் கொள்ளும் நிலைக்கு அடித்தளத்தை மேம்படுத்த வேண்டும். மண்ணின் தன்மை, தளத்திற்கு வருகின்ற பளு ஆகியவற்றைப் பொறுத்து அடித்தளம் அமைக்க வேண்டும்.

   சோதனைக் குழி (*டிரையல் பிட்*). ஒரு கட்டடம் கட்டுவதற்கு முன்பு கட்டடம் அமையவிருக்கும் மண்ணின் தன்மையை அறிய வேண்டும். அதற்காக சோதனைக் குழி அமைத்து அதில் எடுக்கப்பட்ட மண்ணின் தன்மை சரளைமண் அல்லது களிமண் என்பதை ஆராய்ந்து அறிந்துகொள்ள வேண்டும். அதன் அடிப்படையில் மதிப்பீடு தயாரிக்க வேண்டும்.

2. **மண் வேலை.** மண்ணின் தன்மை அடிப்படையில் அடித் தளத்தின் ஆழத்தைக் கணக்கிட வேண்டும். சரளை மண்ணிற்கு 1.00 மீட்டர்; களிமண் உள்ள இடத்தில் 1.50 மீ

8. 12: ஒப்பந்தப்புள்ளி அனுமதியளிப்பவர்கள்: 5 இலட்சத்திற்குள்

வ எண்	பணிகள் விவரம்	ஒப்பந்தப்புள்ளி கோரும் அலுவலர்கள்	ஒப்பந்தப்புள்ளி அங்கீகாரம் வழங்கவேண்டிய அலுவலர்கள்
1	பொதுநிதி யிலிருந்து மேற்கொள்ளப்படும் பணிகள்	ஊராட்சி மன்றத் தலைவர்	கிராம ஊராட்சி
2	திட்டப்பணிகள்	ஊராட்சி மன்றத் தலைவர்	கிராம ஊராட்சி

அளவிற்கு ஆழம் தோண்ட வேண்டும். பணியிடத்திற்கு ஏற்ப தக்க ஆழத்தை அந்தந்தப் பொறியாளரே முடிவெடுக்க வேண்டும்.

3. **மணல் நிரப்புதல்**. களிமண் நிலத்தில் 30 சென்டி மீட்டர் கனத்திற்கு மணல் நிரப்ப வேண்டும்.

4. **அடித்தளக் கான்கிரீட்.** சரளை மண் உள்ள இடத்தில் சிமெண்ட், மணல், 40 மிமீ ஜல்லி ஆகிய பொருள்கள் 1: 4: 8/1: 5: 10 என்ற விகிதாச்சாரத்தில் கலந்து 23 செமீ கனத்திற்கு அடித்தளம் அமைக்க வேண்டும். களிமண் உள்ள இடத்தில் 10 செமீ கனத்திற்கு கான்கிரீட் போட்டு அதன் மேல் கூடுதலாக 15 செமீ கனத்திற்கு கம்பி கட்டி 1: 1. 5: 3 என்ற விகிதத்தில் கான்கிரீட் அமைக்க வேண்டும்.

5. **கான்கிரீட் அடித்தளம்** கட்டமைப்பு வடிவப்படி கம்பி கட்டி கான்கிரீட் தூண்கள், கான்கிரீட் அடித்தளம் ஆகியன போடப்பட வேண்டும்.

6. **கருங்கல் அடித்தளம்** (*ராண்டம் ரப்பில் ஃபூட்டிஸ்*) கான்கிரீட் அடித்தளத்திற்கு மேல் 1:5 என்ற விகிதத்தில் சிமெண்ட் மணல் கலவையைப் பயன்படுத்திக் கருங்கல் கொண்டு

8. 13: ஒப்பந்தப்புள்ளி அனுமதியளிப்பவர்கள்:
5 இலட்சத்திற்கு மேல் 5 விழுக்காட்டுக்குள்

வ எண்	பணிகள் விவரம்	ஒப்பந்தப்புள்ளி கோரும் அலுவலர்கள்	ஒப்பந்தப்புள்ளி அங்கீகாரம் வழங்குபவர்
1	பொதுநிதி யிலிருந்து மேற் கொள்ளப்படும் பணிகள்	ஊராட்சிமன்றத் தலைவர்	மாவட்ட ஆட்சித் தலைவர்
2	திட்டப்பணிகள்	ஊராட்சிமன்றத் தலைவர்	மாவட்ட ஆட்சித் தலைவர்

அமைக்க வேண்டும். கருங்கல் கட்டுமானத்தில் கட்டாயமாக இணைப்புக் கல்வைக்கப்பட வேண்டும்.

7. **கிரேடு பீம்.** செங்கல் கட்டு வேலைக்குமுன் கம்பி கட்டி ஆர்சிசி 1:1/5:3 விகிதத்தில் கட்டமைப்பு வடிவப்படி சிமெண்ட், மணல், ஜல்லி கலந்து கான்கிரீட் போட வேண்டும்.

8. **கட்டட உத்தரம்** (பிளிந்த் பீம் 0. 24 மீ ×0. 11 மீ). கருங்கல் அடித்தளத்தின் மேல் செங்கல் சுவர் கட்டுவதற்குமுன் கருங்கல் அடித்தளத்தின் மேல் இருபுறமும் செங்கற்களைக் கொண்டு செங்குத்தாகக் கட்ட வேண்டும். இரு செங்கற்களுக் கிடையே உள்ள இடைவெளியில் கம்பி கட்டி ஆர்சிசி 1:1. 5:3 விகிதத்தில் சிமெண்ட், மணல், ஜல்லி கலந்து 11 செமீ கான்கிரீட் போட வேண்டும்.

9. **செங்கல் கட்டும் வேலை.** சிமெண்ட், மணல் 1:5 என்ற வீதத்திலான கலவை மற்றும் செங்கல்லை (நிலையான அளவு 8¾'' x 4¾'' x 2 ¼'') (23 × 11 × 7 செமீ) பயன்படுத்தி 23 செமீ அகலத்தில் மாதிரி வரைபடத்தில் நிர்ணயிக்கப்பட்ட உயரத்திற்கு சுவர் எழுப்புதல் வேண்டும்.

(**குறிப்பு:** சிமெண்ட்-மணல் கலவை)

8. 14: ஒப்பந்தப்புள்ளி அனுமதியளிப்பவர்கள்:
5 இலட்சத்திற்கு மேல் 5 விழுக்காட்டுக்கும் மேல்

வ எண்	பணிகள் விவரம்	ஒப்பந்தப்புள்ளி கோரும் அலுவலர்கள்	ஒப்பந்தப்புள்ளி அங்கீகாரம் வழங்க வேண்டிய அலுவலர்கள்
1	பொதுநிதி யிலிருந்து மேற் கொள்ளப்படும் பணிகள்	ஊராட்சி மன்றத் தலைவர்	இயக்குநர், ஊரக வளர்ச்சி மற்றும் ஊராட்சித்துறை
2	திட்டப்பணிகள்	ஊராட்சி மன்றத் தலைவர்	இயக்குநர், ஊரக வளர்ச்சி (ம) ஊராட்சித்துறை

- சிமெண்ட் மற்றும் மணலைக் குறிப்பிட்ட விகிதத்தில் (1:3, 1: 4, 1: 5) தேவையான அளவு தண்ணீருடன் கலப்பதே சிமெண்ட் கலவையாகும்.
- சிமெண்ட் மணல் கலவை இரண்டு வரிசைக் கற்களை இணைக்கப் பயன்படும்.
- இது தவிர பூச்சு வேலைக்கும் சிமெண்ட் குழாய்களை ஒட்டும் வேலைக்கும் பயன்படுத்தப்படும்.

(குறிப்பு: செங்கல் கட்டும் வேலையின் போது கவனிக்கப்பட வேண்டிய குறிப்புகள்)

- செங்கல் வேலை தொடங்கும் முன், செங்கற்கள் குறைந்தது 6 முதல் 8 மணி நேரம் தண்ணீரில் ஊற வேண்டும்.
- செங்கற்களின் இணைப்புகள் யாவும் செங்குத்து நேர்கோட்டில் வரக்கூடாது.
- இணைப்புக் கலவையின் அளவு 1 செண்டிமீட்டருக்குக் குறைவாக இருக்க வேண்டும்.
- ஒரு நாளுக்கு 1 மீட்டர் உயரம் அளவே செங்கல் கட்டடத்தை எழுப்ப வேண்டும்.

- செங்கல் கட்டடத்தின் மீது 7 முதல் 10 நாள்கள் நீராற்றுதல் (*கியூரிங்*) வேண்டும்.

(*குறிப்பு: செங்கற்களைச் சோதிக்கும் முறை*)
- தரமான செங்கல் நன்றாக வெந்து இருக்க வேண்டும். அனைத்துக் கற்களும் சீரான அளவு (8 ¾" x 4 ¾" x 2 ¼") மற்றும் உரிய நிறத்தில் (சிவப்பு) இருக்க வேண்டும்.
- இரண்டு செங்கற்களைத் தட்டினால் மணி போல் ஓசை எழ வேண்டும்.
- தரமான செங்கற்களை நகத்தினால் உரச முடியாது.
- செங்கற்களை 1 மீட்டர் உயரத்தில் இருந்து கீழே போட்டால் உடையக் கூடாது.
- செங்கற்களை ஊறவைத்தால், அதன் எடைக்கு 15-20%க்கு மேல் தண்ணீர் உறிஞ்சக்கூடாது.

எடுத்துக்காட்டு. 2 கிலோ எடையுள்ள செங்கல்லை 24 மணி நேரம் தண்ணீரில் ஊறவைத்து எடையிட்டால், 2.3 முதல் 2.4 கிலோவுக்குள் இருக்க வேண்டும்.

10. **நிலைவிட்ட உத்தரம்** (*லின்டல் பீம்*). கான்கிரீட் கலவை 1:1.5:3 என்ற விகிதத்தில் 1 பங்கு சிமெண்ட், 1.5 பங்கு மணல், 3 பங்கு ஜல்லி) 20 மிமீ ஜல்லி கொண்டு வடிவமைப்புப்படி அமைக்க வேண்டும். குறைந்தது 15 செமீ கனம் இருக்க வேண்டும்.

11. **மேல்தளம், உத்தரம் (*ஆர்சிசி ரூஃப், பீம்*) அமைத்தல்.** இரும்புப் பலகை அடித்துக் கம்பி கட்டி ஆர்சிசி 1: 1.5:3 என்ற விகித அடிப்படையில் 20 மிமீ. ஜல்லி பயன்படுத்தி மேல்தளம் (*ரூஃப்*), உத்தரம் வடிவமைப்புப்படி தேவையான அளவிற்கு அமைக்கப்பட வேண்டும்.

12. **சிமெண்ட் கலவை பூசுதல்.** சுவருக்கு சிமெண்ட் மணல் கலவை 1:5 என்ற வீதத்தில் 12 மிமீ கனத்திற்குப் பூச வேண்டும். கூரையின் அடியில் சிமெண்ட் கலவை 1: 3 என்ற வீதத்தில் 10 மி.மீ கனத்திற்குப் பூச வேண்டும்.

(*குறிப்பு: பூச்சு வேலை*)

- சுவர் பரப்பு கான்கிரீட் கூரையின் கீழ் பரப்பிலுள்ள மேடு பள்ளங்களை சிமெண்ட் கலவையின் மூலம் சரி செய்வதற்காக செய்யப்படும் வேலை பூச்சுவேலை ஆகும்.
- பூச்சு கட்டடத்தை வெளிப்புற வெப்பத்திலிருந்தும் ஈரத் தன்மையிலிருந்தும் காப்பாற்றுகிறது.

பூச்சுவேலையின் போது கவனிக்கப்பட வேண்டியவை

- பூச்சு வேலை செய்யும் இடத்தைத் தண்ணீரால் நனைக்க வேண்டும்.
- பூச்சு வேலை, கட்டடத்தின் மேலிருந்து கீழாகச் செய்ய வேண்டும்.
- பூச்சு வேலை செய்யப்பட்ட கட்டடத்தை 10 முதல் 12 நாள்கள் தண்ணீரால் நனைக்க வேண்டும்.

13. **தரை வேலைகள்.** தரை வேலைக்கு முதலில் 40 மிமீ அளவுள்ள கருங்கல் ஜல்லியைப் பயன்படுத்தி 1: 5: 10 என்ற விகிதத்தில் அடித்தள கான்கிரீட் 10 செமீ, கனத்தில் அமைக்க வேண்டும். அதற்கு மேல் 10 முதல் 12 மிமீ அளவுள்ள கருங்கல் சிப்ஸ் பயன்படுத்தி கிரேனாலித்தித் தரை போட வேண்டும்.

14. **சுருக்கி தளம்** (*சுக்ரி*). 20 மிமீ செங்கல் ஜல்லி, சுண்ணாம்பு, 32:12.5 என்ற விகிதத்தில் கலந்து, தளம் அமைத்து ஓடு பரப்பும் பணிசெய்ய வேண்டும். இவை அனைத்துக் கட்டடப் பணிகளுக்கும் கண்டிப்பாக அமைக்க வேண்டும்.

15. **வெள்ளை அடித்தல்.** உட்புறமும் கூரைக்கும் சுண்ணாம்பு கரைசல் மேல் வண்ணப்பூச்சு இரண்டுமுறை அடிக்க வேண்டும்.

16. **கலர்பூச்சு (வெளிப்புறம்).** கட்டடத்தின் வெளிப்புறம் சுண்ணாம்புக் கரைசல் மேல் வண்ணப்பூச்சு இரண்டுமுறை அடிக்க வேண்டும்.

17. **பெயிண்டிங்.** பொருத்தப்பட்டுள்ள கதவு ஜன்னல் களுக்கு அங்கீகரிக்கப்பட்ட வண்ண பெயிண்டால் இரண்டு முறை அடிக்க வேண்டும்.

    கட்டடத்திற்குப் பயன்படுத்தப்படும் இரும்புக் கதவு, ஜன்னல்கள் ஒவ்வோர் ஆண்டும் துறை மூலம் அங்கீகரிக்கப்பட்ட

நிறுவனத்திடமிருந்து அங்கீகரிக்கப்பட்ட விலைக்கு வாங்கி பயன்படுத்தப்பட வேண்டும்.

18. வேலையின் விவரங்கள் அடங்கிய தகவல் பலகை வேலை செய்யுமிடத்தில் அமைக்கப்பட வேண்டும். வேலை நடைபெறுவதற்கு முன்னர், வேலை நடைபெற்றுக் கொண்டிருக்கும்போது, வேலை முடிவுற்ற பின்னர் ஆகிய மூன்று நிலைகளிலும் ஒளிப்படங்கள் எடுக்க வேண்டும்.

5. சாலைப் பணிகள்

கிராமச் சாலைகள். ஊரகச் சாலைகளின் பெரும்பகுதி, ஊரக வளர்ச்சி மற்றும் ஊராட்சித் துறையின் கட்டுப்பாட்டிலுள்ள கிராம ஊராட்சி, ஊராட்சி ஒன்றிய சாலைகளாகும். இந்தச் சாலைகளின் மேம்பாட்டிற்காக, இந்தத் துறை, பல ஆண்டுகளாக கணிசமான நிதி ஒதுக்கிவேலைகள் நடைபெற்றுவருகின்றன. மேலும், அடுத்த கட்ட நடவடிக்கையாக, முக்கிய இணைப்புச் சாலை களாகவும், அதிகப்படியான வாகன போக்குவரத்துக் கொண்ட சாலை யாகவும் உள்ள கிராம ஊராட்சி, ஊராட்சி ஒன்றிய சாலைகளை, இதர மாவட்ட சாலைகளாகத் தரம் உயர்த்துவதற்கு ஏதுவாக, மாநில நெடுஞ்சாலைத் துறையிடம் ஒப்படைக்கப்பட்டு வருகிறது.

ஊராட்சி ஒன்றியச் சாலைகள். தேசிய நெடுஞ்சாலை, மாநில நெடுஞ்சாலை, மாவட்ட முக்கிய சாலைகள், இதர மாவட்டச் சாலைகள், கிராம ஊராட்சிச் சாலைகள் என வகைப்படுத்தப்பட்ட சாலைகளைத் தவிர ஒவ்வொரு ஊராட்சி ஒன்றியப் பகுதியிலும் ஒரு கிராம ஊராட்சியையும் மற்றொரு கிராம ஊராட்சியையும் இணைக்கும் சாலைகள் அல்லது நெடுஞ்சாலைகளிலிருந்து கிராம ஊராட்சிகளுக்கு இணைப்புச் சாலைகளாக உள்ள சாலைகள் ஊராட்சி ஒன்றியச் சாலைகளாகும்.

சாலைப் பதிவேடு. ஒவ்வோர் ஊராட்சி ஒன்றியத்திலும், அதன் கட்டுப்பாட்டில் உள்ள ஊராட்சி ஒன்றியச் சாலைகள், கிராம ஊராட்சிச் சாலைகள் பற்றிய அனைத்து விவரங்களையும் சாலைகள் பதிவேட்டில் பதிவு செய்து, ஒவ்வோர் ஆண்டும், அந்தச் சாலை களில் மேற்கொள்ளப்படும் பராமரிப்பு/மேம்பாட்டுப் பணிகள் பற்றிய விவரங்களை அந்தப் பதிவேட்டில் குறிக்க வேண்டும்.

1. புதியதாக சாலை அமைத்தல். சாலையைப் புதுப்பிக்கும் பணியில் ஏற்கனவே உள்ள சாலையில் கற்களைக் கொண்டு ஜல்லி சாலை அமைத்தல், ஜல்லி சாலையைத் தார் சாலையாக அமைத்தல், ஏற்கனவே உள்ள தார்ச் சாலையை வலுப்படுத்துதல் போன்றவை அடங்கும்.

2. பழைய சாலையைப் புதுப்பித்தல். ஏற்கனவே உள்ள தார்ச் சாலை பழுதடைந்து இருப்பின் அதில் தார் ஒட்டுகளை (பேட்சஸ்) சரி செய்து தார்ச் சாலைகளைப் புதுப்பித்தல்.

பொருள்கள் சேகரமும் அளவீடும். ஜல்லி மற்றும் சிவப்புச் சரளை சேகரிக்கப்பட்டதன் அளவைப் பின்வரும் முறையில் அறிந்துகொள்ளலாம். நிலைப்படுத்தப்பட்ட முறையில் சேகரித்துக் குவிக்கப்படும் ஜல்லி மற்றும் சிவப்புச்சரளை நீள்செவ்வகம் (ட்ரேப்சாய்டு) வடிவில் இருக்கும் (நீளம் 5-6 மீட்டர் வரை சாதாரணமாக இருக்கும்).

மேற்குறிப்பிட்ட முறையில் குவிக்கப்பட்டுள்ள பொருள்களின் அளவு 1 மீ நீளத்திற்கு எவ்வளவு இருக்கும் என்பதைப் பின்வரும் சூத்திரம் மூலம் அறியலாம்.

½ h (a+b) x L (a = மேற்பகுதி அகலம், b = அடிப்பகுதி அகலம், L= நீளம் H = உயரம்) அதாவது ½ x 0.5 (0.5 + 1.50) x 1 மீ = 0.5 கமீ இந்த 0.5 கமீ என்ற கூற்றைக்கொண்டு, ஒவ்வொரு குவியலின் நீளத்தால் பெருக்கி வரும் அளவே, ஒவ்வொரு குவியலிலும் சேகரிக்கப்பட்ட பொருள்களின் அளவாகும். இதன்படி 5.5 மீ நீளமுள்ள ஒரு குவியலின் அளவு: 0.5 x 5.50 = 2.75 கமீ.

இதன்படி ஒவ்வொரு குவியலின் அளவு தனித்தனியே கணக் கிடப்பட்டு மொத்தமாகக் கூட்டி சாலையில் சேகரித்து வைக்கப் பட்டுள்ள மொத்த பொருள்களின் அளவை அறிந்துகொள்ளலாம்.

சாலை அமைக்கும் முறை. புதியதாகக் கப்பிச் சாலை அமைக்கும் போது சாலையின் மேற்பகுதி சமபரப்பாக அமை வதற்கு மண்வேலை செய்து சமன்படுத்தப்பட்ட சாலைப்பரப்பின் மீது சுமார் 15-20 செமீ கனத்திற்கு சிவப்புச் சரளை அல்லது சரளை-மணல் கலவை பரப்பி, சாலையின் (மண்ணின் தன்மைக்கேற்ப) அடித்தளம் உறுதிப்படுத்தப்படுகிறது.

தற்போது ஊரகச் சாலைகள், தரப்படுத்தப்பட்ட ஜல்லியையும் சிவப்புச் சரளையையும் கொண்டு அமைக்கப்படுகின்றன. இது நிலை -2 மற்றும் நிலை -3க்கான கற்களைப் பயன்படுத்தி அமைக்கப்படுகிறது. முதல் அடுக்கிற்கு (நிலை 2) 90-22. 4 மிமீ கருங்கற்களும் இரண்டாவது அடுக்கிற்கு (நிலை 3) 63-11. 2 மிமீ அளவுள்ள கருங்கற்களும் பயன்படுத்தப்படுகின்றன.

கற்சாலை மீது இணைப்புப் பூச்சாக எமல்சன் தார் 0. 4 கிகி/ச மீ என்ற அளவில் பயன்படுத்தி அதன்மீது தார்ச்சாலை 13. 20, 11. 20, 6. 70 மிமீ கற்களைப் பயன்படுத்தி 20 மிமீ கனத்தில் 2. 44 கிகி/சமீ அளவிற்கு தார் உபயோகித்து அமைக்கப்படுகிறது.

குறிப்பு: சாலையின் இருபுறமும் உள்ள பகுதிகளை சுத்தம் செய்து, மேடுபள்ளங்களைச் சரிசெய்து சாலைக்கு இருபுறமும் தேவை யான சாய்மானத்தை ஏற்படுத்தி சரியான முறையில் சாலைப் பணிகள் செய்யப்பட வேண்டும். தார்ச் சாலையின் இருபுறமும் உள்ள மண் பகுதிகள் தார்ச்சாலையைவிட உயரமாக அமைந்தால் மழை தண்ணீர் வழிந்து வெளியே செல்லாது தார் சாலையிலேயே தேங்கி வரும். இதனால் தார்ச் சாலையின் ஆயுள்காலம் குறைந்து விடும். எனவே, சாலைப்பணிகளைச் செயல்படுத்தும் போது சாலைக்கு இருபுறமும், தேவையான சாய்மானம் சரியான முறையில் கொடுக்கப்பட்டு தார்ச்சாலையின் இருபுறமும் உள்ள பகுதிகள் தார்ச்சாலையைவிட தாழ்ந்திருக்கும்படி அமைக்க வேண்டும். அதனால் மழைநீர் தேங்காது சாலையின் ஆயுட்காலம் காக்கப்படும்.

சாலை அமைக்கத் தேவையான பொருள்கள் விவரம். (நீளம் 1000 மீட்டர், அகலம் 3.75 மீ, கனம் 0. 10 மீ)

- ஒரு லாரியின் கொள்ளளவானது ஒரு நடைக்கு 625 கன மீட்டர் என எடுத்துக்கொள்ளப்பட்டுள்ளது.
- ஒரு தார் பேரல் என்பது 156 கிகி, ஒரு எமல்சன் பேரல் என்பது 200 கிகி எடை கொண்டவையாகும்.

6. சிமெண்ட் கான்கிரீட் தளம்

குடியிருப்புகள் அமையப் பெற்ற சாலைப்பகுதிகளிலும்,

8. 15: ஊராட்சி சாலைகள்

வ எண்	சாலையின் மேற்பரப்பின் வகை	ஊராட்சி சாலை (கிமீ)
1	தார்ச்சாலை	69,590
2	சிமெண்ட் சாலை	2,809
3	ஈரடுக்குக் கப்பிச்சாலை	1808
4	ஓரடுக்குக் கப்பிச்சாலை	8502
5	சரளைக்கல் சாலை	5,375
6	மண் சாலை	31,950

தெருக்களிலும் சிமெண்ட் கான்கிரீட் தளம் அமைக்கப்படுகிறது. அதில் இருபக்கமும் வடிகால் செங்கற்களால் அமைக்கப்பட்டு, நடுப்பகுதி சமன்படுத்தப்பட்டு, சிமெண்ட், மணல், 40 மிமீ ஜல்லி கலவை 1: 4: 8 என்ற விகிதத்தில் 10 செமீ கனத்தில் அடித் தளமாக இடப்படுகிறது. அதற்கு மேல் சிமெண்ட், மணல், 20 மிமீ ஜல்லிகள் 1: 2: 4 என்ற விகிதாசாரத்தில் 7.5 செமீ கனத்தில் இடப்படுகிறது. சிமெண்ட் சாலை அமைக்கும் போது ஒவ்வொரு 3 முதல் 5 மீட்டர் வரை உள்ள இடைவெளியில் ¾ ''' கனம் கொண்ட தார் அட்டை (எக்ஸ்பான்சன் ஜாயிண்ட்) வைத்து சாலை அமைக்க வேண்டும்.

சிமெண்ட் கான்கிரீட் சாலைகள் அமைக்கும்போது சாலையின் குறுக்கே சிறு குழாய்கள் மூலம் துளைகள் அமைக்க வேண்டும். இந்தத் துளைகளின் வாயிலாக தொலைபேசி இணைப்பு கம்பித் தடங்கள், குடிநீர்க் குழாய்கள் போன்றவை கொண்டுசெல்ல ஏதுவாக இருக்கும்.

சிமெண்ட் தளம் அமைப்பதற்கான பொருள்கள் (100 × 3 மீ பாலம்). சாலையின் குறுக்கே நீரோடைகள் அமைந்திருப்பின் அவற்றின் தன்மைக்கேற்ப தாம்போகி, குழாய் பாலம், கண் பாலங்கள் அமைக்கப்படுகின்றன. ஆழம் குறைவாக பரவலான

நீரோடையாக இருப்பின் தாம்போகியும், ஆழம்ஒரு மீட்டருக்கு மேலும் குறிப்பிட்ட காலங்களிலும், குறைந்த அளவிலும் நீரோட்டம் அமைந்திருந்தால் குழாய் பாலமும், அதிக அளவில் ஒரு மீட்டருக்கு மேல் ஆழமான நீரோட்டங்களுக்குக் கண் பாலமும் அமைக்கப்படுகின்றன.

வடிகால்கள். குடியிருப்புப் பகுதிகளில் கழிவுநீர் சாலைகளில் தேங்காத வண்ணம் சாலையின் பக்கங்களில் வடிகால்கள் அமைக்கப்பட வேண்டும். வடிகால்கள் சிமெண்ட் கான்கிரீட், செங்கல் அல்லது கருங்கல் கொண்டு அமைக்கப்படுகின்றன. அந்தப் பகுதியின் நில அமைப்பைப் பொறுத்து வடிகால்கள் கழிவு நீரும் மழைநீரும் தடையின்றிச் செல்ல உட்பகுதியில் சரிவு கொடுத்து அமைக்கப்படுகின்றன. வடிகாலின் குறுக்கே தெருக்கள் அமைக்கப்பட்டிருந்தால், அந்தப் பகுதியில் சிமெண்ட் கான்கிரீட் மூடிகளுடன் அமைப்பது முக்கியமானதாகும்.

7. குடிநீர்த் திட்டப் பணிகள்

நாம் பருகும் குடிநீர் (இந்தியன் தரமதிப்பீடு பிஐஎஸ் 10500-1991இன்படி) குறைந்தது, PH 6.50 முதல் 8.50 வரை இருக்க வேண்டும். PH குறைந்தால் தண்ணீர் அமிலமாகவும் PH அதிக மானால், தண்ணீர் காரத்தன்மையாகவும் மாறிவிடும். எனவே ஊராட்சி யிலுள்ள குடிநீர் ஆதாரத்தின் மாதிரியை (*சாம்பிள்*) ஆண்டிற்கு இரண்டு முறை கண்டிப்பாக ஆய்வு செய்ய வேண்டும். மாவட்ட அளவிலான தமிழ்நாடு குடிநீர் வாரியத்தின் ஆய்வுக் கூடத்தில் குடிநீர் மாதிரியைக் கொடுத்து ஆய்வு மேற்கொள்ள வேண்டும்.

குடிநீர் ஆதாரம் மிகக் குறைவாக உள்ள நகரங்களிலும் ஊராட்சிகளிலும் கூட்டுக் குடிநீர்த் திட்டம் (CwSS) செயல்படுத்தப் படுகிறது. இந்தத் திட்டம் ஆற்றுப் படுகையில் வடிகட்டும் கிணறு அமைக்கப்பட்டு அல்லது நீர் ஆதாரம் அதிகமுள்ள பகுதிகளில் ஆழ்துளை கிணறு அமைக்கப்பட்டுக் குழாய்கள் மூலமாக நகரங்கள், கிராமங்களின் குடிநீர்த் தேவை பூர்த்தி செய்யப்படுகிறது.

குடிநீர்த் திட்டத்திற்கு இரண்டு வகையான மோட்டார் பயன் படுத்தப்பட்டு வருகிறது.

நீர்மூழ்கி மின்னிறைப்பான். அதிகமான ஆழத்தில் நீர் ஆதாரம்

8. 16: கப்பிச் சாலை அமைத்தல்

வ எண்	தேவைப்படும் பொருள்கள்	அளவு/கிமீ	லாரிகள் (2 யூனிட் கொள்ளளவு)
1	நிலை 2 கருங்கல்	375 கமீ (1000×3.75 × 0.10)	67
2	சரளை (0.24×375)	90 கமீ	16
3	நிலை 3 கருங்கல்	375 கமீ	67
4	சரளை (0.24×375)	90 கமீ	16

உள்ள நிலையிலும் ஆழ்குழாய் கிணறுகளிலும் இந்த மின் இறைப்பான் பயன்படுத்தப்படுகிறது.

மைய விசை மின்னிறைப்பான். நீர் ஆதாரம் பூமிக்கு அருகே அதாவது ஏழு மீட்டருக்குள் உள்ள போதும், கிணற்றின் விட்டம் மூன்று மீட்டருக்கு அதிகமாக உள்ள திறந்தவெளி கிணற்றிலும் இந்த மாதிரியான மின்னிறைப்பான் பயன்படுத்தப்படுகிறது.

1. ஆழ்குழாய் இறைப்பான் பராமரிப்பு. கிராம ஊராட்சிகளிலுள்ள ஆழ்குழாய் இறைப்பான்களை (கைப்பம்பு) ஆண்டுக்கு ரூ. 1000க்கு மிகாமல் செலவு செய்து பழுது நீக்கம் செய்யலாம். அதற்கு மேல் ஏற்படும் செலவினத்திற்கு மதிப்பீடு தயார் செய்து, தொழில்நுட்ப அனுமதி பெறப்பட்ட பின்னர் உரிய வழிமுறைகளைப் பின்பற்றி சரிசெய்யப்பட வேண்டும்.

2. விசையிறைப்பான். விசையிறைப்பான் ஆண்டு மொத்த பராமரிப்புக்குப் பின்வருமாறு ஒப்பந்தப்புள்ளி கோராமல் உள்ளூரிலேயே விலைப்புள்ளி அடிப்படையில் பராமரிப்புப் பணியைக் கிராம ஊராட்சி ஒப்புதலுடன் பழுதுபார்த்துக் கொள்ளலாம். இதற்கு உதவிப் பொறியாளர், உதவி செயற் பொறியாளர் ஆகியோர் அளவு செய்யவோ, மேலளவு செய்யவோ வேண்டியதில்லை. இந்தச் செலவினம் வரம்பு மீறப்படும் போது, உதவிப் பொறியாளரால் மேலொப்பமிடப்பட வேண்டும். மேலும்

8. 17: தார்ச் சாலை அமைத்தல்

வ எண்	தேவைப்படும் பொருள்கள்	அளவு/கிமீ	லாரிகள் (2 யூனிட் கொள்ளளவு)
1	கருங்கல் (13.20 மிமீ)	67.50 கமீ	12
2	கருங்கல் (11.20 மிமீ)	33.75 கமீ	6
3	கருங்கல் (6.70 மிமீ)	33.75 கமீ	6
4	தார் பரப்பு இணைப்புத் தார் (0.4 கிகி/சமீ)	1500 கிகி (7.5 எமல்சன் பேரல்)	-
5	தார் (2.44 கிகி/சமீ)	9150 கிகி (59 தார் பேரல்)	-

ஒப்பந்தப்புள்ளி நடைமுறை மேற்கொள்ளப்பட வேண்டும் (பார்க்க: அரசாணை 157, ஊவது (ம) ஊது, நாள்: 21. 12. 2015).

2 எச்பி - ரூ. 7500 ஒரு விசைப்பம்புக்கு ஓர் ஆண்டுக்குச் செலவினம், 5 எச்பி - ரூ. 1000 மேற்கொள்ளலாம். கூடுதல் தொகை, ஆனால் 7.5 எச்பி - ரூ. 12,000 ஒப்பந்தப்புள்ளி கோரவேண்டும்.

8. ஒப்பந்த முறையில் பணிகளின் பட்டியல்

அனைத்து வட்டார ஊராட்சிகளில் ஒரு சில திட்டங்களைத் தவிர, பெரும்பாலான திட்டப்பணிகள் ஒப்பந்த முறை மூலமே நிறைவேற்றப்பட்டு வருகின்றன. இந்த நிலையில் ஒப்பந்த அட்டவணைகள் விற்பனை தொடங்கி, ஒப்பந்தமுறை வேலைகளுக்கான பட்டியல்களில் பிடித்தம் செய்ய வேண்டிய பல்வேறு வகையான சட்டப்படியான பிடித்தங்கள் வரை அனைத்து ஊராட்சி/வட்டார ஊராட்சிகளிலும் ஒரே விதமாக இருக்க

8. 18: தளம் அமைக்கத் தேவையான பொருள்கள்

40 மிமீ ஜல்லி	27 கமீ/5 லாரி (2 யூனிட் கொள்ளளவு)
20 மிமீ ஜல்லி	20.25 கமீ/4 லாரி (2 யூனிட் கொள்ளளவு)
சிமெண்ட்	243 மூட்டைகள்
மணல்	23.63 கமீ (5 லாரி)

வேண்டும். அதற்காகப் பின்வரும் நடைமுறைகளைப் பின்பற்ற வேண்டும்.

1. ஒப்பந்தப்புள்ளி படிவங்கள் விற்பனை. படிவங்கள் இலவசமாக வழங்கப்பட வேண்டுமென அரசால் குறிப்பிட்ட ஆணை வழங்கப்பட்டாலன்றி, ஊராட்சி/வட்டார ஊராட்சிகளில் பொதுநிதி உட்பட அனைத்துத் திட்டப்பணிகளையும் நிறைவேற்ற ஒப்பந்தப்புள்ளிப் போட்டியில் பங்கேற்கும் ஒப்பந்ததாரர்கள் அனைவருக்கும் ஒப்பந்தப்புள்ளி படிவங்கள் அரசாணை 197, பொதுப்பணித் (ஜி2) துறை, நாள்: 09. 06. 2008. அட்டவணை 8. 20இல் காணும்படி விலை வீதத்தில் விற்பனை செய்ய வேண்டும்.

2. முன்வைப்புத் தொகை (இஎம்டி). முன்வைப்புத் தொகை ஒப்பந்தப்புள்ளி வேலையின் மதிப்பில் 1% இருக்க வேண்டும். அதன் விவரத்தை ஒப்பந்தப்புள்ளி அறிவிக்கையில் குறிப்பிட வேண்டும். ஒப்பந்தப் புள்ளிப் போட்டியில் பங்கேற்கும் அனைத்து ஒப்பந்ததாரர்களும் மேற்படி முன்வைப்புத் தொகையைச் செலுத்த வேண்டும். முன்வைப்புத் தொகை விலக்கு அளிப்பதற்கு உரிய சிறப்பு அரசு ஆணை ஏதும் சமர்ப்பிக்கப் பட்டால் ஒழிய, முன்வைப்புத் தொகை செலுத்தாத ஒப்பந்ததாரர் களின் ஆவணங்களை எந்தக் காரணம் கொண்டும் பரிசீலனைக்கு எடுத்துக்கொள்ளக்கூடாது.

3. கூடுதல் வைப்புத் தொகை (ஏஎஸ்டி). ஒப்பந்தப்புள்ளி ஏற்றுக்கொள்ளப்படும்போது வெற்றிபெற்ற ஒப்பந்ததாரர் களிடமிருந்து மதிப்பீட்டிற்கு 1% தொகை கூடுதல் காப்புத் தொகையாக ஒப்பந்தத்தின் போது பெறப்பட வேண்டும்.

8. 19: சிமெண்ட் தேவையின் விவரங்கள்

1	சிமெண்ட் கான்கிரீட் 1:2:4	324 கிகி
2	சிமெண்ட் கான்கிரீட் 1:3:6	216 கிகி
3	சிமெண்ட் கான்கிரீட் 1:4:8	162 கிகி
4	சிமெண்ட் கான்கிரீட் 1:5:10	129.6 கிகி
5	செங்கல் கட்டடம் (சிமெண்ட் கலவை 1:5)	72 கிகி
6	கருங்கல் கட்டடம் (சிமெண்ட் கலவை 1:5)	97.92 கிகி
7	சிமெண்ட் மணல் கலவை பூச்சு 1:3 (10 மிமீ கனம்)	4.8 கிகி
8	சிமெண்ட் மணல் கலவை பூச்சு 1:3 (20 மிமீ கனம்)	10.56 கிகி
9	சிமெண்ட் மணல் கலவை பூச்சு 1:5 (12 மிமீ கனம்)	4.032 கிகி

முன்வைப்புத் தொகை, கூடுதல் காப்புத் தொகை ஆகியவற்றைத் தொடர்புடைய வேலை 'இறுதியாக மேலளவு செய்யப்பட்ட நாளிலிருந்து' ஆறுமாத காலத்திற்குப் பின்னர் தொடர்புடைய ஒப்பந்ததாரருக்கு விடுவிக்க வேண்டும்.

4. வருமான வரி பிடித்தம். மத்திய அரசு நிதித்துறையின் 2011ஆம் ஆண்டு நிதி (எண் 2) சட்டத்தின் பிரிவு 61இன் வாயிலாக மாற்றியமைக்கப்பட்ட புதிய வருமான வரி சட்டப்பிரிவு 194-ஊ (1), (5) மற்றும் அதன் கீழ் செய்யப்பட்டுள்ள வழிவகைகளின்படி வேலைக்கான பட்டியலில் பின்வருமாறு வருமான வரி பிடித்தம் செய்யப்பட வேண்டும்:

i ஒரு நிதியாண்டில் பெறப்படும் ரூ. 30,000 வரையிலான முதல் பட்டியல்களுக்கு வருமான வரி பிடித்தம் ஏதும் இல்லை. ரூ. 30,000 மதிப்பிற்கு மேலான அனைத்து

வேலைகளின் பட்டியல்களிலும் ஒப்பந்ததாரர் வருமான வரித் துறையின் நிரந்தரக் கணக்கு எண் (பான்) பெற்றுள்ளதன் அடிப்படையில், அட்டவணை 8. 21 உள்ளவாறு வருமான வரி பிடித்தம் செய்யப்பட வேண்டும்.

ii ஒரு நிதியாண்டில் ஒப்பந்ததாரருக்கு அனுமதிக்கப்படும் பல பட்டியல்களின் ஒட்டுமொத்த மதிப்பானது ரூ. 75000 மிகும் நிலையிலும் பின்வரும் வீதப்படி வருமான வரி பிடித்தம் செய்யப்பட வேண்டும். இதைப் பின்வரும் எடுத்துக்காட்டு மூலம் தெளிவுறலாம்.

ஒரு நிதியாண்டில் (01. 04. 2010 முதல் 31. 03. 2011 முடிய எனக் கொள்வோம்) ஓர் ஒப்பந்ததாரரின் தலா ரூ. 30,000 மதிப்புடைய (செய்த வேலையின் மதிப்பு) இரு பட்டியல்களை அனுமதிக்கும் போது அவற்றுக்கு வருமான வரி பிடித்தம் ஏதும் செய்தல் கூடாது.

ஆனால் அதே நிதியாண்டில் (01.04. 2010 முதல் 31. 03. 2011) அதே ஒப்பந்ததாரருக்கு அனுமதிக்கப்பட்ட வேலைகளின் ஒட்டுமொத்த மதிப்பானது ரூ.75,000-க்கு அதிகமானால் (ரூ. 30,000 + 30,000 + 20,000 = 80,000), அந்த ஒப்பந்ததாரரின் மூன்றாவது பட்டியலின் வேலை மதிப்பானது ரூ. 30,000-க்கு குறைவாக அதாவது ரூ. 20,000ஆக இருந்தாலும், அவருக்கு அந்த நிதியாண்டில் அனுமதிக்கப்பட்ட வேலைகளின் ஒட்டுமொத்த மதிப்பானது ரூ.75,000-க்கு மேற்படுவதால் (ரூ. 80,000), அந்த நிதியாண்டில் வழங்கப்படும் ஒட்டுமொத்த தொகைக்கும் (அதாவது ரூ. 80,000-க்கும்) அட்டவணையில் குறிப்பிட்டுள்ள வீதப்படி வருமான வரிப் பிடித்தம் செய்ய வேண்டும்.

இங்கு ஒப்பந்ததாரர் என்பது தனியார், தனியார் அல்லாத பிறர் ஆகிய இருவகையினரையும் குறிக்கும்.

குறிப்பு

- மேற்படி அட்டவணையில் தனியார் என்பது ஒருவரது பெயரில் மேற்கொள்ளப்படும் ஒப்பந்தத்தையும், தனியார் அல்லாத பிறர் என்பது கட்டட நிறுவனங்கள் போன்ற நிறுவனம்/குழுமம் பெயரில் மேற்கொள்ளப்படும் ஒப்பந்தத் தையும் குறிக்கும்.

- ஓர் ஒப்பந்ததாரர் நிரந்தரக் கணக்கு எண் (பான்) பெற்றுள்ள

விவரத்தை ஒப்பந்ததாரர் பதிவேட்டில் அவரது முகவரிக்குக் கீழே சிவப்பு மையால் குறிக்க வேண்டும்.

மேலும், பட்டியல் அனுமதிக்கும் போது நிரந்தரக் கணக்கு எண் விவரத்தைப் பட்டியலின் முதல் பக்கத்தில் வலது மேல் ஓரமாகவும், அளவுச் சுவடியில் (எம்-புக்), பட்டியலை அனுமதிக்கும் பதிவுகள் மேற்கொள்ளும் பக்கத்தில் (வலப்பக்கம்) மேல் ஓரமாகவும், மதிப்பீடு-ஒதுக்கீடு பதிவேட்டில் ஒப்பந்ததாரரின் பெயருக்குக் கீழாகவும் சிவப்பு மையால் குறிக்க வேண்டும்.

- மேற்கண்ட வீதத்தில் பட்டியல்களில் பிடித்தம் செய்யப்படும் வருமான வரியை அது பிடித்தம் செய்யப்படும் மாதத்தின் கடைசி நாளிலிருந்து ஒரு வார காலத்திற்குள்ளாக உரிய செலுத்துச் சீட்டு மூலம் அரசுக்குச் செலுத்த வேண்டும்.

5. வருமான வரியின் மீதான கல்வி வரிகளும் மேல்வரிகளும். மேற்படி வீதப்படி மேற்கொள்ளப்படும் வருமான வரிப் பிடித்தத்தைத் தவிர மாற்றியமைக்கப்பட்ட புதிய வருமான வரிச் சட்டப்பிரிவு 194சி-யின்படி வருமான வரியின் மீதான மேல்வரி (*சர்சார்ஜ் ஆன் இன்கம் டாக்ஸ்*), கல்வி வரி, இடைநிலை, உயர்நிலைக் கல்வி வரி ஆகியவை இனி பட்டியலில் பிடித்தம் செய்தல் கூடாது.

6. சரக்கு மற்றும் சேவை வரி. ஓரிரு வேலையின் மதிப்பு ரூ. 2.5 இலட்சத்திற்கு மேல் இருந்தால், *1% மாநில அரசுக்கும் 1% ஒன்றிய அரசுக்கும் சரக்கு மற்றும் சேவை வரி (1. 10. 2018 முதல்) பிடித்தம் செய்யப்பட வேண்டும்* (பார்க்க: இந்திய அரசின் வருவாய்த்துறை சுற்றறிக்கை எண்: 65/39/2018).

7. உடலுழைப்புத் தொழிலாளர் நல நிதிக்கான பங்களிப்பு (CTMW GWGF). மேற்கொள்ளப்படும் அனைத்து வேலைகளுக்கும் அதன் மதிப்பீட்டுத் தொகையில் 1% உடல் உழைப்புத் தொழிலாளர் நல நிதி பங்களிப்புத் தொகைக்கென பட்டியலில் பிடித்தம் செய்து,

Manual Workers General Welfare Fund of Tamilnadu Construction Workers Welfare Board, Chennai

என்ற முகவரிக்கு சென்னையில் செலுத்தத்தக்க வகையில் கேட்பு வரைவோலையைப் பின்வரும் முகவரிக்கு அனுப்பிவைக்க

8. 20: ஒப்பந்தப்புள்ளி படிவங்கள்

வ.எண்	பணிகளின் மதிப்பு விவரம் (ரூ)	விலை வீதம் (ரூ)
1.	10,000 வரையிலான மதிப்புடைய வேலைகள்	150 + 18% ஜிஎஸ்டீ
2.	10,000-க்கு மேல் - இரண்டு இலட்சம் வரை மதிப்புடைய வேலைகள்	300 + 18% ஜிஎஸ்டீ
3.	இரண்டு இலட்சத்திற்கு மேல் ஐந்து இலட்சம் வரை மதிப்புடைய வேலைகள்	750 + 18% ஜிஎஸ்டீ
4.	ஐந்து இலட்சத்திற்கு மேல் பத்து இலட்சம் வரை மதிப்புடைய வேலைகள்	1500 + 18 % ஜிஎஸ்டீ
5.	பத்து இலட்சத்திற்கு மேல் இருபத்தைந்து இலட்சம் வரை மதிப்புடைய வேலைகள்	6000 + 18% ஜிஎஸ்டீ
6.	இருபத்தைந்து இலட்சத்திற்கு மேல் ஐம்பது இலட்சம் வரை மதிப்புடைய வேலைகள்	9000 + 18% ஜிஎஸ்டீ
7.	ஐம்பது இலட்சத்திற்கு மேல் மதிப்புடைய வேலைகள்	15000 + 18% ஜிஎஸ்டீ

வேண்டும் (அரசாணை 295, தொழிலாளர் மற்றும் வேலை வாய்ப்பு (1-2) நாள்: 17. 12. 2013 மற்றும் ஊரக வளர்ச்சி இயக்குநரின் கடித எண்: 94678/2013/டியூ3, நாள்: 02. 01. 2014).

தொழிலாளர் இணை ஆணையர்/சென்னை,
தமிழ்நாடு கட்டுமானத் தொழிலாளர் நல வாரியம்,
8, வள்ளுவர் கோட்டம் நெடுஞ்சாலை,
நுங்கம்பாக்கம், சென்னை 600 034.

8. நிறுத்தி வைக்கப்படும் தொகை. எந்த ஒரு வேலைக்காகவும் சமர்ப்பிக்கப்படும் பகுதிப் பட்டியலில் *(பார்ட் பில்)*, செய்யப்பட்ட வேலையின் மொத்த மதிப்பில் 5% நிறுத்தி வைக்க வேண்டும். பின்னர் அந்த வேலை முடிவுற்றுச் சமர்ப்பிக்கப்படும் இறுதிப் பட்டியலில் 2.5% நிறுத்தி வைத்துக்கொண்டு எஞ்சிய 2.5% தொகையை விடுவிக்க வேண்டும். பகுதிப் பட்டியல் அனுமதிக்கப் படாமல் நேரடியாக முடிவுற்ற வேலைக்காக சமர்ப்பிக்கப்படும் முதலாவதும் இறுதியானதுமான பட்டியலில் அந்த வேலையின் மொத்த மதிப்பில் 2.5% நிறுத்தி வைக்கப்பட வேண்டும்.

9. அபராதம். மேற்படி பிடித்தங்களைத் தவிர ஒப்பந்ததாரர் களுக்கு நிபந்தனைகளை மீறியது உள்ளிட்ட ஒழுங்கீன செயல் களின் காரணமாக அதிகாரம் பெற்றவர்களால், விதிக்கப்படும் அபராதத்தைப் பட்டியலில் பிடித்தம் செய்ய வேண்டும்.

10. ஒப்பந்த வேலையில் தொழில்நுட்பப் பணியாளர்கள் சான்று. தொழில்நுட்பத் தகுதி இல்லாத ஒப்பந்ததாரர்களுக்கு வேலை ஒப்படைக்கும் நிலையில் ரூ. 100 இலட்சத்திற்கும் மேல் மதிப்பீடு உள்ள ஒப்பந்த வேலைக்குத் தொழில்நுட்பப் பணியாளர்கள் பயன்படுத்தப்பட்டது குறித்த சான்றை அளவுப் புத்தகத்தில் பொறியாளர் அளித்தல் வேண்டும். அவ்வாறு தொழில்நுட்பப் பணியாளர்கள் நியமிக்கப்படாத நிலையில் உரிய அபராதம் ஒப்பந்ததாரர்களுக்கு விதிக்கப்பட வேண்டும்.

11. துறை மூலம் வழங்கப்படும் பொருள்களுக்கான கிரையம். சென்னை ஊரக வளர்ச்சி ஆணையர் அவர்களின் கடித எண். 18394/டியூ3/2008, நாள். 17. 09. 2008இல் தெரிவித்துள்ளபடி சிமெண்ட், இரும்புக் கம்பி, தார் போன்ற கட்டுமானப் பொருள்கள் வட்டார ஊராட்சியின் கிடங்கிலிருந்து ஒப்பந்ததாரர்களுக்கு விநியோகிக்கப் படும் நிகழ்வுகளில் மேற்படி பொருள்களுக்காகப் பட்டியலில் சேகரிப்புக் கட்டணம் *(ஸ்டோரேஜ் சார்ஜ்)* பிடித்தம் செய்தல் கூடாது.

- ஒப்பந்தப்புள்ளி அட்டவணையானது *(டெண்டர் ஷெட்யூல்)* வேலைக்கு வழங்கப்படும் சிமெண்ட் மூட்டைகளின் கிரையத் தொகையையும் காலி சரக்குப் பையின் விலையையும் உள்ளடக்கியது எனவும், அதே போன்று தார், எமல்சன்

8.21: வருமானவரிப் பிடித்தம்

வ எண்	ஒப்பந்ததாரரின் வகை	வேலையின் மதிப்பில் வருமான வரி
1	நிரந்தரக் கணக்கு எண் கொண்டுள்ள தனியார்	1%
2	நிரந்தரக் கணக்கு எண் கொண்டிராத தனியார்	20%
3	நிரந்தரக் கணக்கு எண் கொண்டுள்ள தனியார் அல்லாத பிறர்	2%
4	நிரந்தரக் கணக்கு எண் கொண்டிராத தனியார் அல்லாத பிறர்	20%

ஆகியவற்றின் கிரையத் தொகையானது அவற்றைக் கொள்முதல் செய்த விலை, போக்குவரத்துச் செலவினம் ஆகியவற்றை உள்ளடக்கியது எனவும் தெரிவிக்கப்பட்டுத் தயாரிக்கப்படுவதால்/தயாரிக்கப்பட வேண்டுமாதலால், காலி சாக்குப்பை கிரையம், தார்/எமல்சன் ஆகியவற்றின் காலி டிரம் கிரையம் ஆகியவற்றை ஒப்பந்தப் பணிக்கான பட்டியலில் பிடித்தம் செய்யக்கூடாது.

- சிமெண்ட், தார், கம்பி போன்ற கட்டுமானப் பொருள்களை அவசர, அவசியம் கருதி ஒரே வட்டாரத்திற்குள் ஒரு திட்டத்திலிருந்து மற்றொன்றுக்கு மாற்றம் செய்ய வேண்டிய நிலை ஏற்பட்டால், அதற்குத் தொடர்புடைய பொறியாளர், வட்டார வளர்ச்சி அலுவலருக்கு எழுத்து மூலமான வேண்டுகோள் வைக்க வேண்டும். உரிய ஆணைகள் வட்டார வளர்ச்சி அலுவலரால் பிறப்பிக்கப்பட்ட பின்னரே இருப்பு மாற்றங்கள் செய்யப்பட வேண்டும். மேலும், வட்டாரங்களிடையே இருப்பு மாற்றங்கள் மாவட்ட

ஆட்சித் தலைவரின் முன்னனுமதியின்றிச் செய்தல் கூடாது.

- திட்டப்பணிகள் தொடர்பான கோப்பு முடிவுறும் போது சிமெண்ட், தார், இதர இருப்புப் பொருள்களைச் சரிபார்க்க வேண்டும். அதன் விவரங்களைச் சரி செய்த பின்னரும், தாருக்கான எஞ்சிய கிரையத் தொகை ஏதும் தார் நிறுவனத்தில் இருந்து பெறப்பட வேண்டியிருப்பின் அதைப் பெற வேண்டும். ஏற்கனவே சென்னை ஊரக வளர்ச்சி இயக்குநர் அவர்களால் வரையறுக்கப்பட்ட சரிபார்ப்புச் சீட்டை (செக் ஸ்லிப்) பூர்த்தி செய்து கோப்புடன் வைத்த பின்னரே கோப்பை முடிக்க வேண்டும்.
- பொறியாளர்கள், சிமெண்ட், தார், கம்பி போன்ற கட்டுமானப் பொருள்களின் இருப்புப் பதிவேடுகளை மாதந்தோறும் 10ஆம் தேதிக்குள் வட்டார வளர்ச்சி அலுவலரின் பார்வைக்கும், ஒப்புதலுக்கும் சமர்ப்பிக்க வேண்டும். மேலும் ஒரு நிதியாண்டு முடிந்தவுடன் மேற்படி கட்டுமானப் பொருள்களின் இறுதி இருப்பின் விவரங்களைத் தொடர்ந்து வரும் நிதியாண்டில் மே 15ஆம் நாளுக்குள் மேற்படி இருப்புப் பொருள்களின் பதிவேடுகளைத் திட்ட அலுவலருக்கோ அவரால் நியமிக்கப்படும் அலுவலருக்கோ ஆய்வுக்கு உட்படுத்தி அதற்கு அடையாளமாக அவரிடம் ஒப்புதல் பெறவேண்டும்.

12. பொது. அரசாணை (நிலை) எண். 392, நிதித் (ஊதியங்கள்) துறை, நாள்: 18. 08. 2009இல் கண்டுள்ளபடி ரூ. 25 இலட்சத்திற்கு மேற்பட்ட ஒப்பந்தப் பணிகளுக்கு மட்டுமே உரிய வழிமுறைகளைப் பின்பற்றி நாளிதழ்களில் ஒப்பந்தப்புள்ளி அறிவிப்பு விளம்பரம் அளித்தல் வேண்டும்.

தமிழ்நாடு ஒளிவுமறைவற்ற ஒப்பந்தப்புள்ளி விதி 14(1)இன் படி ஒப்பந்தப் பணிகளுக்கான முன்வைப்புத் தொகையை (1%) ரொக்கம்/வங்கி வரைவு/சேமிப்புப் பத்திரம் ஆகியவற்றில் ஏதேனும் ஒன்றைத் தொடர்புடைய ஒப்பந்ததாரரிடம் பெறலாம். இவற்றில் எது பொருத்தமானது என்று தேர்வு செய்யும் அதிகாரம் ஒப்பந்தப்புள்ளி அழைக்கும் அலுவலருக்கே உண்டு.

11
ஊராட்சிகளின் சொத்துக்களைப் பராமரித்தல்

அ. சொத்துகள் பராமரித்தல். கிராம ஊராட்சிகளில் பின்வருவன வற்றை உருவாக்கலாம்:

1. கிராமப் பஞ்சாயத்துக்குச் சொத்துக்களை உருவாக்கலாம்.
2. ஒப்படைப்பு, நன்கொடை மூலம் கிராமப் பஞ்சாயத்துக்குச் சொத்துக்களைப் பெறலாம்.
3. பொதுச் சொத்துக்களைச் சமுதாயத்தின் நன்மைக்காகப் பயன்படுத்தலாம்.
4. சொத்துக்களைப் பயன்படுத்தி வருமானம் ஈட்டலாம்.
5. சொத்துக்களைப் பராமரித்து மேம்படுத்தலாம்.

ஆனால் அவற்றைச் சட்டத்தில் குறிப்பிட்டபடியல்லாமல் வில்லங்கம் செய்யவோ, விற்கவோ முடியாது. சட்டத்தின் 257 ஆவது பிரிவில் காட்டப்பட்டுள்ள இணைப்பில் கண்ட 29 பொருள் களில், சமூகச் சொத்துக்களைப் பராமரித்தலும் ஒன்றாகும். சொத்துக்கள் இரு வகைப்படும்: அசையும் சொத்துக்கள், அசையா சொத்துக்கள்.

அசையாச் சொத்துக்கள்

ஓர் ஊராட்சி அமைப்பு சொத்துக்களைப் பின்வரும் வகைகளில் பெறலாம் அல்லது அவற்றை அடையலாம்.

1. ஓர் அமைப்பு கலைக்கப்பட்ட நிலையில் அதன் சொத்துக் களை மற்றோர் அமைப்பு பெறுதல்.

   முன்னாள் மாவட்டக் கழகங்கள் கலைக்கப்பட்டு, அவற்றின் வாரிசுகளாக ஊராட்சி ஒன்றியங்கள் அமைக்கப்பட்டன. கலைக்கப்பட்ட மாவட்டக் கழகத்தின் சொத்துக்களான தொடக்கப் பள்ளிகள், சாலைகள், மருந்தகங்கள், சத்திரங்கள் போன்றவை அவற்றுக்குச் சொந்தமான கட்டடங்கள் தளவாடங்கள் ஆகியவற்றுடன் ஊராட்சி ஒன்றியத்தின் கட்டுப்பாட்டிற்கும் பராமரிப்பிற்கும் மாற்றப்பட்டன.

   இந்த வகையில் ஊராட்சி ஒன்றியங்கள் அடைந்த சொத்துக்

களின் மீது அவற்றிற்கு முழு உரிமை உண்டு. அவற்றைப் பாதுகாத்துப் பழுதுபார்த்துப் பராமரிக்கும் பொறுப்பும் கடமையும் அவற்றிற்கு உண்டு.

2. ஒன்றுக்கு மேற்பட்ட கிராம ஊராட்சிகள் தங்களுக்குப் பொதுவாகப் பயன்படக்கூடிய நிலையம், சொத்து, பணி போன்றவற்றை ஊராட்சி ஒன்றியத்தின் சம்மதத்துடன் அதன் பராமரிப்பிற்கு ஒப்படைத்தல்.

இரண்டுக்கு மேற்பட்ட கிராம ஊராட்சிகள் தங்களுக்குப் பொதுவான நீராதாரத்தை அல்லது பொது நிலையம் அல்லது சுடுகாடு, இடுகாடு எதையும் ஊராட்சி ஒன்றியத்தின் கட்டுப்பாட்டிற்கும் பராமரிப்பிற்கும் ஒப்படைக்கலாம். அவ்வாறு மாற்றப்பட்ட சொத்துக்களை இரண்டு கிராம ஊராட்சிகளின் சார்பில் ஊராட்சி ஒன்றியம் பராமரித்து வரும். பராமரிப்புச் செலவுகளை இரண்டு கிராம ஊராட்சி களும் விகிதாசாரப்படி பகிர்ந்து ஊராட்சி ஒன்றியத்திற்குச் செலுத்திவிடலாம். இரண்டு அல்லது அதற்கு மேற்பட்ட கிராம ஊராட்சிகள் அவற்றின் பொது சேவைகளுக்காக பணியாளர் ஒருவரை நியமித்து அவரை ஊராட்சி ஒன்றியத்தின் கட்டுப்பாட்டில்விடலாம். அது போன்ற சூழ்நிலைகளில் ஊராட்சி ஒன்றியம் அவருக்கு வழங்கும் ஊதியம், படிகள் போன்றவற்றைக் கிராம ஊராட்சிகள் பகிர்ந்து ஊராட்சி ஒன்றியத்திற்குச் செலுத்த வேண்டும்.

3. கிராமத்தில் உள்ள சமுதாயப் பயன்பாட்டிற்காக, சட்டத்தின் படி ஒதுக்கப்பட்ட பொதுச் சொத்துக்களையும் அரசு நிலங்களையும் சமூகப் பயன்பாட்டிற்காக அனுமதிக்கலாம்.

சிற்றூராட்சியிடம் ஒப்படைக்கப்படும் புறம்போக்கு நிலங்கள்

1. ஒதுக்கப்படாத காடுகள் - ஊராட்சிகள் சட்டம் பிரிவு 120 (1);
2. ஊராட்சி பொதுச் சாலைகள் (பாட்டைகள்) - ஊராட்சிகள் சட்டம் பிரிவு 125 (1);
3. பாசனத்திற்குப் பயன்படாத எல்லா நீர்நிலைகள், குளங்கள், குட்டைகள், கேணிகள், ஊற்றுகள், அவற்றைச் சார்ந்த

இடங்கள் (ஆறுகள், ஓடைகள், மடுக்கள், கால்வாய்கள் தவிர)- ஊராட்சிகள் சட்ட விதிகளின்படி;

4. மேய்ச்சல் தரைகள் (மேய்ச்சல் நிலம்) - ஊராட்சிகள் சட்டம் பிரிவு 134 (2);

5. களத்து மேடுகள் (கதிரடிக்கும் களம்) - ஊராட்சிகள் சட்டம் பிரிவு 134 (2).

6. இடுகாடு, சுடுகாடு - ஊராட்சிகள் சட்டம் பிரிவு 134 (2);

7. மந்தைவெளிகள் (கால்நடைத் தொழுவம்) - ஊராட்சிகள் சட்டம் பிரிவு 134 (2);

8. தோப்புகள் - ஊராட்சிகள் சட்டம் பிரிவு 134 (2);

9. வண்டிப்பேட்டைகள் - ஊராட்சிகள் சட்டம் பிரிவு 134 (2).

இந்தச் சட்டப் பிரிவுகள் 120, 125, 134 (2)களின்படி கிராம ஊராட்சிகளிடம் உள்ள புறம்போக்கு நிலங்களைப் பயன்படுத்திக் கொள்வதற்கு கிராம ஊராட்சிக்கு முழு அதிகாரம் உள்ளது. இதே உரிமை சட்டப் பிரிவு 135 (1)இன் கீழ் ஜமீன் நிலங்களிலுள்ள சமுதாயப் புறம்போக்கு நிலங்களின் மீதும், பயன்படுத்திக் கொள்ள கிராம ஊராட்சிக்கு அதிகாரம் உள்ளது. சட்டப்பிரிவு 134(2)இன்படி கிராம ஊராட்சியிடம் நிலைத்துள்ள புறம்போக்கு நிலங்களின் மீது கிராம ஊராட்சிக்கு என்னவெல்லாம் உரிமைகளும் அதிகாரங்களும் உள்ளனவோ, அதே உரிமைகளையும் அதிகாரங்களையும் ஜமீன் வகை புறம்போக்குகளின் மீதும் ஊராட்சிகள் செலுத்தலாம்.

ஆனால், எந்தப் புறம்போக்கு நிலம் எந்தக் காரியத்திற்காக கிராம ஊராட்சியிடம் நிலை பெற்றுள்ளதோ, அந்தக் காரியத்திற்காக மட்டிலும்தான் பயன்படுத்தப்பட வேண்டும். அந்த நிலங்களை எவருக்காவது ஒதுக்கவோ, பாராதீனம் செய்யவோ கிராம ஊராட்சிக்கு அதிகாரம் இல்லை. உதாரணமாக சுடுகாடு, இடுகாடு புறம்போக்குகளைப் பிணங்களை எரிப்பது, புதைப்பது ஆகிய காரியங்களுக்காக மட்டிலும் பயன்படுத்த வேண்டும். மேய்ச்சல் தரை புறம்போக்குகளை மேய்ச்சல் வகைக்கு மட்டிலும், தோப்பு புறம்போக்குகளைத் தோப்பு வகைக்கு மட்டிலும் பயன்படுத்த வேண்டும். களம் புறம்போக்குகளைக் களமாகப் பயன்படுத்த

வேண்டும். இந்தப் புறம்போக்கு நிலங்களை, அவை உருவாக்க வேண்டிய பயன்களுக்காக ஓராண்டு காலத்திற்கு குத்தகைக்கு விடவோ, வாடகைக் கட்டணம் வசூலிக்கவோ கிராம ஊராட்சிக்கு உரிமையுள்ளது. ஓராண்டுக்கு மேற்பட்ட காலத்திற்கு குத்தகை விடுவதாக இருப்பின் மாவட்ட ஆட்சித் தலைவரின் முன்அனுமதி தேவை. ஆனால் சாலைப் புறம்போக்குகளைப் பொறுத்தவரையில் பின்வரும் விதிவிலக்கு அளிக்கப்பட்டுள்ளது.

பிரிவு 125இன் கீழ் ஒப்படைக்கப்பட்ட சாலைப் புறம் போக்குகளின் ஓரங்களில் தற்காலிகக் கடைகள் அமைத்து நடத்துவதற்கு ஓராண்டுக்கு மேற்படாத காலத்திற்குக் குத்தகை விடவோ வாடகைக் கட்டணம் வசூலிக்கவோ, கிராம ஊராட்சிக்கு உரிமை உள்ளது.

மாவட்ட ஆட்சித் தலைவரின் அனுமதியுடன் மூன்றாண்டு களுக்கு மேற்படாத கால அளவிற்கும், ஓரளவு நிரந்தரக் கடைகள் அமைத்துக்கொள்ளவும், குத்தகைக்கு விடவோ வாடகைக் கட்டணம் வசூல் செய்யவோ கிராம ஊராட்சி நடவடிக்கை எடுக்கலாம்.

கிராம ஊராட்சிக்கு சொந்தமான நிலங்கள், ஆட்சி அதிகாரக் கட்டுப்பாட்டிலுள்ள ஒப்படைக்கப்பட்ட புறம்போக்கு நிலங்கள், நிலைத்துள்ள புறம்போக்கு நிலங்கள் இவற்றில் விளம்பரப் பலகைகள் வைப்பதற்கென தனியாருக்கு உரிமம் வழங்குவதற்குக் கிராம ஊராட்சிக்கு அதிகாரம் உள்ளது. உரிமம் வழங்கும்போது, காலவரையறைக்கும் சட்ட விதிகளுக்கும் கட்டுப்பட்டு நடக்க வேண்டுமென்று, உரிமம் கோருபவருக்கு நிபந்தனை விதிக்கவும் கிராம ஊராட்சிக்கு அதிகாரம் உள்ளது. உரிமக் கட்டணத் தொகை யுடன் கூடுதலாக 25 விழுக்காடுஸ் வசூல் செய்து அவருடைய பெயரில் முன்பணமாக இருப்பில் வைத்து வரவேண்டும். உரிமம் பெறப்பட்ட காலம் முடிந்ததும், விளம்பரத் தட்டியை அந்த உரிமைக்காரர் திருப்தியான முறையில் அப்புறப்படுத்த வில்லையெனில், இந்த முன்பண இருப்புத் தொகை இந்தப் பணிக்கு ஈடு செய்துகொள்ளவும் விதியில் வகை செய்யப் பட்டுள்ளது.

மேற்கண்ட புறம்போக்கு நிலங்களின் எல்லா உரிமைகளும் கிராம ஊராட்சியைச் சேர்ந்ததாகும். உரிமையாக்கப்பட்டுள்ள

புறம்போக்குகளை வேறு பணிகளுக்குப் பயன்படுத்துவதாக இருந்தால், சான்றாக மேய்ச்சல் தரையைக் களத்து மேடாகவோ, தோப்பை மந்தைவெளியாகவோ மாற்றிப் பயன்படுத்த நினைத்தால், அதற்கு மாவட்ட ஆட்சித் தலைவரின் முன் அனுமதி பெறவேண்டும்.

மற்றபடி எந்தக் காரணத்திற்காக ஒரு புறம்போக்கு நிர்ணயிக்கப் பட்டுள்ளதோ அந்தக் காரணத்திற்காகத்தான் அதைப் பயன்படுத்த வேண்டும்.

கிராம ஊராட்சியால் முறைப்படுத்தப்படும் சொத்தின் மீது உரிமைகள் (ஒப்படைக்கப்பட்டுள்ள புறம்போக்குகள்)

இது தவிர, ஊராட்சிகளால் ஒழுங்குபடுத்தப்படும் புறம்போக்கு களும் கிராம ஊராட்சியின் கட்டுப்பாட்டில் உள்ளன.

1. நத்தம் புறம்போக்கு (ஊராட்சிகள் சட்டப் பிரிவு 134 (4);
2. தீர்வை விதிக்கப்பட்ட தரிசுகள் (ஊராட்சிகள் சட்டப் பிரிவு 134 (4);
3. தீர்வை விதிக்கப்படாத தரிசுகள் (ஊராட்சிகள் சட்டப் பிரிவு 134 (4);

குறிப்பு: *தரிசு* என்ற தமிழ்ச் சொல்லுக்குப் *பயிரிடப்படாத நிலம்* என்பது பொருளாகும்.

தீர்வை ஏற்படுத்தப்பட்ட தரிசு நிலங்கள் எவையேனும் 4. 04. 1961 தேதிக்கு முன்பாக யாருடைய சாகுபடி அனுபோகத்திலாவது இருந்திருக்குமாயின், அந்த நிலங்களின் மேல் தொடர்புடைய கிராம ஊராட்சி அதிகாரம் செலுத்த இயலாது. அதே போன்று கிராம நத்தத்தில் எந்தப் பகுதியேனும் 1. 01. 1961 தேதிக்கு முன்பாக யாருடைய அனுபோகத்திலாவது இருந்திருக்குமாயின், அந்த நிலத்தை வருவாய் கோட்டாட்சியர் மேற்படி அனுபோகதாரருக்கு பட்டா வழங்குவதன் மூலம் உரிமையாக்கினால், இந்த நிலம் அந்தப் பட்டாதாரரைச் சேரும். மாறாக அந்த நிலத்திலுள்ள ஆக்கிரமிப்பைக் கோட்டாட்சியர் அகற்றினால், அந்த நிலம் தொடர்புடைய கிராம ஊராட்சிக்கு ஒதுக்கிடும் உரிமைப்பட்ட தாகிவிடும். புறம்போக்கு களைக் கிராம ஊராட்சிக்கு ஒதுக்கிடும் அதிகாரம் இந்தச் சட்டப் பிரிவு 134(4)இன்படி மாவட்ட ஆட்சித் தலைவருக்குரியது.

கிராம ஊராட்சியிடம் மேற்பார்வை அதிகாரத்துடன் முறைப்படுத்துவதற்காக ஒப்படைக்கப்பட்டுள்ள தீர்வை ஏற்படுத்தப்பட்ட தரிசு, கிராம நத்தம் இவற்றை எந்தப் பொதுப் பயன்பாட்டிற்கும் எடுத்துக்கொள்ள கிராம ஊராட்சிக்கு முழு அதிகாரமுள்ளது. யாருடைய அனுமதியையும் கிராம ஊராட்சி பெற்றிடத் தேவையில்லை. குறிப்பாக, கிராம நத்தத்தில் பொதுக் கட்டடங்கள் கட்டுவதற்கும், சந்தை, பேருந்து நிலையம், வண்டிப்பேட்டை, பூங்கா முதலான கிராம ஊராட்சி நிருவாகத்துடன் இணைந்த பொது நலத்திட்டங்களைச் செயல்படுத்துவதற்கும், யாருடைய அனுமதியும் தேவையில்லை. தீர்வை ஏற்படுத்தப்பட்ட தரிசு நிலங்களில் உணவுப் பயிர் சாகுபடியோ பசுந்தழைப் பயிர் சாகுபடியோ கிராம ஊராட்சி தானே செய்வதற்குத் தடை ஏதுமில்லை. எந்த வெளியார் அனுமதியும் தேவையில்லை.

ஆனால் இந்த இருவகை நிலங்களையும் மேலே குறிப்பிடப்பட்ட பயன்களுக்காகக் கிராம ஊராட்சி நேரடியாகப் பயன்படுத்தலாம். ஆனால் அவற்றைக் குத்தகைக்கு விடவோ தனி மனிதர் யாரேனும் நேரடியாகப் பயன்படுத்திக்கொள்வதற்கான அனுமதியை அளிக்கவோ கூடாது. அதற்கான அதிகாரம் கிராம ஊராட்சிக்கு இல்லை.

இந்த வகைப் புறம்போக்குகளை யாருக்காவது மாற்றி வழங்குவதாக இருப்பின், தொடர்புடைய கிராம ஊராட்சியில் தீர்மானம் நிறைவேற்றி மாவட்ட ஆட்சித் தலைவருக்கு அனுப்ப வேண்டும். மாவட்ட ஆட்சித் தலைவர் தீர்மானத்தின் தகுதியின் அடிப்படையில் உரிய ஆணை பிறப்பிப்பார்.

தமிழ்நாடு ஊராட்சிகள் (குடிமை நிலப்பரப்பிலுள்ள புறம் போக்குகளைக் கட்டுப்படுத்துதல், வரையறுத்தல்) விதிகளின் பிரிவு 4-இன்கீழ் அமைந்த துணை விதி (3) மற்றும் (4).

நத்தம் புறம்போக்கில் ஏதேனும் விவகாரம் இருக்குமானால் அதுபற்றிய முடிவான உத்தரவு பிறப்பிக்கும் அதிகாரம் கோட்டாட்சித் தலைவருக்குத்தான் உள்ளது. கிராம ஊராட்சிகள் இது தொடர்பான எந்த விவகாரத்திலும் தன்னை ஈடுபடுத்திக்கொள்ளக் கூடாது.

தீர்வை விதிக்கப்பட்ட தரிசு நிலங்களில் விறகு உற்பத்திக்கான காட்டுக் கருவேல், மாட்டுத் தீவனம், தழை உரங்கள் ஆகியவற்றை

உற்பத்தி செய்து, கிராம ஊராட்சியின் வருமானத்தைப் பெருக்கிக் கொள்ளலாம்.

வருவாய்த் துறையின் பராமரிப்பில் கீழ்க்காணும் புறம் போக்குகள் உள்ளன என்பதைக் கிராம ஊராட்சிகள் தெரிந்து கொள்வது அவசியம்.

1. கோவில் புறம்போக்கு
2. கிராமச் சாவடியும் அதைச் சேர்ந்த இடமும்
3. கால்நடைத் தொட்டிகள்
4. நந்தவனம்
5. குன்றுகள்
6. கல்லாங்குத்துகள்
7. குளக்கால்கள்
8. ஓடைப் புறம்போக்கு
9. ஆற்றுப் புறம்போக்கு

மேற்கண்ட புறம்போக்கு நிலங்களில் கிராம ஊராட்சிகள் எந்தவித உரிமையும் கொண்டாட முடியாது. தீர்வை ஏற்படுத்தப்பட்ட தரிசு மற்றும் நத்தம் புறம்போக்குகளைப் பற்றி பிரிவு 134(4)இல் நேரடியாகக் குறிப்பிடப்படவில்லை. ஆனால் இந்தச் சட்டப் பிரிவில் அரசுக்குள்ள அதிகாரத்தைப் பயன்படுத்தி அரசு பிறப்பித்துள்ள ஆணைப்படி, அந்த இருவகை புறம்போக்குகளும் கிராம ஊராட்சியின் முறைப்படுத்தப்பட்ட ஆளுகைக்கென ஒப்படைக்கப்பட்டுள்ளன (ஊவ (ம)உது அரசாணை 972, நாள்: 04. 04. 1961).

இந்தப் புறம்போக்குகளைத் தவிர, வேறு அரசு புறம்போக்கு நிலம் எதையாவது கிராம ஊராட்சி தனது பொறுப்பில் எடுத்துக் கொள்ள விரும்பினால், அது குறித்து அந்த ஊராட்சியின் கூட்டத்தில் தீர்மானம் நிறைவேற்றப்பட வேண்டும்; அந்தத் தீர்மான நகலுடன் மாவட்ட ஆட்சித் தலைவருக்கு விண்ணப்பம் அனுப்ப வேண்டும்.

அப்படி எந்தக் கிராம ஊராட்சியிடமிருந்தாவது கோரிக்கை வரப்பெறாமல், மாவட்ட ஆட்சித் தலைவர் அந்தப் புறம்போக்கு

நிலத்தை ஒப்படைக்க மறுப்பதற்குப் போதுமான காரணம் இல்லா திருப்பின், அந்த ஊராட்சியின் பராமரிப்புக்கு அந்தப் புறம்போக்கு நிலத்தை மாற்றம் செய்து கொடுக்க வேண்டுமென அரசு உத்தரவு பிறப்பித்துள்ளது (ஊவ (ம) உது, அரசாணை 608, நாள்: 04. 04. 1960).

ஊராட்சி ஒன்றியம் விரும்பினால், அதன் பொறுப்பிலுள்ள சொத்துக்கள் எவற்றையேனும் கிராம ஊராட்சியின் பொறுப்புக்குத் தேவையான கட்டுப்பாடுகளுடன் மாற்றம் செய்யலாம். இதேபோன்று தமிழ்நாடு அரசு, நில நிருவாக ஆணையர், மாவட்ட ஆட்சித் தலைவர், வருவாய்க் கோட்டாட்சியர், மாவட்ட ஊராட்சிச் செயலர், ஊராட்சி ஒன்றிய ஆணையர், போன்ற எந்த அரசு அலுவலரோ, குழுவோ இவர்களின் பொறுப்பிலுள்ள ஏதேனும் நிருவாகத்தையோ, திட்டங்களின் பராமரிப்புப் பொறுப்பையோ ஏதேனும் குறிப்பிட்ட கடமையை அல்லது பணியை நிறைவேற்றும் பொறுப்பையோ தொடர்புடைய கிராம ஊராட்சியின் சம்மதத்தின் பேரில் விதிக்கப்படும் கட்டுப்பாடு களுக்குட்பட்டு மாற்றம் செய்து கொடுக்கலாம் (பிரிவு 119).

கிராம ஊராட்சிப் பகுதிகளில் சேரும் குப்பைகள், கூளங்கள், சாக்கடைக் கழிவுகள் அந்தந்தக் கிராம ஊராட்சிக்குச் சொந்த மானவை (பிரிவு 136).

புறம்போக்கு நிலங்களின் தன்மையும் வழிமுறைகளும்

1994ஆம் ஆண்டு தமிழ்நாடு ஊராட்சிகள் சட்டப்பிரிவு 134 (2), 134 (4), 135 (1) ஆகியவற்றின்படி, கிராம ஊராட்சிகளிடம் ஒப்படைக்கப்பட்டுள்ள புறம்போக்கு நிலங்கள் ஏற்கனவே ஒதுக்கப்பட்ட பயன்களுக்கு இனிமேல் தேவையில்லை என்று கிராம ஊராட்சி கருதுமாயின், அந்தப் புறம்போக்கு நிலங்களை வேறு எந்தக் காரியத்துக்குப் பயன்படுத்த வேண்டுமோ அது குறித்துக் கிராம ஊராட்சிப் பகுதியில் அறிக்கை மூலம் பொதுமக்களுக்குத் தகவல் தெரிவிக்க வேண்டும். அந்த அறிக்கையின் பேரில் ஆட்சேபணை எழுப்புவோர் தங்களது மறுப்புகளை அறிக்கை வெளியிடப்பட்ட நாளிலிருந்து 30 தினங்களுக்குள்ளாக, எழுத்து மூலம் கிராம ஊராட்சியிடம் சேர்ப்பிக்க வேண்டுமென்று தண்டோரா மூலம் அறிவிக்க வேண்டும்.

குறிப்பிட்ட இந்தக் கால கெடுவிற்குள் வரும் ஆட்சேபணைகளின் மேல் கிராம ஊராட்சி தீர்மானம் நிறைவேற்றி அந்தத் தீர்மான நகலையும் வரப்பெற்ற ஆட்சேபணைகளின் நகல்களையும் மாவட்ட ஆட்சியருக்கு அனுப்ப வேண்டும். அதன்பேரில் மாவட்ட ஆட்சியர் பரிசீலனை செய்து புறம்போக்கு நிலத்தின் தன்மையை மாற்றி, தேவையான ஆணை பிறப்பிப்பார். அவ்வாறு மாவட்ட ஆட்சித்தலைவரால் தன்மை மாற்றம் செய்யப்பட்ட புறம்போக்கு நிலத்தைப் புதிய தன்மையின்படி, அதற்கான வகைக்குப் பயன்படுத்திக்கொள்ளலாம்.

புறம்போக்கு நிலங்களைத் திரும்ப எடுத்துக்கொள்ளுதல்

1994ஆம் ஆண்டு தமிழ்நாடு ஊராட்சிகள் சட்டம் பிரிவு 120இன் கீழ் கிராம ஊராட்சியிடம் நிலைத்துள்ள ஒதுக்கப்படாத காடு புறம்போக்கைக் கிராம ஊராட்சியின் கட்டுப்பாடு மற்றும் பராமரிப்பிலிருந்து மீள எடுத்துக்கொள்வதாயின், வருவாய் கோட்டாட்சியர் அந்த ஊராட்சியின் கருத்தை அறிந்த பிறகுதான் முடிவு செய்ய வேண்டும்.

பிரிவுகள் 134(2)இன்படி கிராம ஊராட்சியிடம் நிலைத்துள்ள புறம்போக்குகளை ஊராட்சி ஒன்றிய நிருவாகத்தின் கீழ் ஒப்படைப்பதாயிருப்பின், வருவாய் கோட்டாட்சியர் அல்லது மாவட்ட ஆட்சித்தலைவர் தொடர்புடைய கிராம ஊராட்சியின் கருத்தைக் கேட்டறிந்த பின்னரே முடிவு செய்ய வேண்டும்.

கிராம ஊராட்சியிடம் நிலைத்துள்ள புறம்போக்குகளை அந்த ஊராட்சி நல்லமுறையில் பராமரிக்கவில்லை என்ற காரணத்திற்காக மட்டுமே வருவாய் கோட்டாட்சியர் இத்தகைய நடவடிக்கையை எடுக்கலாம். கிராம ஊராட்சி நிருவாகத்திலிருந்து பிரிவு 120இன்படி ஒப்படைக்கப்பட்ட அரசு நிலம் எதையேனும் சட்டப் பிரிவு 121(1)இன்படி திரும்ப எடுத்துக் கொள்ளவும் செய்யலாம். அப்படித் திரும்ப எடுத்துக்கொள்ளும் போது அந்த ஊராட்சி அந்த நிலத்தில் முன்னதாக ஏதேனும் முதலீடு செய்திருந்தால், அதற்கீடாக மாவட்ட ஆட்சியாளர் நிர்ணயிக்கும் அளவில் அந்த ஊராட்சிக்கு அரசு நிதி உதவி செய்ய வேண்டும்.

ஆ. ஆக்கிரமிப்பு அகற்றுதல்

பொதுவாக நீர்வழிகள், நீராதார நிலைகள், நிலம், நிலம் சார்ந்த பகுதிகளில்தான் அதிக அளவு ஆக்கிரமிப்பு செய்யப்படுகிறது. நிலம் தொடர்பான அனைத்து நடவடிக்கைகளும் வருவாய்த்துறை மூலம் கையாளப்படுகின்றன. அரசால் நிலமானது அதன் பயன் பாட்டின் அடிப்படையில் ஐந்து வகைகளாகப் பிரிக்கப்பட்டுள்ளது.

1. **நன்செய்.** தண்ணீர் பாய்கின்ற வயல் நிலம் நன்செய் என்று அழைக்கப்படுகிறது.
2. **புன்செய்.** தண்ணீர் பாயாத மேட்டு நிலமானது புன்செய் என்றழைக்கப்படுகிறது
3. **தரிசு.** நன்செய், புன்செய் நிலங்கள் தமது இயல்பால் திரிந்தால் அந்த நிலம் தரிசு என்றழைக்கப்படுகிறது.
4. **புறம்போக்கு.** இது நிலவரி திட்டத்தின்கீழ் பொதுமக்களின் தேவை கருதி அரசால் வகைப்பாடு செய்யப்பட்டுள்ள அரசிற்குச் சொந்தமான நிலமாகும். தொடக்கத்தில் வருவாய்த் துறையின் கட்டுப்பாட்டில் இருந்த அனைத்து வகையான புறம்போக்கு நிலங்களும் பின்னர் அரசின் ஒவ்வொரு துறைக்கும் உரிமையாக்கப்பட்டுள்ளன.
5. **நத்தம்.** வீட்டுமனைகளாக வழங்க தகுதியுள்ள நிலங்களே நத்தம் என்றழைக்கப்படுகிறது. கூட்டாக ஓர் இடத்தில் வீடுகள் அமைந்திருக்கும். ஆனால், இதற்குப் பட்டா வழங்கப் பட்டிருக்காது.

நிலம் தொடர்பாக வருவாய்த்துறையில் கையாளப்படும் முக்கிய விவரங்கள் பின்வருமாறு:

1. **பட்டா.** பட்டா என்பது நில உரிமைச் சான்று ஆகும். பட்டாவானது அரசின் வருவாய்த்துறையால் மட்டுமே வழங்கப்படும். ஒரு பட்டாவில் பட்டா எண், சர்வே எண், அதன் உட்பிரிவுகள், கிராமம், வட்டம், மாவட்டம், சொத்தின் உரிமை யாளர், அவருடைய தந்தையின் பெயர், நிலத்தின் வகை, நிலத்தின் அளவு, தன்மை முதலிய விவரங்கள் காணப்படும். உரிய விசாரணை யின் பேரில் விதிமுறைப்படி பட்டாவானது வட்டாட்சியரால் வழங்கப்படுகிறது.

2. சிட்டா. வருவாய்த்துறையைச் சேர்ந்த கிராம நிருவாக அலுவலர்களால் பட்டாக்களின் தொகுப்புப் பதிவேடு ஒன்று பராமரிக்கப்படுகிறது. இந்தத் தொகுப்புப் பதிவேடு சிட்டா என்று அழைக்கப்படுகிறது. இதன் மூலம் ஒரு பட்டா யார் பெயரில் உள்ளது, அந்தப் பட்டா தனிப்பட்டாவா, கூட்டுப் பட்டாவா என்பதை அறிந்துகொள்ளலாம். நத்தம் சிட்டா நகல் தொடர்புடைய கிராம நிருவாக அலுவலரிடம் பெற்றுக் கொள்ளலாம்.

3. அடங்கல் (2 கிராமக் கணக்கு). ஒவ்வொரு பசலி ஆண்டிலும் (ஜூலை முதல் ஜூன் முடிய) குறிப்பிட்ட ஒரு நிலத்தில் என்ன இருக்கிறது என்பதைப் பதிவு செய்யும் பதிவேட்டின் பெயர் அடங்கல் பதிவேடாகும். இது கிராம நிருவாக அலுவலர்களால் பராமரித்து வரப்படுகிறது. ஒரு கிராமத்தில் ஒவ்வொரு பசலி ஆண்டில் என்ன வகையான பயிர் பயிரிடப்பட்டிருந்தது என்ற விவரத்தை இந்தப் பதிவேட்டிலிருந்து அறிந்துகொள்ளலாம்.

அடங்கல் சான்று தொடர்புடைய கிராம நிருவாக அலுவலரிடம் (நடப்பு பசலி) பெற்றுக்கொள்ளலாம். முந்தைய பசலிகளுக்குரிய அடங்கல் சான்றுகளை வட்டாட்சியர் அலுவலகத்தில் பெற்றுக் கொள்ளலாம்.

4. 'அ' பதிவேடு (ஏ-ரிஜிஸ்டர்). ஒவ்வொரு வகையான நிலத்தின் பரப்பையும் அதற்கு அரசால் நிர்ணயிக்கப்பட்ட வீதத்தையும் காட்டுகின்ற ஒரு தொகுப்பே 'அ' பதிவேடாகும். இந்தப் பதிவேடு கிராம நிருவாக அலுவலரால் பராமரிக்கப் படுகிறது. இந்தப் பதிவேடு வருவாய்த்துறையின் தாய் பதிவேடாகும்.

நிலம் தொடர்பான சில முக்கிய அளவுகள்

100 செண்ட்	1 ஏக்கர்
18.5 கிரவுண்டு	1 ஏக்கர்
5.5 செண்ட்	1 கிரவுண்டு
435.6 சதுர அடி	1 செண்ட்
100 ஏக்கர்	40.468 ஹெக்டர்
2.47 செண்ட்	1 ஏர்

5. ஆ-குறிப்பு (பி-மெமோ) என்பது 2000ஆம் ஆண்டு தமிழ்நாடு ஊராட்சிகள் (குடிமுறை நிலப் பரப்பிலுள்ள

புறம்போக்குகளைக் கட்டுப்படுத்துதல், வரையறுத்தல்) விதிகளின் 2ஆவது விதியின் படி அளிக்கப்பட்டுள்ள பொருள் விளக்கத்தின்படி கிராம ஊராட்சியில் முறைப்படுத்தப்பட்டுப் பயன்பாட்டிலுள்ள அரசு நிலங்களின் மீது அதிகாரபூர்வமற்ற முறையில் செய்யப்பட்டுள்ள ஆக்கிரமிப்பு விவரங்களைக் காட்டும் பட்டியல் என்பதாகும்.

புறம்போக்கு நிலங்களில் ஆக்கிரமிப்புகள் அகற்றுதல்

ஆக்கிரமிப்புகள் கீழ்வருமாறு வகைப்படுத்தப்பட்டுள்ளன:

1. பொதுச் சாலைகள், தெருக்களின் குறுக்கே அல்லது ஓரங்களில் சுவர் அல்லது வேலி அமைத்தல், இதர ஏதாவது தடுப்புகளை ஏற்படுத்துதல் தமிழ்நாடு ஊராட்சிகள் சட்டப் பிரிவு *131 (1) (ஏ);*

2. பொதுப்பாட்டைகளில் குழிகளைத் தோண்டுதல் அல்லது பொருள்களைக் கொட்டி வைத்தல் *131 (1) (பி);*

3. கிராம ஊராட்சி அல்லது ஊராட்சி ஒன்றியத்திற்குச் சொந்தமான அல்லது ஒப்படைக்கப்பட்ட பொதுச் சாலைகள், இதர அரசு நிலங்களின் எல்லையிலிருந்து 20 மீட்டர் தூரத்திற்குள் கல், மண், கனிமப் பொருள்களை வெட்டி எடுத்தல் (உண்மையிலேயே விவசாயக் காரியங்களுக்காக கல், மண் முதலியவை தோண்டி எடுக்கப்படுவதென மாவட்ட ஆட்சித் தலைவர் கருதுவாராயின் இந்தச் செயலை ஆக்கிரமிப்பாக எடுத்துக்கொள்ளக்கூடாது *(131 (1) (சி);*

4. கிராம ஊராட்சிப் பகுதியிலுள்ள வடிகால், சாக்கடைகள் மீது கட்டடம் எழுப்புவது *131 (1) (டி);*

5. கிராம ஊராட்சிக்கு அல்லது ஊராட்சி ஒன்றியத்திற்குச் சொந்தமான நிலங்கள், கிராம ஊராட்சியிடம் ஒப்படைக்கப் பட்ட சாலைகள், இதர அரசு நிலங்களில் மரங்கள் நடுவது *131 (1) (இ);*

6. கிராம ஊராட்சியிலும் ஊராட்சி ஒன்றியங்களின் சாலைகள், இதர அரசு நிலங்கள் மற்றும் சட்டப்பிரிவுகள் 134, 135இன்படி மேற்பார்வைக்காக ஒப்படைக்கப்பட்ட நிலங்களில்

நிற்கும் அரசு மரங்களை வெட்டி அப்புறப்படுத்துவது, தழை பறிப்பது, மரப்பட்டைகளை உரித்தல் முதலியன 131 (1) (எப்) பொதுச் சொத்தை ஆக்கிரமிப்பின் வகையாகும்.

மேலே விவரிக்கப்பட்ட ஆக்கிரமிப்புகளை அகற்றவும் ஆக்கிரமிப்பாளர் மீது நடவடிக்கை எடுப்பதற்கும் கிராம ஊராட்சி, ஊராட்சி ஒன்றியத்திற்கு சட்டப்படி அதிகாரம் உள்ளது (1994ஆம் ஆண்டு தமிழ்நாடு ஊராட்சிகள் சட்டப் பிரிவு 132. 2).

1994ஆம் ஆண்டு தமிழ்நாடு ஊராட்சிகள் சட்டம் பிரிவு 131 (2) இன்படி கிராம ஊராட்சிகளிடம் ஒப்படைக்கப்பட்டுள்ள புறம்போக்குகள், ஊராட்சி ஒன்றியத்தின் சாலைகள், நீர்ப்பாசன ஆதாரங்களில் காணும் ஆக்கிரமிப்புகளை பற்றிய பி-மெமோக்களை அந்தந்தக் கிராம நிருவாக அலுவலர் வட்டாட்சியருக்கு அனுப்பும் போது அதன் நகல் ஒன்றை முறையே தொடர்புடைய கிராம ஊராட்சி தலைவர்/செயல் அலுவலருக்கும், ஆணையாளருக்கும் அனுப்ப வேண்டும்.

கிராம ஊராட்சியிடம் முறைப்படுத்துவதற்காக சட்டப் பிரிவு 134 (4)இன்படி ஒப்படைக்கப்பட்டுள்ள தீர்வை ஏற்படுத்தப்பட்ட தரிசு மற்றும் நத்தம் புறம்போக்குகளில் காணும் ஆக்கிரமிப்புகளைப் பற்றிய விவரத்தையும் கிராம நிருவாக அலுவலர் கிராம ஊராட்சிக்கு பி-மெமோ நகல் அனுப்புவதன் மூலம் தெரியப்படுத்த வேண்டும். பி-மெமோ நகல் வரப்பெற்ற நாளிலிருந்து மூன்று மாதங்களுக்குள்ளாக, கிராம ஊராட்சி அல்லது ஊராட்சி ஒன்றியம் உரிய நடவடிக்கை எடுத்து ஆக்கிரமிப்பை அகற்ற வேண்டும். இல்லை யெனில் வருவாய்த்துறையினர் 1905ஆம் ஆண்டு நில ஆக்கிரமிப்புச் சட்டப்படி நடவடிக்கை எடுக்க வேண்டும் எனச் சட்டப் பிரிவு 73(3)இல் சொல்லப்பட்டுள்ளது.

பி-மெமோக்கள் வரப்பெற்ற நாளிலிருந்து மூன்று மாதங்களுக்குள்ளாக 1994ஆம் ஆண்டு தமிழ்நாடு ஊராட்சிகள் சட்டம் பிரிவு 222இன் கீழ் கிராம ஊராட்சி அல்லது ஊராட்சி ஒன்றியம் உரிய நடவடிக்கை எடுத்து ஆக்கிரமிப்புகளை அகற்ற முற்பட வேண்டும். பி-மெமோ, வரப்பெற்றதும் கிராம ஊராட்சித் தலைவர்/செயல் அலுவலர் அல்லது ஆணையாளர் நியாயமான ஒரு கால வரம்பைக் குறிப்பிட்டு அதற்குள்ளாக பி-மெமோவில்

குறிப்பிடப்பட்டுள்ள ஆக்கிரமிப்பை அகற்ற வேண்டும் என்று பிரிவு 222 (1)ன் கீழ் ஆக்கிரமிப்பாளருக்கு ஆணை பிறப்பிக்க வேண்டும். அதன்படி அந்த ஆக்கிரமிப்பாளர் நடவடிக்கை எடுக்கத் தவறினால், பி-மெமோவில் கண்ட ஆக்கிரமிப்பை அகற்றுவதற்கு நிருவாக அலுவலர் அல்லது ஆணையாளரே உரிய நடவடிக்கை எடுத்துக்கொள்ள பிரிவு 222 (2) (ஏ) அதிகாரம் அளிக்கிறது.

இந்தச் சட்டப் பிரிவின்படி நிருவாக அலுவலர் அல்லது ஆணையாளர் ஆக்கிரமிப்பை அகற்ற நடவடிக்கை எடுக்கும் போது ஆக்கிரமிப்பு நிலத்தில் நுழையவிடாமல் அவர் தடுக்கப் பட்டால் சட்டப் பிரிவு 248இல் சொல்லப்பட்டபடி இந்தியக் குற்றவியல் சட்டம் பிரிவு 341இன் கீழ் குற்றவழக்கு தொடரலாம்.

ஆக்கிரமிப்பு நிலத்தில் நுழைந்த பிறகு நிருவாக அலுவலர் அல்லது ஆணையாளருடைய கடமையைச் செய்யவிடாமல், வலுக்கட்டாயமாகத் தடுக்கப்பட்டால், தமிழ்நாடு ஊராட்சிகள் சட்டத்தில் சொல்லப்பட்ட நடவடிக்கையை மேற்கொள்ளத் தவறிய குற்றத்திற்காக தொடர்புடைய குற்றவியல் நீதிமன்றத்தில் பிரிவு 222 (1), 222 (2) (பி) இன்படி வழக்கு தொடர்ந்தால், அந்த நபருக்கு அபராதம் விதிப்பதற்கும் சட்டத்தில் வகை செய்யப்பட்டுள்ளது. அந்த மாதிரி அபராதம் விதிக்கப்பட்டதால், ஆக்கிரமிப்பை நீக்க உத்தரவிட்டதாக எடுத்துக்கொள்ளக்கூடாது. இந்த நீதிமன்றத் தீர்ப்பின் பின்னரும் ஆக்கிரமிப்பை அகற்று வதற்குத் தேவை ஏற்படின் காவல் துறையினர் உதவியுடன் நிருவாக அலுவலர், ஆணையாளர் நடவடிக்கை எடுக்கலாம்.

ஒப்படைக்கப்பட்ட பாட்டைப் புறம்போக்குகளில் ஆக்கிரமிப்பு இருப்பின் சட்டப்பிரிவு 131 (1)இன் படியும் கிராம ஊராட்சி அல்லது ஊராட்சி ஒன்றியத்தின் புறம்போக்குகளில் எவராவது அனுமதியின்றி மரங்களை நட்டால், மேற்படி புறம்போக்கு களிலுள்ள அரசாங்க மரங்களை யாராவது அனுமதியின்றி வெட்டவோ, அகற்றவோ செய்தால், மேற்கண்ட பிரிவின்கீழ் நடவடிக்கை எடுக்கலாம். இந்த வகை ஆக்கிரமிப்புகளை அகற்றுமாறு ஆணை பிறப்பிக்கும்போது மேற்குறிப்பிடப்பட்ட தொடர்புடைய சட்டப் பிரிவுகளுடன் 222 (1)உம் அந்த ஆணையில்

குறிப்பிடப்பட வேண்டும். ஆணையைப் பெற்றுக்கொண்ட ஆக்கிரமிப்பாளர், யாதொரு நடவடிக்கையும் உரிய காலக்கெடு விற்குள் எடுக்கவில்லையெனில், தொடர்புடைய குற்றவியல் நீதிமன்றத்தில் சட்டத்தின் இந்த இரண்டு பிரிவுகளையும் சட்டத்தின் ஷெட்யூல் 2உம் குறிப்பிட்டு வழக்கு தாக்கல் செய்யலாம். 1994ஆம் ஆண்டு தமிழ்நாடு ஊராட்சிகள் சட்டம் ஷெட்யூல் 2இல் இந்தப் பிரிவுகளில், அபராதம் விதிக்க நீதிபதிக்கு அதிகாரமுண்டு. மேலே சொல்லப்பட்ட சட்டப் பிரிவுகளின்படி குற்றம் செய்தவர் உடன்பட்டுத் தீர்த்துக்கொள்ள எழுத்து மூலம் ஒப்புக்கொண்டால், தொடர்புடைய கிராம ஊராட்சி தலைவர்/ செயல் அலுவலர் அல்லது ஆணையாளர் சமசர உடன்பாடு செய்து கொண்டு சட்டப்படி அபராதம் விதிக்கவும் அதிகாரம் பெற்றவராவார் (பிரிவு 228).

கிராம ஊராட்சி அல்லது ஊராட்சி ஒன்றியத்தின் புறம் போக்குகளில் ஏற்படும் ஆக்கிரமிப்புகளை அகற்றுவதற்குத்தான் கிராம ஊராட்சி அல்லது ஊராட்சி ஒன்றியத்திற்கு அதிகாரம் உள்ளதே தவிர, பி-மெமோக்களின் மீது அபராதமோ, தீர்வையோ விதிக்க அதிகாரம் கிடையாது. பி-மெமோ வரப்பெற்ற நாளிலிருந்து மூன்று மாதத்திற்குள்ளாக தொடர்புடைய கிராம ஊராட்சி அல்லது ஊராட்சி ஒன்றியம் ஆக்கிரமிப்புகளை அகற்ற நடவடிக்கை எடுக்க வில்லையெனில், வருவாய்த் துறையினர் நில ஆக்கிரமிப்புச் சட்டத்தின் கீழ் தீர்வை அபராதம் விதிப்பதோடு, காலி செய்யவும் நடவடிக்கை எடுக்கலாம்.

தீர்வை ஏற்படுத்தப்படாத தரிசு நிலங்களில் காணும் ஆக்கிரமிப்புகளின் பேரில், மாவட்ட ஆட்சித் தலைவரால் ஒப்புக்கொள்ளப்பட்ட வீதங்களின் அடிப்படையில் கட்டணம் விதித்து வசூல் செய்ய கிராம ஊராட்சிக்கு அதிகாரம் உண்டு.

ஆக்கிரமிப்புகள் பற்றிய சரியான ஆவணங்கள், விவரங்கள் கிராம ஊராட்சி அல்லது ஊராட்சி ஒன்றியத்திடம் இல்லை யென்றால் ஆக்கிரமிப்பு வழக்குகள் வெற்றி பெறுவது அரிது. எனவே, கிராம ஊராட்சிப் பகுதிகள், ஊராட்சி ஒன்றிய சாலைகள், குளங்கள் நிலஅளவை செய்யப்பட்டிருப்பின், அந்த நில அளவை ஆவணங்களையும், இதர புறம்போக்கு நிலங்கள் சார்பாக

கிராம நிருவாக அலுவலர்களிடமிருந்து பெறப்படுகின்ற பி-மெமோ அறிக்கைகளையும் முக்கிய ஆதாரமாகக்கொண்டு வழக்கு தொடர வேண்டும்.

ஆக்கிரமிப்புகள் எனத் தெரிந்திருந்தும் கிராம நிருவாக அலுவலர் பி-மெமோ அறிக்கை நகல் தரவில்லை என்றால், தொடர்புடையவருக்கும் நில வருவாய் ஆய்வாளருக்கும் தேவைப்படின் வட்டாட்சியருக்கும் இது குறித்து கடிதம் அனுப்பி உரிய பி-மெமோ நகல் பெற்ற பின்னரே ஆக்கிரமிப்புகள் மீது நடவடிக்கை எடுக்க வேண்டும்.

ஆக்கிரமிப்பை அகற்றுவதற்கான அறிவிப்பு

ஆக்கிரமிப்புதாரருக்கு ஆக்கிரமிப்பை அகற்றக் கோரும் அறிவிப்பின் மாதிரி ஊரக வளர்ச்சி, ஊராட்சித்துறையால் வடிவமைக்கப்படாத நிலையில் வருவாய்த்துறையால் இது தொடர்பாக பயன்படுத்தப்படும் அறிவிப்பைப் பின்வரும் பெட்டிச் செய்தியிலுள்ளவாறு உரிய மாறுதல் செய்து பயன் படுத்தலாம்.

ஆக்கிரமிப்பை அகற்றும் அறிவிப்பைச் சார்வு செய்யும் முறை

தமிழ்நாடு ஊராட்சிகள் ஆக்கிரமிப்புகளை அகற்றுவதற்கான அரசாணை 311, ஊவது, (ஊ 4), நாள்: 29. 11. 2000 (அறிவிக்கை அல்லது அறிவிப்பை வெளியிடுவது, ஆவணங்களைப் பொது மக்களுக்கு சேர்ப்பிக்கும் விதம்) விதிகளில் 6ஆவது விதியின்படி பின்வரும் முறைகளைப் பின்பற்றி ஆக்கிரமிப்பு தாரருக்கு ஆக்கிரமிப்பை அகற்றக் கோரும் அறிவிப்பை ஊராட்சி செயல் அலுவலர் சார்வு செய்ய வேண்டும்.

- அந்த ஆவணத்தைத் தொடர்புடையவரிடம் கொடுப்பது அல்லது கொடுக்கும்படிப் செய்வது அல்லது,
- தொடர்புடையவர் காணப்படாவிட்டால், மேற்படி அறிவிப்பைக் கொடுக்க அனுப்பப்பட்டவரால் அதுகுறித்துப் பதிவு செய்யப்பட்டு அவருடைய குடும்பத்தைச் சேர்ந்த வயதுவந்த ஒருவரிடம் கொடுக்கலாம் அல்லது பணியாளரிடம் அதைக் கொடுப்பது அல்லது கொடுக்கும்படிச் செய்யலாம்;

அல்லது அவர் கடைசியாக வசித்திருந்ததாக அல்லது தொழில் நடத்தியதாகத் தெரியவரும் இடத்தில், தெளிவாகத் தெரிகிற ஓர் எடுப்பான இடத்தில் அறிவிப்பைக் கிராம நிருவாக அலுவலர் முன்னிலையில் ஒட்டி அதன் விவரத்தை அதற்குரிய பதிவேட்டில் பதிவு செய்ய வேண்டும். முன்னதாக அவர் அந்தக் கிராமத்தில் வசிக்காமல் இருந்து, வேறு இடத்தில் அவருடைய முகவரி செயல் அலுவலருக்குத் தெரிந்திருந்தால் அவருக்கு ஒப்புகை பெறத்தக்க பதிவஞ்சலில் அந்த அறிவிப்பை அனுப்ப வேண்டும்.

வரிசை முறையிலேயே ஒன்றன்பின் ஒன்றாகப் பின்பற்றி அறிவிப்பை ஆக்கிரமிப்புதாரருக்கு ஊராட்சி செயல் அலுவலர் சார்வு செய்ய வேண்டும்.

ஆக்கிரமிப்பை அகற்றுவதில் பிறதுறையின் ஒத்துழைப்பு

அரசுக் கடித எண். 5950/உள் (காவல் 13) துறை, நாள்: 06. 07. 1999 மற்றும் அரசாணை 505, வருவாய் (நிஎ 3) துறை, நாள்: 23. 09. 1999 ஆகியவற்றின்படி ஊராட்சிகளுக்கு உரிமை யாக்கப்பட்டுள்ள, ஒப்படைக்கப்பட்டுள்ள நிலங்கள் மீதான ஆக்கிரமிப்புகளை அகற்றுவதற்கு கிராம ஊராட்சி/ஊராட்சி ஒன்றிய ஆணையாளரை நாடினால் காவல்துறையும் வருவாய்த்துறையும் அதற்கு உதவி புரியவேண்டும்.

நிலத்தை அளந்து அத்துக்கட்டிக் கொடுக்க (எஃப்-லைன்) கட்டணம் செலுத்த வேண்டிய அரசுத் தலைப்பு

சில நேரங்களில் ஊராட்சி/ஊராட்சி ஒன்றியத்திற்குச் சொந்த மான/உரிதாக்கப்பட்டுள்ள புறம்போக்கு நிலத்தின் மீதான ஆக்கிரமிப்பின் காரணமாக சச்சரவு எழுமாயின் அந்த நிலத்தை அளந்து அத்துக் கட்டிக்கொடுக்க அரசாணை 206, வருவாய் எஸ் எஸ் (2) துறை, நாள்: 28. 05. 2002இன்படி நிலத்தின் பக்கம் ஒன்றுக்கு ரூ. 20 வீதம் குறைந்தது, ரூ. 80-ஐ (4 பக்க எல்லைக்கும்) பின்வரும் அரசுத் தலைப்பில் தொகை செலுத்தி தொடர்புடைய வட்டாட்சி யருக்கு விண்ணப்பிக்கும் பட்சத்தில் தொடர்புடைய நில அளவை யரால் நிலமானது அளந்து அத்துக் கட்டிக் கொடுக்கப்படும்.

0029-Land revenue-800 Other Receipts
AA Receipt in connection with survey and
Settlement operations
DP Code: 0029 00 800 aA 0009.

12
ஊராட்சிகளுக்கான படிவங்களும், பராமரிக்கப்படவேண்டிய பதிவேடுகளும்

பராமரிக்க வேண்டிய பதிவேடுகள்

1. வீட்டுவரி
2. தொழில்வரி
3. கடை உரிமம், கட்டட வரைபடக் கட்டணம்
4. கட்டடம், மீன்பாசிக் குத்தகை, சந்தை, மரங்களின் விளைச்சல், குடிநீர்க் கட்டணம், கேபிள் டீவி, விளம்பர வரி
5. அரசு மானியங்கள்
6. முதலீடுகள்
7. ஊதியம், பயணப்படி, கூட்ட அமர்வுப்படி
8. எழுதுபொருள்கள்
9. மின் கட்டணம் - தெருவிளக்குகள்
10. மின் கட்டணம் - விசைப்பம்புகள்
11. மின் கட்டணம் - ஊராட்சிக் கட்டடங்கள்
12. கைப்பம்புகள், பைப்லைன் பராமரிப்பு
13. விசைப்பம்புகள், பைப்லைன் பராமரிப்பு
14. தெருவிளக்குகள் பராமரிப்பு
15. தொலைக்காட்சிப் பெட்டிகள் பராமரிப்பு
16. பொதுச் சுகாதாரம்
17. ஊராட்சி பொது நிதி: மாநிலக்குழு மானியம் சமன்பாட்டு ஊக்க நிதிகள்
18. சாலைகள், தெருக்கள் பராமரிப்பு
19. தளவாட சாமான்கள்

அறிவிப்பு

(தமிழ்நாடு ஊராட்சிகள் சட்டம் 1994 பிரிவு 131(2) மற்றும் 222 ஆகியவற்றைப் பார்க்க).

.... வட்டத்தில்.......... கிராமத்தில் வசிக்கும் ....க்கு கீழே கண்டுள்ள விவரப்பட்டியலில் குறிப்பிட்டுள்ள ஊராட்சி சொத்தாக இருக்கிற நிலத்தை அனுமதி பெறாமல் நீங்கள் அனுபோகத்தில் வைத்துக்கொண்டு இருப்பதாகத் தெரிய வந்துள்ளது. ஆதலால் உங்களை அந்த நிலத் திலிருந்து அப்புறப்படுத்தி, அதிலுள்ள பயிர்கள், விளைச்சல்கள், கட்டடங்கள், கட்டுமானங்கள், அதில் விட்டு வைத்திருக்கப் பட்டுள்ளவை ஆகிய இனங்களை ஏன் பறிமுதல் செய்யக் கூடாது என்பதற்கான காரணத்தை நீங்கள் விரும்பினால், ...ஆண்டு....... மாதம்.......தேதிக்குள் நேரில் அல்லது எழுத்து வடிவில் என் முன்பாகத் தெரிவிக்கலாம் என்பதை இதனால் உங்களுக்கு அறிவிக்கப்படுகிறது.

விவரம்

கிராமம்..........சர்வே எண்..........மொத்த விஸ்தீர்ணம் (ஹெக்டேரில்)..........அனுபோகத்திலுள்ள பரப்பு.......... அனுபோகத்தின் தன்மை.

ஊராட்சியின் செயல் அலுவலர்
மற்றும் ஊராட்சிமன்றத் தலைவர்

. . . .
ஊராட்சி அலுவலக முத்திரை

20. பணியாளர்கள் சீருடைகள்
21. திட்டநிதி வேலைகள்
22. கணக்குப் பதிவேடுகள் ரொக்கப் புத்தகங்கள்
23. ஊராட்சிப் பணியாளர்களுக்கான குழு காப்பீட்டுத் திட்ட பதிவேடு
24. குடிநீர்க் குழாய் இணைப்பிற்கான கட்டணம் வசூலிக்கும் பதிவேடு
25. மாதாந்திர குடிநீர்க் கட்டணக் கேட்புப் பதிவேடு

26. ஊராட்சியின் கூட்ட தகவல் பதிவேடு
27. ஊராட்சியின் கூட்ட வருகைப் பதிவேடு
28. ஊராட்சியின் கூட்ட தீர்மானம் பதிவேடு
29. கிராமசபைக் கூட்ட தீர்மானப் பதிவேடு
30. இதர வரிகள் வசூல் பதிவேடுகள்
31. ஒப்பந்தக்காரர்கள் பதிவேடுகள்
32. புகார் பதிவேடுகள்
33. மகாத்மா காந்தி ஊரக வேலைவாய்ப்புத் திட்ட அடையாள அட்டை வழங்குதல் பதிவேடு
34. கிராமசபை சமூகத் தணிக்கைப் பதிவேடு
35. குடும்ப வாரியாக வேலை வழங்கும் பதிவேடு
36. வேலைப் பதிவேடு
37. நிலையான சொத்துப் பதிவேடுகள்
38. புகார் பதிவேடு
39. பொருள்கள் பதிவேடு

செலவினங்கள்: பொதுநிதியில் மேற்கொள்ளப்படுபவை
அ. நிருவாகச் செலவினங்கள்

- கிராம ஊராட்சித் தலைவர்களுக்கான மதிப்பூதியம்
- கிராம ஊராட்சித் தலைவர், உறுப்பினர்களுக்கான பயணப்படி
- கிராம ஊராட்சிப் பணியாளர்கள் சம்பளம், இதரப் படிகள்
- கிராம ஊராட்சிப் பணியாளர்களின் குடும்ப நலநிதி பங்குத்தொகை
- எழுதுபொருள் கொள்முதல்
- படிவங்கள், பதிவேடுகள்
- கட்டட வாடகை
- கிராம ஊராட்சிக் கண்காட்சியும் திருவிழாக்களுக்கான செலவினங்களும்
- சில்லறைச் செலவினங்கள்

- கடன்களின் மீதான வட்டி
- அவ்வப்போது அனுமதிக்கப்பட்ட இதர நிருவாகச் செல வினங்கள்

ஆ. மூலதனச் செலவுகள்
- கட்டடங்கள் கட்டுதல்
- சிறுபாலங்கள், பாலங்கள் அமைத்தல்
- குடிநீர் வழங்கல், சுகாதாரப் பணிகள்
- அவ்வப்போது அனுமதிக்கப்படும் பிற மூலதனச் செல வினங்கள்

இ. பராமரிப்புச் செலவினங்கள்
- தெருவிளக்குப் பராமரிப்பு
- கைப்பம்பு, விசைப்பம்பு பராமரிப்பு
- கிராம ஊராட்சி சாலைகள் பராமரிப்பு
- விளையாட்டு மையங்கள் பராமரிப்பு
- நூலகம் பராமரிப்பு
- இடுகாடு, சுடுகாடு பராமரிப்பு
- அவ்வப்போது அனுமதிக்கப்படும் இதர பராமரிப்புச் செலவினங்கள்

ஈ. பலவகைச் செலவினங்கள்
- கடன்களைத் திருப்பிச் செலுத்துதல் (அசலும் வட்டியும்)
- வைப்புத் தொகைகளைத் திரும்பச் செலுத்துதல்
- முன்பணம் வழங்குதல்
- தமிழ்நாடு ஊராட்சிகள் சட்டம் 1994 அனுமதிக்கப்பட்ட பிற செலவினங்கள்

உ. ஈமச்சடங்கு உதவித்தொகை (அரசிடமிருந்து பெறவேண்டியது).

அட்டவணை

ஊராட்சிகளுக்கான படிவங்களும் பதிவேடுகளும்

1. ஊராட்சிப் படிவம் எண் 1.   வீட்டுவரி கேட்பு அறிவிப்பு
2. ஊராட்சிப் படிவம் எண் 2.   வீட்டுவரி பற்றுச்சீட்டு (ரசீது)
3. ஊராட்சிப் படிவம் எண் 3.   வீட்டுவரி (நிலுவை மற்றும் நடப்பு) கேட்புப் பதிவேடு படிவம் காலம் ஐந்து ஆண்டுகளுக்கு ஒரே பதிவேட்டில் பதியும்படி உள்ளது)
4. ஊராட்சிப் படிவம் எண் 4.   தொழில் வரி பற்றுச்சீட்டு
5. ஊராட்சிப் படிவம் எண் 5.   தொழில் வரி (நிலுவை நடப்பு)
6. ஊராட்சிப் படிவம் எண் 6.   பல்வகை பற்றுச்சீட்டு (எம்.ஆர்)
7. ஊராட்சிப் படிவம் எண் 7.   வரிகள், பல்வகை வரவு வசூல் பதிவேடு
8. ஊராட்சிப் படிவம் எண் 8.   மானியங்கள், அரசு வருவாய் ஒதுக்கீடு பதிவேடு வரவு
9. ஊராட்சிப் படிவம் எண் 9.   ஊராட்சி நிதி சிட்டா வரவு
10. ஊராட்சிப் படிவம் எண் 10.   பல்வகைக் கேட்பு, வசூல், நிலுவைப் பதிவேடு
11. ஊராட்சிப் படிவம் எண் 11.   ரொக்கப் புத்தகம் (ஊராட்சி நிதிக் கணக்கு)
12. ஊராட்சிப் படிவம் எண் 12.   முன்பணங்கள் பிடித்த பதிவேடு வரவு
13. ஊராட்சிப் படிவம் எண் 13.   வகைப்படுத்தப்பட்ட பணம் வழங்கும் பதிவேடு (அல்லது) பட்டியல் அனுமதிக்கும் பதிவேடு வரவு
14. ஊராட்சிப் படிவம் எண் 14.   ஒப்புதலுக்கான பதிவேடு வரவு
15. ஊராட்சிப் படிவம் எண் 15.   ஊராட்சியில் செய்யப்படும் வேலைகளின் மதிப்பீடு, ஒதுக்கீடு பதிவேடு வரவு

16. ஊராட்சிப் படிவம் எண் 16.	ஊராட்சி சொத்துப் பதிவேடு வரவு
ஊராட்சிப் படிவம் எண் (அ)	குடிநீர்க் கிணறுகள்
ஊராட்சிப் படிவம் எண் (ஆ)	கைப்பம்புகள்
ஊராட்சிப் படிவம் எண் (இ)	விசைப்பம்புகள்
ஊராட்சிப் படிவம் எண் (ஈ)	சாலைகள், சிறுபாலங்கள்
ஊராட்சிப் படிவம் எண் (உ)	ஊருணிகள், குட்டைகள்
ஊராட்சிப் படிவம் எண் (ஊ)	வருமானம் தரக்கூடிய கட்டடங்கள்
ஊராட்சிப் படிவம் எண் (எ)	பிற கட்டடங்கள்
ஊராட்சிப் படிவம் எண் (ஏ)	சாலையோரங்கள், பழத் தோட்டங்கள், சமூகக் காடுகள், திட்டத்தில் நடப்பட்ட மரங்கள்
ஊராட்சிப் படிவம் எண் (ஐ)	ஒப்படைக்கப்பட்ட புறம்போக்கு
ஊராட்சிப் படிவம் எண் (ஒ)	தளவாட சாமான்கள் பதிவேடு
ஊராட்சிப் படிவம் எண் (ஓ)	முதலீடுகள்
17. ஊராட்சிப் படிவம் எண் 17.	பராமரிப்புப் பதிவேடு (தொகுப்புப் பதிவேடு)
ஊராட்சிப் படிவம் எண் (அ)	கைப்பம்பு பராமரிப்புப் பதிவேடு
ஊராட்சிப் படிவம் எண் (ஆ)	விசைப்பம்பு பராமரிப்புப் பதிவேடு
ஊராட்சிப் படிவம் எண் (இ)	தெருவிளக்குகள், எரியாதவை, எரிபவை, பதிவேடு (மாதாந்திரக் கணக்கு எடுக்கப்பட்டது)
ஊராட்சிப் படிவம் எண் (ஈ)	தெருவிளக்குகள் பராமரிப்புப் ஏடு
ஊராட்சிப் படிவம் எண் (உ)	பராமரிப்பு, தரம் உயர்த்தப்பட்ட சாலைப் பராமரிப்புப் பதிவேடு
18. ஊராட்சிப் படிவம் எண் 18.	கைக்குழாய்கள் உதிரிப் பாகங்கள் பொது சுகாதாரப் பொருள்கள் இருப்புப் பதிவேடு
19. ஊராட்சிப் படிவம் எண் 19.	பற்றுச்சீட்டுப் பதிவேடு
20. ஊராட்சிப் படிவம் எண் 20.	இருப்புப் பதிவேடு பணம் மதிப்புப் படிவங்கள் அளவுப் புத்தகங்கள் ஒப்பந்தப் படிவங்கள்

ஊராட்சிப் படிவம் எண் (அ)	வீட்டுவரி ரசீது புத்தகங்கள்
ஊராட்சிப் படிவம் எண் (ஆ)	தொழில் வரி ரசீது புத்தகங்கள்
ஊராட்சிப் படிவம் எண் (இ)	பலவகை ரசீது புத்தகங்கள்
ஊராட்சிப் படிவம் எண் (ஈ)	ஒப்பந்தப் படிவங்கள்
ஊராட்சிப் படிவம் எண் (உ)	பாதுகாப்பு வைப்புகள்
ஊராட்சிப் படிவம் எண் (ஊ)	எழுதுபொருள்கள் இருப்புப் பதிவேடு

(**குறிப்பு:** ஒரு தொகுப்புப் பதிவேடு 15 பக்கங்களைக் கொண்டது.)

21. ஊராட்சிப் படிவம் எண் 21.	பழுதடைந்த பயனற்ற பொருள்கள் இருப்புப் பதிவேடு
22. ஊராட்சிப் படிவம் எண் 22.	சிமெண்ட் இருப்பு, கதவுகள், சன்னல்கள், தார் மற்றும் பொருள்கள் இருப்புப் பதிவேடு
23. ஊராட்சிப் படிவம் எண் 23.	ரொக்கப் புத்தகம் (ஊராட்சி நிர்ணயிக்கப்பட்ட மானியங்கள் நிதிக்கணக்கு)
24. ஊராட்சிப் படிவம் எண் 24.	வகைப்படுத்தப்பட்ட வரவுகள் செலவுகள் பதிவேடு
25. ஊராட்சிப் படிவம் எண் 25.	மதிப்பீடு, ஒதுக்கீடு பதிவேடு
26. ஊராட்சிப் படிவம் எண் 26.	ரொக்கப் புத்தகம்
27. ஊராட்சிப் படிவம் எண் 27.	வகைப்படுத்தப்பட்ட வரவுகள், செலவுகள் பதிவேடு (திட்டநிதிக் கணக்கு)
28. ஊராட்சிப் படிவம் எண் 28.	திட்டவேலைகள் பதிவேடு
29. ஊராட்சிப் படிவம் எண் 29.	திட்டப் பயனாளிகள் பதிவேடு
ஊராட்சிப் படிவம் எண் (அ)	ஒருங்கிணைந்த ஊரக வளர்ச்சித் திட்டம் (ஐஆர்டிபி) பயனாளிகள் பதிவேடுகள்
ஊராட்சிப் படிவம் எண் (ஆ)	இந்திரா தொகுப்பு வீடுகள் திட்டம் (ஐஏஒய்)
ஊராட்சிப் படிவம் எண் (இ)	மத்திய ஊரகக் கழிவறைத் திட்டம்

ஊராட்சிப் படிவம் எண் (ஈ)   இதர இனங்கள்

30. ஊராட்சிப் படிவம் எண் 30. மாதாந்திர அறிக்கைப் பதிவேடு (வகைப்படுத்தப்பட்ட வரவுகள் மூன்று கணக்குகள் ஊராட்சியால் ஒப்புதல் அளிக்கப்பட்டு, மாவட்ட ஆட்சியருக்கு அனுப்பி வைக்கப்படுவது).

31. ஊராட்சிப் படிவம் எண் 31. ஊராட்சி வரவு, செலவு திட்ட மாதிரிப் படிவம்.

ஊராட்சியின் அனைத்துப் பதிவேடுகளும் (1 முதல் 31) முறைப்படி பதிவேடுகள் செய்யப்பட்டு, முறையாகப் பராமரிக்க வேண்டும். அத்துடன் புதிதாகப் பின்வரும் பதிவேடுகள் பராமரிக்க வேண்டும் (ஊராட்சிப் பதிவேடு எண். 1 முதல் 31-ஐ தவிர).

1. குழுக்காப்பீட்டுத் திட்ட சந்தாப் பதிவேடு.
2. வைப்புத்தொகை செலுத்துதல் பதிவேடு (செக்யூரிடி டிபோசிட் ரிஜிஸ்டர்).

(ஊராட்சியிலிருந்து மின்வாரியம், தமிழ்நாடு குடிநீர் வடிகால் வாரியம் போன்ற நிறுவனங்களுக்குச் செலுத்தப்படும் வைப்புத் தொகைகள் இந்தப் பதிவேட்டில் பதிவு செய்யப்பட வேண்டும்).

3. வைப்புத்தொகை பதிவேடு (டிபோசிட் ரிஜிஸ்டர்) (வேலை களுக்கான வைப்புத்தொகை, வருமான வரி மேல்வரி, விற்பனை வரி, விற்பனை வரி மேல்வரி)
4. ஊராட்சிப் பணியாளர்கள் வருகைப் பதிவேடு.
5. குடிநீர் வரிகேட்பு, வசூல், நிலுவைப் பதிவேடு
6. குடிநீர் ரொக்கப் பதிவேடு
7. செய்தித்தாள்கள் ஏலப் பதிவேடு
8. பழைய செய்தித்தாள்கள் ஏலப் பதிவேடு
9. தணிக்கைத் தடைகள் விவரப் பதிவேடு
10. தணிக்கைத் தடைகள் சுருக்கப் பதிவேடு
11. ஊராட்சிப் பணியாளர்களுக்கான பணிப் பதிவேடுகள்
12. ஊராட்சி ஒப்பந்தக்காரர்கள் பதிவேடு.

13. ஊராட்சித் தலைவர் நிருவாகத்தில் செய்யவேண்டியவை, செய்யக்கூடாதவை

செய்யவேண்டியவை	செய்யக்கூடாதவை
1. ஊராட்சி மன்றத்தில் தலைவர், துணைத் தலைவர், உறுப்பினர் பதவியிடங்களில் ஏற்படும் காலியிடங்கள் பற்றிய அறிக்கையைத் தலைவர், காலியிடம் ஏற்பட்ட நாளிலிருந்து இரண்டு நாள்களுக்குள் மாவட்டத் தேர்தல் அலுவலருக்குத் தெரிவிக்க வேண்டும் (அரசாணை 66, ஊவது, நாள்: 14. 03. 2001)	காலியிட விவரத்தைக் காலதாமதமாகத் தெரிவித்தல் கூடாது.
2. கிராம ஊராட்சிக்கூட்டம் முழுவதும் குறைந்தது மூன்று உறுப்பினர்களோ, மொத்த உறுப்பினர்களின் எண்ணிக்கையில் மூன்றில் ஒரு பங்கு உறுப்பினர்களோ இவற்றில் எது அதிகமோ அந்த அளவு உறுப்பினர்கள் கூட்டத்தில் கலந்து கொண்டால்தான் எந்தவொரு பொருளையும் மன்றத்தில் விவாதித்து முடிவெடுக்க முடியும் (அரசாணை 167, ஊவது, நாள்: 09. 08. 99)	கூட்ட அறிவிப்பை நிகழ்ச்சி நிரலுடன் உறுப்பினர்களுக்கு சார்வு செய்யாமல் கூட்டம் நடத்தக் கூடாது.
3. கிராமசபை ஊராட்சியின் வரவு, செலவுத் திட்டம், தணிக்கை அறிக்கையைக்	கிராம ஊராட்சியிலுள்ள மக்கள்தொகை எண்ணிக்கையில் குறைந்தது பத்தில் ஒரு பங்கு

செய்யவேண்டியவை	செய்யக்கூடாதவை
கிராமசபையில் வைத்து ஒப்புதல் பெற வேண்டும். (அரசாணை 152, ஊவது, நாள்: 20. 07. 98)	உறுப்பினர்கள் கூட்டத்திற்கு வராமல் எந்தவொரு பொருளும் கிராமசபைக் கூட்டத்தில் விவாதத்திற்கு எடுத்துக் கொள்ளக்கூடாது (அரசாணை 150, ஊவது, நாள்: 17. 07. 98)
4. ஊராட்சியில் பேணப்படும் ஒவ்வொரு கணக்கிற்கும் தனித் தனியே பணக் குறிப்பேடு பேண வேண்டும், வங்கிக் கணக்கு ஊராட்சிப் பெயரில் தனித்தனி வங்கி கைச்சாத்து பராமரிக்கப் பட வேண்டும் (அரசாணை 92, ஊவது, நாள்: 26. 03. 97).	ஊராட்சித் தலைவரின் சொந்தப் பெயரில் வங்கிக் கணக்குகள் பேணுதல் கூடாது. ஓர் ஊராட்சிக் கணக்கை இரண்டு வங்கியில் பராமரிக்கக் கூடாது
5. ஊராட்சித் தலைவர், துணைத் தலைவர் இருவரும் கையொப்ப மிட்டுக் காசோலை வழங்க வேண்டும்.	துணைத்தலைவர் கையொப்பமின்றி, ஊராட்சித் தலைவர் தன்னிச்சையாக வங்கியிலிருந்து தொகை எடுத்தல் கூடாது.
6. ஆண்டுதோறும் வரவு,செலவுத் திட்ட மதிப்பீட்டை ஜனவரி 31ஆம் தேதிக்குள் துணை வட்டார வளர்ச்சி அலுவலருக்கு அனுப்ப வேண்டும் (அரசாணை 223, ஊவது, நாள்: 31. 12. 2001)	ஊராட்சி மன்றம், கிராம ஊராட்சியின் அனுமதி பெறாமல் வரவு, செலவுத் திட்டம் அனுப்புதல் கூடாது. (அரசாணை 152, ஊவது, நாள்: 20. 07. 98)
7. கட்டடப் பரப்பளவின் அடிப்படையில் வீட்டுவரி வருங்காலங்களில் விதிக்க வேண்டும் (அரசாணை 225,	மாவட்ட ஆட்சியரின் முன் அனுமதி பெறாமல் வீட்டு வரி மதிப்பீடு செய்யப்பட்ட ஆண்டில் அதைத் திருத்தவோ

செய்யவேண்டியவை	செய்யக்கூடாதவை
ஊவது, நாள்: 13. 12. 99).	மாற்றவோ கூடாது.
8. வீட்டுவரி அரையாண்டு தொடங்கிய முப்பது நாள்களுக்குள்ளும், ஆண்டு தொடங்கிய அறுபது நாள்களுக்குள்ளும் கேட்பு நிர்ணயிக்கப்பட வேண்டும்.	ஊராட்சித் தலைவருக்கான வீட்டுவரியைத் தலைவர் நிர்ணயிக்கக்கூடாது. ஊராட்சி முடிவு செய்ய வேண்டும்.
9. அறச்செயல்களுக்குப் பயன்படுத்தப்படும் பொதுக் கட்டடங்களுக்கு வீட்டு வரியிலிருந்து விலக்களிக்கலாம்.	பள்ளி, கல்லூரி, மருத்துவ மனை, மருந்தகங்களுடன் இணைக்கப்பட்ட குடியிருப்பு விடுதிகளுக்கு வீட்டுவரி விலக்களிக்கக் கூடாது.
10. குத்தகைதாரர்கள், ஒப்பந்தக் காரர்கள் கொடுக்க வேண்டிய தொகை ரூ. 50-க்குள் இருந்தால் மன்றம் தள்ளுபடி செய்யலாம்.	தள்ளுபடி ரூ. 50க்கு மேற்பட்டதாக இருந்தால் மாவட்ட ஆட்சியரின் முன் அனுமதி பெறாமல் தொகை தள்ளுபடி செய்யக்கூடாது (அரசாணை 244, ஊவது, நாள்: 21. 12. 99)
11. செலவுச் சீட்டுக்கள், பட்டியல்கள் அடிப்படையில் மூன்றாம் நபருக்குக் காசோலை வழங்கும் போது கோடிட்ட கணக்குப் பெறும் காசோலை மூலமாகத் தொகை வழங்க வேண்டும்.	
12. கிராம ஊராட்சிக்குச் சொந்தமான ரூ. 1000-க்கு மேற்பட்ட மதிப்புடைய உடைமை திருடப்பட்டு அல்லது காணாமல்	நெருப்பு அல்லது வெள்ளம் போன்றவற்றால் ஊராட்சிக்குச் சொந்தமான அசையாப் பொருளுக்கு ஏற்படும் இழப்பு குறித்து,

செய்யவேண்டியவை	செய்யக்கூடாதவை
போய்விட்டால், அதைப் பற்றித் தணிக்கையாளருக்குத் தெரிவிக்க வேண்டும். ரூ. 5001 முதல் 10000 வரை ஊரக வளர்ச்சித் துறைக்கும் ரூ. 10000-க்கு மேல் அரசுக்கும் தெரிவிக்க வேண்டும் (அரசாணை 136, ஊவது (சி 4), நாள்: 15. 05. 2001)	மாவட்ட ஆட்சியருக்குத் தெரிவிக்காமல் அதை நீக்குதல் கூடாது (அரசாணை 43, ஊவது, நாள்: 21. 10. 2000)
13. நியமனங்கள்: ஊராட்சியில் உள்ள அனைத்துப் பதவிகளும் ஊராட்சி நியமனக் குழுவால் நியமனம் செய்யப் பட வேண்டும் (அரசாணை 168, ஊவது, நாள்: 10. 08. 99).	அரசாணையில் அனுமதிக்கப் படாமல், எந்தப் பணியாளர் களையும் அதாவது பகுதிநேர என்எம்ஆர் அல்லது முழுநேர, தற்காலிக பணியாளர்களைப் புதியதாக நியமித்தல் கூடாது (அரசாணை 93. ஊவது (சி. 3), நாள்: 26. 03. 97)
14. வானொலி, தொலைக் காட்சிப் பெட்டிகள் இயக்கும் பணி தன்னார்வத் தொண்டர்கள், மகளிர் மன்றங்கள் மூலம் செய்ய வேண்டும்.	இதற்கெனத் தனியாகப் பணியாளர்களைத் தலைவர்கள் நியமிக்கக் கூடாது.
15. ஊராட்சித் தலைவர்களுக்கு நிலையான மாதாந்திர பயணப் படி அரசாணையின் கீழ் வழங்கலாம் (அரசாணை ஊவது, நாள்: 25. 10. 99)	மாவட்ட ஆட்சியரின் அனுமதி பெறாமல் ஊராட்சி மன்றத் தலைவர்கள் மாவட்டங்களுக்கு வெளியே அலுவல் காரணமாகப் பயணம் செய்தல் கூடாது.
16. ஊராட்சி மன்றத்தால் தொடரப் படும் வழக்குகள் அனைத்தும் உரிய வழக்குகள் பதிவேட்டில்	நீதிமன்றத் தீர்ப்பை எதிர்த்து மாவட்ட ஆட்சியரின் அனுமதியில்லாமல், மேல்

செய்யவேண்டியவை	செய்யக்கூடாதவை
பதிவு செய்து நீதிமன்றத் தீர்ப்பு விவரம் குறிப்பிட வேண்டும்.	முறையீடு செய்தல் கூடாது (அரசாணை 189, ஊவது, நாள்: 14. 09. 95)
17. ஊராட்சியில் வசூல் செய்யப் படும் வீட்டு வரியில் நூலக வரிபோக மீதமுள்ள தொகையில் 20 சதவிகிதம் குடிநீர் வழங்கல் கணக்கிற்குப் பொது நிதியிலிருந்து மாற்றுதல் வேண்டும் (அரசாணை 108, ஊவது, நாள்: 25. 06. 99).	மன்றத் தீர்மானம் பெறாமல் பொதுநிதியிலிருந்து தற்காலிக மாக ஊராட்சி திட்ட நிதிக்கு நிதிமாற்றம் செய்தல் கூடாது (அரசாணை 92, ஊவது, நாள்: 26. 03. 97).
18. ஒரே சமயத்தில் ரூ. 2000க்கு மேற்படாத சிறிய வேலைகள், ஆண்டுக்கு ரூ. 5000க்கு மேற்படாத வகையில் ஊராட்சிமன்ற ஒப்புதலுடன், தலைவர் தொடர்புடைய வேலைக்கு அளவுகள், மேல் அளவுகள் இல்லாமல் துணை செலவுச் சீட்டுக்களின் அடிப்படையில் தொகை வழங்கலாம் (ஊராட்சி சட்டம் 1994, பதிவு 242).	சிவில் கட்டுமானப் பணிகளுக்கு நிதி ஒதுக்கீட்டுக்கு ஏற்ப ஒப்பந்தப் புள்ளி கோராமல் வேலை மேற்கொள்ளுதல் கூடாது.
19. ஊராட்சி உபரிநிதி வேலைகள் ரூ. 5 இலட்சம்வரை உள்ள பணிகளுக்கு ஊராட்சிமன்ற ஒப்புதலும் ரூ. 5 இலட்சத் திற்கு மேற்பட்ட பணிகளுக்கு மாவட்ட ஆட்சியரின் நிருவாக அனுமதியும்	நிருவாக அனுமதி பெறாமல் ஊராட்சியில் உபரி நிதியிலிருந்து எவ்வித வேலைகளையும் தேர்வு செய்தல் கூடாது.

செய்யவேண்டியவை	செய்யக்கூடாதவை
பெற்று வேலை மேற்கொள்ளப்பட வேண்டும் (அரசாணை 189, ஊவது, நாள்: 03.09.98)	
20. ஊராட்சியில் ஒப்பந்தக் காரரிடம் வேலையை ஒப்படைக்கும் போது வேலையின் மதிப்பீட்டில் 1% தமிழ்நாடு கட்டுமானத் தொழிலாளர் நலநிதி சந்தா பிடித்தம் செய்து நலவாரியத் திற்குச் செலுத்த வேண்டும்.	
21. ஊராட்சியால் ஒப்பந்தக் காரருக்குப் பகுதியாகவோ, முழுமையாகவோ ஆண்டு முழுவதும் ரூ.1 இலட்சத் திற்கு மேற்பட்டுத் தொகை பட்டுவாடா செய்யும் போது விற்பனை வரி பட்டியலில் பிடித்தம் செய்தல் வேண்டும். சிவில் வேலைகள் 2 சதவீதம் இதர பணிகள் 4 சதவீதம் (வணிக வரிச்சட்டம் 1957- 7 எப்-இன்படி).	1. விற்பனை வரிப் பிடித்தம் செய்யாமல் ஒப்பந்தக் காரருக்குத் தொகை வழங்குதல் கூடாது 2. வேலைக்காக ஒப்பந்தக் காரருக்கு முன்பணம் எதுவும் வழங்குதல் கூடாது.
22. ஊராட்சித் திட்ட நிதிக் கணக்கு எண். 3. ஜவஹர் வேலைவாய்ப்புத் திட்டம் கிராம ஊராட்சிகள் துறை மூலமாகச் செய்யப்பட வேண்டும்.	ஒப்பந்தக்காரர் மூலம் செய்யக் கூடாது.

செய்யவேண்டியவை	செய்யக்கூடாதவை
23. குடிநீர்த் திட்டக்கணக்கு வீட்டுக்கான குடிநீர் இணைப்பு கோருவோரிட மிருந்து காப்புத் தொகையாக ரூ. 3000 மற்றும் மாதாந்திரக் குடிநீர்க் கட்டணம் ரூ. 50 வசூலிக்க வேண்டும். (அரசாணை 260, ஊவது, நாள்: 05. 12. 98)	காப்புத்தொகை வசூலிக் காமல், வீட்டுக் குடிநீர்க் குழாய் இணைப்பு வழங்குதல் கூடாது.
24. ஊராட்சியின் தொகை வசூல்கள் உடனடியாக வங்கியில் செலுத்தப்பட வேண்டும்.	வசூல் தொகைகள் வங்கியில் செலுத்தாமல், தலைவர் நேரடியாக வசூல் தொகையைச் செலவிடக் கூடாது.
25. பணக் குறிப்பேட்டில் ஒவ்வொரு மாதமும் இருப்பு கணக்கிடப்பட்டு வங்கி கைச்சாத்துப் புத்தகத்துடன் இணக்கமாக உள்ளதா என்பதைத் தலைவர் சரிபார்க்க வேண்டும்.	
26. பணியாளர்களுக்கு விழா முன்பணம், பயண முன்பணம் தலைவரால் அனுமதிக்கப்படும் போது அவை முன்பணப் பதிவேட்டில் பதிவு செய்யப்பட வேண்டும்.	
27. ஊராட்சி உதவியாளர்கள் ஊராட்சிக்காக வசூலிக்கப்படும் வரிகள், கட்டணங்கள் வசூல் செய்த மறுநாளில் ஊராட்சி நிதிக்கணக்கில் செலுத்தப் படுவதைத் தலைவர் கண்காணிக்க வேண்டும்.	

செய்யவேண்டியவை	செய்யக்கூடாதவை
ஊராட்சி அலுவலகத்திற்கும் வங்கிக்கும் 5 கிலோ மீட்டருக்கு மேல் தூரமுள்ள ஊராட்சியில் ரூ. 1000 வரை கையிருப்பில் வைத்து, தொகையை மறுநாள் வங்கியில் செலுத்தலாம்.	

14
ஊராட்சிச் செயலரின் கடமைகள்

ஊராட்சி செயலர்களின் கடமைகளும் பொறுப்புகளும்

- அரசாணை 175, ஊவது (ம) ஊது(இ5), நாள்: 05. 12. 2006.
- அரசாணை 52/ஊவது (இ5) நாள்: 29. 08. 2011.
- அரசாணை 113/ஊவது (இ5) நாள்: 13 09. 2023.

1. வரி கேட்புகளைத் தயாரித்தல், அனுப்புதல்.
2. ஊராட்சி வரி உள்ளிட்ட வருவாய் வசூல், ரசீது புத்தகங்கள், தொடர்புடைய இதர பதிவேடுகளைப் பராமரித்தல்.
3. ஊராட்சியின் சொத்துப் பதிவேடுகளைப் பராமரித்தல்.
4. ஊராட்சியின் மாதாந்திர கூட்ட ஏற்பாடுகளைச் செய்தல்.
5. கிராமசபைக் கூட்ட ஏற்பாடுகளைச் செய்தல், கிராமசபைக் கூட்டம் நடத்த உதவுதல்.
6. ஊராட்சித் தீர்மானங்களை வட்டார வளர்ச்சி அலுவலர் (கிஊ) மற்றும் உதவி இயக்குநர் (ஊராட்சிகள்) ஆகியோருக்கு அனுப்புதல்.
7. செலுத்துச் சீட்டுகளுக்கு இலக்கமிடுதல், ரொக்கப் புத்தகத்தில் பதிவு செய்தல், மண்டலத்துணை வட்டார வளர்ச்சி அலுவலர்கள் (ஊராட்சிகள்)/துணை வட்டார வளர்ச்சி அலுவலர் (தணிக்கை)

வட்டார வளர்ச்சி அலுவலர் (கிஊ)/உதவி இயக்குநர் (ஊராட்சிகள்) ஆகியோருக்கு அறிக்கைகள் அனுப்புதல்.

8. ஊராட்சியில் குடிநீர் வழங்குதல், தெருவிளக்கு பராமரிப்பு, சாலைப் பராமரிப்பு உள்ளிட்ட பராமரிப்புப் பணிகள், மத்திய மாநில அரசுகளால் கொண்டுவரப்படும் திட்டங்களைச் செயல்படுத்துதல் ஆகியவற்றில் கிராம ஊராட்சித் தலைவருக்கு உதவுதல்.

9. ஊராட்சி வரவு-செலவு திட்டத்தைத் தயாரித்தல்.

10. கிராம ஊராட்சி சாலைகள், ஊராட்சி ஒன்றிய சாலைகள், ஊராட்சிப் புறம்போக்கு நிலங்கள் பற்றிய பதிவேடுகளைப் பராமரித்தல்.

11. ஊராட்சிப் பணியாளர்களுக்கான ஊதியம் வழங்கும் பதிவேடு பராமரித்தல்.

12. கிராம ஊராட்சி தொடர்புடைய அனைத்து எழுத்தர் பணிகள்.

13. ஊராட்சித் தொடர்பான அடிப்படைப் புள்ளிவிவரங்களைத் தொகுத்து உயர் அலுவலர்களுக்கு அனுப்புதல்.

14. சோலார், எல்இடி விளக்குகள் பராமரித்தல் குறித்த பணிகள்.

15. கிராம ஊராட்சியிலுள்ள சுகாதார வளாகங்களைப் பராமரித்தல்.

16. ம. கா. தே. ஊ. வே. உறுதித் திட்டங்களின் கீழ் பணியாளர் வருகைப் பதிவேடு, இதர பதிவேடுகள் பராமரித்தல்.

17. அரசு, ஊரக வளர்ச்சி இயக்குநர், மாவட்ட ஆட்சித் தலைவர் உட்பட உயர் அலுவலர்களால் தரப்படும் இதர பணிகள்.

18. ஊரக உள்ளாட்சி அமைப்புகளின் பணப்பரிவர்த்தனைகள் (பீஎஃப்எம்எஸ்) பொதுநிதி முதல் ஊரக உள்ளாட்சி அமைப்புகளின் பணப்பரிவர்த்தனைகள் மேற்கொள்வதற்கு அரசாணை 104, ஊவது, நாள்: 26. 07. 2018 மற்றும் அரசாணை 133, ஊவது (ம) உது, நாள்: 18. 09. 2018இன் வாயிலாகச் செயல்பட வேண்டும்.

ஊதியம்

19. கிராம ஊராட்சி செயலர்களுக்கு, அரசாணை 171, ஊவது (ம) உது, நாள்: 30. 11. 2018 முதல் பதிவறை எழுத்தர் ஊதிய விகிதத்தில், ரூ. 15,900-52400/மாறுதல் செய்து எனப் புதிய ஊதிய விகிதம் நிர்ணயிக்கப்பட்டுள்ளது.

20. ஊராட்சி செயலர் கூடுதல் பொறுப்பு பார்த்தால், சலுகையாக மாதம் ஒன்றுக்கு ரூ. 500 வீதம் வழங்கப்பட வேண்டும் (அரசாணை 86, ஊவ (ம) உது (இ)5), நாள்: 27. 07. 2017).

  - மேல்நிலை நீர்த்தேக்கத் தொட்டி இயக்குபவர்களுக்கு மாதாந்திர தொகுப்பூதியம் ரூ. 4600 புதியதாக 2000உம் ஆண்டுக்குப் பிறகு பணி நியமனம் செய்யப்பட்ட குடிநீர்த் தேக்கத் தொட்டி இயக்குபவர்களுக்கு ரூபாய் 3940 என நிர்ணயிக்கப்பட்டுள்ளது.

  - மின்மோட்டார் இயக்குவதற்கு சிறப்புப்படி மாதம் ரூ. 200 வழங்கப்படுகிறது.

  - கூடுதலாக இயக்கப்படும் ஒவ்வொரு மேல்நிலை நீர்தேக்கத் தொட்டிக்கும் ஏற்கனவே வழங்கப்பட்டு வரும் ரூ. 250 மட்டும் தொடர்ந்து வழங்கவும் ஆணையிடப் பட்டுள்ளது.

  - வருங்காலங்களில், அரசு ஊழியர்களுக்கு ஒவ்வொரு முறை அகவிலைப்படி வழங்கும் போது அகவிலைப்படி உயர்வு வழங்கப்படும்.

  - இந்தச் செலவினம் தொடர்புடைய கிராம ஊராட்சி பொதுநிதிக் கணக்கு எண்ணிலிருந்து வழங்கப்பட வேண்டும்.

ஊராட்சி செயலர்களின் கடமைகளும் பொறுப்புகளும்

அரசாணை 175, ஊவ (ம) உது (இ)5) நாள்: 05. 12. 2006இன்படி,

  - வரி கேட்புகளைத் தயாரித்தல், அனுப்புதல்
  - ஊராட்சி வரி உள்ளிட்ட வருவாய் வசூல், ரசீது புத்தகங்கள், தொடர்புடைய இதர பதிவேடுகள் பராமரித்தல்.

– அருவருக்கத்தக்க, அபாயகரமான தொழில்களுக்கான கட்டண வசூல்.

ஊராட்சி செயலாளர்களுக்குப் பதவி உயர்வு

இளநிலை உதவியாளர்/காசாளர்/ஊர்நல அலுவலர் நிலை 2 ஆகிய பணியிடங்களில் ஏற்படும் மொத்த காலியிடங்களில் 20 சதவீத காலிப்பணியிடங்கள் தகுதியுள்ள முன்னுரிமைப்படி ஊராட்சி செயலாளர்களுக்குப் பதவி உயர்வு அளிப்பதன் மூலம் நிரப்பப் படுகிறது (அரசாணை 20, ஊவ (ம) உது (இ7) நாள்: 25. 01. 2008).

குழுக் காப்பீட்டுத் திட்டம்

ஊராட்சிகளில் பணிபுரியும் செயலாளர்கள்/மேல்நிலை நீர்த் தேக்கத் தொட்டி இயக்குபவர்கள்/துப்புரவுப் பணியாளர்கள் ஆகியோருக்கும் குழுக்காப்பீட்டுத் திட்டம் 01. 07. 1997 முதல் விரிவுபடுத்தி ஆணையிடப்பட்டது (அரசாணை 326, நிதி (ஓய்வூதியம்) துறை, நாள்: 23. 06. 1997).

குழுக்காப்பீட்டுத் திட்டத்தின் கீழ் வழங்கப்படும் ஒட்டு மொத்த தொகை 01. 02. 2016 முதல் ரூ. 5 இலட்சமாக உயர்த்தப் பட்டது. மேலும், ஒவ்வொரு பணியாளரிடமிருந்தும் பிப்ரவரி 2016 முதல் பணியாளரின் பங்குத்தொகையாக மாதந்தோறும் ரூ. 110 வீதம் பிடித்தம் செய்ய ஆணையிடப்பட்டது (அரசாணை 58, நிதி (ஓய்வூதியம்) துறை, நாள்: 22. 02. 2016).

மேலும், ஒவ்வொரு பணியாளருக்கும் ஊராட்சி நிருவாகப் பங்குத் தொகையாக ரூ. 265 வீதம் மாதந்தோறும் உரிய அரசு தலைப்பில் தவறாமல் செலுத்த வேண்டும். மருத்துவக் காப்பீடு ஊராட்சி செயலருக்கும் தூய்மைப் பணியாளர்களுக்கும் வழங்கப் படுகிறது.

பணி ஓய்வு

கிராம ஊராட்சிகளில் ஊராட்சிப் பொது நிதியிலிருந்து தொகுப்பு ஊதியம் பெறும் பகுதி நேரப் பணியாளர்களான மேல்நிலை நீர்த் தேக்கத்தொட்டி/விசைப் பம்பு இயக்குபவர்கள் ஆகியோரின்

பணி நிறைவு பெறும் வயதை 60 என நிர்ணயித்து, அரசாணை யிட்டுள்ளது *(அரசாணை 17, ஊவ (ம) உ.து (இ)5, நாள்: 10. 02. 2011).*

தூய்மைப் பணியாளர்களுக்கான தற்போது சிறப்புக் கால முறை ஊதியம் ரூ. 5600-9748 வழங்கப்படுகிறது.

9

சிற்றூராட்சி நிருவாகத்தில் குழுக்களின் பங்கு

புதிய பஞ்சாயத்து அரசாங்கத்தின் அடிப்படை நோக்கமே மக்களை அதிகாரப்படுத்துவது, மக்களின் மேல் நம்பிக்கை வைப்பது, மக்களை மதிப்பது, மக்களுடன் சேர்ந்து பணி செய்து அவர்களுடைய தலைவிதியை அவர்களே நிர்ணயித்துக்கொள்ள உதவுவது. இன்று பொதுவாகப் பல இடங்களில் நாம் எதார்த்த நிலையில் பார்ப்பது பஞ்சாயத்துகள் பஞ்சாயத்துத் தலைவர் கையிலும் துணைத்தலைவர் கையிலும் பஞ்சாயத்து எழுத்தர் கையிலும் இருப்பதைத்தான். இவர்களைப் பற்றி வார்டு உறுப்பினர்கள், பல குற்றச்சாட்டுகளை முன்வைக்கின்றனர். அவற்றில் ஒன்று பஞ்சாயத்தில் என்ன நடைபெறுகிறது என்றே எங்களுக்குத் தெரிவதில்லை என்பதுதான். பஞ்சாயத்துத் தலைவர் என்ன செய்கிறார் என்பதே தெரிவதில்லை. பல பஞ்சாயத்துத் தலைவர்களைப் பற்றிச் சொல்லும்போது, 'எங்கள் பஞ்சாயத்தைப் பற்றித் தெரியவேண்டுமானால், பஞ்சாயத்து அலுவலகத்தில் தெரிந்துகொள்ள முடியாது. எல்லாம் பஞ்சாயத்துத் தலைவர் பையில்தான் இருக்கும்' என்று வேடிக்கையாகவும் கூறுவது உண்டு. அது பல நேரங்களில் உண்மையாகவும் இருக்கும். இதுவும் எதார்த்த நிலைதான். சில நேரங்களில் பஞ்சாயத்துத் தலைவர்தான் அதிகாரப்படுத்தப்பட்டுள்ளார் என்றுகூட எண்ணத் தோன்றும்.

கடந்த மூன்று பத்தாண்டுகளில் பஞ்சாயத்துச் செயல்பாடு களைக் கூர்ந்து கவனிக்கும்போது நமக்கு ஒரு செய்தி தெளிவாகத் தெரிகிறது. என்னவென்றால், சென்றமுறை பஞ்சாயத்துத்

தலைவராக இருந்தவர் எந்த ஆவணங்களையும் பஞ்சாயத்தில் விட்டுவிட்டுச் செல்லவில்லை. அனைத்தையும் எடுத்துக் கொண்டு சென்றுவிட்டார் என்ற குற்றச்சாட்டுதான். பஞ்சாயத்து என்பது ஓர் அமைப்பு முறையாக இல்லாமல், ஒரு சில தனிப்பட்டவர்கள் கையில் இயங்கும் ஓர் ஆயுதமாக மாறிவிட்டது. அதுமட்டுமல்லாமல் பஞ்சாயத்துகள் பணம் பண்ணுவதற்கான ஓர் அற்புதமான வாய்ப்பு என்று எண்ணிப் பலரும் செயல்படத் தொடங்கிவிட்டனர் என்ற குற்றச்சாட்டுக்கு நம் பஞ்சாயத்துத் தலைவர்கள் ஆளாகி இருக்கின்றார்கள்.

'நீங்கள் என்ன சாதனை செய்தீர்கள்' என்று கேட்டால், பல பஞ்சாயத்துத் தலைவர்கள் நான் ஏறத்தாழ 30 இலட்சம் ரூபாய்க்கு பஞ்சாயத்தில் வேலை செய்துள்ளேன் என்று கூறுகிறார்கள். ஆனால் பஞ்சாயத்தில் நீங்கள் எத்தனை முறை பஞ்சாயத்துக் கூட்டம் நடத்தினீர்கள், எத்தனை பெண்கள் அதில் கலந்துகொண்டனர், தலித் உறுப்பினர் கலந்துகொண்டனரா, பஞ்சாயத்தில் போட வேண்டிய ஐந்து குழுக்கள் போடப்பட்டுள்ளனவா, கிராமசபைக் கூட்டம் எத்தனை முறை நடத்தப்பட்டது, எவ்வளவு உறுப்பினர்கள் வந்தனர், அவர்களில் எவ்வளவு பெண்கள், எவ்வளவு தலித் உறுப்பினர்கள், அனைவருக்கும் பேச வாய்ப்புக் கிடைத்ததா, பெண்களின் பிரச்சினைகளைப் பற்றிப் பேசினார்களா, தலித்துகள் அவர்களின் பிரச்சினைகளைப் பற்றிப் பேசினார்களா, அவற்றை மற்றவர்கள் உள்வாங்கிக்கொண்டார்களா என்று பல கேள்வி களைக் கேட்டால், அதற்கு அவர்களால் சரியான பதிலை அளிக்க முடிவதில்லை. நம்முடைய பஞ்சாயத்துத் தலைவர்கள் காண்ட் ராக்டர் செய்யும் வேலையைத்தான் பஞ்சாயத்து வேலையாகக் கூறுகின்றனர். குறிப்பாக, பலர் பஞ்சாயத்தை அரசாங்கமாகப் பார்ப்பதும் இல்லை, நடத்துவதும் இல்லை. பஞ்சாயத்துத் தேர்தலுக்குப் பலர் நிறையப் பணம் செலவு செய்கின்றனர். ஏன் என்றால் அதை நாம் எப்படியும் எடுத்துவிடலாம் என்ற நம்பிக்கையில்தான். ஆனால் உண்மையில் கிராமசபையும் பஞ்சாயத்தில் உள்ள ஐந்து குழுக்களும் செயல்படத் தொடங்கி விட்டால் ஒரு ரூபாய்கூட எவராலும் எடுக்க முடியாது. பஞ்சாயத்து என்பது தலைவர் மட்டுமோ, துணைத்தலைவர் மட்டுமோ நடத்துவது அல்ல. இது ஒரு கூட்டுச் செயல்பாடு. குழுக்களுடன்

ஒரு பஞ்சாயத்து செயல்பட்டு ஓர் அற்புதமான மாற்றத்தை, ஆளுகையின் அடிநிலையில் ஏற்படுத்த வேண்டும், ஏற்படுத்த முடியும். இதுதான் உண்மை. இந்தக் குழுக்கள் வேலை செய்யத் தொடங்கிவிட்டால், பஞ்சாயத்தும் வலுப்படும்; ஊழல் இல்லாத நிருவாகமும் மக்களுக்குக் கிடைக்கும். பஞ்சாயத்தில் மட்டுமல்ல, அரசின் துறைகளும் கிராமங்களில் திட்டங்களை நிறைவேற்றும் போது ஊழல் ஏற்படா வண்ணம் பார்த்துக்கொள்ள முடியும்.

பஞ்சாயத்துகள் திட்டம் தயாரித்து அத்தனை துறைகளையும் ஒன்றிணைத்து, தயாரித்த திட்டத்தை நிறைவேற்றச் செய்யலாம். அதுமட்டுமல்ல, பஞ்சாயத்துச் செயல்பாடுகளையும் அரசுத் துறைச் செயல்பாடுகளையும் நன்கு கண்காணிக்கலாம். இதில் மிக முக்கியமான குழு ஒன்று உருவாக்கப்பட்டுள்ளது. அதாவது மேம்பாட்டுக் குழு. அதற்குத் தலைவரே ஒரு பெண்தான். ஒவ்வொரு பஞ்சாயத்திலும் தமிழகத்தில் பெண்கள் மறைமுகமாக ஆட்சி செய்ய அரசு தந்திருக்கும் நல்ல வாய்ப்பு இது. பெண்கள் இதைப் பயன்படுத்திக்கொள்ள வேண்டும். அரசுத் துறையால் செய்யப்படும் வேலைகள் அனைத்தையும் பார்வையிடலாம். மருத்துவமனை, நூலகம், பள்ளிகள், சத்துணவுக்கூடம், ரேசன் கடை இவை அனைத்தையும் கண்காணிக்கலாம். அது மட்டுமல்லாமல் பஞ்சாயத்து உறுப்பினர்கள் அரசு ஊழியர்களுடன் சேர்ந்து பணியாற்றவும் ஒரு வாய்ப்பு ஏற்படுத்தப்பட்டுள்ளது. கிராமங்களில் மக்கள் மேம்பாட்டுக்காகப் பணியாற்றும் அரசு அலுவலர்கள் இந்தப் பஞ்சாயத்துகளுடன் சேர்ந்து மேம்பாட்டுப் பணியில் ஈடுபடுவர். இந்த அரசு ஆணையின் மூலம் தன்னார்வத் தொண்டு நிறுவனங்கள் சட்டரீதியாகப் பஞ்சாயத்துகளில் தங்களையும் இணைத்துக்கொள்ளலாம். இந்த வாய்ப்பைப் பயன்படுத்தி வேலை செய்து நல்ல மாற்றங்களைச் சமூகத்தில் கொண்டு வருவதில்தான் நம் தலைவர்களின் திறமை உள்ளது. அரசாணை 102, ஊவ (சி4), நாள்: 12. 07. 2005) சட்டப்பிரிவு 94இன்படி ஒவ்வொரு பஞ்சாயத்திலும் ஐந்து குழுக்களை உருவாக்க வேண்டும். அவையாவன:

ஐந்து குழுக்கள்
  1. நியமனக் குழு

2. மேம்பாட்டுக் குழு

3. விவசாயம், நீர் பிரிமுகடுக் குழு

4. பணிக்குழு

5. கல்விக்குழு

இந்தக் குழுக்களுக்கான உறுப்பினர்களை ஊராட்சி மன்றம் தேர்வு செய்யவேண்டும். தலைவரும் வார்டு உறுப்பினர்களும் இந்தக் குழுக்களில் உறுப்பினர்களாக இருக்கலாம். எந்த உறுப்பினரும் மூன்று குழுக்களுக்கு மேல் தலைவராக இருக்கக்கூடாது. பஞ்சாயத்துத் தலைவர் எல்லாக் குழுக்களிலும் உறுப்பினராக இருப்பார்.

நியமனக்குழு

சிற்றூராட்சித் தலைவரும் இரண்டு வார்டு உறுப்பினர்களும் இந்தக் குழுவில் இருக்க வேண்டும். கிராம ஊராட்சி உறுப்பினர்கள் ஆண்டுதோறும் சுழற்சி முறையில் தேர்ந்தெடுக்கப்பட வேண்டும். இந்தக் குழு பஞ்சாயத்துப் பகுதியில் ஊராட்சியிலிருந்து ஊதியம் பெற்று பணி செய்யும் பதவிக்கு நியமிக்கும் போது செயல்படும்.

மேம்பாட்டுக் குழு

மேம்பாட்டுக் குழுவின் தலைவராகக் கிராம ஊராட்சியின் பெண் உறுப்பினர்களிலிருந்து ஒருவர் தேர்வு செய்யப்பட வேண்டும். இவருடன் இரண்டு வார்டு உறுப்பினர்கள், ஒரு சத்துணவுப் பணியாளர், ஒரு பள்ளித் தலைமையாசிரியர், ஒரு தன்னார்வத் தொண்டு நிறுவன உறுப்பினர், ஒரு சுயஉதவிக்குழு உறுப்பினர், ஒரு கிராம செவிலியர், ஒரு கிராம நல அலுவலர், கிராமக் கூட்டுறவு அமைப்பின் செயலர் ஆகியோர் சேர்ந்து பத்துப் பேர் இருப்பர்.

இவர்களுக்குக் பின்வரும் பணிகள் ஒதுக்கப்பட்டுள்ளன:

1. சுகாதாரத் துறையிலும் குடிநீர் வழங்கலிலும் கழிப்பிட சேவையிலும் உருவாக்கப்பட்ட சொத்துகளை சமுதாயமே பாதுகாக்கவும் மேம்படுத்தவும் ஊக்குவித்தல்.

2. பாதுகாக்கப்பட்ட குடிநீர் தருவதை மேற்பார்வை செய்து தண்ணீரால் பரவும் நோயைக் கட்டுப்படுத்துதல்.

3. ஆரோக்கிய வாழ்விற்கான தடுப்பூசி போடுதல், மருத்துவ முகாம்கள் ஏற்பாடு செய்தல்.

4. மக்களிடையே ஆரோக்கிய வாழ்வு பற்றிய விழிப்புணர்வு ஏற்படுத்துதல்.

5. பஞ்சாயத்து எல்லைக்குள்ளிருக்கும் மருத்துவ நிலையங்களை ஆய்வு செய்து பஞ்சாயத்துக்கு அறிக்கை தாக்கல் செய்தல்.

6. குடிதண்ணீர் விநியோகத்தைப் பயனாளிகளே பராமரிக்க, பங்கேற்க மக்களைத் தயார் செய்தல்.

7. கழிப்பறை கட்ட, பயன்படுத்த எல்லா நிலைகளிலும் மக்களுக்கு ஊக்கமளித்தல்.

8. வார்டு குழுக்கள் தயார் செய்கின்ற தீர்மானங்களை நடைமுறைப்படுத்த முயலுதல்.

9. பெண்கள் மேம்பாடு, குழந்தைகள் மேம்பாடு, மாற்றுத் திறனாளிகள் மேம்பாடு, முதியோர், ஆதரவற்றோர், விதவைகள், கொத்தடிமை ஒழிப்பு, தலித் மேம்பாடு, பழங்குடி மேம்பாடு ஆகியவற்றைச் செய்தல்.

10. சுயஉதவிக் குழுக்களை அமைத்தல்.

11. குழந்தைத் தொழிலாளர் முறையை ஒழித்தல்.

12. குடிப்பழக்கத்தைக் கட்டுப்படுத்துதல்.

13. பெண் சிசுக்கொலையைத் தடுத்தல்.

14. வரதட்சணை எதிர்ப்பு.

15. சமுதாய நல்லிணக்கம் ஏற்படுத்துதல்.

16. தீண்டாமை ஒழித்தல்.

17. வறுமை ஒழிப்புத் திட்டத்தை நடைமுறைப்படுத்துதல்.

18. குடிநீர் பராமரிப்புக்குப் பஞ்சாயத்துக்கு உதவுதல்.

19. பொதுவிநியோகம் ஒழுங்காக நடைபெற பஞ்சாயத்திற்கு உதவுதல்.

20. கிராம வளர்ச்சிக்கான திட்டம் தயாரிக்க பஞ்சாயத்திற்கு உதவுதல்.

21. இந்தக் குழு பஞ்சாயத்துப் பகுதியில் பணிசெய்யும் எல்லா நிறுவனங்களையும் மேற்பார்வையிடலாம். அதற்காக எழுத்து மூலம் கடிதத்தை அந்த நிறுவனங்களுக்கு மூன்று நாளுக்கு முன்னதாகவே அனுப்பிவிட வேண்டும்.

விவசாயம், நீர் பிரிமுகடுப் பகுதிக் குழு

இந்தக் குழுவின் உறுப்பினர்களில் யாராவது ஒருவரைத் தலைவராகத் தேர்வு செய்துகொள்ள வேண்டும். இந்தக் குழுவில் பின்வருவோர் உறுப்பினர்களாவர்:

அ. வார்டு உறுப்பினர்களுக்குள் ஒருவர் பொதுப்பட்டியலிலிருந்து தேர்ந்தெடுக்கப்பட வேண்டும்.

ஆ. தலித் இனத்தவரிலிருந்து ஒருவர்

இ. கிராம நிருவாக அதிகாரி

ஈ. தொண்டு நிறுவனங்களிலிருந்து ஒருவர்

உ. சுயஉதவிக் குழுவிலிருந்து ஒரு பெண்

ஊ. உதவி விவசாய அலுவலர்

எ. நீர் பிரிமுகடுப் பகுதி குழு பகுதிச் சங்கத்திலிருந்து ஒருவர்.

இந்தக் குழு கீழ்க்காணும் பணிகளைச் செய்யவேண்டும்:

1. விவசாயம் தொடர்பான அனைத்துத் திட்டங்களையும் நிறைவேற்ற பஞ்சாயத்துக்கு உதவுதல்.

2. விவசாயிகளை ஒருங்கிணைத்து, புதிய-தொழில்நுட்பங் களைப் பயன்படுத்த உதவுதல்.

பணிக்குழு

பணிக்குழு உறுப்பினர்களுக்குள் ஒருவரைத் தலைவராகத் தேர்வு செய்துகொள்ள வேண்டும். இந்தக் குழுவில் பின்வருபவர்கள் உறுப்பினர்களாக இருப்பர்:

அ. ஒரு வார்டு உறுப்பினர் (பொது)

ஆ. ஒரு வார்டு உறுப்பினர் (தாழ்த்தப்பட்ட ஆண், பெண்)

இ. தன்னார்வத் தொண்டு நிறுவனத்திலிருந்து ஒருவர்

ஈ. சுய உதவிக் குழுவிலிருந்து ஒருவர்

உ. சத்துணவு ஒருங்கிணைப்பாளர்

ஊ. பள்ளித் தலைமை ஆசிரியர்

எ. கிராமிய மேம்பாட்டு அதிகாரி

ஏ. கிராம நிருவாக அதிகாரி

ஐ. கிராம செவிலியர்

இந்தக் குழு கீழ்க்காணும் வேலைகளைச் செய்யும்:

அ. மத்திய மாநில அரசின் திட்டங்களை அவற்றுக்கான வழிகாட்டு நெறிமுறைகளுடன் நிறைவேற்றப் பஞ்சாயத்திற்கு உதவுதல்.

ஆ. இப்படிப்பட்ட திட்டங்கள் அரசுத் துறைகளால் நிறைவேற்றப் படும்போது அவற்றைக் கண்காணித்தல்.

இ. கிராம மேம்பாட்டுத் திட்டம் தயாரிக்க பஞ்சாயத்திற்கு உதவுதல்.

ஈ. வார்டுக் குழு மூலம் நிறைவேற்றப்படும் தீர்மானங்களை நடைமுறைப்படுத்த உதவுதல்.

கல்விக்குழு

இந்தக் குழுவின் தலைவராக கிராமப் பஞ்சாயத்து உறுப்பினர் களுள் ஒருவரைத் தேர்வு செய்யவேண்டும். பின்வருபவர் இந்தக் குழுவின் உறுப்பினர்களாக இருப்பர்.

அ. பெற்றோர் ஆசிரியர் சங்கத்திலிருந்து ஒருவர்

ஆ. சுய உதவிக் குழுவிலிருந்து ஒருவர்

இ. தன்னார்வத் தொண்டு நிறுவனங்களிலிருந்து ஒருவர்

ஈ. பள்ளித் தலைமை ஆசிரியர்

உ. சத்துணவு ஒருங்கிணைப்பாளர்

இந்தக்குழு கீழ்க்காணும் பணிகளைச் செய்யும்:

அ. பள்ளிச் செயல்பாட்டைக் கண்காணித்தல்.

ஆ. மக்கள் பங்கேற்புடன் பள்ளிக்கான கட்டுமானங்களை உருவாக்கப் பாடுபடுதல்.

இ. கல்விக்கான விழிப்புணர்வை ஏற்படுத்த விழிப்புணர்வு

முகாம்கள் நடத்துதல்.

ஈ. கிராம நூலகங்களைப் பராமரித்தல்.

தேவைக்கு ஏற்பத் தற்காலிக குழுக்களை உருவாக்குதல். கிராமப் பஞ்சாயத்துத் தேவைக்கேற்பத் தக்க அதிகாரங்களுடன் (நீர்ப்பாசனம் தவிர) குழுக்களை உருவாக்கி அதற்கெனப் பணிகளையும் பொறுப்புகளையும் தந்து பஞ்சாயத்து வேலைகளை நடத்திக்கொள்ளலாம். எந்தக் குழுவும் ஆறு மாதத்திற்கு மேல் இருக்கக்கூடாது. இந்தக் குழுக்கள் எந்தப் பிரச்சினையையும் ஆய்வு செய்து அறிக்கை சமர்ப்பிக்க உத்தரவிடலாம். இந்தக் குழுக்கள் ஆறு மாதத்திற்கு மேல் செயல்பட வேண்டுமாயின் பஞ்சாயத்து ஆய்வாளரின் முன் அனுமதி பெறவேண்டும்.

துணைக்குழுக்கள்

ஒரு கிராமப் பஞ்சாயத்து அங்கீகரிக்கப்பட்ட ஐந்து குழுக்கள் அல்லாமல், தேவைக்கேற்ப துணைக் குழுக்களை வார்டு அளவில் உருவாக்கி, அதற்கென அதிகாரங்களையும் பொறுப்புகளையும் உருவாக்கிச் செயல்பட வைக்கலாம். இதற்கு அந்த வார்டு உறுப்பினர் தலைவராக இருப்பார். சிறுபாசனம் தவிர, இந்தத் துணைக்குழு எந்த வேலைக்காக உருவாக்கப்பட்டதோ அந்தப் பணியைச் செய்யலாம். திட்டங்களை நடைமுறைப்படுத்தும் போது பார்வையிடலாம். கண்காணிக்கலாம். இது தன்னுடைய அறிக்கையைப் பஞ்சாயத்துக்கு அனுப்பிவைத்து முடிவு எடுக்க உதவலாம்.

ஆய்வு செய்தல்

பஞ்சாயத்து எல்லைக்கு உட்பட்ட மக்கள் நலப்பணி செய்யும் நிறுவனங்களை இந்தக் குழுக்கள் ஆய்வு செய்யலாம். ஆய்வு செய்யப்படும் நிறுவனத்திற்கு மூன்று நாள்களுக்கு முன் அந்தக் குழுவின் தலைவர் கடிதம் மூலம் தங்கள் வருகையைத் தெரிவிக்க வேண்டும்.

இந்தக் குழுக்கள் கூட்டத்திற்கான விவாதப் பொருள்களைத் தயாரித்து, பஞ்சாயத்துக் கூட்டம் போல் கூட்டி, விவாதித்து, முடிவுகள் எடுத்து நிறைவேற்றச் சொல்லி பஞ்சாயத்துகளுக்குத்

தரலாம். நியமனக்குழு தவிர்த்து, மற்ற குழுக்கள் இரண்டு மாதத்திற்கு ஒருமுறை கூட வேண்டும்.

ஒவ்வொரு குழுவும் திட்டம் தயாரித்துப் பஞ்சாயத்திற்கு ஒருங்கிணைந்த திட்டம் தயாரிக்க உதவ வேண்டும். எல்லாக் குழுக்களின் அறிக்கைகளும் பஞ்சாயத்துக் கூட்டங்களில் விவாதிக்கப் பட்டு முடிவுகள் எடுக்கப்படல் வேண்டும். அறிக்கைகள், அவற்றின் மேல் எடுக்கப்பட்ட நடவடிக்கைகள் எல்லா வற்றையும் கிராமசபையில் தெரிவிக்க வேண்டும்.

இப்படிப்பட்ட அற்புதமான வாய்ப்பை நாம் பயன்படுத்தத் தவறக்கூடாது. முதலில் பஞ்சாயத்தில் உடனே குழுக்களை அமைத்துக்கொள்ளவேண்டும். குழுக்கள் அமைத்தவுடன், குழுக்கூட்டங்களைக் கூட்டி கிராமச் சூழலை ஆராயவேண்டும். தேவைகளைக் கணக்கெடுக்க வேண்டும். நம் கிராமத்திற்கு வேலை செய்ய நாம் இதற்குக் கூலியை எதிர்பார்க்கக் கூடாது. ஒவ்வொரு குழுவிற்கும் ஒரு பேரேடு தயார் செய்து, குழு தீர்மானத்தையும் அறிக்கைகளையும் பதிவு செய்ய வேண்டும். குழுக்கூட்டம் எந்த நேரத்திலும் கூட்டிக்கொள்ளலாம். தன்னார்வத் தொண்டு நிறுவனங்களுக்கு மிகப்பெரிய வாய்ப்பு, பொறுப்புக் களோடு வந்திருக்கிறது. இதைத் தன்னார்வத் தொண்டு நிறுவனங்கள் பயன்படுத்திக்கொள்ள வேண்டும்.

அதுமட்டுமல்ல, பஞ்சாயத்துகளை வழிநடத்தும் வாய்ப்பு இன்று இந்தத் தன்னார்வத் தொண்டு நிறுவனங்களுக்குக் கிடைத்துள்ளது. இதை அந்த நிறுவனங்கள் பயன்படுத்திக் கொள்ள வேண்டும். இந்தக் குழுக்களும் கிராமசபையும் வலுவாகச் செயல்படத் தொடங்கிவிட்டால், பஞ்சாயத்துகள் மக்கள் கையில் இருக்கும். அதுமட்டுமல்ல, இந்தப் பஞ்சாயத்துகள் பல இடங்களில் கிராமப் பஞ்சாயத்துத் தலைவர் கையில் ஒரு குட்டி இராஜ்யம் போல் செயல்பட்டுக்கொண்டிருக்கிறது. மக்கள் என்ன செய்வது என்று தெரியாமல், அந்தத் தலைவர்களிடமே மனுக் களைத் தருகின்றனர். இந்தக் குழுக்கள் செயல்படத் தொடங்கி விட்டால், பஞ்சாயத்துகள் ஒரு குட்டிக் குடியரசாக மாறும். இன்றும் ஆயிரக்கணக்கான பஞ்சாயத்துகள் குட்டிக் குடியரசாகச் செயல்படத் தொடங்கிவிட்டன. எங்கெல்லாம் நல்ல தலைமைத்துவம்

வந்துவிட்டதோ அங்கெல்லாம் குடியரசு மலர ஆரம்பித்து விட்டது. எங்கெல்லாம் அதற்கான சூழ்நிலை இல்லையோ, அங்கெல்லாம் குட்டி இராஜ்யம் நடத்துகின்றனர் பஞ்சாயத்தைப் புரியாத தலைவர்கள். இதை மாற்ற இந்தக் குழுக்கள் முறையிலான செயல்பாடு உதவியாக இருக்கும். அதுமட்டுமல்லாமல், ஊழலற்ற ஓர் உள்ளாட்சி மக்களாட்சியாக மலரும்; மக்களும் அதிகாரம் பெறுவார்கள்.

10

சிற்றூராட்சி உறுப்பினரின் உரிமைகளும் கடமைகளும்

கிராம ஊராட்சி, கிராமசபையால் எடுக்கப்பட்ட முடிவுகளை நிறைவேற்றும் ஒரு செயலாக்க மன்றம் என்பதைப் புரிந்து மன்ற உறுப்பினர்கள் செயல்பட வேண்டும். மன்ற உறுப்பினர்கள் அரசு தரும் நிதியைப் பங்கு போட்டுச் செலவிட தேர்ந்தெடுக்கப் பட்டவர்கள் அல்லர். கிராம மேம்பாட்டுக்குப் பொறுப்பேற்க வந்தவர்கள். ஒட்டுமொத்த கிராம மக்களுடன் இணைந்து ஒரு கூட்டுத் தலைமையின் கீழ் செயல்பட்டுக் கிராம புனரமைப்புப் பணிகளைச் செய்யவந்தவர்கள். ஒவ்வொரு கிராமத்திலும் மானுட வாழ்க்கையை மரியாதையுடன் அனைவரும் வாழத் தேவையான வசதிகளைச் செய்துதர உருவாக்கப்பட்டதுதான் இந்தக் கிராம ஊராட்சி என்ற புரிதலுடன் செயல்பட வேண்டும். அதுமட்டுமல்ல, கிராம ஊராட்சி என்பது கிராமத்திலுள்ள வளங்களை அறிந்து, அந்த வளங்களைப் பாதுகாத்து, மேம்படுத்தி கிராம மேம்பாட்டுக்குப் பயன்படுத்துவதாகும். கிராம வாழ்க்கை ஒரு நாகரிகத்தின் அடையாளம் என்ற நிலைக்குக் கிராமங்களை உயர்த்த உருவாக்கப் பட்டது என்பதையும் தெளிவாகப் புரிந்து செயல்பட வேண்டும்.

அடுத்து ஒவ்வொரு வார்டு உறுப்பினரும் அந்தந்த வார்டு மக்களின் பிரதிநிதிகள்தான். ஆனால் அவர்கள் அனைவரும் கிராம ஊராட்சியின் மன்ற உறுப்பினர்கூட என்ற புரிதலுடன் செயல்பட வேண்டும். கிராம ஊராட்சி மன்றத்தில் செயல்படும் போது அவர்கள் அனைவரும் ஒட்டுமொத்த கிராம மேம்பாட்டுக்குச் சிந்தித்து, முடிவெடுத்துச் செயல்பட வேண்டும். கிராம ஊராட்சி

மன்றத்தில் ஒவ்வொரு வார்டு உறுப்பினரும் தங்கள் வார்டுகளில் உள்ள மக்கள் பிரச்சினைகளை எடுத்துக்கூறி, அவற்றில் மிக முக்கியமானவற்றை முடிவெடுத்து செயல்படுத்த வேண்டும். ஒட்டுமொத்த நிதியை வார்டு அடிப்படையில் பிரிக்காமல், எந்த வார்டு மிகவும் பின்தங்கி இருக்கிறதோ அதற்கு அதிமாக செலவு செய்து, அந்த வார்டை முன்னுக்குக் கொண்டுவர வேண்டும்.

எனவே தங்களுக்கு இரட்டைக் கடமைகள் இருப்பதைப் புரிந்து செயல்பட வேண்டும். ஒன்று, ஒரு வார்டு உறுப்பினராக மக்களால் அந்த வார்டை மேம்படுத்த தேர்ந்தெடுக்கப்பட்ட பிரதிநிதி. அதே நேரத்தில் மன்றத்தில் அமரும் போது அந்தக் கிராம ஊராட்சி மன்ற உறுப்பினர், அந்தக் கிராமத்தின் ஒட்டுமொத்த மேம்பாட்டுக்குச் செயல்படும் உறுப்பினர். இந்த இரண்டு வகையிலும் செயலாற்றக் கடமைப்பட்டவர் என்ற புரிதலுடன் செயல்பட வேண்டும்.

உறுப்பினர்களின் உரிமைகளும் கடமைகளும்

1. உறுப்பினரின் தலையாய கடமை

உறுப்பினர்கள், கிராம ஊராட்சிகளின் வார்டுகளிலிருந்து வாக்காளர்களால் நேரடியாகத் தேர்ந்தெடுக்கப்படுகிறார்கள். உறுப்பினர்களின் தலையாய கடமை அவர்களது வார்டு மக்களின் நலன்களைப் பாதுகாப்பதும் தேவைகளைப் பூர்த்தி செய்வதும் ஆகும். தாழ்த்தப்பட்ட வகுப்பினர், பழங்குடியினர் ஆகிய இடங்களுக்கு ஒதுக்கீடு மூலம் தேர்ந்தெடுக்கப்படும் உறுப்பினர்கள் அந்த வகுப்பினருடைய நலன்களையும் தேவைகளையும் முக்கியமாக கருதிச் செயல்பட வேண்டும். குறிப்பாக பெண் உறுப்பினர்கள் தங்களின் பதவியை வார்டிலுள்ள பெண்கள், குழந்தைகள் நலத்திற்காகப் பயன்படுத்தி அவர்களின் நலன்களைப் பாதுகாக்க வேண்டும்.

மக்களால் தேர்ந்தெடுக்கப்பட்ட வார்டு உறுப்பினர் பின்வரும் பொறுப்புகளைச் செய்வதற்கு அதிகாரங்கள் பெற்றுள்ளார்.

- கிராம ஊராட்சிக் கூட்டங்களில் கலந்துகொண்டு நிருவாகத்தில் காணப்படும் குறைகளைச் சுட்டிக்காட்டி தவறுகளைத் திருத்தலாம்.

- தனது வார்டு மக்களின் தேவைகளைத் தீர்மானம் வாயிலாக எடுத்து வைத்து நிறைவேற்றச் சொல்லலாம்.
- செம்மையான நிருவாகத்திற்கு ஆலோசனைகளும் வழங்கலாம்.

2. நிருவாகத்தின் குறைகளைச் சுட்டிக்காட்டுதல்

ஊராட்சியின் நிருவாகத்திலுள்ள குறைகளைச் சுட்டிக் காட்டி அவற்றைக் களைய வேண்டும்.

3. உறுப்பினரின் முக்கியமான கடமை

ஒவ்வொரு உறுப்பினரும் கிராம ஊராட்சியின் கூட்டங்களிலும் கிராமசபையின் கூட்டங்களிலும் தவறாது கலந்துகொண்டு செம்மையான நிருவாகத்திற்கு உதவவேண்டும்.

4. உறுப்பினரே சில சூழ்நிலைகளில் தலைமை வகித்தல்

கூட்ட நாளன்று குறித்த நேரத்தில் கூட்டம் நடக்கும் இடத்திற்குச் சென்று வருகைப் பதிவேட்டில் கையெழுத்து இடவேண்டும்.

கூட்டத்திற்குத் தலைவர் வராத நிலையில் துணைத் தலைவரும், துணைத் தலைவரும் வராத நிலையில் வருகை தந்துள்ள இதர உறுப்பினர்களிலிருந்து தேர்ந்தெடுக்கப்படும் ஒருவரும் தலைமை தாங்கி கூட்டம் நடத்தலாம்.

5. கூட்ட அறிவிப்பு பெற்றுக்கொள்ளும் முறை

கிராம ஊராட்சிக் கூட்டத்தில் கலந்துகொள்வதற்கு அவருக்குக் கூட்ட அறிவிப்பும் பொருட்குறிப்பும் (*அஜெண்டா*) தலைவரால் கையொப்பமிடப்பட்டு அனுப்பப்படும்.

அதைப் பெற்றுக்கொள்ளும் சமயம், அதற்கான பதிவேட்டில் அல்லது தாளில் தனது கையொப்பத்தைத் தேதியுடன் இட்டு அந்த அறிவிப்பை பெற்றுக்கொள்ள வேண்டும்.

6. கூட்டத்திற்கான கால அவகாசம்

பொருட்குறிப்புடன் கூட்ட அறிவிப்பை உறுப்பினர்களுக்குச் சார்பு செய்யும் நாளுக்கும் கூட்டம் நடைபெற உள்ள நாளுக்கும் இடையில் எத்தனை நாள்கள் இடைவெளி இருக்கவேண்டும்

10. 1: கூட்டக்கால அவகாசம்

ஊராட்சியின் வகை	கூட்டத்தின் வகை	கால அவகாசம் (நாள்களில்)
கிராம ஊராட்சி (அடிநிலை)	சாதாரணக் கூட்டம்	3
	அவசரக் கூட்டம்	1
	சிறப்புக் கூட்டம்	7-15

என்பது அட்டவணை 9.1இல் கொடுக்கப்பட்டுள்ளது. இந்த அவகாசம் மூன்று நிலை ஊராட்சிகளிலும் வேறுபட்டுள்ளது என்பது குறிப்பிடத் தக்கது (பார்க்க: அட்டவணை 10. 1).

7. கூட்டப் பொருள் குறித்து வாக்காளர்களின் கருத்து அறிதல்

பொருட்குறிப்பையும் கூட்ட அறிவிப்பையும் பெற்றுக்கொண்ட உறுப்பினர், தனது வார்டு தொடர்பான பொருள்கள் மீது, தான் பேச வேண்டிய கருத்துகள், தீர்மானிக்க வேண்டிய முடிவுகள் குறித்து பொருத்தமான முறையில் தகுதியான வாக்காளர்களிடம் விவாதித்து அவர்களின் கருத்தை அறிந்துகொள்ள வேண்டும்.

8. உறுப்பினரின் தீர்மானம் கொண்டுவரும் உரிமை

எதற்கெல்லாம் தீர்மானம் கொண்டு வரலாம்? உறுப்பினர்,

1. தனது வார்டின் வளர்ச்சிக்காகவோ அல்லது,

2. நிருவாகத்தில் ஏற்படும் நிதி வீணடிப்புக் குறைகள் குறித்தோ அல்லது,

3. தனது பகுதியின் தேவைகளை நிறைவேற்றுவதற்காகவோ தீர்மானம் கொண்டுவரலாம்.

9. தீர்மானம் கொண்டுவர நிபந்தனைகள்

தீர்மானங்கள் கொண்டுவருவதற்கு சில விதிமுறைகளையும் நிபந்தனைகளையும் உறுப்பினர் கடைப்பிடிக்கவேண்டும். அவை கீழே கொடுக்கப்பட்டுள்ளன:

1. உறுப்பினர் பத்து நாள்கள் அவகாசம் கொடுத்து தீர்மானப் பொருளைத் தலைவருக்கு அனுப்பவேண்டும்.
2. கிராம ஊராட்சி நிருவாகத்திற்குத் தொடர்பில்லாத தீர்மானத்தைக் கொண்டுவரக்கூடாது.
3. ஒருவரின் நடத்தை பண்பாடு குறித்தும் அல்லது தனிமனிதர் வாழ்க்கை குறித்தும் விமர்சித்துத் தீர்மானம் கொண்டு வரக்கூடாது.
4. தீர்மானம் நீண்டதாக இருக்கக்கூடாது. சுருக்கமாக இருக்க வேண்டும்.
5. ஒருமுறை மறுக்கப்பட்ட தீர்மானத்தை மறுமுறை கொண்டு வரக்கூடாது. தீர்மானம் அரசின் சட்டதிட்டங்களுக்கும் அரசாணைகளுக்கும் முரண்படுவதாக இருக்கக் கூடாது.

10. தீர்மானத்தைச் சேர்ப்பதில் தலைவரின் அதிகாரம்

உறுப்பினர் கொண்டுவந்த தீர்மானத்தைத் தலைவர் பரிசீலித்து அனுமதிக்கக்கூடிய தீர்மானத்தை அடுத்த கூட்டத்திற்கான நிகழ்ச்சி நிரலில் சேர்க்க வேண்டும். தகுதியில்லாத தீர்மானத்தைப் போதிய காரணங்களுக்காக மறுக்கலாம். ஆனால் தலைவர், அந்தக் காரணங் களைத் தொடர்புடைய உறுப்பினருக்கு எழுத்து மூலம் தெரிவிக்க வேண்டும்.

11. தீர்மானம் தொடர்பாக ஆய்வாளரின் அதிகாரம்

தலைவருக்கு ஒரு தீர்மானத்தை அனுமதிப்பதில் ஏதேனும் ஐயம் எழுந்தால் ஆய்வாளருக்கு (மாவட்ட ஆட்சியர்) எழுதி விளக்கம் பெற வேண்டும். இதில் ஆய்வாளரின் முடிவு இறுதியானது.

12. உறுப்பினரின் கேள்வி எழுப்பும் உரிமை

இந்த அதிகாரத்தை உறுப்பினர்கள் பயன்படுத்தி கேள்வி கேட்பதன் மூலமாக உண்மை நிலையைத் தெரிந்து கிராம ஊராட்சியின் செம்மையான நிருவாகத்திற்கு உதவவேண்டும். உறுப்பினர்கள் எழுத்து மூலம் கேட்கும் கேள்விகளுக்குத் தலைவர் கட்டாயம் எழுத்து மூலம் பதில் அளிக்கவேண்டும்.

13. கேள்வி எழுப்பும் நடைமுறை

- உறுப்பினர் பத்து நாள்கள் அவகாசம் கொடுத்து எழுத்து மூலம் கேள்வியைத் தலைவருக்கு அனுப்ப வேண்டும்.
- கிராம ஊராட்சியின் நிருவாகத்திற்குத் தொடர்பில்லாத கேள்விகளை எழுப்பக் கூடாது.
- யார் பெயரையும் குறிப்பிட்டுக் கேள்வி எழுப்பக்கூடாது.
- ஏதாவது புகார் தெரிவித்தால் அதற்கான ஆதாரங்களைக் கொடுக்கவேண்டும்.
- கேள்வி அனுமானத்தின் அடிப்படையிலோ, ஊகத்தின் அடிப்படையிலோ இருக்கக்கூடாது.
- அவதூறு எழுப்புவதோ, வஞ்சப் புகழ்ச்சியாக எழுதுவதோ கூடாது.
- ஆலோசனை சொல்வதாகவோ சட்ட நுணுக்கம் பற்றியதாகவோ, நடைமுறைக்கு ஒவ்வாததாகவோ, கற்பனைக்கு ஒட்டியதாகவோ இருக்கக் கூடாது.
- ஒருவரின் நடத்தை, பண்பாடு குறித்தும், தனிமனித வாழ்க்கை குறித்தும் கேள்வி எழுப்பக்கூடாது.
- கேள்வி நீண்டதாக இருக்கக் கூடாது. சுருக்கமாக இருக்க வேண்டும்.
- ஒருமுறை கேட்ட கேள்வியை மறுமுறை கேட்கக் கூடாது.

14. கேள்விகளுக்கு பதில் அளித்தல்

- கூட்டத்தின் தொடக்கத்தில் கேள்வியையும் அதற்கான பதிலையும் தலைவர் படிக்கவேண்டும்.
- கேள்விக்கான பதிலில் திருப்தி அடையாத எந்த உறுப்பினரும் துணைக்கேள்வி எழுப்பலாம்.
- தலைவர் அதற்கு உடனடியாக பதில் அளிக்கலாம் அல்லது கேள்வியை அனுமதிக்க மறுக்கலாம்.
- உடனடியாக பதில் அளிக்க முடியாத இனங்களுக்கு தலைவர் புதிய கேள்வி எழுப்புமாறு உறுப்பினரைக் கோரலாம்.

- கேள்வி பதில் தீர்மானப் புத்தகத்தில் பதிவு செய்யப் படும்.

15. தீர்மானம் முன்மொழிதல்

- கூட்டப்பொருளைத் தொடர்புடைய உறுப்பினர் முன் மொழிதல் வேண்டும். தொடர்புடைய உறுப்பினர்வராத நிலையில் வேறு ஓர் உறுப்பினர் அந்தப் பொருளை முன் மொழியலாம். முன்மொழியப்பட்ட எவ்விதத் தீர்மானத் தையும் மற்றொரு உறுப்பினர் வழிமொழிய வேண்டும். இல்லையெனில், அதன் மீது விவாதம் நடத்த முடியாது.

- முன்மொழிந்த தீர்மானத்தின் மீது உறுப்பினர் எவரேனும் மாறுபட்ட கருத்து தெரிவிப்பாராயின், அந்தக் கருத்தைக் கூட்ட நடவடிக்கை புத்தகத்தில் பதிவு செய்யவேண்டும்.

16. தீர்மானத்தின் மீது உரையாற்றுதல்

- ஓர் உறுப்பினர் ஒரு தீர்மானத்தின் மீது ஐந்து நிமிடமும் தீர்மானம் கொண்டு வந்தவர் பத்து நிமிடமும் பேசலாம்.

- தீர்மானத்திலுள்ள பொருள் குறித்து மட்டுமே விவாதிக்க வேண்டும். கொடுக்கப்பட்ட கூட்டப் பொருள் மீது விவாதம் நடத்தி, அது தீர்மானமாக நிறைவேற்றுவதற்கு முன்னர் திருத்தங்கள் வழிமொழியப்பட்டுத் தீர்மானம் நிறைவேற்றப்பட வேண்டும்.

17. தீர்மானத்திற்குத் திருத்தம்

- தீர்மானம் விவாதத்தில் இருக்கும்பொழுது குறிப்பிட்ட நிபந்தனைகளுக்குட்பட்டு அதற்குத் திருத்தங்கள் கொண்டு வரலாம்.

- அவ்வாறு திருத்தங்கள் கொண்டு வரப்பட்டால் அதை ஓர் உறுப்பினர் வழிமொழிய வேண்டும்.

- முன்மொழிந்து விவாதிக்கப்படுகின்ற தீர்மானத்தையோ திருத்தத்தையோ கிராம ஊராட்சியின் அனுமதியின்றி திரும்பப் பெற முடியாது.

18. **வாக்கெடுப்பு நடத்துதல்**
    * தீர்மானத்தைக் குறித்துக் கருத்துவேறுபாடுள்ள உறுப்பினர் கூட்ட நடவடிக்கையின் போது தமது எதிர்ப்பைத் தெரிவிக்கலாம்.
    * வாக்கெடுப்பின் பேரில் தீர்மானம் முடிவு செய்யப்படும். ஒரு தீர்மானம் ஒருமனதாக நிறைவேறவில்லை என்றால், தீர்மானத்திற்கு ஆதரவாகவும் எதிர்ப்பாகவும் வாக்களித்த உறுப்பினர்களின் பெயர்களைக் கூட்ட நடவடிக்கைப் புத்தகத்தில் தலைவர் பதிவு செய்யவேண்டும்.

19. **தலைவரின் இரண்டாவது வாக்கு**
    கூட்டத்திற்கு வந்தவர்களில் (தலைவர் உள்பட) பாதிப்பேர் ஆதரவாகவும் பாதிப்பேர் எதிர்த்தும் வாக்களிக்கும் நிலை வருமானால், தலைவர் தனது இரண்டாம் வாக்கைப் பயன்படுத்தித் தீர்மானத்தை முடிவு செய்யலாம்.

20. **உறுப்பினர்கள் தீர்மானப் புத்தகத்தில் ஒப்பமிடல்**
    கூட்ட முடிவில் நிறைவேற்றப்பட்ட தீர்மானங்களை நிகழ்ச்சி நிரல் வாரியாக தலைவர் உறுப்பினர்களுக்குப் படித்துக் காண்பித்த பிறகு அடியில் ஒப்பமிடவேண்டும். உறுப்பினர்களின் ஒப்பத்தையும் இந்தப் பதிவேட்டில் பெறவேண்டும்.

21. **நிறைவேற்றப்பட்ட தீர்மானத்தை ரத்து செய்தல்**
    ஊராட்சியால் நிறைவேற்றப்பட்ட தீர்மானத்தை மூன்று மாதங்களுக்குள் மாற்றவோ ரத்து செய்யவோ வேண்டுமானால், அதற்கென ஒரு சிறப்புக் கூட்டம் நடத்தி அதில் கிராம ஊராட்சியின் மொத்த உறுப்பினர்களில் பாதிப்பேருக்குக் குறையாத ஆதரவுடன் தீர்மானம் நிறைவேற்றவேண்டும்.

22. **குறைவெண் கணக்கிடும் முறை**
    சான்றாக, ஒரு கிராம ஊராட்சியில் தலைவர் தவிர அனுமதிக்கப்பட்ட உறுப்பினர்கள் 12 பேர். இதில் இரண்டு உறுப்பினர் இடங்கள் காலியாக உள்ளன. எனவே உறுப்பினர்கள் 10 பேரும் தலைவரும் அந்தச் சமயத்தில் பதவி வகிக்கிறார்கள். எனவே

தலைவரைச் சேர்த்து மொத்த உறுப்பினர் 11 ஆகும். இதில் மூன்றில் ஒரு பங்கு என்பது 3.66 ஆகும். இதை முழு எண்ணாக மாற்றினால் நான்கு ஆகும்.

விதிகளின்படி உறுப்பினர்களில் மூன்றில் ஒரு பங்கினர் அல்லது மூன்றுபேர், இதில் எது அதிகமோ அந்த அளவு உறுப்பினர்கள் வந்தால் கூட்டம் நடத்தலாம். எனவே தலைவரும் மூன்று உறுப்பினர்களும் வந்திருந்தால் குறைவெண் உள்ளதாகக் கருதிக் கூட்டம் நடத்தலாம். தலைவர் வராமலிருந்து துணைத் தலைவரைச் சேர்த்து நான்கு உறுப்பினர்கள் வந்தாலும் கூட்டம் நடத்தலாம். தலைவரும், துணைத் தலைவரும் வராமல் வேறு நான்கு உறுப்பினர்கள் மட்டும் வந்திருந்தாலும், குறைவெண் உள்ளபடியால், வந்திருக்கும் நான்கு பேருக்குள் ஒருவரைத் தேர்ந்தெடுத்து அந்த உறுப்பினரின் தலைமையில் கூட்டம் நடத்தலாம். தலைவர், துணைத்தலைவர் வந்தால்தான் கூட்டம் நடத்தவேண்டும் என்பதோ, அவர்கள் வருகைக்காகக் காத்திருக்க வேண்டும் என்பதோ கிடையாது. கூட்டம் நடத்துவதற்கு குறைவெண் அதாவது குறைந்த அளவு உறுப்பினர் தொகுதிதான் தேவை என உறுப்பினர்கள் நினைவில்கொள்ளவேண்டும்.

உறுப்பினர்கள் குறைவெண் இல்லாமல் கூட்டம் நடத்த இயலாது என்பதை உணர்ந்து கூட்டங்களில் தவறாமல் கலந்துகொண்டு தங்களது கடமைகளை முறையாக ஆற்றவேண்டும்.

23. ஆவணங்களைப் பார்வையிடுவதற்கான உறுப்பினர் உரிமை

கிராம ஊராட்சி ஆவணங்களைப் பார்வையிட உறுப்பினர் விரும்பினால் முன்னதாகவே செயல் அதிகாரிக்கு இது குறித்துத் தகவல் கொடுத்து ஆவணங்களைப் பார்வையிடலாம். உறுப்பினர் கோரும் ஆவணங்களைச் செயல் அதிகாரி அவரது பார்வைக்கு வைக்க வேண்டும். நிருவாகக் காரணங்களால் ஆவணத்தை வைக்க இயலாவிட்டால், செயல் அதிகாரி இது குறித்த விவரத்தைத் தொடர்புடைய உறுப்பினருக்கு எழுத்து மூலம் தெரிவிக்க வேண்டும்.

11

பள்ளிக் கல்வியில் குழந்தைகள் மேம்பாடு

நம் உள்ளாட்சியைப் பற்றி விவாதிக்கும்போது, இன்று அரசாங்கமாக அது உருவாக்கப்பட்டுள்ளது. உள்ளாட்சிகளை எப்பொழுதும்போல் அடிப்படை வசதிகளைச் செய்து கொடுக்க வந்தவை என்று மட்டும் எண்ணிச் செயல்படக்கூடாது. இந்தப் புதிய உள்ளாட்சிகள் கிராமமானாலும் சரி, நகரமானாலும் சரி, இவை அடிப்படை மாற்றங்களைச் சமூகத்தில் கொண்டு வரவந்தவை என்பதை மனதில் வைத்துச் செயல்பட வேண்டும். இன்னும் சற்று ஆழமாக இதைக் கூறவேண்டும் என்றால் மத்திய மாநில அரசுகளால் மாற்ற முடியாத விளிம்புநிலை சமூகங்களைத் தொட்டு சேவை செய்து, எல்லாத் தரப்பு மக்களிடமும் மிகப் பெரிய மாற்றத்தைக் கொண்டுவருவதுதான் இந்தப் புதிய உள்ளாட்சிக்கான அடிப்படை நோக்கம். இன்னும் ஒரு நிலை உயர்ந்து இதன் நோக்கத்தை விவரிக்க வேண்டுமென்றால், இந்த உள்ளாட்சிகள் தன்னாட்சி பெற்றதாக இந்தியப் பன்முகத் தன்மையைப் புரிந்து அந்தந்த இடத்திற்கும், சூழலுக்கும் ஏற்பச் செயல்படவேண்டும்; மக்களின் அனைத்துத் தேவைகளையும் அறிந்து, மக்களுடன் இணைந்து செயல்பட்டு, ஒவ்வொரு உள்ளாட்சி அமைப்பிலும் ஒரு குட்டிக் குடியரசை உருவாக்க வேண்டும்; மக்களை அமைதியுடனும், ஒற்றுமையுடனும், மகிழ்ச்சியுடனும் வாழ வழிவகை செய்வதுதான் இதன் லட்சிய நோக்கம்.

இந்த அடிப்படை நோக்கங்கள் பற்றிய ஆழமான புரிதலை உள்ளாட்சியில் தேர்ந்தெடுக்கப்பட்டு வந்துள்ள பிரதிநிதிகளிடமும்

பொதுமக்களிடமும் உருவாக்க வேண்டும். இந்தப் பணிதான் மிக முக்கியமான பணியாகும். இதுதான் கடினமான பணியும்கூட. காரணம் இன்றுள்ள மனநிலையில் மக்கள் பிரதிநிதிகளையும், பொதுமக்களையும் பொறுப்புடன் செயல்பட வைத்து, மாற்றம் கொண்டுவருவது எதிர்நீச்சலிடுவது போலாகும். காரணம் இதுவரை அனைத்தும் அரசாங்கம் செய்ய வேண்டும்; நாம் அரசு தரும் பயன்களை அனுபவிக்கப் பிறந்தவர்கள் என்ற மனநிலையும் நம்மால் ஒன்றும் செய்ய இயலாது என்ற மனநிலையும் நம் மக்களின் சிந்தனையில் வேரூன்றிவிட்டன. அடுத்து நம் மக்கள் பிரதிநிதிகளுக்கு ஒன்றிய, மாநில அரசு தரும் நிதியைச் செலவழிப்பதுதான் நம் வேலை, அப்படிச் செலவழிக்கும் போது கூட, மத்திய மாநில அரசுகளிடமிருந்து வரும் பணம் பொது மக்கள் பணம், அதைக் கவனமாகச் செலவழிக்க வேண்டும் என்ற பார்வையற்றுச் செயல்படும் மனநிலையில்தான் உள்ளனர். இந்தச் சூழலில் சமூகத்தில் சமூக பொருளாதார மேம்பாடு என்பது மக்களின் உரிமை, அவற்றை மக்கள்தான் பாதுகாத்து, பங்கேற்றுச் செயல்பட்டுக் கொண்டுவர வேண்டும் என்பது மிகக் கடினமான பணி.

அதுமட்டுமல்ல, மத்திய மாநில அரசுகள் என்ன நோக்கங் களுக்காக சட்டங்களையும் திட்டங்களையும் உருவாக்கிச் செயல்படுத்துகின்றன என்பதைப் புரிந்துகொண்டு மக்கள் மத்தியில் அவற்றை நடைமுறைப்படுத்துவது அடுத்த கடினமான பணியாகும். 75 ஆண்டுகால சுதந்திர இந்தியாவில் மக்களிடம் அடிப்படை மாற்றத்திற்கான செயல்பாடுகள் என்னென்ன, அவற்றை நடைமுறைப்படுத்த பொதுமக்களாகிய நாம் குடி மக்களாகச் செயல்பட என்ன செய்ய வேண்டும் என்ற புரிதலை நாம் ஏற்படுத்தவில்லை. அதனால்தான் நம் மத்திய மாநில அரசுகளின் எண்ணற்ற திட்டங்களால் உருவாக்க வேண்டிய மாற்றங்களை உருவாக்க இயலவில்லை. இதை அறிந்த பிறகுதான் மக்களுக்குப் பக்கத்தில் மக்கள் அரசாங்கமும் மக்களைப் பங்கேற்க வைக்க அமைப்புமுறையும் உள்ளாட்சியை ஒட்டி ஏற்பாடு செய்யப் பட்டுள்ளன. உள்ளாட்சியில் பல நிலைக் குழுக்கள் உருவாக்கப்பட்டுள்ளன. அதேபோல் கிராமசபை உருவாக்கப் பட்டுள்ளது. அத்துடன் பள்ளிகளை மேலாண்மை செய்வதற்குப்

பள்ளி மேலாண்மைக் குழு உருவாக்கப்பட்டுள்ளது. அனைத்தும் சட்டபூர்வமாக உருவாக்கப்பட்டுள்ளன.

இவை பற்றிய புரிதல் இல்லாததால்தான் அரசுத் திட்டத்தால் ஏற்பட வேண்டிய மாற்றங்களும் பொதுநிறுவனங்களால் ஏற்பட வேண்டிய மாற்றங்களும் நம் சமூகத்தில் ஏற்படவில்லை. இவை அனைத்தையும் நாம் சடங்காகவும் சம்பிரதாயமாகவும் மாற்றி விட்டதன் விளைவு நாடு சுதந்திரம் அடைந்து 75 ஆண்டுகள் ஆகியும் எதிர்பார்த்த அடிப்படை மாற்றங்களைச் சமூகத்தில் ஏற்படுத்த முடியவில்லை.

அரசமைப்புச் சட்டம் எல்லாப் பாதுகாப்பையும் எல்லாத் தரப்பு மக்களுக்கும் தருகிறது. அத்துடன் இருநூறுக்கும் மேற்பட்ட தனித்த சட்டங்கள் விளிம்புநிலை மக்களுக்கு மிகப் பெரிய பாதுகாப்பைத் தருகின்றன. அத்துடன் மக்களுக்கான அடிப்படை மேம்பாட்டுப் பணிகளை உரிமைகளாக சட்டத்தின் மூலம் தந்துள்ளது. அது மட்டுமல்ல அவற்றுக்கான திட்டங்களையும் உருவாக்கி, நிதி ஒதுக்கீடும் செய்து கொடுத்துள்ளது. இருந்தும் விளிம்புநிலை மக்களின் வாழ்க்கைச் சூழல் மேம்படவில்லை. எனவே மக்களின் மேம்பாட்டுக்கான புதிய வாய்ப்புக்கள் பல்வேறு வடிவங்களில் வந்த வண்ணம் இருக்கின்றன. அவற்றை இனம் கண்டு முழுப் புரிதலுடன் மக்களைத் தயார் செய்து பயன்படுத்த வைக்க வேண்டும். தற்போது ஒரு புதிய வாய்ப்பாக, பள்ளி மேலாண்மையில் பஞ்சாயத்தும், பொதுமக்களும், பெற்றோர்களும், சமூக ஆர்வலர்களும் பங்கெடுத்துப் பள்ளிக் கல்வியையும் குழந்தைகள் மேம்பாட்டையும் உறுதிபடுத்திச் செயல்படும் சூழல் வந்துள்ளது. அதைப் புரிந்து நம் உள்ளாட்சித் தலைவர்கள் செயல்பட வேண்டும்.

ஒருங்கிணைந்த பள்ளிக்கல்வி மேலாண்மைக்குழு

பள்ளியின் முன்னேற்றத்திற்காகவும் பள்ளி வளர்ச்சிக்குத் துணை நிற்கவும் கட்டாயக் கல்வி உரிமைச் சட்டம் 2009இன்படி பள்ளி மேலாண்மைக்குழு உருவாக்கப்பட்டுள்ளது.

நம் குழந்தைகளின் தரமானக் கல்வியை உறுதி செய்ய, அரசுப் பள்ளிகளை மேம்படுத்துவதற்கும், பெற்றோர்களின் பங்கேற்பும்

சமூகத்தின் பங்களிப்பும் மிகவும் முக்கியமானவை என்று கல்வி உரிமைச் சட்டம் வலியுறுத்துகிறது.

மாநிலம் முழுவதும் பள்ளி மேலாண்மைக் குழுக்களை மறுகட்டமைப்புச் செய்வது என்றும், தேர்ந்தெடுக்கப்பட்ட பள்ளி மேலாண்மைக்குழு உறுப்பினர்களுக்கு முறையான பயிற்சி அளித்து இந்தக் குழுக்களைச் சிறப்பாகச் செயல்பட ஊக்கம் அளிக்கவும் வேண்டியுள்ளது.

எனவே பள்ளிக் கல்வித்துறை, பள்ளி மேலாண்மைக் குழுக்களை வலுப்படுத்தி அவை சிறப்பாகச் செயல்பட, வழிகாட்ட மாநில, மாவட்ட அளவிலான கருத்தாளர்களுக்குப் பயிற்சியளித்துள்ளது. இவர்கள் வாயிலாகப் பள்ளி மேலாண்மைக் குழு உறுப்பினர் களுக்குப் பயிற்சி அளிக்கப்படும். இது ஒரு தொடர் நிகழ்வு.

குழந்தைகளுக்கான கட்டாயக் கல்வி உரிமைச் சட்டம் 2009இன் படி இரண்டு ஆண்டுகளுக்கு ஒருமுறை பள்ளி மேலாண்மைக் குழுக்களை மறுகட்டமைப்புச் செய்வது அவசியமாகிறது. பள்ளி மேலாண்மைக் குழுக்களுக்குப் பெற்றோர்களில் இருந்து 15 உறுப்பினர்களைத் தேர்ந்தெடுப்பதில் ஒளிவுமறைவற்ற முறை பின்பற்றப்பட வேண்டும். பள்ளிகளில் படிக்கும் குழந்தைகளின் பெற்றோர்களே தங்களின் பிரதிநிதிகளைத் தேர்ந்தெடுக்க வேண்டும். பள்ளி மேலாண்மைக் குழு உறுப்பினர்கள் சிறப்பாகச் செயல்பட வேண்டுமென்றால், அவர்களின் உள்ளார்ந்த விருப்பமும் ஈடுபாடும் பள்ளி வளர்ச்சிக்கான செயல்பாடுகளுக்கு நேரம் ஒதுக்குவதும் மிகவும் அவசியமாகும்.

1. பெற்றோர் உறுப்பினர்கள் (15)

அந்தப் பள்ளியில் பயிலாத மாணவர்களின் பெற்றோர்கள் பள்ளி மேலாண்மைக் குழுவில் பெற்றோர் உறுப்பினராக இடம்பெற இயலாது. பெற்றோர்களின் பிரதிநிதித்துவம் அனைத்துச் சமுதாய மக்களையும் உள்ளடக்கியதாக இருக்க வேண்டும்.

2. ஆசிரியர் பிரதிநிதி

ஆசிரியர் பிரதிநிதி அரசாணை 213, நாள்: 26.12.2011இன்படி அந்தப் பள்ளியிலுள்ள ஆசிரியர்களால் தீர்மானிக்கப்படுவார்.

11. 1: பள்ளி மேலாண்மைக்குழு உறுப்பினர் விவரம்

எண்	வகை	எண்ணிக்கை	பதவி	முன்னுரிமை
1	பெற்றோர்	1	தலைவர்	பெண்
2	பள்ளியில் பயிலும் மாற்றுத் திறனாளி மாணவர்களின் பெற்றோர், பள்ளியில் பயிலும் மாணவர்களின் பெற்றோர்களாக உள்ள தூய்மைப் பணியாளர்கள், எய்ட்ஸ் நோயாளிகள், திருநங்கைகள் அல்லது எஸ்சி, எஸ்டீ வகுப்பைச் சார்ந்த குழந்தையின் பெற்றோர்.	1	துணைத் தலைவர்	
3	தலைமையாசிரியர்	1	உறுப்பினரும் கூட்ட அழைப் பாளரும் (கன்வீனர்)	பெண் 1
4	ஆசிரியர் பிரதிநிதி	1	உறுப்பினர்	பெண் 7
5	பெற்றோர் பிரதிநிதிகள் (எஸ்சி, எஸ்டீ, எம்பிசி, நலிவடைந்த பிரிவினர்)	12	உறுப்பினர்	பெண் 1
6	உள்ளாட்சிப் பிரதிநிதிகள்	2	உறுப்பினர்	பெண் 1
7	கல்வி ஆர்வலர்/புரவலர்/ அரசு சாரா அமைப்பினர்/ ஓய்வு பெற்ற ஆசிரியர்	1	உறுப்பினர்	பெண் 1
8	சுய உதவிக்குழு உறுப்பினர் (பெற்றோர்)	1	உறுப்பினர்	பெண் 1
	மொத்த உறுப்பினர்கள்	20		

பார்க்க: அரசாணை எண். 42, நாள்: 06. 03. 2019. மொத்த உறுப்பினர்களில் 75% அதாவது 15 உறுப்பினர்கள் பெற்றோர்களாக இருக்க வேண்டும். அவர்களுள் குறைந்தபட்சம் 10 பெண் உறுப்பினர்கள் கட்டாயமாக இடம்பெற்றிருக்க வேண்டும்.

3. உள்ளாட்சிப் பிரதிநிதிகள்

அ. உள்ளாட்சிப் பிரதிநிதி மக்களால் தேர்ந்தெடுக்கப்பட்ட மாநகராட்சி, நகராட்சி, பேரூராட்சி, ஊராட்சிமன்ற உறுப்பினர்கள் ஆவர்.

ஆ. அரசாணை 213, நாள்: 26. 12. 2011இன்படி பள்ளி மேலாண்மைக் குழு உறுப்பினர்கள் உள்ளாட்சி மன்றத்தால் தீர்மானிக்கப்படுவர்.

ஊரக உள்ளாட்சி மாநகராட்சி, நகராட்சி, பேரூராட்சி பகுதிகளில் அமைந்துள்ள பள்ளிகளின் பள்ளி மேலாண்மைக் குழுவில் இடம்பெறும் மக்களால் தேர்ந்தெடுக்கப்பட்ட உள்ளாட்சிப் பிரதி நிதிகள் அட்டவணையில் (11. 2) உள்ளவாறு தேர்ந்தெடுக்கப்பட வேண்டும். இதற்கான தேர்வை உள்ளாட்சி மன்றம் தீர்மானிக்கும்.

4. கல்வி ஆர்வலர், அரசு சாரா அமைப்பினர், ஓய்வுபெற்ற ஆசிரியர், புரவலர்

அ. கல்வி ஆர்வலர், அரசு சாரா அமைப்பினர், ஓய்வுபெற்ற ஆசிரியர் என்பவர் கற்றலை மேம்படுத்தும் இல்லம் தேடிக் கல்வித் திட்டத்தில் சிறப்பாகச் செயல்படுபவராகவும், மாணவர்களின் நலனில் அதிக அக்கறைகொண்டவராகவும், பள்ளி அமைந்துள்ள அதே பகுதியில் வசிப்பவராகவும் இருக்க வேண்டும்.

ஆ. ஒன்றுக்கும் மேற்பட்ட இல்லம் தேடிக் கல்வி தன்னார்வலர் உறுப்பினராகச் செயல்பட விருப்பம் தெரிவித்தால், பெரும் பான்மையான பெற்றோர்கள் தேர்வு செய்யும் தன்னார்வலர் உறுப்பினராகலாம்.

இ. புரவலர் பள்ளியின் வளர்ச்சிக்காகப் பணமாகவோ, பொருளாகவோ கடந்த ஐந்தாண்டுகளில் நன்கொடை அளித்தவர்களில் ஒருவர் பள்ளி மேலாண்மைக் குழுவில் உறுப்பினர் ஆகலாம். நன்கொடை அளித்ததற்கான ஆதார ஆவணத்தைச் சமர்ப்பிக்க வேண்டும்.

11. 2: உள்ளாட்சிப் பிரதிநிதிகள் தேர்ந்தெடுக்கப்படும் முறை

பள்ளிகளின் எண்ணிக்கை	உள்ளாட்சிப் பிரதிநிதி எண்ணிக்கை	ஊராட்சி உறுப்பினர் விவரம்
மாநகராட்சி, நகராட்சி, பேரூராட்சி பகுதிகளில் ஒரு பள்ளி மட்டும் அமைந்து இருந்தால்.	2	1. ஊராட்சித் தலைவர் 2. அந்தப் பள்ளி அமைந்துள்ள பகுதியின் ஊராட்சி வார்டு உறுப்பினர் அல்லது அந்தப் பள்ளியில் பயிலும் பெரும்பான்மையான மாணவர்களின் இருப்பிடம் சார்ந்த வார்டு உறுப்பினர் அல்லது பள்ளியில் பயிலும் மாணவரின் பெற்றோர் வார்டு உறுப்பினராக இருந்தால் அவருக்கு முன்னுரிமை அளிக்கலாம்.
	2	*நிகழ்வு 1: முதல் பள்ளியில்* 1. ஊராட்சித் தலைவர் 2. அந்தப் பள்ளி அமைந்துள்ள பகுதியின் ஊராட்சி வார்டு உறுப்பினர் அல்லது அந்தப் பள்ளியில் பயிலும் பெரும்பான்மையான மாணவர்களின் இருப்பிடம் சார்ந்த வார்டு உறுப்பினர் அல்லது பள்ளியில் பயிலும் மாணவரின் பெற்றோர் வார்டு உறுப்பினராக இருந்தால் அவருக்கு முன்னுரிமை அளிக்கலாம். *நிகழ்வு 2: இரண்டாவது பள்ளியில்* 1. அந்தப் பள்ளி அமைந்துள்ள பகுதியின் ஊராட்சி வார்டு உறுப்பினர். 2. அந்தப் பள்ளியில் பயிலும் பெரும்பான்மையான மாணவர்களின் இருப்பிடம் சார்ந்த வார்டு உறுப்பினர் அல்லது மாணவரின் பெற்றோர் வார்டு உறுப்பினராக இருந்தால் அவருக்கு முன்னுரிமை அளிக்கலாம். *இரண்டிற்கும் மேற்பட்ட பள்ளிகள் இருந்தாலும் இதே முறையைப் பின்பற்ற வேண்டும்.*

4. கல்வி ஆர்வலர், புரவலர், ஓய்வு பெற்ற ஆசிரியர், அரசு சாரா அமைப்பினர் இவர்களில் ஒருவர் மட்டுமே பள்ளி மேலாண்மைக்குழு உறுப்பினராக இருக்கலாம்.

5. **உறுப்பினர், கூட்ட அழைப்பாளர் (மெம்பர், கன்வீனர்)**

அ. பள்ளியின் தலைமையாசிரியர் பள்ளி மேலாண்மைக் குழுவில் பதவிவழி உறுப்பினராக இடம்பெறுவார். மேலும் தலைமையாசிரியர் பள்ளி மேலாண்மைக்குழுக் கூட்டங்களைக் கூட்டும் கூட்ட அழைப்பாளராக (கன்வீனர்) செயல்படுவார்.

ஆ. தலைமையாசிரியர் இல்லாத நேர்வுகளில் பள்ளியின் மூத்த ஆசிரியர் பள்ளி மேலாண்மைக்குழுக் கூட்டங்களைக் கூட்டும் கூட்ட அழைப்பாளராகச் செயல்படுவார்.

6. **சுய உதவிக்குழு உறுப்பினர் (பெற்றோர்)**

அ. சுய உதவிக் குழுக்களில் இடம்பெற்றுள்ள, பள்ளியில் பயிலும் மாணவர்களின் பெற்றோர்களில் ஒருவர் பள்ளி மேலாண்மைக் குழுவின் உறுப்பினராகத் தேர்வு செய்யப்படுவார். சுய உதவிக் குழுவின் ஊக்குநர் தலைவர், ஊராட்சி அளவிலான கூட்டமைப்பு (ஃபெடரேஷன்) உறுப்பினர்களுக்கு முன்னுரிமை அளிக்கலாம்.

ஆ. சுய உதவிக்குழுக்களில் இடம்பெற்றுள்ள, பள்ளியில் பயிலும் மாணவர்களின் பெற்றோர்களில் ஒன்றுக்கும் மேற்பட்டவர்கள் பள்ளி மேலாண்மைக் குழுவின் உறுப்பினராக விருப்பம் தெரிவிக்கும் நேர்வுகளில் பெரும்பான்மை பெற்றோரின் விருப்பப்படி தேர்வு செய்யப்படுவார்.

பெற்றோர்களுக்கு மறுகட்டமைப்பு குறித்த தகவல்

பயிற்சிபெற்ற இல்லம் தேடிக் கல்வி மைய தன்னார்வலர்கள் மூலமாக மையங்களில் பயிலும் மாணவர்களின் பெற்றோர்களுக்கு பள்ளி மேலாண்மைக் குழு மறுகட்டமைப்பு குறித்து விளக்கப்பட்டுள்ளது. மறுகட்டமைப்பு நாளில் பள்ளிக்கு வருகை புரிவதன் அவசியம் குறித்தும் மறுகட்டமைப்பில் பங்கு

பெறுவதன் அவசியம் குறித்தும் விளக்கமாக எடுத்துரைக்கப் பட்டுள்ளது.

மறுகட்டமைப்பு நடத்துவதற்கு முன்பு மார்ச் 20 அன்று பெற்றோர்களுக்கு ஒரு விளக்கக் கூட்டம் நடத்த வேண்டும். பள்ளி மேலாண்மைக்குழுவின் மறுகட்டமைப்பு குறித்தும், அதன் செயல்பாடுகள் குறித்தும், உறுப்பினர்களின் பொறுப்புகள்-கடமைகள் குறித்தும் பெற்றோருக்கு விளக்கம் அளிக்கப்பட வேண்டும். இந்த விளக்கக் கூட்டத்தைத் தலைமை ஆசிரியர், ஆசிரியர்கள், மாநில-மாவட்டக் கருத்தாளர்கள், ஆசிரியர் பயிற்றுநர் ஆகியோர் நடத்த வேண்டும்.

1. பள்ளி மேலாண்மைக்குழு மறுகட்டமைப்பு தொடர்பான அழைப்புக் கடிதத்தைத் தயார் செய்து பெற்றோர்களுக்கு அனுப்ப வேண்டும் அல்லது ஆசிரியர்கள் தங்கள் வகுப்பில் பயிலும் மாணவர்களின் நோட்டுப் புத்தகத்தில் அதற்கான அழைப்புக் கடிதத்தை எழுதி அனுப்ப வேண்டும். அதில் பெற்றோர்களின் கையொப்பம் பெற்று அவர்களின் பங்களிப்பை உறுதிசெய்ய வேண்டும்.

2. பெற்றோருக்கான அழைப்பிதழ் தொடர்பான துண்டறிக்கை களைப் பள்ளியில் படிக்கின்ற குழந்தைகள் மூலம் கொடுத்து அனுப்பலாம்.

3. பள்ளி மேலாண்மைக்குழு மறுகட்டமைப்பு குறித்த தகவல்களை மக்கள் அதிகம் பார்க்கும் முக்கிய இடங்களில் (எகா) ரேஷன் கடைகள், பஞ்சாயத்து அலுவலகம்/நகராட்சி அலுவலகம்/சமுதாயக்கூடம் (அல்லது) மின்கட்டணம் செலுத்தும் மின்வாரிய அலுவலகம் போன்ற இடங்களில் பார்வையில் படும்படியாக வைக்கலாம்.

4. வாட்ஸ்அப் செய்திகள் மூலம் பள்ளி மேலாண்மைக்குழு மறுகட்டமைப்பு நடைபெறுவது குறித்துப் பெற்றோர் களுக்குத் தெரியப்படுத்த வேண்டும்.

5. மக்கள் கூடுகின்ற முக்கிய இடங்களில் பள்ளி மேலாண்மைக் குழு குறித்த விழிப்புணர்வு பதாகைகள் (பேனர்) வைக்கலாம்.

இத்தகைய நிகழ்வுகளின் மூலம் பள்ளி மேலாண்மைக்குழு

மறுகட்டமைப்பிற்கு பெற்றோர்களின் வருகையையும் பங்களிப்பையும் உறுதிசெய்ய வேண்டும்.

பள்ளி மேலாண்மைக்குழு உறுப்பினர்களைத் தேர்வு செய்தல்

பள்ளி மேலாண்மைக்குழு உறுப்பினர்களைத் தேர்வு செய்யும் நடைமுறையைப் பதவிவழி தலைமையேற்று நடத்தும் அலுவலராக பள்ளியின் தலைமையாசிரியர் செயல்படுவார்.

மாவட்ட ஆட்சியரால் நியமிக்கப்படும் அரசு அலுவலர் ஒருவர் இந்த நிகழ்வில் பார்வையாளராகக் கலந்துகொண்டு தலைமை யாசிரியருக்கு தக்க உதவிகளைச் செய்வார்.

மறுகட்டமைப்புச் செய்யும் வழிமுறைகள்

1. மாணவர்களின் பெயர், பயிலும் வகுப்பு, அவர்களின் பெற்றோரின் பெயர், முகவரி அடங்கிய பட்டியலை மறுகட்டமைப்பு நடைபெறும் ஏழு நாள்களுக்கு முன்பாக தயார் செய்து வைத்துக்கொள்ள வேண்டும். இந்தத் தகவல் களைக் கல்வி மேலாண்மைத் தகவல் முறைமையிலிருந்து (இஎம்ஐஎஸ்)பதிவிறக்கம் செய்துகொள்ளலாம் (படிவம் 1).
2. மறுகட்டமைப்பு நடைபெறும் நாளில், குறிப்பிட்ட நேரத்தில் அனைத்துப் பெற்றோர்களும் வரவழைக்கப் பட்டு, பள்ளிவளாகத்தில் போதிய இடவசதியுள்ள அறை அல்லது திறந்த வெளியில் அமரவைக்கப்பட வேண்டும். அதிக எண்ணிக்கையில் பெற்றோர்கள் கூட்டத்தில் கலந்து கொள்வதை உறுதிசெய்ய வேண்டும்.
3. ஒரு மாணவரின் தாய், தந்தை இருவரும் மறுகட்டமைப்பு நாளில் பள்ளிக்கு வருகைபுரியும் நேர்வில் அவர்களில் யாராவது ஒருவர் மட்டுமே தேர்வு செய்யும் நிகழ்வில் பங்கேற்க வேண்டும்.
4. இடவசதி குறைவாக இருந்தால் தேவை ஏற்படின் 1-5 வகுப்பு மாணவர்களின் பெற்றோர்களைத் தனியாகவும் 6-8 வகுப்புகள், 9-10 வகுப்புகள், 11-12 வகுப்புகள் பயிலக் கூடிய மாணவர்களின் பெற்றோர்களைத் தனித் தனியாகவும் அமரச்செய்து, அவர்களுக்குரிய உறுப்பினர்களைத் தேர்வு செய்யலாம்.

5. அனைத்து வகுப்புகளில் பயிலும் குழந்தைகளின் பெற்றோர் பிரதிநிதித்துவத்தை உறுதிசெய்ய பின்வரும் வழி முறையைப் பின்பற்றலாம்.

உறுப்பினர்களின் விகிதாச்சாரப் பிரதிநிதித்துவம்

பள்ளி மேலாண்மைக்குழு மறுகட்டமைப்பிற்குத் தேர்ந்தெடுக்க வேண்டிய 15 பெற்றோர் உறுப்பினர்களில் பின்வரும் அட்டவணை 10.3இல் உள்ளபடி விகிதாச்சாரப் பிரதிநிதித்துவம் அளிக்க வேண்டும்.

மாற்றுத்திறனாளி குழந்தைகளின் பெற்றோர் யாரும் இல்லையெனில் பள்ளியில் பயிலும் மாணவர்களின் பெற்றோராக உள்ள தூய்மைப் பணியாளர்கள், எய்ட்ஸ் நோயாளிகள், திருநங்கைகள், இவர்களில் ஒருவர் தேர்வு செய்யப்பட வேண்டும்.

பள்ளிகளில் ஏதேனும் வகுப்புகளின் பிரிவுகளில் (1 முதல் 5 வரை, 6 முதல் 8 வரை, 9 முதல் 10 வரை, 11 முதல் 12 வரை) மாணவர்கள் எண்ணிக்கை அல்லது மறுகட்டமைப்பு நாளன்று வருகை தரும் பெற்றோர்களின் எண்ணிக்கை குறைவாக இருந்தால் அந்தப் பிரிவில் பெற்றோர்களின் பிரதிநிதித்துவத்தைக் குறைத்துக்கொண்டு எந்தப் பிரிவில் மாணவர்கள் எண்ணிக்கை அல்லது மறுகட்டமைப்பு நாளன்று பெற்றோர்களின் வருகை அதிகமாக இருக்கிறதோ அந்தப் பிரிவில் பெற்றோர்களின் பிரநிதித்துவத்தை அதிகரித்துக்கொள்ளலாம். இதை அந்தந்தப் பள்ளியின் சூழ்நிலைக்கு ஏற்ப முடிவு செய்துகொள்ளலாம்.

பள்ளியில் பயிலும் மாணவர்களின் குடியிருப்பு பகுதிகள் ஒவ்வொன்றுக்கும் பிரதிநிதித்துவம் கிடைப்பதை உறுதிப்படுத்த வேண்டும்.

தேர்வு செய்யும் முறை

1. தலைமையாசிரியரே உறுப்பினர்களைத் தேர்வு செய்யும் அலுவலராக இருப்பார் என்பதைக் கூட்டத்தின் தொடக்கத்தில் பெற்றோருக்குத் தெரியப்படுத்துதல் வேண்டும்.
2. ஆசிரியர் ஒருவர் ஒவ்வொரு பதவி உறுப்பினர் குறித்த விளக்கத்தையும் கடமைகளையும் தெளிவாகவும், சுருக்கமாகவும் பெற்றோர்களுக்கு எடுத்துக்கூற வேண்டும்.

3. விகிதாச்சாரப் பிரதிநிதித்துவ அடிப்படையில் மேற்காணும் அட்டவணையில் உள்ளபடி பெற்றோர் உறுப்பினர்களைத் தேர்வு செய்ய வேண்டும்.

4. பதவி வழி உறுப்பினர் தவிர மற்ற உறுப்பினராகத் தேர்வு செய்யப்பட விரும்புபவரைப் பெற்றோர்களில் யாராவது ஒருவர் முன்மொழிய வேண்டும். அதை மற்றொருவர் வழிமொழிய வேண்டும்.

5. ஒருவேளை யாரும் முன்மொழியவில்லையெனில் யாரெல்லாம் உறுப்பினராக விரும்புகிறீர்கள் என்று தேர்வு செய்யும் அலுவலர் கேட்கவேண்டும்.

6. யாரெல்லாம் உறுப்பினராக விரும்புகிறார்களோ அவர்களை மேடைக்கு அழைத்து பெற்றோர்கள் முன்னிலையில் ஒவ்வொருவராக அவர்களை அறிமுகப்படுத்தி இவரை உறுப்பினராகத் தேர்ந்தெடுக்க நீங்கள் அனைவரும் சம்மதிக் கிறீர்களா என்று கேட்டு சம்மதத்தைப் பெற வேண்டும். இதற்கு கையை உயர்த்தி சம்மதம் தெரிவிக்கும் முறையைப் பின்பற்ற வேண்டும்.

7. சம்மதம் தெரிவிக்கும் பெற்றோரின் எண்ணிக்கையை ஒவ்வொரு போட்டியாளருக்கும் தனித் தனியாகக் கணக்கிட்டு இதற்கான படிவத்தில் குறித்துக்கொள்ள வேண்டும் (படிவம் 2).

8. அதிக எண்ணிக்கையில் பெற்றோர்களின் ஆதரவை பெறுபவர் தேர்ந்தெடுக்கப்பட்டவராக அறிவிக்க வேண்டும்.

9. சமமான எண்ணிக்கையில் பெற்றோர்களின் ஆதரவு இருக்குமானால், அவர்களின் பெயர்களைக் காகிதத் துண்டில் எழுதி அட்டைப் பெட்டியில் போட்டுக் குலுக்கல் முறையில் ஒருவரைத் தேர்ந்தெடுக்க வேண்டும்.

1. பதவி வழி உறுப்பினர் தேர்வு

அ. உள்ளாட்சிப் பிரதிநிதி உறுப்பினர்கள்- பள்ளி மேலாண்மைக் குழு மறு கட்டமைப்பு நடைபெறும் மூன்று நாள்களுக்கு முன்பாக உள்ளாட்சி மன்றத்தில் தீர்மானம் நிறைவேற்றி

11.3: உறுப்பினர்களின் விகிதாச்சாரப் பிரதிநிதித்துவம்

வ. எண்	பள்ளியில் உள்ள வகுப்புகள்	மாணவர்கள் பயிலும் வகுப்பு அடிப்படையில் தேர்வு செய்யப்பட வேண்டிய பெற்றோர்கள்		சுய உதவிக்குழு பெற்றோர் உறுப்பினர்	மொத்தம்
		வகுப்பு	உறுப்பினர்		
1	அரசு தொடக்கப் பள்ளி				
	1 முதல் 5 வகுப்புகள்	1-5	14	1	15
2	அரசு நடுநிலைப் பள்ளி				
	1 முதல் 8 வகுப்புகள்	1-5	8	1	15
		6-8	6		
3	அரசு உயர்நிலைப் பள்ளி				
	1 முதல் 10 வகுப்புகள்	1-5	6	1	15
		6-8	4		
		9-1	4		
	6 முதல் 10 வகுப்புகள்	6-8	7	1	15
		9-1	7		
4	அரசு மேல்நிலைப் பள்ளி				
	1 முதல் 12 வகுப்புகள்	1-5	3	1	15
		6-8	3		
		9-1	4		
		11-12	4		
	6 முதல் 12 வகுப்புகள்	6-8	5	1	15
		9-1	4		
		11-12	4		

மேற்கண்ட அட்டவணையில் உள்ள உறுப்பினர்களில் பெண் உறுப்பினர் எண்ணிக்கை குறைந்தது 7 ஆக இருக்க முன்னுரிமை அளிக்கலாம்.

மாற்றுத் திறனாளி குழந்தைகளின் பெற்றோர் ஒருவராவது இடம்பெறுவதை உறுதிப்படுத்திக் கொள்ள வேண்டும்.

உரிய பிரதிநிதிகளின் விவரத்தைத் தொடர்புடைய பள்ளித் தலைமையாசிரியருக்கு எழுத்து மூலம் தெரியப்படுத்த வேண்டும்.

ஆ. ஆசிரியர் உறுப்பினர் - ஆசிரியர்களின் ஒருமித்த கருத்துடன் ஆசிரியர் உறுப்பினரைத் தேர்ந்தெடுக்க வேண்டும்.

2. தலைவர் தேர்வு

பள்ளி மேலாண்மைக்குழு பெற்றோர் உறுப்பினர்களில் ஒருவர் குழு உறுப்பினர்களால் பள்ளி மேலாண்மைக்குழு தலைவராகத் தேர்வு செய்யப்படுவார். இந்தத் தேர்வில் பெண் உறுப்பினர்களுக்கு முன்னுரிமை அளிக்கலாம்.

1. ஒன்றுக்கு மேற்பட்ட பெண் உறுப்பினர்கள் பள்ளி மேலாண்மைக்குழு தலைவராக விருப்பம் தெரிவித்தால் பெரும்பான்மை உறுப்பினர்களின் ஆதரவு பெற்றவர் தலைவராகத் தேர்ந்தெடுக்கப்படுவார்.

2. பள்ளி மேலாண்மைக்குழு தலைவராகப் பெண், ஆண் உறுப்பினர்கள் விருப்பம் தெரிவிக்கும் நேர்வுகளில் முன்னுரிமை அடிப்படையில் விருப்பம் தெரிவிக்கும் பெண் உறுப்பினர்களில் ஒருவரே பெரும்பான்மை உறுப்பினர் களால் தலைவராகத் தேர்வு செய்யப்பட வேண்டும்.

3. பள்ளி மேலாண்மைக்குழு தலைவராகப் பெண் உறுப்பினர்கள் யாரும் விருப்பம் தெரிவிக்கவில்லை எனில், விருப்பம் தெரிவிக்கும் ஆண் உறுப்பினர்களில் ஒருவர் பெரும்பான்மை உறுப்பினர்களால் தலைவராகத் தேர்வு செய்யப்படுவார்.

4. மேற்கண்ட தகுதிவாய்ந்த உறுப்பினர்களில் தலைவராகத் தேர்வு செய்யப்பட ஓர் உறுப்பினர் முன்மொழிய வேண்டும். மற்றொரு உறுப்பினர் வழிமொழிய வேண்டும்.

5. பள்ளி மேலாண்மைக்குழு மறுகட்டமைப்பு நடைபெறும் நாளிலேயே தலைவர் தேர்வு செய்யப்பட வேண்டும்.

6. ஒன்றுக்கும் மேற்பட்ட உறுப்பினர்கள் தலைவராக விருப்பம் தெரிவிக்கும் நேர்வுகளில் உறுப்பினர்களின் ஆதரவைத் தெரிந்துகொள்ள அவர்களின் கையை உயர்த்தி சம்மதம் தெரிவிக்கும் முறையைப் பின்பற்ற வேண்டும்.

7. சம்மதம் தெரிவிக்கும் உறுப்பினர்களின் எண்ணிக்கையை ஒவ்வொரு போட்டியாளருக்கும் தனித் தனியாகக் கணக்கிட்டு இதற்கான படிவத்தில் குறித்துக்கொள்ள வேண்டும் (படிவம் 3).

8. அதிக எண்ணிக்கையில் பெற்றோர்களின் ஆதரவைப் பெறும் நபரைத் தேர்ந்தெடுக்கப்பட்டவராக அறிவிக்க வேண்டும்.

9. சமமான எண்ணிக்கையில் உறுப்பினர்களின் ஆதரவு இருக்குமானால் அவர்களின் பெயர்களைக் காகிதத் துண்டில் எழுதி அட்டைப் பெட்டியில் போட்டுக் குலுக்கல் முறையில் ஒருவரைத் தேர்ந்தெடுக்க வேண்டும்.

10. தலைவர் தேர்வுக்கான முன்மொழிதல், வழிமொழிதல் பெற்ற ஆதரவு விவரங்களை இதற்கான படிவத்தில் பூர்த்தி செய்தல் வேண்டும். இந்தப் படிவத்தில் உறுப்பினர்கள் அனைவரிடமும் கையொப்பம் பெற வேண்டும்.

துணைத் தலைவர்

1. பள்ளியில் பயிலும் மாற்றுத் திறனாளி மாணவர்களின் பெற்றோர், பள்ளியில் பயிலும் மாணவர்களின் பெற்றோர் களாக உள்ள தூய்மைப் பணியாளர்கள், எய்ட்ஸ் நோயாளிகள், திருநங்கைகள் அல்லது எஸ்சி, எஸ்டீ வகுப்பைச் சார்ந்த குழந்தையின் பெற்றோர் பள்ளி மேலாண்மைக் குழு உறுப்பினர் களால் துணைத் தலைவராகத் தேர்வு செய்யப்படுவார்.

2. ஒன்றுக்கும் மேற்பட்ட தகுதியான உறுப்பினர்கள் துணைத் தலைவராக விருப்பம் தெரிவிக்கும் நேர்வுகளில் பெரும் பான்மை உறுப்பினர்களால் துணைத் தலைவர் தேர்வு செய்யப்படுவார்.

3. மேற்கண்ட தகுதிவாய்ந்த உறுப்பினர்களில் துணைத் தலைவராக ஒருவர் தேர்வு செய்யப்பட ஓர் உறுப்பினர் முன்மொழிய வேண்டும். மற்றொரு உறுப்பினர் வழிமொழிய வேண்டும்.

4. பள்ளி மேலாண்மைக்குழு மறுகட்டமைப்பு நடைபெறும் நாளிலேயே துணைத் தலைவர் தேர்வு செய்யப்பட வேண்டும்.

5. ஒன்றுக்கும் மேற்பட்ட உறுப்பினர்கள் துணைத் தலைவராக விருப்பம் தெரிவிக்கும் நேர்வுகளில் உறுப்பினர்களின் ஆதரவைத் தெரிந்துகொள்ள அவர்களின் கையை உயர்த்தி சம்மதம் தெரிவிக்கும் முறையைப் பின்பற்ற வேண்டும்.

5. சம்மதம் தெரிவிக்கும் உறுப்பினர்களின் எண்ணிக்கையை ஒவ்வொரு போட்டியாளருக்கும் தனித் தனியாகக் கணக்கிட்டு இதற்கான படிவத்தில் குறித்துக்கொள்ள வேண்டும் (படிவம் 4).

6. அதிக எண்ணிக்கையில் உறுப்பினர்களின் ஆதரவைப் பெறுபவரைத் தேர்ந்தெடுக்கப்பட்டவராக அறிவிக்க வேண்டும்.

7. சமமான எண்ணிக்கையில் உறுப்பினர்களின் ஆதரவு இருக்குமானால், அவர்களின் பெயர்களைக் காகிதத் துண்டில் எழுதி அட்டைப் பெட்டியில் போட்டுக் குலுக்கல் முறையில் ஒருவரைத் தேர்ந்தெடுக்க வேண்டும்.

8. துணைத் தலைவர் தெரிவுக்கான முன்மொழிதல், வழி மொழிதலையும், பெற்ற ஆதரவு விவரங்களையும் இதற்கான படிவத்தில் பூர்த்தி செய்தல் வேண்டும். இந்தப் படிவத்தில் உறுப்பினர்கள் அனைவரிடமும் கையொப்பம் பெற வேண்டும்.

முக்கியக் குறிப்புகள்

1. அனைவரையும் கண்ணியத்தோடு நடத்துவதைத் தலைமை யாசிரியர் உறுதி செய்ய வேண்டும்.

2. பள்ளி மேலாண்மைக்குழுவின் தலைவர், துணைத் தலைவர் தேர்வு செய்யப்பட்ட பிறகு தலைவர், துணைத் தலைவர்

இருவரும் பெற்றோர்களுடன் பள்ளி வளர்ச்சி குறித்துப் பேசுதல் வேண்டும்.

3. இறுதியாக உறுப்பினர்கள் அனைவரும் கூட்டப் பதிவேட்டில் கையெழுத்திட வேண்டும்.

4. அனைத்து உறுப்பினர்களின் கைபேசி எண்ணையும் முகவரியையும் தவறாமல் பதிவேட்டில் குறித்து வைத்துக் கொள்ள வேண்டும்.

5. தேர்வு செய்யப்பட்டவர்களின் பெயர்ப்பட்டியலை அவர்களின் பொறுப்பு விவரங்களுடன் பள்ளியின் அறிவிப்புப் பலகையில் அனைவரும் பார்க்கும்படியான இடத்தில் ஒட்ட வேண்டும்.

6. தேர்ந்தெடுக்கப்பட்ட இருபது உறுப்பினர்களும் ஒரு குழுவாக ஒளிப்படம் எடுத்துக்கொள்வது சிறப்பாக இருக்கும்.

7. தேர்வு செய்யப்பட்ட உறுப்பினர்களின் பட்டியல் மற்றும் அவர்களது குழு ஒளிப்படத்தையும் இஎம்ஐஎஸ் தளத்தில் பதிவேற்ற வேண்டும்.

தேர்வு செய்யப்பட்டவர்களின் முழு விவரம் பள்ளி மேம்பாட்டுத் திட்ட செயலியில் பதிவிட வேண்டும். உறுப்பினர்களின் பதவி, பிரதிநிதித்துவம் குறித்துப் பள்ளிக்கல்வித் துறையின் அரசாணை நிலை எண். 42, நாள்: 06.03.2019 இல் கூறியுள்ளவாறு தவறாமல் பின்பற்றி பள்ளி மேலாண்மைக்குழுக்களை மறுகட்டமைப்பு செய்ய வேண்டும்.

குழந்தைகளும் மேம்பாடும்

ஒருங்கிணைந்த குழந்தைகள் வளர்ச்சித் திட்டம் மூலம் பஞ்சாயத்துத் தலைவர்களுக்குக் கீழ்கண்ட சமுதாயத்தில் உள்ள குழந்தைகள் நலனை மேம்படுத்துமாறு வலியுறுத்தலாம்.

- கடுமையான மற்றும் மிதமான சத்துக் குறைபாட்டால் பாதிக்கப்பட்ட குழந்தைகளை அடையாளம் கண்டு அதற்கான சிகிச்சைக்காக பரிந்துரைக்க வேண்டும்.

- அங்கன்வாடி மையத்தில் தரப்படும் இணை உணவுகளை சரியாக குழந்தைகள் உண்ணுமாறு ஊக்கப்படுத்த வேண்டும்.

மேலும் இணை உணவின் அவசியத்தைப் பெற்றோருக்கு எடுத்துகூற வேண்டும்.

- முன் பருவக்கல்வி, குழந்தைகள் பராமரிப்பு குறித்த விழிப்புணர்வை ஏற்படுத்த வேண்டும்.
- பெற்றோர்களுக்கான கூட்டங்கள் நடத்தி, அவர்களுக்கு ஏற்படக்கூடிய சந்தேகங்களைத் தீர்க்க வேண்டும்.
- பஞ்சாயத்துத் தலைவரின் தலைமையில், கிராம சுகாதார 'ஊட்டச்சத்து நாள்' நடத்தப்பட்டுக் குழந்தைகளின் ஆரோக்கியத்தை மேம்படுத்த வேண்டும்.
- அங்கன்வாடி மையத்தின் கட்டமைப்பு வசதி, குடிநீர் வசதி, கழிப்பறை வசதி இவற்றைச் சீரமைக்க ஏற்பாடுகள் செய்தல் வேண்டும்.
- அங்கன்வாடி மைய நிலையில் உள்ள குழுவில் பங்கு பெற்று அதற்கு ஆதரவாகச் செயல்பட வேண்டும்.
- சத்தான காய்கறிகள் எளிதாகக் கிடைக்கும் விதத்தில் ஊட்டச்சத்து தோட்டம் அமைத்து அதன் மூலம் ஊட்டச்சத்து குறைபாடு இல்லாத குழந்தைகள் நிறைந்த சமுதாயத்தை உருவாக்க வேண்டும். இதில் பஞ்சாயத்துத் தலைவர்கள் முக்கிய பங்காற்ற வேண்டும்.
- தாய்மார்களைக் குழுக்களாக அமைத்து அவர்களின் பொறுப்புகளை விவரித்துக் கூற வேண்டும்.
- சத்துணவு, ஆரோக்கியம், குழந்தைகளின் நலன் போன்ற செய்திகள் உரிய முறையில் அனைவருக்கும் சென்று சேருமாறு பார்த்துக்கொள்ள வேண்டும்.
- போஷன் பஞ்சாயத்து என்கிற அமைப்பை உருவாக்கி அதன் மூலம் ஊட்டச்சத்து குறைபாடு உள்ள குழந்தைகளை அடையாளம் காண உதவலாம். அவர்களின் ஆரோக்கியம் மேம்பட எதிர்காலத்தில் அனைத்து நலன்களைப் பெற இது நிச்சயம் வழிவகுக்கும்.
- ஆக, பஞ்சாயத்துத் தலைவர்களின் பங்கு, சமுதாயத்தில் உள்ள குழந்தைகளின் உடல், மனம் ஆகியவற்றின்

மேம்பாட்டிற்கு மிகவும் அவசியமாகிறது.

- இந்தப் பணியை மிகுந்த அக்கறையுடனும், அரவணைப் போடும் அவர்கள் வழி நடத்திச் செல்ல வேண்டும்.
- பஞ்சாயத்துத் தலைவர்கள் தங்களது பஞ்சாயத்து 'ஊட்டச் சத்து குறைபாடில்லா பஞ்சாயத்தாக' உருவாக அனைத்து நடவடிக்கைகளையும் எடுக்க வேண்டும்.

போஷன் 2.0

1. தொலைநோக்குப் பார்வை. பிறந்தது முதல் 6 வயது குழந்தைகள், வளரிளம் பருவத்தினர், கர்ப்பிணி (ம) பாலூட்டும் தாய்மார்களின் ஊட்டச்சத்து நிலையை மேம்படுத்துவதற்கான இலக்கைக் கொண்டு மிஷன் போஷன் 2.0 தொடங்கப்படுகிறது. இது நல்ல ஊட்டச்சத்துக்கான அணுகலை வழங்கும். ஊட்டச்சத்து விழிப்புணர்வை ஊக்குவிக்கும்; நிலையான ஆரோக்கியத் தையும் ஆரோக்கியத்திற்கான கல்வியையும் வழங்கும்.

2. நோக்கங்கள்

போஷன் 2.0 என்பது தற்போதைய நிலையில் நிலவிவரும் ஊட்டச்சத்து நிலையிலிருந்து சரியான ஊட்டச்சத்து நிலையை அடைய கொண்டுவந்த திட்டமாகும். இதன் முக்கிய நோக்கங்கள்:

- பிறந்தது முதல் 6 வயது குழந்தைகள், வளரிளம் பருவத்தினர், கர்ப்பிணிகள் (ம) பாலூட்டும் தாய்மார்கள் ஆகியோரிடையே ஊட்டச்சத்துக் குறைபாட்டை குறிப்பிட்ட காலத்திற்குள் ஒழித்தல்.
- தலைமுறை தலைமுறையாக இருந்துவரும் ஊட்டச்சத்துக் குறைபாட்டை அகற்றுதல்.
- ஊட்டச்சத்து தொடர்பான குறைபாடுகளை நிவர்த்தி செய்தல்.
- நிலையான ஆரோக்கியம், நல்வாழ்வுக்கான ஊட்டச்சத்து விழிப்புணர்வையும் நல்ல உணவுப் பழக்கத்தையும் ஊக்குவித்தல்.

3. உத்திகள்

- ஊட்டச்சத்து பற்றிய தகவல்கள் மேலாண்மையையும் நிருவாகத்திற்கான தொழில்நுட்பத்தையும் பயன்படுத்துதல் (ஊட்டச்சத்து கண்காணிப்பு).
- தரமான, நிலையான மேம்படுத்தப்பட்ட ஊட்டச்சத்து குறித்த பார்வை, பரிசோதனை, விநியோகம், வீட்டிற்கு எடுத்துச் செல்லும் இணை உணவு குறித்தது.
- கடுமையான, மிதமான சத்துக் குறைபாட்டால், பாதிக்கப் பட்ட குழந்தைகளை மிகவும் சக்திவாய்ந்த முறையில், தலைமை மருத்துவ அதிகாரியைக்கொண்டு கண்காணித்து நெறிமுறைகளுடன் கூடிய சிகிச்சை அளிப்பது.
- மிதமான சத்துக் குறைபாட்டால், பாதிக்கப்பட்ட குழந்தைகளை, மேம்பட்ட உணவுத் திட்ட உத்திகள் மூலமாகக் கண்காணித்தல்.
- அமைச்சகங்களையும் பங்குதாரர்களாக ஒருங்கிணைத்து செயல்படுத்துதல்.
- ஒருங்கிணைந்த ஆயூஸ் அமைப்பின் மூலம் ஆரோக்கியம், ஊட்டச்சத்து குறித்து அறிதல்.
- பன்முகத் தன்மையுடன் மேம்படுத்தப்பட்ட பிராந்திய/ உள்ளூர் சமையல் குறிப்புகளைப் பரிமாறிக்கொள்ளுதல்.
- நுண்ணூட்டச்சத்துக் குறைபாடுகளைப் போக்க உணவுப் பொருள் களில் வைட்டமின்களையும் தாது உப்புகளையும் சேர்த்தல்.
- மேம்படுத்தப்பட்ட மேலாண்மை, கண்காணிப்பு முடிவுகளை அறிய மாவட்ட அளவில் நீதிபதியை அணுகி ஒருங்கிணைப்பு மையம் (*நோடல் கோர்*) அமைத்தல்.
- பங்குதாரர்களை வலுப்படுத்தி சமுதாயத்தில் அதிக ஈடுபாட்டைக் கொண்டுவருதல்.

4. பொதுவான மையம் (*காமன் கோர்*)

4. 1 தாயின் ஊட்டச்சத்து (*மெடர்னல் நியூட்ரிஷன்*)

- கர்ப்பிணிகள், பாலூட்டும் தாய்மார்களுக்கு (PWLM)

தேவையான ஆதரவு, ஊட்டச்சத்துக் கண்காணிப்பு.

- இரத்தசோகையைக் கண்டறிதல்.
- உணவுப் பொருள்களை வலுவேற்றுதல்.
- உணவுமுறை பற்றிய பன்முகத் தன்மை (பிராந்திய உணவுத் திட்டம்/கோழிப்பண்ணை/மீன்பிடித்துறை)
- ஊட்டச்சத்து குறித்து வளரிளம் பெண்களிடையே விழிப்புணர்வு ஏற்படுத்துதல்.

4. 2. கைக்குழந்தைகளுக்கும் குழந்தைகளுக்குமான உணவுகள்

- 0-6 மாதம் வரை குழந்தைகளுக்குத் தாய்ப்பால் மட்டுமே கொடுத்தல்.
- உணவு ஊட்டும் பழக்கம் ஆரோக்கியம், சுகாதாரம், பாதுகாக்கப்பட்ட குடிநீர், சுற்றுப்புறச் சுகாதாரம் போன்றவற்றை நடைமுறையில் பழக்கப்படுத்துதல்.
- உணவுப் பொருள்களுக்கு வலுவூட்டுதல்
- பல்வகை உணவுமுறையைப் பின்பற்றுதல் (பிராந்திய உணவுத்திட்டம்/கோழிப்பண்ணை/மீன்பிடித்துறை)

4. 3. கடுமையான, மிதமான ஊட்டச்சத்துக் குறைபாட்டால் பாதிக்கப்பட்ட குழந்தைகளுக்கான மருத்துவ முறைகள்

- வரும்முன் காத்தல்.
- தொடக்க நிலையிலேயே ஊட்டச்சத்துக்குறையைக் கண்டுபிடித்தல், சிகிச்சை மூலம் குழந்தைகளை நோயிலிருந்து மீட்டெடுத்தல்.
- சரியான நேரத்தில் பரிந்துரைத்து, குழந்தை வளர்ச்சியைப் பாதுகாத்தல்.
- தடுப்பூசி போடுதல், வயிற்றுப் பூச்சி நீக்க மருந்து கொடுத்தல்.

4. 4. ஆயூஸ் முறை மூலம் ஆரோக்கியத்தைப் பராமரித்தல்

- சத்தான காய்கறித் தோட்டங்கள்.
- பாரம்பரிய உணவு முறைகளைக் கண்டறிதல்.

5. தலையீடுகளுக்கான தூண்கள்-5

பார்க்க: அட்டவணை 11. 4

6. எதிர்பார்க்கப்படும் பலன்கள்

போஷன் 2.0இல் குள்ளத்தன்மை, குறைந்த எடையுடன் பிறக்கும் குழந்தைகளின் எண்ணிக்கையைக் குறைத்தல், இரத்தசோகையைக் குறைத்தல் ஆகியவை இலக்காகக் கொள்ளப்பட்டுள்ளன. இவை முறையே ஓர் ஆண்டிற்கு 2%, 2%, 3%, 2% என நிர்ணயிக்கப் பட்டுள்ளது. மேம்படுத்தப்பட்ட உணவு முறைகள், சத்துக்கான காய்கறித் தோட்டங்கள் போன்றவற்றைப் பற்றிய ஆழமான செய்திகள் சென்று சேர்வதன் மூலம், 2026 முதல் இந்தக் குறைபாடுகள் இரட்டிப்பாகக் குறையும் எனக் கருதப்படுகிறது.

மேலும், எடை குறைவாகப் பிறத்தலைக் குறைத்தல், குள்ளத் தன்மை, மெலிவுத்தன்மை (ம) ஊட்டச்சத்துக் குறைபாடு நிலையைக் குறைக்க வறுமைக் கோட்டின் கீழ் உள்ள பெண் களிடையே உள்ள அறியாமை, இளவயது திருமணம், கர்ப்பம் இவற்றைப் பற்றி வலியுறுத்திப் பேசி விழிப்புணர்வு ஏற்படுத்தும் போது இத்தகைய குறைபாடுகள் குறைய வாய்ப்பு உள்ளது.

7. சரியான நடைமுறை, சமூகக் கண்காணிப்பு, திறன் மேம்பாடு

முக்கிய பங்குதாரர்களின் ஒருங்கிணைப்புடன் அடித்தளத்தில் மேற்பார்வை சேவைகள் நல்ல ஊட்டச்சத்து விளைவுகளை அடைவதற்கு முக்கியமானவை. அங்கன்வாடி மையங்களில் உள்ள குழந்தைகளின் தாய்மார்களுக்கு ஆலோசனை வழங்குவதன் மூலம் இத்தகைய சேவைகளைச் சரியான முறையில் நீட்டிக்க முடியும். ஒவ்வொரு வீட்டிலும் ஊட்டச்சத்துக் குறைபாட்டை நிவர்த்தி செய்வதற்காக வடிவமைக்கப்பட்ட தலையீடுகள் கண்காணிக்கப்பட்டு வெற்றிகரமாகச் செயல்படுவதை உறுதி செய்வதில் தாய்மார்கள் குழுக்களும் போஷான் பஞ்சாயத்துத் தளங்களும் முக்கிய பங்கு வகிக்க முடியும்.

7.1. போஷன் பஞ்சாயத்து

மக்கள் இயக்கம் (ஜன் அந்தொலான்) மூலம் ஊட்டச்சத்து

தலையீடுகளின் வெற்றிக்குப் பஞ்சாயத்து ராஜ் நிறுவனங்கள், போஷான் பஞ்சாயத்துகள் தாய்மார்கள் குழுக்கள், விஎச் எஸ்என்சி ஆகியவற்றுக்கு ஊட்டச்சத்து-ஆரோக்கியம் தொடர்பான பிரச்சினை களைப் பற்றி விவாதிக்கவும் அங்கன்வாடி மைய அளவில் குழந்தைகளுக்கு ஊட்டச்சத்து விநியோகத்தின் முக்கியத்துவத்தைப் பற்றி மக்களுக்கு உணர்த்துவதற்கும் ஒரு பயனுள்ள ஒருங் கிணைப்புத் தளமாகச் செயல்பட முடியும். போஷான் பஞ்சாயத்தில் வீட்டிற்கு எடுத்துச் செல்லப்படும் இணை உணவு (*டீஎச்ஆர்*) பெறுதல், அதன் தரம், அனைத்துப் பயனாளிகளுக்கும் பகிர்தல் தொடர்பான மேற்பார்வை சேவைகளின் ஆணையம் இருக்கும்.

7.2. கிராமச் சுகாதாரம் (ம) ஊட்டச்சத்துக் குழு (*விஎச்எஸ்என்சி*)

சுகாதாரம் மற்றும் அதன் சமூக நலப்பணியாளர்கள் தொடர்பான பிரச்சினைகள் குறித்து கிராம அளவில் கூட்ட நடவடிக்கைகள் எடுக்க குழு அமைக்கப்பட்டுள்ளது. பரவலாக்கப்பட்ட சுகாதாரத் திட்டமிடல் செயல்முறையை ஆதரிப்பதற்காக, தேசிய கிராம சுகாதார நிறுவனத்தின் (*என்ஆர்எச்எம்*) கீழ் 'உள்ளூர் அளவிலான சமூக நடவடிக்கைக்கு' மையமாக அந்தக் குழு கருதப்படுகிறது. ஆகவே சுகாதார விழிப்புணர்வை மேம்படுத்துவதற்கும், சுகாதார சேவைகளுக்கான சமூகத்தை அணுகுவதற்கும், குறிப்பிட்ட உள்ளூர்த் தேவைகளை நிவர்த்தி செய்வதற்கும், சமூக அடிப்படை யிலான திட்டமிடல், கண்காணிப்புக்கான ஒரு நெறிமுறை முறையாக செயல்படுவதற்கும் ஒரு தளத்தை வழங்குவதில் குழு தலைமை வகிக்கிறது.

இந்தக் குழு வருவாய் கிராம அளவில் அமைக்கப்பட்டுக் கிராமப் பஞ்சாயத்தின் துணைக்குழுவாகச் செயல்படும் என்று எதிர் பார்க்கப்படுகிறது. சுகாதாரம் மற்றும் சுகாதார சேவைகளுக்காகப் பணிபுரியும் அனைவரும், சமூக உறுப்பினர்கள், பயனாளிகள், அனைத்து சமூக துணைக் குழுக்களின் பிரதிநிதிகள், குறிப்பாக, பாதிக்கப்படக்கூடிய பிரிவுகள், குக்கிராமங்கள், வாழ்விடங்கள் உட்பட அனைவரும் பங்கேற்க வேண்டும்.

கிராம சுகாதாரம், ஊட்டச்சத்துக் குழு பணிகள், பொறுப்புகள்

- ஊட்டச்சத்து பிரச்சினைகள் குறித்தும் ஊட்டச்சத்து

11. 4: தலையீடுகளுக்கான மூன்று தூண்கள்

ஆளுகை (கவர்னன்ஸ்)	ஒருங்கிணைந்து பணிபுரிதல் (கன்வர்ஜென்ஸ்)	திறன் வளர்த்தல் (கெபாசிடீ பில்டிங்)
1. அந்நிய (அ) ஊக்குவிக்கம் தொழில் நுட்பம் (ஊட்டச்சத்துக் கண்காணிப்பு) தகவல் பகுப்பாய்வு மேலாண்மை -பேஷன் டிராககர் -ஊட்டச்சத்துக் கண்காணிப்பு) NeGD பயனாளிகளைக் கண்டறிதல், நெறிமுறைகளைப் பின்பற்றிய சிகிச்சை அங்கன்வாடி பணியாளர் மற்றும் அங்கன்வாடி மையம் வரையறுக்கப்பட்ட தெளிவான ஊட்டச்சத்து குறித்த தகவல்களையும் விளைவுகளையும் பெறுவதற்கு 2. இணை உணவு (சத்துமாவு) எடுத்துச் செல்லும் முறையை போஷன் டிராக்கர் மூலம் அனைவருக்கும் விநியோகிக்க. 3. தகவல்களின் அடிப்படையில், ஊட்டச்	1. ஊட்டச்சத்து அதை சார்ந்த திட்டங்களை ஒருங்கே பெற பல்வேறு அமைச்சகங்களின் திட்டங்களைப் பெறுவதற்கு, 2. மாநில, மாவட்ட அளவில் கண்காணிக்கவும் ஒருங்கிணைக்கவும். 3. போஷன் பஞ்சாயத்து, கிராம சுகாதார மற்றும் ஊட்டச்சத்து குழுமம், தாய்க்குழு மூலம் சமுதாய பங்களிப்பையும், உரிமையையும் பெறுதல். 4. பணியாளர்கள், தன்னார்வலர் களுக்கு வெகுமதி, அங்கீகாரம், சலுகைகளைப் பெறுவதற்கு,	1. அங்கன்வாடி பணியாளர் களின் திறனை வளர்ப்பதற்காக. 2. குறிப்பிட்ட ஊட்டச்சத்துப் பயிற்சி பெறுவதற்கான இடம் தேர்வு செய்ய, பணியாளர்களுக்கும் குடும்பத்தினருக்கும் பயிற்சி கொடுப்பதற்காக. 3. கொள்முதல் செய்ய, உணவு தயாரிக்க, விநியோகிக்க, சிகிச்சைக்கு பரிந்துரைக்க நெறிமுறைகளைப் பின்பற்றி அதன் மூலம் தரமான திறன்களை வளர்த்துக்கொள்வதற்கு.

சத்து குறித்த தலையீடு, நெறிமுறைகளைப் பின்பற்றிய சிகிச்சை ஆகியவற்றை மதிப்பீடு செய்வது. 4. தேசிய ஊட்டச்சத்து அட்டவணையை, வளர்ச்சி மற்றும் முன்னேற்றத்தைக் கண்காணிக்க அமைத்தல். 5. தர நிர்ணயம் செய்ய உணவுப் பாதுகாப்பு (ம) தரப்படுத்தல் ஆணையத்தின் அங்கீகாரத்துடன் பரிசோதித்தல். 6. மாவட்ட ஊட்டச்சத்துக் குழு அமைத்து அதற்கு மாவட்ட நீதிபதியை நோடல் அதிகாரியாக நியமித்தல். 7. விநியோகம் மற்றும் விளைவுகளை ஒருங்கிணைத்து மாவட்ட நீதிபதி/ஆட்சியர் மூலம் மதிப்பீடு செய்தல். 8. ஒவ்வொரு கிராமப் பஞ்சாயத்துகளிலும் 'போஷன் பஞ்சாயத்து' அமைக்கப்பட வேண்டும்.		4. சக்ஸ்ஹாம் பணியுடன் ஒன்றிணைந்து உள் கட்டமைப்புத் திறன், விநியோக சேவை, ஏனைய ஆளுமைத் திறன்களை மேம்படுத்திக் கொள்ளுதல், இதனுடன் சமுதாய மக்களைக் கவரும் நோக்குடன் செயல்படுதல். 5. அரசின் திட்டங்களுக்குத் தேவையான ஆலோசனை, அதன் வரம்பு குறித்து மேம்படுத்தப்பட்ட நல்ல பழக்க வழக்கங்களை நடைமுறைப்படுத்துவதற்காக.

முக்கியத்துவம் பற்றியும் விழிப்புணர்வை ஏற்படுத்துதல்.

- கிராமத்தில் குறிப்பாக பெண்கள், குழந்தைகளிடையே ஊட்டச்சத்து நிலை, ஊட்டச்சத்து குறைபாடுகள் பற்றிய கணக்கெடுப்பை மேற்கொள்ளுதல்.

- ஊட்டச்சத்து நிறைந்த உள்ளூர் உணவுப் பொருள்களைக் கண்டறிந்து, சிறந்த நடைமுறைகளை உள்ளூர்ப் பண்பாட்டுக்கும் பழக்கவழக்கங்களுக்கும் ஏற்ப ஏற்படுத்துதல்.

- கிராம சுகாதாரத்திட்டத்தில் ஊட்டச்சத்தின் அவசியத்தைப் பற்றி ஆலோசிக்கவும் துணை பேற்றுச் செவிலியர் (ஏஎன்எம்), அங்கன்வாடி பணியாளர், ஆங்கீகாரம் பெற்ற சமூகநல ஆர்வலர் (ஆஷா), ஒருங்கிணைந்த குழந்தை மேம்பாட்டுச் சேவையாளர் (ஐசிடிஎஸ்) ஆகியோரை ஈடுபடுத்துவதன் மூலம், சமூக அளவிலும் ஒவ்வொரு வீட்டு அளவிலும் ஊட்டச்சத்து குறைபாட்டிற்கான காரணங்களைக் கண்டறிதல்.

- கிராம சுகாதாரம், ஊட்டச்சத்து தினத்தை மாதம் தோறும் மேற்பார்வையிட்டு முறைப்படுத்தி முழு கிராமத்தின் பங்களிப்புடன் நடைபெறுவதை உறுதிசெய்தல்.

- கிராமத்தில் உள்ள ஊட்டச்சத்துக் குறைபாடுள்ள குழந்தைகளைக் கண்டறிந்து அருகில் உள்ள ஊட்டச்சத்து மறுவாழ்வு மையத்துக்கு (என்ஆர்சி) பரிந்துரைத்துத் தொடர் கவனிப்பு மேற்கொண்டு நீடித்த மறுவாழ்வு பெறச்செய்தல்.

- கிராமத்தில் உள்ள அங்கன்வாடி மையத்தில் செயல்பாட்டை மேற்பார்வையிடப் பெண்கள், குழந்தைகளின் ஊட்டச்சத்து நிலையை மேம்படுத்துவதற்கான பணிகளுக்கு உதவுதல்.

- ஆரோக்கிய பிரச்சினைகள் ஊட்டச்சத்து பிரச்சினைகள் குறித்த குறைதீர்க்கும் மன்றமாகச் செயல்படுதல்.

7.3 தாய்மார் குழுக்கள்

முக்கிய ஊட்டச்சத்துத் தகவல்கள், சுகாதார தகவல்கள் குறித்து போஷான் பஞ்சாயத்துக்கு தாய்மார்கள் குழுக்கள் ஆலோசனை பெறுவது முக்கியம். இந்த ஆலோசனை அமர்வுகளைக்

குழந்தை வளர்ச்சித் திட்ட அலுவலர்/மாவட்ட திட்ட அலுவலர் (சிடிபீஓ/டிபீஓ) வாரத்திற்கு ஒருமுறை ஏற்பாடு செய்யலாம். பஞ்சாயத்துப் பகுதியிலுள்ள அங்கன்வாடி பணியாளர்களும் விஎச்எஸ்என்சியும் ஒருங்கிணைந்த, அர்த்தமுள்ள விளைவு களுக்குப் பங்கேற்க வேண்டும். தாய்மார்கள் குழுக்கள் போஷான் பஞ்சாயத்து, அங்கன்வாடியின் தளத்தைப் பாரம்பரிய உணவுகள், உணவு சூத்திரங்கள் குறித்த அறிவைத் திரட்டுவதற்கும், தங்கள் வீடுகளிலும் சமூக அடிப்படையிலான நிகழ்வுகளிலும் பிரபலப் படுத்த முயற்சிகள் செய்கின்றன.

தாய்மார்களின் ஊட்டச்சத்து அறிவை ஐந்து முக்கிய ஊட்டச் சத்துத் தகவல்கள், சுகாதாரத் தகவல்களின் அடிப்படையில் பின்வருமாறு மதிப்பிடலாம்:

1. சீம்பாலின் (கொலோஸ்ட்ரம்) முக்கியத்துவம் பற்றிய தாய்மார்களின் அறிவு;
2. தொடர்ந்து தாய்ப்பால் கொடுக்கும் அறிவு;
3. நீருட்டபானம் (ஓஆர்எஸ்) பயன்படுத்தி வயிற்றுப்போக்கு தடுப்பு மற்றும் சிகிச்சையின் அறிவு;
4. குழந்தைகளுக்கான தடுப்பூசி குறித்த அறிவு;
5. குடும்பக் கட்டுப்பாடு பற்றிய அறிவு.

7.4. போஷன் வாடிக்காஸ் மூலமாக ஊட்டச்சத்து

ஊட்டச்சத்து குறித்த விழிப்புணர்வையும் பரவலையும் ஆதரிக்க ஒவ்வொரு கிராமத்திலும் நுண்ணிய ஊட்டச்சத்து சூழல்கள் உருவாக்கப்பட வேண்டும். உணவு-ஊட்டச்சத்துக்கான ஒருங்கிணைப்பை மேம்படுத்துதல், போஷன் வாடிக்கா (சமையலறைத் தோட்டங்கள், ஊட்டச்சத்துத் தோட்டங்கள்) அமைக்கப்பட வேண்டும். அதன் மூலம் பெண்களுக்கும் குழந்தைகளுக்கும் எளிதாக பயன்கள் பெற வேண்டும். இந்தத் திட்டத்தைத் தொடங்க, அங்கன்வாடி மையங்கள், பஞ்சாயத்துப் பகுதிகள், கிராமத்தின் காலி நிலங்கள், பள்ளி வளாகம் போன்ற வேறு எந்த அரசு வளாகங்கள் அல்லது அந்தப் பகுதியில் உள்ள வேறு எந்த சமூக, அரசு நிலம் போன்றவற்றையும் பயன்படுத்த முடியும்.

போஷன் வாடிக்கா என்ற கருத்தை அறிமுகப்படுத்துவதன் முக்கிய நோக்கம் சமூக உறுப்பினர்கள் தங்கள் கொல்லைப் புறங்களில் உள்ளூர் உணவுப் பயிர்களை வளர்க்க ஊக்குவிப்பதாகும். ஓர் ஊட்டச்சத்துத் தோட்டம் நல்ல ஊட்டச்சத்துக்கான அடிப்படையான புதிய பழங்கள், காய்கறிகளின் மலிவான, வழக்கமான, எளிமையான விநியோகத்தை உறுதி செய்கிறது. பச்சை காய்கறிகளில் வைட்டமின்களும் தாதுக்களும் உள்ளன. அவை நுண்ணூட்டச்சத்து குறைபாடுகளிலிருந்தும் நோய்களிலிருந்தும் பாதுகாக்கின்றன.

இந்தப் பகுதிகளில் உள்ளூர் காய்கறிகள், பழங்கள், முக்கியமான மூலிகைகள், மருத்துவத் தாவரங்களை வளர்ப்பது உள்ளூர் ஊட்டச்சத்து தேவைகளைப் பூர்த்தி செய்வதற்கும் உள்ளூர் சாகுபடியாளர்கள், கிராமத் தொழில்களுக்குத் பொருளாதார நடவடிக்கைகளை உருவாக்குவதற்கும் ஒரு முக்கியமான ஆதாரமாக இருக்கும். போஷான் வாடிக்கா மூலமாக வளர்க்கப்படும் தோட்டத்தின் பழங்கள், காய்கறிகளைப் பயனாளிகள் பயன்படுத்த ஊக்குவிக்கலாம்; பாரம்பரிய சமையல் (பிராந்திய உணவு) உள்ளூர் சமூகத்தைப் பல்வகை உணவுகளை உட்கொள்ள ஊக்குவிக்கவும் பயன்படுத்தலாம்.

மேலாண்மை-விநியோகத்திற்கான வழிகாட்டுதல்களை மாநிலம்/யூனியன் பிரதேசம் அளவில் சுற்றுச்சூழல் வனவியல் அமைச்சகம் ஆதரவுடன் (எம்ஓஇஎஃப்), கேம்பா ஃபண்ட், மகாத்மா காந்தி கிராம வேலைவாய்ப்புத் திட்டம் (எம்ஜிஎன்ஆர்இஜிஎஸ்), தோட்டக்கலை—பிற தோட்டங்கள், அங்கன்வாடி மைய அளவில் மேலாண்மைக் குழுக்கள், கிராம சமூகங்கள், போஷன் பஞ்சாயத்துகள் ஆகியவற்றின் ஒருங்கிணைப்பு, தாய்மார்கள் குழுக்கள் சமூக உரிமையைக் கொண்டு வரலாம்; பொறுப்பை ஊக்குவிக்கலாம். ஆயுஷ் போஷன் வாடிக்காகளை வேளாண் மாவட்ட அலுவலர் மற்றும் கேவிகேபீகளுடன் ஒருங்கிணைத்து மருத்துவத் தாவரங்கள், மூலிகைகளை வளர்த்தலைச் செயல்படுத்தலாம்.

போஷன் வாடிக்கா திட்டத்தின் மூலம் ஆண்டு முழுவதும் பல்வகை பழங்கள், கொட்டைகள், மூலிகைகள், காய்கறிகள்

போன்றவற்றை வழங்குவதால், பல்வேறு ஆய்வுகளில் வெளிப்படுத்தப்பட்ட சமச்சீர் உணவுவை உட்கொள்வதில் உள்ள இடைவெளியை குறைக்கலாம். இதனால் ஊட்டச்சத்துக் குறைபாட்டை நிவர்த்தி செய்ய ஆரோக்கியமான உணவுப் பழக்கங்களை அறிமுகப்படுத்த உதவுகிறது. இவை சூழ்நிலைக்கு ஏற்ப பண்பாட்டு ரீதியாக ஏற்றுக்கொள்ளக்கூடிய பகுதிகளில்—கொல்லைப் புறத்தில்—கோழி, மீன்வளர்ப்பு போன்றவற்றைச் செயல்படுத்தலாம். இதனால் இளம்வயதில் போதிய அளவு பலவகை உணவை உட்கொள்ளுதலின் மூலம், உணவுப் பற்றாக் குறையைப் போக்கி, சில நுண்ணூட்டச்சத்துக் குறைபாடுகளையும் தவிர்க்கலாம்.

தோட்டங்கள் அமைக்கப்படுவதால், தாவரங்கள் குறித்தும் அவற்றின் வளர்ச்சி செயல்முறை குறித்தும் குழந்தைகளின் அறிவை மேம்படுத்துவதற்கான செயல்பாட்டுத் தளமாக சமூக உறுப்பினர்களுக்கு விவசாய நுட்பத்தை நிரூபிக்கவும், கர்ப்பிணிகள், பாலூட்டும் தாய்மார்கள் மற்றும் பரவலாக சமூகத்திற்கு ஊட்டச்சத்துச் செய்திகளை வழங்கவும் இது பயன்படுத்தப்படலாம்.

அங்கன்வாடி பணியாளர்களின் மூலம் பயனாளிகளுக்கு ஊட்டச்சத்துத் தோட்டத்தின் முக்கியத்துவம், பழங்கள், காய்கறிகளின் ஊட்டச்சத்தின் மதிப்பு, ஆரோக்கியமான சீரான உணவுகளின் முக்கியத்துவம், ஊட்டச்சத்தின் குறைபாடுகளின் விளைவுகள் ஆகியன குறித்து அவர்களுக்கு அறிவுறுத்த வேண்டும். மாநிலங்கள்/ யூனியன் பிரதேசங்கள் ஊட்டச்சத்து தோட்டங்கள் குறித்தான தகவல் கல்வி தொடர்பான (ஐஇசி) குறிப்புகளை உருவாக்கி, களப் பணியாளர்களுக்கு வழங்கி விழிப்புணர்வை ஏற்படுத்த வேண்டும்.

மாவட்ட ஆட்சியர் தலைமையிலான மாவட்ட அளவிலான செயல், கண்காணிப்புக் குழு (எம்ஓஎஸ்எஃப்), எம்ஓபீஆர்ஐ, ஆயுஷ் ஆகியவற்றுடன் ஒன்றிணைந்து போஷன் வாட்டிக்காவின் வளர்ச்சியை மேற்பார்வையிட வேண்டும்.

7.5 ஆரோக்கியத்திற்காக யோகாவை ஊக்குவித்தல்

அங்கன்வாடி மையங்கள், வீட்டில் யோகா, குடும்பத்தினருடன்

யோகா என்று ஆயுஸ் விழிப்புணர்வுகளின் மூலம் ஆரோக்கியமாக இருக்க பயனாளிகளை ஊக்குவித்தல் வேண்டும்.

முடிவுரை

இன்னும் இந்தியாவில் 68% மக்கள் கிராமங்களில்தான் வாழ்கின்றனர். கிராம மேம்பாடு, கிராமிய மேம்பாடு என்று தொடர்ந்து விவாதிக்கப்படுகின்றன; மத்திய மாநில அரசாங்கங்கள் திட்டங்களைப் போட்டு கோடிக் கணக்கில் பணம் செலவழித்து நடைமுறைப்படுத்தினாலும், கிராம மக்களின் வாழ்வு மேம்பட்டதாகக் கூற முடியவில்லை. பல அடிப்படைக் கட்டுமான வசதிகள் உருவாக்கப்பட்டிருக்கலாம். ஆனால் கிராமத்தில் உள்ள அனைத்துத் தரப்பு மக்களும் எல்லா அடிப்படை வசதிகளையும் பெற்று ஒரு மதிக்கத்தக்க மரியாதையுடைய மானுட வாழ்வை வாழ இயலவில்லை என்பதுதான் நாம் பார்க்கும் நிதர்சனம். இந்தச் சூழலை மாற்ற உருவாக்கப்பட்டதுதான் உள்ளாட்சி அரசாங்கம். இந்த அரசாங்கம் அரசமைப்புச் சட்டத்தின் மூலம் உருவாக்கப்பட்ட ஒன்று. இதனுடைய பணிகள், பொறுப்புக்கள், அதிகாரங்கள் என்பன முற்றிலும் வித்தியாசமானவை. இந்தப் புதிய உள்ளாட்சி அரசாங்கம் செய்ய வேண்டிய பணிகளும் வேறுபட்டவை.

நம் மக்கள் கிராமத்தில் வாழ்கின்றார்கள். ஆனால் அவர்கள் வாழ்வது கிராமிய வாழ்வு அல்ல. கிராமிய் வாழ்வு ஓர் உயர்ந்த பண்பட்ட கலாச்சாரம் சார்ந்த வாழ்வு. அந்த வாழ்வு முற்றிலும் மறக்கடிக்கப்பட்டுவிட்டது. அதுமட்டுமல்ல, கிராமத்தில் பெரும் பகுதி மக்கள் தாங்கள் சுரண்டப்படுவது தெரியாமலேயே வாழ்ந்து கொண்டிருக்கிறார்கள்.

அதுமட்டுமல்ல, கிராமத்து மக்களின் சுயமரியாதையும் பாதுகாக்கப்படவில்லை. ஏதோ அரசு தரும் திட்டங்களின் பயன் களைப் பெற்று வாழும் ஒரு சமூகக் கூட்டமாக இருக்கிறார்களே தவிர, தன்மானம் மிக்க தற்சார்பு வாழ்க்கை நடத்தி, உலகுக்கு வழிகாட்டும் நிலையில் இயங்கவில்லை. இந்தியாவுக்கு ஓர் உலகப் பணி இருக்கிறது. அது உலகிற்கே எடுத்துக்காட்டாக மானுட வாழ்வை எப்படி வாழ வேண்டுமென வாழ்ந்துகாட்டுவது. இதுதான் நமது கிராமங்களின் புனரமைப்பு மூலம் செய்ய

வேண்டிய பணி. இந்த இயலில் உள்ளாட்சிப் பிரதிநிதிகள் குறிப்பாக, கிராம ஊராட்சியில் செயல்படுவோருக்குத் தேவையான கருத்துகள் இடம்பெற்றுள்ளன. இதை மீண்டும் மீண்டும் படித்து, புரிந்துகொண்டு செயல்பட்டால், ஒரு தன்னாட்சி பெற்ற தற்சார்பு கிராமத்தை—குட்டிக் குடியரசை உருவாக்கலாம்.

12

கிராம மேம்பாட்டுத் திட்டம்

பரவலாக்கப்பட்ட பல்நிலை மக்கள் பங்கேற்புத் திட்டமிடுதல் என்பது பலகாலம் அறிவுசார் விவாதத்தில் இருந்தாலும், அது நடைமுறைச் சாத்தியமானது 73, 74ஆவது அரசமைப்புத் திருத்தச் சட்டங்கள் நடைமுறைக்கு வந்த பிறகுதான். இந்த இரண்டு சட்டத் திருத்தங்களின் நோக்கம், மைய மாநில அரசுகளின் திட்டங் களால்கூட செயல்படுத்த இயலாத பணிகளைக் கிராமங்களிலும் நகரங்களிலும் செய்வதுதான்! இதுவரை அரசாங்கத்தால் செய்ய இயலாத செயல்களை இந்தத் திட்டத்தின் மூலம் செய்து கடையனுக்கும் கடைத்தேற்றம் செய்யவல்லதுதான் இந்தப் பரவலாக்கப்பட்ட மக்கள் பங்கேற்பு மேம்பாட்டுத் திட்டம். இந்தப் பணி கட்டாயக் கடமையாக அரசமைப்புச் சட்டங்களின் மூலம் உள்ளாட்சிக்குக் கொடுக்கப்பட்டுள்ளது. அரசமைப்புச் சட்டத்தில் 243ஏ என்ற பகுதியும் தமிழக பஞ்சாயத்துச் சட்டம் 1994இல் 240, 257இன் படியும் உள்ளாட்சிகள் மக்களின் பொருளாதார மேம் பாட்டுக்காகவும் சமூக நீதிக்காகவும் எல்லாத் தரப்பு மக்களின் பங்களிப்போடு கட்டாயமாக ஓர் அறிவியல்பூர்வ மேம்பாட்டுத் திட்டம் தயாரித்து நடைமுறைப்படுத்த வேண்டும்.

இதற்கான ஆணையைத் தமிழக அரசு அரசாணை எண் 34ஐ வெளியிட்டுள்ளது. அந்த அரசாணையே மிகவும் தெளிவாக திட்டமிடுதலை விளக்கியுள்ளது. மத்திய நிதி ஆணையம், அதாவது 14ஆவது நிதி ஆணையம் ஒவ்வொரு ண்கிராமப் பஞ்சாயத்தும் ஒரு திட்டம் தயாரிப்பதைக் கட்டாயப் பணியாக மேற்கொண்டு செயல்பட வேண்டும் என அறிவுறுத்தியதால் தமிழக அரசு உடனே இந்த அரசாணையை வெளியிட்டது. மத்திய நிதி ஆணையத்தின்

நிதி பெற இது கட்டாயமாக்கப்பட்டுள்ளது என்ற பின்புலத்தில் நடைபெற்ற நிகழ்வாகும். தமிழக அரசு வெளியிட்ட இந்த ஆணையே மிகத் தெளிவாக அனைத்து முறைமைகளையும் குறிப்பிட்டு விளக்கியுள்ளது. அதுமட்டுமல்ல, இந்தப் பணியைத் தமிழகத்தில் உள்ள அத்தனை கிராமப் பஞ்சாயத்திலும் நடைமுறைப் படுத்த நூற்றுக்கும் மேற்பட்ட வல்லுநர் குழு ஒன்றை உருவாக்கி யுள்ளது. அவர்கள் மூலம் தமிழகத்திலுள்ள மண்டல ஊரக வளர்ச்சிப் பயிற்சி நிறுவனத்தின் சார்பில் ஒன்றியம் தோறும் கிராமப் பஞ்சாயத்துக்கு உதவிடும் தன்னார்வலர்களுக்குத் திட்டமிடுதல் பயிற்சியை அளித்துள்ளனர். அத்துடன் ஒவ்வொரு கிராமப் பஞ்சாயத் துக்கும் திட்டமிடுவதற்குத் தேவையான புள்ளிவிவரங்களை சேகரிக்கத் தேவையான படிவங்களைப் புத்தகமாக அச்சிட்டு அனைத்துப் பஞ்சாயத்துக்கும் கொடுக்கப்பட்டுள்ளன. இந்தத் திட்டமிடுதலுக்கு முழுப்பொறுப்பு கிராமப் பஞ்சாயத்துத் தலைவர் தான். இந்த வழிகாட்டுக் கையேடு வட்டார வளர்ச்சி அலுவலர் அலுவலகத்திலும் கிடைக்கும். அரசு வழங்கியுள்ள வழிமுறைகள் ஒரு வழிகாட்டுதல்தான். அதைவிடச் சிறப்பாக வல்லுநர்கள் உதவியுடன் விரிவாகச் செய்ய முடியும் என்றால் அதையும் நம் பஞ்சாயத்துகள் முயற்சி செய்யலாம். அப்படிச் செய்வதன் மூலம் பஞ்சாயத்துகள் மாதிரிப் பஞ்சாயத்துகளாக மாறலாம்.

இந்தத் திட்டமிடுதலுக்குச் சில அடிப்படைகள் இருக்கின்றன: 1. பொருளாதார மேம்பாடு கொண்டுவருதல், 2. சமூக நீதி வழங்கல், 3. மக்கள் நலம் பேணுதல், 4. சூழலைப் பாதுகாத்தல், 5. வளங்களைப் பாதுகாத்துப் பராமரித்தல், 6. மக்கள் திட்டத்தில் அரசுத்துறை களைப் பங்கேற்க வைத்துக் கிராம மேம்பாட்டை ஒரு கூட்டுச் செயல்பாடாக மாற்றுதல், 7. மக்களின் பங்களிப்போடு இந்தத் திட்டச் செயல்பாடு களைச் செய்து திட்டம் உருவாக்கல். இந்த அடிப்படைகளைப் பின்பற்றி ஒவ்வொரு கிராமப் பஞ்சாயத்தும் திட்டம் தயாரிக்க வேண்டும். இந்த அடிப்படைகளை உள்ளாட்சியில் பதவிகளில் இருக்கும் தலைவர்கள் ஆழமாக உள்வாங்கி புரிதலுடன் செயல் பட்டால் இதுவரை எட்ட முடியாத சமூகத்தை எட்டி அவர்களையும் மேம்படுத்திவிடலாம். அனைத்துச் சமூகமும் பயனடைந்து ஒதுக்குதல் இல்லாத சர்வோதய சமூகத்தையே உருவாக்கி விடலாம். அதற்கான சாத்தியக் கூறுகள் இந்தத் திட்டத்தில் உள்ளன.

அதை நம் தலைவர்களும் மக்களும் புரிந்துகொண்டு செயல்பட வேண்டும். வளர்ச்சித் திட்டங்கள் தயார் செய்யும்போது பின்வரும் குறிக்கோள்களை உள்ளடக்கியதாகத் திட்டங்கள் அமைய வேண்டும்.

அ. வளர்ச்சிக்கான குறிக்கோள்

வேளாண்மை, நிலச்சீர்திருத்தம், சிறுபாசனம், கால்நடைப் பராமரிப்பு, பால்பண்ணை, கோழிப்பண்ணை, மீன்வளம், தொழில் வளம் போன்ற உற்பத்திப் பெருக்கி, பொருளாதார வளர்ச்சிக்குத் தூண்டுகோலாக அமைய வேண்டும். கிராமத்தில் வசிக்கும் அனைத்துக் குடும்பங்களும் ஏதாவது ஓர் உற்பத்திச் செயலில் தங்களை ஈடுபடுத்திக்கொள்ள வேண்டும். அதன் மூலம் அவர்கள் வருவாய் ஈட்ட வேண்டும். அது ஓர் உற்பத்தி செய்யும் நிறுவனமாக இருக்கலாம் அல்லது தொழில் செய்வதாக இருக்கலாம். அனைவரும் ஏதாவது ஒரு பணியில் ஈடுபட்டிருக்க வேண்டும். அதன்மூலம் அவர்கள் வருவாய் ஈட்ட வேண்டும். எவரும் வேலையற்றவராக இருக்கக்கூடாது.

ஆ. சமூக நீதிக்கான குறிக்கோள்

இதுவரை அரசால் நடந்த மேம்பாட்டுச் செயல்பாடுகளின் பலன்கள் எந்தச் சமூகத்திற்குக் கிட்டவில்லையோ, எந்தச் சமூகம் தொடர்ந்து ஒதுக்கப்பட்டுள்ளதோ, எந்தப் பகுதிக்கு அடிப்படை வசதிகள் மறுக்கப்பட்டு சென்று சேரவில்லையோ, அந்தப் பகுதிக்கும், அந்தச் சமூகத்திற்கும் மக்களுக்கும் முன்னுரிமை கொடுத்துத் திட்டத்தைத் தயாரிக்க வேண்டும்.

பொருளாதார வளர்ச்சி மூலம் ஏற்படக்கூடிய பலன்கள் சமுதாயத்தின் பல்வேறுபட்ட மக்களைச் சென்றடைய வேண்டும். அதிலும் குறிப்பாகப் பொருளாதாரத்திலும் சமூகரீதியாகவும் நலிவடைந்த பிரிவினரைச் சென்றடைய வேண்டும். மேலும் வேலை வாய்ப்பை வழங்குவதன் மூலம் அந்த வருமானத்தைப் பெருக்கும் வகையில் திட்டங்கள் வகுக்கப்பட வேண்டும்.

இ. நலத்திற்கான குறிக்கோள்

சாலை வசதி, குடிநீர் வசதி, வீட்டு வசதி, தெருவிளக்குகள் அமைப்பு,

திட, திரவக் கழிவு நீர் அகற்றல் போன்ற பொது மக்களுக்கு நன்மை தரக்கூடிய திட்டங்களும் கல்வி, சுகாதாரம், மகளிர் நலம், குழந்தைகள் நலம், நூலகங்கள், கலை, கலாச்சாரம், பண்பாடு இவற்றை மேம்படுத்துதல் போன்ற சமூகத்திற்கு நலன் தரக்கூடிய தாகவும் திட்டங்கள் அமைய வேண்டும்.

ஈ. சுற்றுப்புறச்சூழல் பாதுகாப்புக் குறிக்கோள்

நிலம், நீர், வானம், காடு, அரிய விலங்கினங்கள், தாவரங்கள் போன்ற இயற்கைச் சூழலைப் பாதுகாக்கக்கூடியதாகவும் இந்த இயற்கை வளங்களைச் சீராகப் பயன்படுத்தி வருங்காலச் சந்ததி யினரும் பயன்பெறத்தக்க வகையிலும் திட்டங்கள் அமைந்திட வேண்டும். பொதுச்சொத்துக்கள் பராமரிப்பு, பாதுகாப்பு, முறையான பயன்பாடு குறித்தும் திட்டங்கள் அமைய வேண்டும்.

உ. திட்ட ஒருங்கிணைப்புக் குறிக்கோள்

அந்தந்தப் பகுதிக்கான வளர்ச்சித் திட்டங்கள், தொடர்புடைய துறைகளின் வளர்ச்சித் திட்டங்கள், தனிமனிதர் பயன்பெறும் திட்டங்கள், அரசு, அரசுத்துறை நிறுவனங்கள் மூலம் நிறை வேற்றப்படும் திட்டங்கள், வங்கிகள், தொண்டு நிறுவனங்கள், உள்ளாட்சி அமைப்புகள் மூலம் நிறைவேற்றப்படும் திட்டங்கள் அனைத்தும் ஒருங்கிணைக்கப்பட்டு, கிராமத்தின் ஒட்டுமொத்த வளர்ச்சியையும், மேம்பாட்டையும் உறுதி செய்யும் அளவில் அமைய வேண்டும்.

ஊ. மக்களின் பங்கை ஊக்கப்படுத்தும் குறிக்கோள்

திட்டங்கள் தயாரிப்பு, அமலாக்கம், திட்ட ஆய்வு, திட்ட மேற்பார்வை ஆகிய பணிகளில் மக்களின் பங்கு, நிதி, உழைப்பு பொருள்கள் இவற்றை வழங்குவதன் மூலம் மக்களின் ஈடுபாட்டை ஈர்த்துக்கொள்ளும் வகையில் திட்டங்கள் அமைய வேண்டும். இதில் பொதுமக்கள் தங்கள் கோவில் பணிக்கு எந்த மனநிலையில் செயல்படுவார்களோ அதே மனநிலையில் நம் கிராம மேம்பாடு நமக்கானது, நம் பொறுப்பு, நம் கடமை, அதை நிறைவேற்றுவது நம் பெருமை என நினைத்துச் செயல்படும் அளவிற்கு மக்களைத் தயார் செய்ய வேண்டும்.

எ. இதர குறிக்கோள்

வறுமை ஒழிப்புச் சமுதாயத்தின் பல்வேறு தரப்பட்ட மக்களிடையே வருமான ஏற்றத்தாழ்வு இல்லாமலும், பிராந்திய ஏற்றத்தாழ்வுகள் இல்லாமலும் உள்கட்டமைப்பு வசதிகளைப் பெருக்கி, பொருளாதார வளர்ச்சிக்குத் துணைபுரியக் கூடியதாகவும் திட்டங்கள் அமைய வேண்டும். பெண்களுக்கு எதிராக இழைக்கப்படும் அநீதி, சிறார்கள் பணி ஆகியவை இல்லாத சமத்துவ சமுதாயம் உருவாக்கும் வகையிலும் திட்டங்கள் அமைய வேண்டும். மீண்டும் மீண்டும் ஜல்லி, சிமெண்ட், கம்பி எனக் கட்டுமானப் பணிகளை மட்டும் கவனிப்பது ஓர் ஒப்பந்தக்காரர் வேலை, தலைவர் வேலை அல்ல என்பதை மனதில் வைத்துப் பஞ்சாயத்துத் தலைவர்கள் செயல்பட வேண்டும்.

திட்டமிடலில் கவனிக்க வேண்டிய முக்கியக் கூறுகள்

- மக்களின் தேவைகள், விருப்பங்கள் அதிகம். அவை அனைத்தையும் நிறைவேற்றுவதற்குப் போதிய ஆதாரம், தொழில்நுட்பம், மனிதவளம் இல்லாமலிருக்கலாம். எனவே, அந்தத் தேவைகளை 'உடனே நிறைவேற்றக்கூடிய தேவைகள்', 'கொஞ்சம் காலந்தாழ்த்தி நிறைவேற்றக்கூடிய தேவைகள்' என இருவகையாகப் பிரித்துக்கொள்ளலாம். உடனடித் தேவைகளை உடனுக்குடன் நிறைவேற்றுவதற் கான முன்னுரிமையுடன் திட்டத்தில் சேர்க்க வேண்டும்.

- திட்டமிடல் என்பது புதிதாக சமுதாயச் சொத்துக்களை உருவாக்குவது மட்டுமன்று. ஏற்கெனவே உருவாக்கப்பட்ட சொத்துக்களைப் பேணிப் பாதுகாத்தலும் அடங்கும். அவ்வாறில்லையெனில் அந்தச் சொத்துக்களை உருவாக்க, முன்பைவிட கூடுதலாக நிதி தேவைப்படும். எனவே நிதி ஒதுக்கீட்டின் ஒரு பகுதி, ஏற்கனவே உருவாக்கிய சொத்துக் களைப் பராமரிக்க/புதுப்பிக்க/மாறுதல்கள் செய்வதற்கு ஒதுக்கவேண்டும்.

- திட்டங்கள் தயாரிக்கும்போது உள்ளூரில் கிடைக்கும் மூலப் பொருள், தொழில்நுட்பம், அங்குள்ள மக்கள் வாழ்க்கை நடைமுறை, கலை, கலாச்சாரம், பண்பாடு, பழக்கவழக்கம் ஆகியவற்றைப் பிரதிபலிப்பதாகவும் அமைய வேண்டும்.

- வேகமான வளர்ச்சி என்ற நோக்கில் சுற்றுச்சூழல், நிலம், நீர், காற்று, வானம், அரிய தாவரங்கள், விலங்கினங்கள் ஆகியவற்றிற்குத் தீங்கு இழைக்காமல் பார்த்துக்கொள்ள வேண்டும். வருங்காலத் தலைமுறையினரும் பயன்பெறும் அளவில் நீண்ட காலம் பலனளிக்கக்கூடிய வளர்ச்சித் திட்டங்கள் தீட்டப்பட வேண்டும். அத்துடன் ஐக்கிய நாடுகள் சபை தந்திருக்கும் நீடித்த மேம்பாட்டுக் குறிக்கோள்களை எட்டுவதற்கான பணிகளையும் இந்தத் திட்டத்தில் சேர்க்க வேண்டும்.

மேற்கூறியவற்றைப் பின்புலத்தில் வைத்து உள்ளாட்சிகள் திட்டம் தயாரிக்க வேண்டும். அந்த மேம்பாட்டுத் திட்டத்தைக் கீழ்க்காணும் வழிமுறைகளைப் பின்பற்றி தயாரிக்க வேண்டும்.

முதலில் மாவட்ட அளவில் மாவட்ட ஆட்சித் தலைவர், உயர் அதிகாரிகள் என அனைவரையும் தயார் செய்ய வேண்டும். அடுத்து மாவட்ட திட்டக்குழு, மாவட்ட ஊராட்சி இரண்டையும் இந்தத் திட்டமிடுதல் பணிக்காக தயாரிக்க வேண்டும்; அவ்வாறு செய்வதற்கு அவர்களிடம் கிராமங்களில் மக்கள் பங்கேற்போடு மக்கள் மேம்பாட்டுக்கான ஒரு திட்டத்தைத் தெரிவிப்பதுதான். அது மட்டுமல்ல, இந்தப் பணி கட்டாயப் பணியாக உள்ளாட்சிக்கு விதிக்கப்பட்டிருப்பதால், அதை நாங்கள் செய்கிறோம்; அதற்கான உதவிகளை எங்களுக்கு வழங்க வேண்டும் என்பதை எழுத்துப் பூர்வமாக தெரிவித்து, மக்கள் அனுமதியோடு கிராமசபைத் தீர்மானத்தையும் அந்தக் கடிதத்துடன் இணைக்க வேண்டும்.

அடுத்து, கிராமப் பஞ்சாயத்தில் திட்டம் தயாரிக்க ஒரு குழுவை உருவாக்க வேண்டும். அதைக் கிராமசபையில் வைத்து ஒப்புதல் பெறவேண்டும். அந்தக் குழுவில் பொதுச்சேவை செய்ய ஆர்வமுள்ள எவரும் உறுப்பினராக இருக்கலாம். குறிப்பாக திறனும் ஆற்றலும் வாய்ந்த ஆர்வமுள்ள, நல்ல படித்த இளைஞர்களாக இருந்தால் இந்தப் பணிக்கு உதவியாக இருக்கும். இதைத் தொடர்ந்து கிராமப் பஞ்சாயத்து உறுப்பினர்களையும் கிராமத் திட்டக்குழு உறுப்பினர்களையும் தன்னார்வலர் குழுவையும் திட்டமிடும் பணிக்காக தயார் செய்ய வேண்டும். இந்தத் தன்னார்வலர் குழு கிராமத்தில் இருக்கும் மனித வளங்களாகும். அவர்கள் சுய உதவிக்குழு பெண்களாக இருக்கலாம், பொதுக் கருத்தாளர்களாக

இருக்கலாம், இளைஞர் குழு உறுப்பினர்களாக இருக்கலாம், ஓய்வு பெற்ற அரசு ஊழியர்களாக இருக்கலாம். இவர்கள் அனைவரையும் திட்டம் தயாரிப்பது பற்றிய விழிப்புணர்வு நிகழ்வில் பங்கேற்க வைக்க வேண்டும். இவர்களைத் தயாரிப்பதில் தான் இந்தத் திட்ட அறிக்கை தயாரிப்பின் வெற்றி அடங்கி யுள்ளதை உள்ளாட்சித் தலைவர்கள் உணர்ந்து செயல்பட வேண்டும். மாநில ஊரக வளர்ச்சிப் பயிற்சி நிறுவனத்தால் பயிற்சியளித்துப் பயிற்றுநராக ஒவ்வொரு ஒன்றியத்திலும் பலர் இருக்கின்றனர். அந்த வல்லுநர்களை வைத்து திட்டமிடல் பணியில் ஈடுபடும் அனைவருக்கும் பயிற்சியளிக்க வேண்டும்.

அடுத்த நிலையில் கிராமசபையைக் கூட்டி மக்கள் பங்கேற்புடன் தயாரிக்கப்பட இருக்கின்ற திட்டம் பற்றியும், அதைத் தயாரிக்கும் முறைமை பற்றியும் ஒரு விழிப்புணர்வு ஏற்படுத்த வேண்டும். இந்தக் கூட்டத்தில் பஞ்சாயத்தில் உருவாக்கப்பட்டுள்ள ஐந்து குழுக்களின் உறுப்பினர்களையும் கலந்துகொள்ள வைத்து அவர் களின் முக்கியக் கடமைகளையும் பொறுப்புக்களையும் எடுத்துக் கூறி அவர்களையும் இந்தத் திட்டத் தயாரிப்பில் ஈடுபடுத்த வேண்டும். அடுத்து கிராமசபையில் நமது கிராமம் பற்றி ஓர் ஆழ்ந்த கனவை உருவாக்க, கிராமசபையைத் தயார்படுத்த வேண்டும். கிராம மேம்பாட்டுத் திட்டம் என்பது ஒட்டுமொத்த மக்கள் கனவாக இருக்க வேண்டும். இதன் பிறகு இந்தத் திட்டமிடும் பணியில் குறிப்பாக புள்ளிவிவரம் சேகரிப்பில் ஈடுபடும் அத்தனை பேருக்கும் ஒரு சீரிய பயிற்சி அளிக்க வேண்டும். அறிவியல்பூர்வமாக மக்கள் மேம்பாட்டுக்கான ஒரு திட்டம் தயாரிக்கும் முறைகள் பற்றி அந்தப் பயிற்சியில் அத்தனைபேருக்கும் கற்றுத் தரவேண்டும். இதில் குறிப்பாக அறிவியல்பூர்வமாகத் திட்டமிட புள்ளிவிவரம் சேகரிப்பதையும் விளக்க வேண்டும்.

ஒன்று, குடும்ப அளவில் சேகரிக்கும் புள்ளிவிவரம், இரண்டு பஞ்சாயத்து அளவில் சேகரிக்கும் புள்ளிவிவரம். இந்த இரண்டு புள்ளி விவரங்களையும் சேகரிப்பதற்குத் தமிழ்நாடு திட்டக்குழு தயாரித்த படிவத்தை அல்லது மாநில ஊரக வளர்ச்சி பயிற்சி நிறுவனம் தயாரித்த படிவத்தைப் பயன்படுத்தலாம். திட்டம் தயாரிப்புப் பணியில் ஈடுபட்டிருக்கும் அனைவருக்கும் திறனும்

ஆற்றலும் வளர்க்கப்பட வேண்டும். அடுத்து இந்தப் பணிகளுக்கு கிராமத்திற்கு அருகிலுள்ள கல்லூரி, பல்கலைக்கழக ஆசிரியர்களை, ஆராய்ச்சியாளர்களைப் பயன்படுத்திக்கொள்ள வேண்டும். அவர்களை இந்தத் திட்டப் பணிகளைத் தொடங்கும் போதே ஈடுபடுத்த வேண்டும். எல்லா நிலைகளிலும் அவர்களின் ஆலோசனைகளைப் பெற்றுச் செயல்பட வேண்டும். ஏனென்றால் கிராம சேவை என்பது அவர்களுக்குக் கட்டாயக் கடமையாக ஆக்கப்பட்டுள்ளது 'உன்னத பாரதத் திட்டம்' மூலம். எனவே பல்கலைக்கழக ஆசிரியர்களையும் ஆராய்ச்சியாளர்களையும் தொடக்கம் முதல் திட்ட அறிக்கை தயாரித்து முடிக்கின்றவரை தொடர்ந்து பயன்படுத்திக்கொள்ள வேண்டும். இதை அதிகாரப் பூர்வமாகச் செய்ய வேண்டும். இந்தச் செயல்பாடுகள் அனைத்தையும் சடங்காகச் செய்யாமல், ஒரு திருவிழாவுக்கு அல்லது ஒரு குடும்ப நிகழ்வுக்கு அனைவரும் செயல்படுவது போல, ஒரு பொதுச் சிந்தனையுடன் ஒரு கனவை நனவாக்க நடைபெறும் மக்கள் நிகழ்வாக அனைவரும் ஈடுபடும் வகையில் செயல்பாடுகள் கட்டமைக்க வேண்டும். முழு கிராமமும் அந்தப் பணியில் ஈடுபட வேண்டும். இதற்கான ஒரு சிந்தனைச் சூழலை மக்கள் அனைவரிடமும் உருவாக்க வேண்டும். இதற்கான பார்வை பஞ்சாயத்துத் தலைவருக்கு இருக்க வேண்டும்.

இதன் பிறகு புள்ளிவிவரம் சேகரித்தல் வீடுகளிலும் பொது நிறுவனங்களிலும் நடைபெற வேண்டும். அந்தப் புள்ளிவிவரங்கள் சேகரித்த பிறகு அந்தக் கிராமத்தில் உள்ள குடும்பங்களின் சமூக பொருளாதார நிலைமையையும், பொது நிறுவனங்களின் செயல்பாட்டுச் சூழலையும் அலசி ஆராய வேண்டும். இதை உயர் கல்வி நிறுவன ஆசிரியர்களும், ஆய்வாளர்களும் செய்து கொடுத்து விடுவார்கள். இந்தப் புள்ளிவிவரங்கள் கிராமத்தில் உள்ள இயற்கை வளங்கள், பொருளாதார வளங்கள், சமூக வளங்கள், அறிவு வளங்கள் என அனைத்து வளங்களையும் வைத்துக்கொண்டு மக்களின் கனவுக்கிராமத்தை எப்படி உருவாக்க வேண்டும் என்று மேம்பாட்டுக்கான ஒரு கருத்தரங்கை கிராமத்தில் நடத்த வேண்டும். அப்போது குறிப்பாக எந்த வளம் குன்றுகிறது, எது உயர்ந்துள்ளது, எது தாழ்ந்துள்ளது என்பதைக் கண்டுபிடித்து, நீடித்த வளர்ச்சி இலக்குகளை, எட்ட வேண்டிய இலக்குகளைப் பின்புலத்தில்

வைத்துத் திட்டத்தை வடிவமைக்க வேண்டும். இதில் மிகவும் முக்கியமானது, அந்தக் கிராமப் பஞ்சாயத்தில் வாழும் கடைக்கோடி மனிதர்களின் குடும்பப் பின்னணி பற்றிய புள்ளி விவரங்கள் கணக்கில் கொண்டு பொருளாதார மேம்பாட்டுச் செயல்பாடுகள் வடிவமைக்கப்படல் வேண்டும். இதற்கு அந்தோதயா சர்வேயில் எடுத்த புள்ளிவிவரங்களைப் பயன்படுத்திக்கொள்ளலாம்.

இந்த அடிப்படைப் புள்ளிவிவரங்களைக் கிராமசபையில் வைத்து அங்கீகரிக்கப்படல் வேண்டும். இந்தப் புள்ளிவிவரங்கள் மிகத் துல்லியமாகவும் உண்மையானதாகவும் இருக்க வேண்டும். அரசின் திட்டங்கள் கிடைப்பதற்காகப் பொய்த் தகவல்கள் இந்தப் புள்ளிவிவர சேகரிப்பில் வராமல் பார்த்துக்கொள்ள வேண்டும். அடுத்து மக்களின் தேவைகளை வார்டு வாரியாக சேகரித்து அவற்றை வரைமுறைப்படுத்தி, முன்னுரிமை கொடுக்க வேண்டியதைப் பட்டியலிட்டு, செயல்திட்டங்களைக் கிராமத் திட்டத்தில் உருவாக்க வேண்டும். அப்படி உருவாக்கும் போது அது ஓர் ஆசைப்பட்டியலாக இல்லாமல், செயல்படுத்தக்கூடிய சாத்தியக் கூறுகளை ஆராய்ந்து திட்டங்களை வடிவமைக்க வேண்டும். ஒட்டுமொத்தமாக சேகரித்த மக்கள் தேவைகளை முன்னுரிமை அடிப்படையில் வரிசைப்படுத்தி ஆண்டுத் திட்டமாகப் பிரிக்க வேண்டும்.

அப்படித் திட்டம் வகுக்கின்றபோது நலிந்த பிரிவினர், விளிம்பு நிலை மக்கள், பெண்கள், மாற்றுத்திறனாளிகள் என இதுவரை ஒதுக்கப்பட்டிருந்தவர்களின் நலனுக்கு முன்னுரிமை அளிக்க வேண்டும். இந்தத் திட்டச் செயல்பாடுகளை வடிவமைக்கும்போது, பஞ்சாயத்தின் நிதி ஆதாரங்கள், அரசுத் துறைகளின் திட்ட நிதியாதாரங்கள், மக்களிடமிருந்து திரட்டும் நிதிக் கொடைகள், மக்கள் பிரதிநிதிகளிட மிருந்து பெறப்படும் தொகுதி மேம்பாட்டு நிதி, தன்னார்வத் தொண்டு நிறுவனங்களின் நிதியுதவி, பெரும் தொழில் நிறுவனங்கள் தரும் சமூகக் கடமைக்கான நிதியுதவி, வெளிநாட்டுவாழ் மக்கள் தங்கள் கிராமத்தை மேம்படுத்த வழங்கும் கொடைகள் அனைத்தையும் வைத்துத் திட்டச் செயல்பாடுகளைத் தயாரிக்க வேண்டும். இதில் சுற்றுச்சூழல் மேம்பாடு, உயிர்ச்சூழல் மேம்பாடு, இயற்கை வளமேம்பாடு என அனைத்துச் செயல் பாடுகளும் வடிவமைத்து, கிராமசபையில் ஒப்புதல் பெற்று, அந்த

வரைவுத் திட்டத்தை ஓர் அறிக்கைபோல் அச்சிட வேண்டும். முழு வரைவுத் திட்ட அறிக்கையின் முதல் பகுதியில் அந்தக் கிராமத்தின் வரலாற்றையும் சிறப்புகளையும் விளக்க வேண்டும். இரண்டாம் பகுதியில் கிராமத்திலுள்ள வளங்களும் வசதிகளும் விளக்கப்பட வேண்டும். மூன்றாவது பகுதியில் மக்களின் தேவைகளைப் பட்டியலிட வேண்டும். நான்காம் பகுதியில் முன்னுரிமை கொடுத்து தயாரித்த திட்டங்களை, அரசுத்துறை திட்டங்களுடன் இணைக்க வேண்டும். தேவைகளை அரசின் திட்டத்துடன் இணைக்க முடியாத சூழலில், அந்தத் தேவைகளை நிறைவேற்ற யாரிடம் உதவிகள் கோரப்படுகின்றன என்பதையும் அந்தத் திட்ட அறிக்கையில் கொண்டு வந்துவிட வேண்டும். இந்த அறிக்கையைக் கிராம சபையில் படித்துக் காண்பித்து கிராமசபையின் அங்கீகாரத்தைத் தீர்மானத்தின் மூலம் பெறவேண்டும். அதன் பிறகுதான் இந்தத் திட்ட அறிக்கைக்கு சட்ட பூர்வ அங்கீகாரம் கிடைக்கும்.

அந்தத் திட்ட அறிக்கையை மாவட்டப் பஞ்சாயத்துக்கு அனுப்பும்முன் மாவட்ட ஆட்சியரின் கருத்துரை ஒன்றை வாங்கி இணைக்க வேண்டும். அதற்கு அடுத்த பகுதியாக, திட்டப்பணி களுக்கு உதவியவர்களுக்கு நன்றி கூற வேண்டும். பிறகு கிராம வரலாறு, அடிப்படை புள்ளி விவரங்கள், குடும்பங்கள், பஞ்சாயத்து சார்ந்தவை ஆகியன இணைக்கப்பட வேண்டும். அடுத்த பகுதியில் வள ஆதாரங்கள் பற்றிய ஒரு தொகுப்பை இணைக்க வேண்டும். கிராமசபை அங்கீகரித்த திட்ட அறிக்கையை அச்சிட்டு எல்லாத் துறைகளுக்கும் தந்து, மக்கள் திட்டத்தில் அரசுத் துறைகளைச் செயல்பட வைக்க வேண்டும். இந்தச் செயல் பாடுகளை முழுப் புரிதலுடன் நமது பஞ்சாயத்துகள் நடைமுறைப் படுத்தத் தொடங்கினால், மக்கள் திட்டத்தில் அரசுத் துறைகள் பணி செய்ய ஆரம்பிக்கும். அதுமட்டுமல்ல, கிராமம் மக்கள் கைக்கு வந்துவிடும்.

அரசு சொல்லி மக்கள் கேட்பது என்ற நிலையிலிருந்து மக்கள் சொல்வதை அரசு கேட்டுச் செயல்படும் என்ற நிலைக்கு மாறிவிடும். இதன் மூலம் மக்கள் ஒரு பெருமித உணர்வு பெறுவார்கள். தாழ்வு மனப்பான்மை முற்றிலும் மாறிவிடும். சார்ந்து வாழும் மனநிலை குறைய தொடங்கும். எனவே கிராமத்திற்குத் திட்டமிடுவது என்பது அரசு கூறுவதற்காக அல்ல. நாம் செய்யத் தவறினோம்.

14ஆவது மத்திய நிதிக்குழு செய்யச் சொல்கிறது. இந்தத் திட்டம் தயாரித்து முடித்த பிறகு கிராமத்தில் உள்ள அனைவருக்கும் 'நம் கிராமம் நம் பொறுப்பு' என்ற உணர்வு வந்துவிட வேண்டும்.

எதிர்நோக்கும் திட்ட விளைவுகள்

இப்படித் திட்டம் தீட்டி நடைமுறைப்படுத்துவதன் மூலம் நாம் எதிர்பார்க்கும் விளைவைத் நம் சமுதாயத்தில் எதிர்பார்க்கிறோம் என்பதைத் தெளிவாகக் குறிப்பிட வேண்டும்.

- ஐந்து வயது நிரம்பிய அனைத்துக் குழந்தைகளையும் பள்ளியில் சேர்த்துவிடுதல்.
- பள்ளியில் சேர்ந்த குழந்தைகள் இடைநிறுத்தம் இல்லாமல், கல்வி தொடரும் சூழலை உருவாக்கல்.
- மாணவர்களின் ஆக்கத்திறனை வெளிப்படுத்த பள்ளிகளில் ஆண்டு விழாக்களைப் பொதுமக்கள் நடத்துதல்.
- பள்ளியில் குடிநீர், கழிப்பறை, விளையாட்டு மைதானம், போன்ற அடிப்படை வசதிகள் அமைத்தல்.
- மாணவ மாணவிகள் மத்தியில் சுத்தம், கழிவறையைப் பயன்படுத்தும் கலாச்சாரத்தை உருவாக்கல்.
- கிராமத்தில் எழுதப் படிக்கத் தெரியாதவர்களே இல்லாத நிலையை உருவாக்குதல்.
- படிப்பகங்கள் அமைத்துக் கிராமத்தினரிடையே கற்கும் ஆர்வத்தைத் தூண்டுதல், அய்யன் திருவள்ளுவர் நூலகத்தைப் பயன்பாட்டிற்குக் கொண்டுவருதல்.
- அங்கன்வாடியில் குழந்தைகளுக்கான கழிப்பறை வசதி, விளையாட்டுப் பொருள்கள் ஏற்பாடு செய்தல், குழந்தை களின் நகங்களை வெட்டி, தூய்மை பேணுதல்.
- இரண்டரை வயது நிரம்பிய குழந்தைகள் அனைவரையும் அங்கன்வாடியில் சேர்த்தல், தன் சுத்தம் பேணும் பழக்கத்தைக் கற்றுக்கொள்ள உதவுதல்.
- குழந்தைகளுக்கு உரிய சரிவிகித ஊட்டச் சத்துணவு வழங்கி, வயதுக்கேற்ற எடையுடன் ஆரோக்கியமாக இருக்கச்செய்தல்,

குழந்தை நலத்திட்டத்தில் ஊட்டச்சத்து மாவு, மதிய உணவு வழங்குதல் நடவடிக்கைகள் முறையாக நடைபெறுவதை உறுதிசெய்தல்.

- கிராமத்தினரிடையே விழிப்புணர்வு ஏற்படுத்தி பெண் சிசுக்கொலையைத் தடுத்தல்.
- குழந்தைகள் அனைவரும் தடுப்பூசித் திட்டத்தின் பயனை முழுமையாக முறையாகப் பெறுவதற்கு உறுதி செய்தல்.
- அனைவருக்கும் கொரனா தடுப்பூசி போடுதல்.
- குழந்தைத் தொழிலாளி இல்லாத நிலையை உருவாக்கல்.
- குழந்தை இறப்பைத் தடுக்கும் நடவடிக்கைகள் மேற்கொள்ளுதல்.
- பால் சமத்துவம் பற்றி மக்களிடம் விழிப்புணர்வு ஏற்படுத்துதல்.
- அனைத்து மகப்பேறுகளும் மருத்துவமனைகளில் மட்டுமே நடைபெற உறுதிசெய்தல்.
- பேறுகால, கர்ப்பகால கவனிப்புகள் பற்றிப் பெண்களிடம் விழிப்புணர்வு ஏற்படுத்துதல்.
- பேறுகால, குழந்தை நலத்திட்ட நடவடிக்கைகளின் பலன்களைப் பெண்கள் முழுமையாகப் பெற்றிட உதவுதல்.
- கர்ப்பிணிகள், பேறு காலப் பராமரிப்பு மருத்துவப் பரிசோதனை—தடுப்பூசிகள் ஊட்டச்சத்து மாவு—கர்ப்பகால உதவித்தொகை ஆகிய நலன்களை முறையாகப் பெற்றிட உதவுதல்.
- துணை சுகாதார நிலையத்தில் தேவையான அடிப்படை வசதிகள் ஏற்படுத்துதல்.
- கிராமச் செவிலியர் மேற்கொள்ளும் நலப்பணிகள் நன்கு நடைபெற உதவுதல்.
- பெண்கள் சுகாதார வளாகங்களை முழுமையாகப் பயன்படுத்த நடவடிக்கை எடுத்தல்.
- அனைத்து மக்களுக்கும் பாதுகாப்பான குடிநீர் கிடைத்திட உறுதி செய்தல்.

- திறந்த வெளிகளைக் கழிப்பிடமாகப் பயன்படுத்துவதை முற்றிலும் தடுத்தல்.
- பொதுக்கழிப்பிடங்கள் ஏற்படுத்தி முறையாகப் பயன்படுத்த ஏற்பாடு செய்தல்.
- சுத்தமான கிராமமாக உருவாக்க, கழிவுகளை அப்புறப்படுத்துதல்.
- கிராம அளவில் மக்காப் பொருள்களான பிளாஸ்டிக், பாலிதீன் போன்றவற்றால் கிராமத்திற்கு வரும் தீமையைப் பற்றி மக்களிடம் விழிப்புணர்வு ஏற்படுத்தி, அவற்றைத் தடுக்க வழிவகை செய்தல்.
- பொதுக் கழிவுகளை உரமாக்கி நிதியைப் பெருக்கிக் கொள்ளுதல்.
- பசுமைக் கிராமமாக மாற்றுவதற்குப் பொது இடங்களில் மரக் கன்றுகள் நட்டு, வளர்த்துக் காத்தல்.
- கிராமத்திலுள்ள அனைத்துக் குடியிருப்புப் பகுதிகளும் குறைந்தபட்ச அடிப்படை வசதிகள் பெற உறுதிசெய்தல்.
- சூரிய ஒளியில் இயங்கும் விளக்குகளைத் தெருக்களில் அமைத்தல்.
- குடும்ப அட்டை தகுதியுடைய அனைத்துக் குடும்பங்களுக்கும் கிடைத்திட உறுதி செய்தல்.
- குடியிருக்க நிலமற்றவர்களுக்குப் பட்டா வழங்க ஏற்பாடு செய்தல்.
- பொதுவிநியோக முறையில் அத்தியாவசியப் பொருள்கள் முறையாகக் கிடைத்திட உறுதி செய்தல்.
- வீடு இல்லாத ஏழைகளுக்குக் குடியிருப்புகள் ஏற்பாடு செய்தல்.
- தீண்டாமையை ஒழித்து, சமூக நல்லிணக்கத்தை ஏற்படுத்துதல்.
- ஆதிதிராவிடர் சமூகத்திற்கு உரிய அனைத்து நலன்களும் கிடைக்க உறுதி செய்தல்.
- ஏழைப்பெண்களை சுயஉதவிக்குழுவில் இணைத்து சமூக, பொருளாதார உயர்வை அடைய உதவுதல்.

- சுயஉதவிக் குழுக்கள், பொருள்கள் உற்பத்தி செய்து வணிகம் செய்யத் தேவையான அனைத்து ஏற்பாடுகளையும் செய்தல்.
- கிராமத்திலிருக்கும் கைவினைஞர்களை ஒன்றுசேர்த்து சங்கமாக உருவாக்கி, அவர்களின் கைத்திறனை மேம்படுத்தி அவர்களுக்கு வேலைவாய்ப்பு கிடைக்க ஏற்பாடு செய்தல்.
- இருபத்தோர் வயது முடிந்த பிறகே பெண்களுக்குத் திருமணம் நடைபெற விழிப்புணர்வு ஏற்படுத்துதல்.
- நலிவுற்ற ஆதரவற்ற முதியோர், ஏழை விதவைகள், வறுமையில் வாடும் கைவினைஞர்கள் போன்றோர்களின் குடும்பங்களைக் கண்காணித்து அவர்களின் வாழ்க்கைக்கு உத்தரவாதம் அளித்தல்.
- மாற்றுத் திறனாளிகளையும், சிறப்புக் குழந்தைகளையும் கணக்கிட்டு, அவர்களுக்குச் சென்று சேரவேண்டிய உதவிகளைக் கொண்டுசேர்த்தல்.
- ஆண், பெண் சுயஉதவிக்குழுக்கள் வலுவாகச் செயல்பட வழிகாட்டுதல்.
- சுய உதவிக்குழுவினர் பொதுநலப் பணிகளிலும், கிராமசபைக் கூட்டங்களிலும் முழுமையாக ஈடுபட ஆர்வத்தைத் தூண்டி வழிகாட்டுதல்.
- நீர் ஆதார நிலைகளான குளங்கள், குட்டைகள், ஊருணிகள், கண்மாய்கள் அனைத்தையும் சீர்படுத்தி, பராமரித்து, மழைநீர் சேகரித்து முறையாகப் பயன்படுத்துதல்.
- நீரின் முக்கியத்துவம் பற்றியும், நீர் மேலாண்மை பற்றியும், நீர் பயன்பாடு பற்றியும் சரியான பார்வையை மக்களுக்கு உருவாக்குதல்.
- இயற்கை வளங்கள் குன்றாமலிருக்க வளப்படுத்துதல், அவற்றை யாரும் கெடுக்காமல் பாதுகாத்தல்.
- கிராமங்களில் பொது இடங்களிலும் வீட்டுப் பகுதியிலும் மூலிகைச் செடிகள் வளர்த்து அவற்றைப் பயன்படுத்த மக்களிடம் விழிப்புணர்வை ஏற்படுத்துதல்.

- விவசாயத்தில் சூழலுக்கு ஏற்ப மாற்றங்களைக் கொண்டுவர விவசாயிகளிடம் விழிப்புணர்வு ஏற்படுத்துதல்.
- பொதுச் சொத்துக்களை ஆக்கிரமிப்பிலிருந்து மீட்டெடுத்தல்.
- பொதுச்சொத்துக்களை முறைப்படுத்தி பஞ்சாயத்துக்கு வருமானம் வருகின்ற அளவுக்கு வழிவகை செய்தல்.
- பஞ்சாயத்துகளின் செயல்பாடுகளை, மக்களை மையப் படுத்தி, மக்களின் ஈடுபாட்டோடு நிறைவேற்றல்.
- பஞ்சாயத்தை மக்கள் செயல்பாட்டுக் களமாக மாற்றுதல்.
- பொதுமக்களைச் சமூக குடிமக்களாக மாற்றி பஞ்சாயத்துச் செயல்பாடுகள் அனைத்திலும் அவர்களைப் பங்கெடுக்கச் செய்தல்.
- கிராமசபையைக் குறைகேட்கும் மன்றமாக உருவாக்காமல், சமூக மேம்பாட்டிற்கான மன்றமாக மாற்றுதல்.
- கிராமத்தின் எல்லாச் செயல்பாடுகளிலும், பெண்களையும் தலித்துக்களையும் பெருமளவில் இணைத்துக்கொள்ளுதல்.
- கிராமத்தில் செயல்படும் பல்வேறு அமைப்புகளை வளர்ச்சிச் செயல்பாடுகளுக்காக ஒருங்கிணைத்தல்.

13

தகவல் அறியும் உரிமைச் சட்டம்

இந்தியாவை காலனி ஆதிக்கத்தின் கீழ் அடிமைகளாய் வைத்திருந்த ஆங்கிலேய அரசு, மக்களுக்கு அரசு அலுவலகங்களில் உள்ள கோப்புகள், நிதிநிலை, ஏனைய மக்களுக்குத் தேவையான தகவல்கள் தெரிந்தால் நாம் தொடர்ந்து அவர்களை அடிமைகளாய் வைத்திருக்க முடியாது என்பதை உணர்ந்துதான் அரசு இரகசியச் சட்டம் 1923 என்ற சட்டத்தை அமலில் வைத்திருந்தது. நாடு விடுதலை அடைந்த பிறகும் இத்தகைய அடக்குமுறைச் சட்டங்களும் நடைமுறைகளும் இரகசிய நடவடிக்கைகளும் தொடர்ந்தன. இதற்கு எதிராகத் தகவல் அறியும் உரிமைக்கான போராட்டங்கள் தொடர்ந்தன. இந்தியாவில் அவசர கால பிரகடனம் இருந்த போது அரசின் முக்கியமான நடவடிக்கைகள் எதுவுமே தெரிய இயலாமல் இரகசியமாகவே நடைபெற்றன.

அரசின் இரகசியச் சட்டத்தை ரத்து செய்யக் கோரி போராட்டங்களும் கோரிக்கைகளும் எழுந்தன. அப்போது இது குறித்து ஆய்வு செய்து ஆலோசனை நல்க 1977ஆம் ஆண்டில் அமைக்கப்பட்ட பணிக்குழு அரசு இரகசியச் சட்டத்தில் திருத்தம் எதுவும் தேவையில்லை என்று தெரிவித்துவிட்டது. மீண்டும் அது குறித்த பொதுவிவாதம் தொடர்ந்ததால் 1989ஆம் ஆண்டு அமைக்கப்பட்ட பணிக்குழு சில நெகிழ்வான முறைகளை மேற்கொள்ளலாம் எனப் பரிந்துரைத்தது. ஆயினும் இது குறித்து எந்த விதமான முயற்சிகளிலும் அரசு நிருவாகம் ஈடுபடவில்லை. இந்தச் சூழலில் தகவலறியும் உரிமை சர்வதேச விவாதத்துக்குரிய பொருளாக வலுப்பெற்றது. இந்தியாவில் பத்திரிகையாளர் அமைப்பும்

நுகர்வோர் அமைப்பும் கல்வி ஆராய்ச்சி மையமும் இணைந்து இதற்கான சட்ட முன்வரைவு ஒன்றைத் தயாரித்து நாடாளுமன்றத்தில் தாக்கல் செய்வதற்கு உதவின. இதுகுறித்து ஆய்வு செய்து ஆலோசனை நல்க பணிக்குழு ஒன்று அமைக்கப்பட்டது. ஆனாலும் பெரிய மாற்றங்கள் ஏதும் நிகழ்ந்துவிடவில்லை. இதற்கிடையில் உலகில் சுமார் ஐம்பதுக்கும் மேற்பட்ட நாடுகளில் தகவல் அறியும் உரிமை அடிப்படை உரிமையாக அரசியல் சட்டத்தில் சேர்க்கப்பட்டது.

இந்தியாவில் 2000ஆம் ஆண்டு நாடாளுமன்றத்தில் கொண்டு வரப்பட்ட தகவல் அறியும் சுதந்திரச் சட்டம் நிலைக்குழுவுக்கு அனுப்பப்பட்டுவிட்டது. இந்தச் சூழலில் சில மாநிலங்களில் இதற்காக மேற்கொண்ட முயற்சிகள் பலனளித்தன. தமிழகத்தில் 1997 ஏப்ரல் 17ஆம் தேதி சட்டமன்றத்தில் தகவல் அறியும் உரிமைச் சட்டம் அறிமுகப்படுத்தப்பட்டது. பல குறைபாடுகளுடன் இந்தச் சட்டம் வரைவு செய்யப்பட்டிருந்தும், தகவல் பெறும் உரிமைப் போராட்டத்தில் இது ஒரு மைல்கல்லாகக் கருதப்பட்டது.

மனித உரிமைக்கும் ஜனநாயக உரிமைக்குமான இயக்கங்களின் வலுவான கூட்டு நடவடிக்கைகளினால், ஐக்கிய முற்போக்குக் கூட்டணி அரசு பதவி ஏற்கும் பொழுது தேர்தல் அறிக்கையில் தகவல் பெறும் உரிமை குறித்து வாக்குறுதி அளித்தபடி உரிய நடவடிக்கைகள் மேற்கொள்ள வலியுறுத்தப்பட்டது. தேசிய மக்கள் தகவல் உரிமை அமைப்பு ஒன்று தன்னார்வலர்களால் உருவாக்கப்பட்டது. இந்த அமைப்பில் அருணா ராய் போன்றோர் இடம்பெற்று, சட்ட வரைவு ஒன்றை உருவாக்கி நாடாளு மன்றத்தில் சமர்ப்பிக்கச் செய்தனர். நாடாளுமன்றத்தில் கொண்டு வரப்பட்ட சட்டமுன்வரைவு (மசோதா) நாடாளுமன்ற நிலைக் குழுவுக்கு அனுப்பப்பட்டு, அந்தக் குழுவின் பரிந்துரையோடு நாடாளுமன்றத்தில் அந்த சட்டமுன்வரைவு நிறைவேற்றப் பட்டது. 15. 06. 2005இல் இந்தியக் குடியரசுத் தலைவரின் ஒப்புதல் பெற்று 12. 10. 2005 முதல் நடைமுறைக்கு வந்தது அந்தச் சட்டம். இதன் மூலம் 1923ஆம் ஆண்டு வெள்ளையர்களால் இயற்றப்பட்ட அரசு இரகசிய காப்புச்சட்டம், 2002ஆம் ஆண்டு இயற்றப்பட்ட தகவல் பெறும் சுதந்திரச் சட்டம் ஆகிய இரண்டும் முடிவுக்கு வந்தன. இன்றைய தேதியில் உலகில் 129 நாடுகளில் இதே சட்டம் நடை முறையில் உள்ளது குறிப்பிடத்தக்கது.

தகவலறியும் உரிமைச் சட்டத்தின் நோக்கம்

- மக்களாட்சியைப் பாதுகாக்க குடிமக்கள் அரசு குறித்த அனைத்துத் தகவல்களையும் தெரிந்துகொள்வதற்கு,
- அரசின் செயல்பாடுகளை வெளிப்படைத்தன்மை கொண்டதாக மாற்றுவதற்கு,
- மக்கள் அதிகாரத்தை நிலைநாட்டுவதற்கு,
- ஊழலை ஒழிப்பதற்கு,
- அரசிடம் மக்கள் கேட்கும் கேள்விக்கு பதில் கூறும் கடமையை உறுதிப்படுத்துவதற்கு,
- மக்கள் பங்கேற்பை உறுதிசெய்வதற்கு,
- மக்கள் நலத்திட்டச் செயல்பாடுகளை மக்கள் நேரடியாகக் கண்காணிக்க இந்தச் சட்டம் இயற்றப்பட்டது.

தகவல் என்றால் என்ன?

அரசு, அரசு உதவிபெறும் அனைத்து வகையான அலுவலகங்களிலும் பராமரிக்கப்பட்டு வரும் பதிவேடுகள், ஆவணங்கள், ஆணைகள், அலுவலகக் குறிப்புகள், பரிந்துரைகள், அறிக்கைகள், மின்னணு முறையில் பதிவாகியுள்ளவை எனத் தகவல் தொடர்புக்குரிய அனைத்து விதமான தரவுகளும் தகவல் என்று கருதப்படுகிறது. இந்தத் தகவல்களை மக்கள் அறிந்துகொள்ள உரிமை உண்டு.

தகவல் பெறும் உரிமை

மேற்கூறிய ஆவணங்களையும் பதிவேடுகளையும் ஆய்வு செய்யும் உரிமையுண்டு. அத்துடன் பின்வரும் உரிமைகளும் உண்டு.

- இவற்றில் சான்று நகல்கள் பெறும் உரிமை;
- குறிப்புகள், சுருக்கங்கள் எடுக்கும் உரிமை;
- மின்னணு வடிவத் தகவல் பெறும் உரிமை;
- பொதுநலன் தொடர்புடைய அனைத்து நடவடிக்கைகள் குறித்தும் தகவல் பெறும் உரிமை;
- நாடாளுமன்றத்திற்கும் சட்ட மன்றத்திற்கும் மறுக்கப்படாத

தகவல் எதையும் எந்தத் தனிமனிதரும் பெற்றுக்கொள்ள உரிமை.

நேரடிக் கள ஆய்வு செய்யும் உரிமை 2-ஒ

தகவல் அறியும் உரிமைச் சட்டம் 2005இன் சட்டத்தின் உச்சபட்ச உரிமை கோப்புகள், பணிகள் ஆகியவற்றைக் களஆய்வு செய்து அதில் தேவைப்படும் ஆவணங்களைச் சான்றொப்பம் இட்ட நகல் பெறும் உரிமை.

2-ஜே 'தகவல் பெறும் உரிமை' என்பது, இந்தச் சட்டத்தின்படி எந்தவொரு பொது அதிகார அமைப்புகளிடமுள்ள அல்லது அதன் கட்டுப்பாட்டிலுள்ள நிறுவனங்களை அணுகிப் பெறக்கூடிய தகவல் பெறும் உரிமை என்பதைக் குறிக்கும். மேலும், அவை உள்ளடக்கிய உரிமைகளாவன:

1. பணி ஆவணங்கள், பதிவேடுகளை ஆய்வு செய்தல்.
2. ஆவணங்கள் அல்லது பதிவேடுகளின் குறிப்புகள், சுருக்கக் குறிப்புகள்அல்லது சான்றிட்டப் படிகளைப் பெறுதல்.
3. பொருள்களின் சான்றளிக்கப்பட்ட மாதிரிகளைப் பெறுதல்.
4. கணினி ஒன்றில் அல்லது வேறு எந்தவொரு கருவியில் சேகரிக்கப்பட்ட அத்தகைய குறுவட்டுகள், நெகிழ்வட்டுகள் (ஃப்ளாப்பீஸ்). ஒலிநாடாக்கள், ஒளிப்பதிவு தட்டுகள் அல்லது எந்தவொரு மின்னணு வாயிலான முறையில் அல்லது அச்சுவழி தகவலை அதே வடிவத்தில் பெறுதல்.

இந்தச் சட்டத்தின் அதிகார வரம்புக்குள் வருபவை எவை?

- மத்திய அரசு, மாநில அரசு.
- இந்த அரசுகளில் சொந்தமான, நேரடியாகவோ நிதி உதவி மூலமாகவோ உருவாக்கப்பட்ட அனைத்து விதமான அலுவலகங்களும் இந்தச் சட்டத்தின் கீழ் வருகின்றன.
- அனைத்து உள்ளாட்சி அமைப்புகளும் இந்தச் சட்ட வரம்பு களுக்குள் கொண்டு வரப்பட்டுள்ளன.
- அரசின் நிதி உதவியை நேரடியாகவோ, மறைமுகமாகவோ

பெறும் அனைத்து அரசு சாரா அமைப்புகள் மீதும் இந்தச் சட்டம் அமலாக்கப்படும்.

எல்லாத் தகவல்களையும் பெறலாமா?

இந்தச் சட்டத்தின் மூலம் தகவல் பெறுவதற்குச் சில விதி விலக்குகள் குறிப்பிடப்பட்டுள்ளன. அவற்றில் முக்கியமானவை:

1. நாட்டின் இறையாண்மை, ஒருமைப்பாடு, பாதுகாப்பு, பொருளாதார, அறிவியல் நலன்கள், வெளியுறவு தொடர்பான தகவல்கள் போன்றவை குறித்து தகவல் பெற முடியாது.
2. குற்றம் புரிவதற்குத் துணைபோகக்கூடிய தகவல்கள்;
3. நீதிமன்றங்கள், நடுவர் மன்றங்களால் தடை செய்யப்பட்டுள்ள தகவல்கள்;
4. நாடாளுமன்றம்/சட்டமன்றங்களின் உரிமை மீறல்களுக்கு இட்டுச் செல்லும் தகவல்கள்;
5. மூன்றாம் நபரின் போட்டியிடும் தகுதியைப் பாதிக்கக்கூடிய தொழில், வர்த்தக அறிவுசார் உடைமைகள் போன்றவை.
6. தமது நம்பிக்கைக்குரியவர் இடையே மட்டும் பகிர்ந்து கொள்ளக்கூடிய தகவல்கள்;
7. அந்நிய அரசிடமிருந்து பெறப்பட்டுள்ள இரகசியங்கள்;
8. ஒருவரின் உடலுக்கும் வாழ்க்கைப் பாதுகாப்பிற்கும் ஆபத்து உருவாக்கக்கூடிய தகவல்கள்;
9. சட்டத்தைச் செயல்படுத்த இரகசியமாக வழங்கப்படும் தகவல்கள்;
10. காவல் துறையின் விசாரணைகளைப் பாதிக்கக்கூடிய தகவல்கள்;
11. அமைச்சரவைக் குறிப்புகள்;
12. பெரும்பாலான மக்கள் நலனைக் கருத்தில் கொண்டு முடிவு எடுக்கப்படும் தகவல்கள்.

இவ்வாறு விதிவிலக்குகள் குறிப்பிட்டிருந்தாலும், பொது மக்கள் நலன் கருதி விதிவிலக்கை ரத்து செய்யும் அதிகாரம்

பொதுத் தகவல் தொடர்பு விசாரணை அதிகாரிகளுக்கு வழங்கப் பட்டுள்ளது.

தகவல்களை எப்படிப் பெறுவது?

தெளிவாகப் புரியும்படி கைகளால் எழுதியோ, தட்டச்சு செய்தோ எழுத்துப்பூர்வமாக மனுவைத் தயாரிக்க வேண்டும். தகவல்களை ஒன்று, இரண்டு, மூன்று என எண்கள் கொடுத்து வரிசையாகக் கேட்க வேண்டும். அனுப்புநர், பெறுநர் என்பதைத் தெளிவாக எழுத வேண்டும். தகவல் பெறுவதற்கான கட்டணம் செலுத்திய முறையை அந்தக் கடிதத்தில் குறிக்க வேண்டும். கால அளவில் கேட்க வேண்டும். ஒரே அலுவலர் தகவல் அளிப்பது போல கேட்க வேண்டும். முடிந்த வரை குறைவான தெளிவான தகவலைக் கேட்க வேண்டும்.

தகவல்களைப் பெற கட்டணம் ரூபாய் 10 செலுத்த வேண்டும். வறுமைக் கோட்டிற்குக் கீழ் உள்ளவர்கள் ரூபாய் 10 செலுத்துவதில் இருந்து விலக்கு அளிக்கப்பட்டு உள்ளது. கட்டணம் செலுத்த ரொக்கமாக பணம், வங்கிக் காசோலை, வரைவோலை, நீதிமன்ற வில்லை எனப் பல வழிகள் இருந்தாலும் ரூபாய் 10 மதிப்புள்ள நீதிமன்ற வில்லையை விண்ணப்பப் படிவத்துடன் இணைத்துத் தகவல் பெறுவது மாநில அளவில் சிறந்த வழி. அதே மத்திய அரசில் தகவல் கேட்கும் போது ஆன்லைன் (<https://rtionline.gov.in>) முறையில் தகவல் கோருவது சிறந்தது. தமிழகத்தில் மிகவும் விரைவில் ஆன்லைன் முறையில் தகவல் கோர வழிவகை செய்யப்பட்டு வருகின்றது.

பொதுத் தகவல் அலுவலர் யார்?

ஒவ்வொரு துறையிலும், அதன் நிருவாக அளவில் அல்லது அலுவலக அளவில் இந்தச் சட்டப்படி உருவாக்கப்பட்ட பதவியை வகிப்பவரே பொதுத் தகவல் அதிகாரியாவார். ஒரு தகவல் பொதுமக்கள் நலனில் வெளியிடப்பட வேண்டியதா, இல்லையா என்பதை முடிவு செய்பவர் பொதுத் தகவல் அலுவலர் என்று அழைக்கப்படுகிறார்.

துணை வட்டம் அல்லது துணை மாவட்ட அளவில் உதவி பொதுத் தகவல் அலுவலர் செயல்படுவார்கள்.

தகவல்களைச் சேகரிப்பதற்காக எவரின் உதவியையாவது பொதுத் தகவல் அலுவலர் கோரினால் அந்த அலுவலரும் பொதுத் தகவல் அலுவலராகவே கருதப்படுவார்.

உரிய தகவல்களை உரிய நேரத்திற்குள் அளிக்க வேண்டும். இதில் தவறும் போதும், தவறான தகவல்களைத் தரும் போதும், அல்லது திசை திருப்பும் வகையில் தகவல்களை அளிக்கும் போதும் சட்டப்படி அவர் தண்டனைக்கு உரியவராகிறார்.

பொதுத் தகவல் அலுவலரின் பணிகள்

- விண்ணப்பங்களைத் தரமாகத் தயாரிக்க இயலாதவருக்கு உதவ வேண்டும்.
- கேட்கப்படும் தகவல் தொடர்புடைய முடிவுகளை எடுக்கும் பொதுத் தகவல் அலுவலர் உரிய கட்டணம் எவ்வளவு, உரிய கால அவகாசம் எவ்வளவு போன்ற விவரங்களைத் தெரிவிக்க வேண்டும்.
- தகவல்கள் எந்த வடிவத்தில் வழங்க வேண்டுமெனக் கேட்கப்பட்டுள்ளதோ அந்த வடிவத்தில் வழங்க வேண்டும்.
- கோரப்படும் தகவல்கள் நிராகரிக்கப்படும் போது அதற்கான காரணங்களை முறையாகத் தெரிவிக்க வேண்டும். இது குறித்து மேல்முறையீடு செய்வதற்கான கால நிர்ணயத்தைத் தெரிவிக்க வேண்டும். யாரிடம் மேல் விசாரணைக்கு அனுப்ப வேண்டும் என்பதைக் குறித்தும் எழுத்துப்பூர்வமாக தெரிவிக்க வேண்டும்.
- விண்ணப்பித்த 30 நாள்களுக்குள் பதிலளிக்க வேண்டும். ஒருவரின் உயிர், உடைமைகளைத் தாக்கும் தகவல்கள் கோரப் பட்டன என்றால் 48 மணி நேரத்திற்குள் உரிய தகவல்களை வழங்க வேண்டும்.
- ஓர் ஆவணத்தின் ஒரு பகுதி தகவல் மட்டுமே அளிக்க முடியும் என்று பொதுத் தகவல் அலுவலர் கருதினால், விலக்கு அளிக்கப்பட்ட ஆவணத்தின் எந்தப் பகுதி வழங்க அனுமதிக்கப்பட்டுள்ளது என்பதையும் அறிவிக்க வேண்டும்.

மேலும் இந்த முடிவு எதன் அடிப்படையில் எடுக்கப்பட்டது என்பதையும் கூற வேண்டும். இந்த முடிவை அறிவிக்கும் பொதுத் தகவல் அலுவலர் பெயர், பதவி ஆகியவற்றையும் தெரிவிக்க வேண்டும்.

- கோரிக்கையில் உள்ள தகவல்களைப் பெற கூடுதல் கட்டணம் இருப்பின் அந்தக் கட்டணத் தொகையை அறிவிக்க வேண்டும்.

- முடிவை மறு ஆய்வு செய்வதற்கு விண்ணப்பிக்க உரிமைகள் உள்ளதா? மறுபரிசீலனை கோரி விண்ணப்பிக்கச் செலுத்த வேண்டிய கட்டணம், அதற்கான காலவரம்பு ஆகிய தகவல்களைத் தெரிவிக்க வேண்டும்.

- விண்ணப்பதாரர் கோரும் தகவல் மூன்றாம் மனிதர் அளித்த தகவலாகவோ மூன்றாம் மனிதரால் இரகசியத் தகவலாகவோ கருதப்படுவதாக இருந்தால், மூன்றாம் மனிதருக்கு விண்ணப்பம் பெற்ற 5 நாள்களுக்குள் எழுத்துப்பூர்வமாக நோட்டீஸ் அளித்து அவருடைய பிரதிநிதித்துவத்தைப் பரிசீலனைக்கு ஏற்க வேண்டும். மூன்றாம் மனிதர் தனது கருத்தைக் கூற நோட்டீஸ் பெற்றுக்கொண்ட பிறகு அவருக்கு 10 நாள்களுக்குள் அவகாசம் அளிக்க வேண்டும்.

பொதுத் தகவல் அலுவலரின் கடமைகள்

பொது அதிகார அமைப்பில் குறிப்பிட்ட வடிவத்தில் தகவல்களைப் பராமரிக்க வேண்டும். தகவல்கள் அனைத்தையும் கணினியில் பதிவு செய்து தழுவிய வலைப்பின்னலில் இணைத்து அனைத்து மக்களும் பயன்படுத்த வகைசெய்ய வேண்டும்.

- தாமாகவே முன்வந்து வெளியிடத்தக்க தகவல்களை உடனுக்குடன் தெரிவிக்க வேண்டும்.

- பாதிக்கப்பட்டவர்களுக்கு, அது தொடர்பான நீதிமன்ற உத்தரவுகள் அல்லது நிருவாக விதிமுறைகளை விளக்கிக் கூற வேண்டும்.

- முக்கியமான கொள்கை முடிவுகள் அல்லது மக்களைப் பாதிக்கும் அறிவிப்புகள் வெளியிடப்படும் போது அவற்றை

உடனடியாக மக்களுக்குத் தெரிவிக்கும் வகையில் பதிப்பிக்க வேண்டும்.

பொதுத் தகவல் அலுவலர்கள் தாமாக முன்வந்து வெளியிட வேண்டிய தகவல்கள்:

- தமது அலுவலகம் பற்றிய தகவல்கள், நடவடிக்கைகள், கடமைகள் பற்றிய குறிப்புகள்.
- அலுவலர்களின் கடமைகள் அதிகாரங்கள் எவை எவை என்ற தகவல்கள்.
- முடிவுகள் எடுக்கும்பொழுது மேற்கொள்ளப்படும் நடைமுறைகள்/விதிமுறைகள்.
- மேற்பார்வையிடும் அதிகாரிகள்/அவர்களின் பொறுப்புகள்.
- அலுவலக விதிமுறைகள், நடைமுறைகள், குறிப்புகள், அலுவலர்கள் பயன்படுத்தும் பதிவேடுகள் தொடர்பான தகவல்கள்.
- துறையின் நிதி ஒதுக்கீடுகள், திட்டங்கள், செலவு மதிப்பீடு, செலவினங்கள், திட்டங்களின் பயனாளிகள் உள்ளிட்ட அனைத்துத் தகவல்கள்.
- ஆண்டுதோறும் தகவல்களை முறையாகப் புதுப்பித்தல்.

மேல்முறையீடு வழிமுறைகள்

1. முதல் மேல்முறையீடு

மனுதாரர் 6(1)இன் கீழ் மனு செய்து 30 நாள்களுக்குள் தகவல் பெறவில்லை என்றாலோ, தகவல்களைப் பெற்று அந்தத் தகவலில் திருப்தி இல்லை எனக் கருதினாலோ தகவல் பெற்ற நாளில் இருந்து 30 நாள்களுக்குள் முதல் மேல்முறையீடு செய்யலாம். அவ்வாறு செய்யப்படும் முறையீடு, முதல் மேல்முறையீடு ஆகும். இது பிரிவு 19 (1)இன் கீழ் செய்ய வேண்டும். இதற்குக் கட்டணம் ஏதும் கிடையாது.

2. இரண்டாம் மேல்முறையீடு

முதல் மேல்முறையீடு மீது முடிவு அறிவிக்கப்பட்ட அல்லது

முடிவு அறிவிக்க உள்ள 90 நாள்களுக்குள் தொடர்புடைய மத்திய, மாநில அரசுகளின் தகவல் ஆணையத்தில் மேல் முறையீடு செய்யலாம்.

முதலாம் மேல்முறையீடு தாக்கல் செய்யப்பட்ட 30 நாள்களுக்குள் முடிவு அறிவிக்கப்பட வேண்டும். தேவையிருப்பின் ஐந்து நாள்கள் கூடுதல் அவகாசம் எடுத்துக்கொள்ளலாம். ஆனால் எப்படி இருந்தாலும் 45 நாள்களுக்குள் முடிவு அறிவிக்க வேண்டும்.

தகவல் ஆணையத்தின் முடிவு கட்டுப்படுத்தப்பட்டது. ஆனால் அதன்மீது உயர்நீதிமன்றத்திலோ, உச்சநீதிமன்றத்திலோ முறையீடு செய்யலாம்.

மத்திய தகவல் ஆணையம்

தலைமைத் தகவல் ஆணையர் ஒருவரும் அவருக்குக்கீழ் 10 பேருக்கு அதிகம் இல்லாத தகவல் ஆணையர்களும் குடியரசுத் தலைவரால் நியமிக்கப்படுகின்றனர்.

மத்திய தகவல் ஆணையம் புதுடெல்லியில் அமைந்திருக்க வேண்டும். இதன் இணை அலுவலகங்கள் நாட்டின் இதர பகுதியில் அமைய வேண்டும். அதற்கு மத்திய அரசின் அங்கீகாரம் கோரப்பட வேண்டும்.

மாநிலத் தகவல் ஆணையம்

மாநிலத் தலைமை தகவல் ஆணையர் ஒருவரும் அவருக்குக் கீழ் 10-க்கும் மேற்படாத தகவல் ஆணையர்கள் மாநில ஆணையத்திற்கு நியமிக்கப்பட வேண்டும்.

இந்த நியமனத்திற்காக முதலமைச்சர் தலைமையில் நியமனக் குழு அமைக்கப்பட வேண்டும். அதில் மாநிலத்தின் எதிர்க்கட்சித் தலைவரும், கேபினட் தகுதி பெற்றுள்ள அமைச்சர் ஒருவரும் இடம்பெற வேண்டும்.

மாநில ஆணையத்தின் ஆண்டு அறிக்கை சட்டமன்றத்திலும் மைய ஆணையத்தின் ஆண்டறிக்கை நாடாளுமன்றத்திலும் தாக்கல் செய்ய வேண்டும்.

தகவல் தர மறுத்தால்

விண்ணப்பத்தைப் பெறாமல் இருப்பது, உரிய காரணம் இன்றித் தகவல் வழங்குவதில் தாமதம் ஏற்படுத்துதல், தீய எண்ணத்துடன் தகவல்களை மறுப்பது, தெரிந்தே திசை திருப்பும் வகையில் தகவல்களைத் தவறாகவோ, அரைகுறையாகவோ வழங்குவது, கோரப்படும் தகவல்களை எப்படியாவது அழிப்பது, இவ்வாறு செய்யும் நடவடிக்கைகளுக்காக மக்கள் தகவல் அதிகாரி மீது நாள்தோறும் ரூ. 250 வீதம் ரூ. 25000 வரை அபராதம் விதிக்க, மைய, மாநில ஆணையத்திற்கு அதிகாரம் உண்டு.

தகவல் அறியும் உரிமைச் சட்டத்தின் பயன்பாடு

மக்கள் மைய ஒருங்கிணைப்பாளர்கள் பலர் இந்தச் சட்டத்தின் உதவியோடு நகர்ப்புற உள்ளாட்சி அமைப்புகளின் கல்வி, சுகாதார மேம்பாடுகள் குறித்து உரிய தகவல்களைப் பெற்று அவற்றைச் சரி செய்யும் பணிகளை வெற்றிகரமாக மேற்கொண்டுள்ளனர்.

குறிப்பாகப் பத்திரப் பதிவுத்துறை, மின்சாரம், கல்வி, சமூகநலம், வருவாய், நலவாழ்வு, விவசாயம், மாசுக் கட்டுப்பாடு போன்ற துறை நடவடிக்கைகள் குறித்து முறையான தகவல்களைப் பெற்று சமூக நீதியை நிலை நாட்டியுள்ளனர். லஞ்சம் வாங்கி வந்த அலுவலர்களைப் பிடித்துத் தந்துள்ளனர். திட்டப் பயனாளிகளைத் தேர்வு செய்வதில் இருந்த குளறுபடிகளைச் சரி செய்துள்ளனர்.

தகவல் அறியும் உரிமைச் சட்டம் 2005 மிகவும் நன்மை அளிக்கும் வகையில் பலர் பயன்படுத்தியுள்ளதைக் கருத்தில் கொண்டு, மக்கள் மைய ஒருங்கிணைப்பாளர்கள் தம் பகுதி குடிமக்களின் நன்மைக் காக, அரசுத் துறைகளின் செயல்பாடுகள் முறையாக இருப்பதை உறுதி செய்ய வாய்ப்புகளை முழுமையாகப் பயன்படுத்திக் கொள்ள வேண்டும்.

தகவல் பெற விரும்புவோர், தங்களுக்குத் தேவைப்படும் தகவல்களை வெள்ளைத் தாளில் தமிழ் அல்லது ஆங்கிலத்தில் எழுதி அனுப்பலாம். ரூ. 10 விண்ணப்பக் கட்டணமாக நேரில் பணமாகவோ கேட்பு வரைவோலையாகவோ, அரசுக் கருவூலத்திலோ கோர்ட் பீஸ் ஸ்டாம்பு ஒட்டியோ, விண்ணப்பத்தைத் தர வேண்டும்.

பொதுத் தகவல் அலுவலர்

கோர்ட் பீஸ் ஸ்டாம்ப் ஒட்டி விண்ணப்பிக்க வேண்டும். ஒருவர் ஒரு விண்ணப்பத்திலேயே எத்தனை கேள்விகள் வேண்டுமானாலும் கேட்கலாம்.

தமிழகத்தில் உள்ள அனைத்து மாவட்டங்களிலும் மாவட்ட ஆட்சியின் தனி உதவியாளர் (பொது) மாவட்ட ஆட்சியர் அலுவலகம் என்ற முகவரியில் பொதுத் தகவல் அலுவலரைத் தொடர்பு கொள்ளலாம்.

இந்தச் சட்டம் குறித்த விழிப்புணர்வைத் தம் பகுதி குடிமக்களுக்கு ஏற்படுத்தி, வேண்டிய தகவல்களைப் பெற்றுத் தம் முன்னேற்றத்திற்குரிய நடவடிக்கைகளில் துணிந்து பங்கேற்க மக்கள் மையம் வழிகாட்ட வேண்டும்.

இந்தச் சட்டத்தைப் பயன்படுத்தி பெற்ற நன்மைகளை விளக்கி பலரும் இந்தச் சட்டத்தைப் பயன்படுத்த வழிகாட்ட வேண்டும்.

மக்கள் மையத்தின் மூலமாகத் தகவல் அறியும் உரிமை குறித்த நடவடிக்கைகள் முறையாகத் துறைவாரியாகக் கோப்பில் பராமரிக்கப்பட வேண்டும். இதன் நடைமுறைகளைப் பிறர் வந்து கற்றுக்கொள்ளும் வகையில் முறையாக ஆவணப்படுத்தியிருக்க வேண்டும். இதனால் மக்கள் மையத் தகவல் அறியும் உரிமைச் சட்டப் பயன்பாட்டில் ஒரு முன்மாதிரியான மையமாக விளங்க முடியும்.

***

தகவல் அறியும் உரிமைச் சட்டம்
பிரிவு 6(1) கீழ் தகவல் கோரும் விண்ணப்பம்

பெறுநர்:
பொதுத் தகவல் அலுவலர்

1. விண்ணப்பதாரரின் பெயர்:
2. முகவரி:
3. கோரப்படும் தகவல்கள்
   அ. தொடர்புடைய துறை/அலுவலகம்:
   ஆ. கோரப்படும் தகவல்கள்:

மேற்கண்ட அனைத்துத் தகவல்களையும் அதற்கான ஆவண நகல்களையும் அனுப்பி வைக்குமாறு கேட்டுக்கொள்கிறேன்.

கோரப்பட்ட தகவல்கள் இந்தச் சட்டத்தின் பிரிவு 8இல் விதிவிலக்கு அளிக்கப்பட்ட தகவல் பற்றியது அல்ல என்றும் நான் கோரியுள்ள தகவல்கள் எனக்குத் தெரிந்தவரை உங்கள் அலுவலகம் தொடர்பானவை என்பதையும் தெரிவித்துக்கொள்கிறேன்.

விண்ணப்பக் கட்டணமான ரூ. 10 மதிப்புள்ள மனுவில்லை ஒட்டப்பட்டுள்ளது.

நான் கோரிய தகவல்களை அனுப்பக் கட்டணம் எதுவும் செலுத்த வேண்டியிருப்பின் எவ்வளவு கட்டணம் செலுத்த வேண்டும் என்பதையும் எந்தத் தலைப்பில் செலுத்த வேண்டும் என்றும் அறிவித்தால் செலுத்த சம்மதிக்கிறேன்.

உங்கள் உண்மையுள்ள,

***

தகவல் அறியும் உரிமைச் சட்டம் 2005இன் பிரிவு 19(1)இன் மேல்முறையீட்டு விண்ணப்பம்

பெறுநர்:
மேல்முறையீடு அலுவலர்
தகவல் அறியும் உரிமைச் சட்டம் 2005

1. மேல்முறையீடு விண்ணப்பதாரரின் பெயர்:

2. விண்ணப்பதாரரின் முகவரி:

3. பொதுத் தகவல் அலுவலரின்

   அ. பெயர்:

   ஆ. முகவரி:

4. பொதுத் தகவல் அலுவலருக்கு விண்ணப்பம் அனுப்பிய நாள்:

5. தகவல் கோரிய விண்ணப்பம் அனுப்பிய நாளிலிருந்து 30 நாள்கள் முடிந்த தேதி:

6. 1. பொதுத்தகவல் அலுவலரிடம் இருந்து பதில் வந்த தேதி:

   2. வரப்பெற்ற பதில்:

7. மேல்முறையீட்டுக்கான காரணங்கள்:

8. மேல்முறையீட்டு மனு தாக்கல் செய்யக் கடைசி தேதி:

9. கோரப்பட்ட விவரம்:

10. தகவலுக்காக இணைக்கப்பட்டுள்ள ஆவணங்கள்:

இந்த விண்ணப்பம் பெற்றுக்கொண்டமைக்கு ஒப்புதல் அளிக்குமாறு கேட்டுக்கொள்கிறேன்.

உங்கள் நம்பிக்கையுள்ள,

இடம்:
நாள்:

***

தகவல் அறியும் உரிமைச் சட்டம் 2005-இன் பிரிவு 19(3) இரண்டாம் மேல்முறையீட்டு விண்ணப்பம்

பெறுநர்:
தமிழ்நாடு தகவல் ஆணையம்
பிளாக் எண் 19, கவர்மெண்ட் பார்ம் வில்லேஜ்
சைதாப்பேட்டை, சென்னை 600015
தொலைபேசி: 044 2951 5590

1. இரண்டாம் மேல்முறையீடு விண்ணப்பதாரரின் பெயர்:

2. முகவரி:

3. தொடர்புடைய பொதுத் தகவல் அலுவலரின்
   அ. பெயர்:
   ஆ. முகவரி:

4. பொதுத் தகவல் அலுவலருக்கு விண்ணப்பம் அனுப்பிய நாள்:

5. தகவல் கோரிய விண்ணப்பம் அனுப்பிய நாளிலிருந்து 30 நாள்கள் முடிந்த தேதி:

6. பொதுத் தகவல் அலுவலரிடமிருந்து பதில் வரப்பெற்ற தேதி:

7. மேல்முறையீட்டு மனு தாக்கல் செய்ய கடைசி தேதி:

8. மேல்முறையீட்டு மனு அனுப்பிய நாள்:

9. மேல்முறையீட்டுக்கான காரணங்கள்:

10. மேல்முறையீட்டு அலுவலர்

அ. பெயர்:

ஆ. பதவி, அலுவலகம்:

11. மேல்முறையீட்டு மனு அனுப்பிய நாளிலிருந்து 30 நாள்கள் முடிந்த தேதி:

12. மேல்முறையீட்டு அலுவலரிடம் இருந்து பதில் வந்த தேதி:

13. இரண்டாம் மேல்முறையீட்டுக்கான காரணங்கள்:

14. கோரப்பட்ட தகவல் பற்றிய விவரம்

அ. பொருள்:

ஆ. தொடர்புடைய துறை:

15. இணைப்பு ஆவணங்கள்:

நான் கோரிய தகவல் இந்தியத் தகவல் அறியும் உரிமைச் சட்டம் பிரிவு 8இன் கீழ் விதிவிலக்கு அளிக்கப்பட்ட தகவல் பற்றியது அல்ல என்பதைத் தெரிவித்துக்கொள்கிறேன்.

நான் கோரிய தகவல்களையும் ஆவண நகல்களையும் விரைவில் அனுப்பத் தக்க ஆணைகள் பிறப்பிக்குமாறு, இது தொடர்பாக எனக்கு ஏற்பட்ட மனஉளைச்சல், அலைக்கழிப்பு, கால விரயம், பொருட்செலவு, தவறுகளுக்கு தொடர்புடையவர் மீது உரிய நடவடிக்கை எடுக்குமாறும் கேட்டுக்கொள்கிறேன்.

உங்கள் நம்பிக்கையுள்ள,

இடம்:
நாள்:

ஐயமும் தெளிவும்

1. தகவல் அறியும் உரிமைச் சட்ட மனுவை எழுத தனியான முறை (வடிவம்) இருக்கிறதா?

இல்லை

2. தகவல் அறியும் உரிமைச் சட்ட மனுவை எழுத தட்டச்சு செய்துதான் அனுப்ப வேண்டுமா?

இல்லை. தெளிவாகப் புரியும்படி கைகளில்கூட எழுதலாம்.

3. தகவல் அறியும் உரிமைச் சட்ட மனு எழுதும் போது கட்டாயம் இடம் பெற வேண்டியது?

அனுப்புநர், பெறுநர், பொருள், கட்டணம் செலுத்திய முறை

4. தகவல் அறியும் உரிமைச் சட்டத்தில் கேள்வி கேட்கிறோமா? தகவல் கோருகின்றோமா?

   தகவல் அறியும் உரிமைச் சட்டத்தில் கேள்வி கேட்கவில்லை. தகவல் கோருகின்றோம்.

5. தகவல் அறியும் உரிமைச் சட்ட ஒரு மனுவில் எத்தனை தகவல்களைக் கேட்கலாம்?

   ஒரு மனுவில் 1 அல்லது 10 அல்லது 100 கேள்விகள்கூட கேட்கலாம். ஆனால், ஒரே ஒரு கேள்வி கேட்டாலும் நமக்கு என்ன தேவையோ அதைக் கேட்க வேண்டும். முடிந்த அளவுக்குக் குறைவான, தெளிவான தகவல்களைக் கேட்க வேண்டும்.

6. தகவல் அறியும் உரிமைச் சட்ட மனு எழுதும் போது ஏன், எதற்கு, என்ன, எப்படி, எங்கு, எவ்வாறு எனக் கேள்வி கேட்கலாமா?

   கேட்கலாம். ஆனால் முடிந்த அளவுக்குத் தவிர்க்கலாம்.

7. தகவல் அறியும் உரிமைச் சட்ட மனு எழுதும் போது கேள்விக்குறி போடலாமா?

   கட்டாயம் கேள்விக்குறி போடக்கூடாது.

8. தகவல் அறியும் உரிமைச் சட்ட மனு எழுதும் போது எப்படித் திட்டமிட வேண்டும்?

   ஒரே அலுவலர் தகவல் தருவது போல திட்டமிட வேண்டும்.

9. தகவல் அறியும் உரிமைச் சட்டம் 2005 கூட்டுறவுச் சங்கத்திற்கு செல்லுபடியாகுமா?

   கூட்டுறவு சங்கங்கள் கட்டாயம் தகவல் அறியும் உரிமைச் சட்டம் 2005க்குக் கட்டுப்படும்.

10. தகவல் அறியும் உரிமைச் சட்ட மனுவிற்குக் கட்டணம் செலுத்த சிறந்த வழி?

    மாநில அரசில் ரூ 10 மதிப்புள்ள நீதிமன்ற வில்லை ஒட்டுதல். மத்திய அரசுக்கு ஆன்லைனில் <https://rtionline.gov.in/>

11. தகவல் அறியும் உரிமைச் சட்ட மனுவிற்குக் கட்டணம் கட்டுவதில் யாருக்காவது விலக்கு உண்டா?

ஆம், வறுமைக் கோட்டுக்குக் கீழுள்ளவர்களுக்கு.

12. முதல் மேல்முறையீட்டு மனுவிற்குக் கட்டணம் உண்டா?

இல்லை.

13. இரண்டாம் மேல்முறையீட்டு மனுவிற்குக் கட்டணம் உண்டா?

இல்லை.

தகவல் அறியும் உரிமைச் சட்ட மனுவைப் பழிவாங்கும் நோக்கில், இலாப நோக்கில், தவறான வழிக்குப் பயன்படுத்தி அலுவலர்களுக்குத் தொல்லை அளிக்கக் கூடாது. மக்களின், ஊரின் நன்மைக்குப் பயன்படுத்தி சட்டத்தின் முழுப் பயனை அனைவரும் அடைய பாடுபடுவோம்.

***

தகவல் அறியும் உரிமைச் சட்டம் குறித்த ஐயங்களுக்கும் கூடுதல் தெளிவு பெறவும் தமிழகம் முழுவதும் சென்று இதுவரை 350க்கும் மேற்பட்ட பயிற்சி அளித்த ஓ. ஹக்கிம், நிறுவனர், மக்கள் விழிப்புணர் அறக்கட்டளை, மதுரை அவர்களை 9952 72 5599 என்ற எண்ணிலும் tamilnadurti@gmail.com <mailto: tamilnadurti@gmail.com> என்ற மின்னஞ்சலிலும் தொடர்புகொள்ளவும்.

பகுதி மூன்று
செயல்பாட்டுப் பார்வை

14

உள்ளாட்சி
ஒரு கூட்டுச் செயல்பாடு

உள்ளாட்சித் தலைவர்களின் மாநாடு ஒன்றில் உரையாற்றச் சென்றிருந்தேன். அந்த மாநாட்டில் பங்குபெற்ற சிற்றூராட்சி வார்டு உறுப்பினர்,

ஐயா, ஒரு நாடாளுமன்ற உறுப்பினர் தொகுதி மேம்பாட்டு நிதி என்று ஐந்து கோடி ரூபாய் வைத்துச் செயல்படுகிறார். அவர் செல்லுகின்ற இடங்களில் மக்கள் குறைகளைக் கூறும்போது அந்தக் குறைகளை நிவர்த்தி செய்ய அவர் நிதியிலிருந்து பணம் விடுவித்துவிடுகிறார். அதேபோல் சட்டமன்ற உறுப்பினர்களும் தங்களுக்கென்று நிதி வைத்துக்கொண்டு, தொகுதிக்குள் செல்லும் போது மக்கள் குறைகளைக் கேட்டு, அதற்குத் தீர்வு தந்துவிடுகின்றார். பஞ்சாயத்தை எடுத்துக்கொண்டால், மாவட்டப் பஞ்சாயத்திலுள்ள மொத்த நிதியில் உறுப்பினர்களுக்கு தலா இவ்வளவு என்று சமமாகப் பிரித்துக்கொண்டு, அவரவர் வார்டுகளில் வேலைகளைத் தேர்ந்தெடுத்து, அவற்றை ஒப்பந்தக்காரர்களிடம் கொடுத்துவிடுகின்றனர். அதேபோல் ஒன்றியப் பஞ்சாயத்து மன்றத்தில் இருக்கும் ஒட்டுமொத்தத் தொகையை மன்ற உறுப்பினர்களுக்குள் சமமாகப் பிரித்துக் கொண்டு, அவற்றை வைத்துத் தங்கள் வார்டுகளில் வேலை களைத் தேர்ந்தெடுத்து ஒப்பந்தக்காரர்களிடம் கொடுத்துப் பணிகளை நிறைவேற்றுகின்றனர். ஆனால் சிற்றூராட்சியில் அதேபோல் ஒட்டுமொத்தமாக இருக்கும் தொகையை உறுப்பினர்களுக்கு சமமாகப் பிரித்து வார்டு வேலைகளை ஏன் செய்யக்கூடாது, அப்படிச் செய்ய முடியுமா, என்பதைப் பற்றி

விளக்கமாகக் கூறுங்கள் என்று கேட்டார். அப்போது இன்னொரு கேள்வியையும் முன்வைத்தார்.

நான் ஒரு வார்டு உறுப்பினர் என்ற முறையில் சிந்திக்கும் போது எவ்வளவு தொகை இன்னொரு வார்டுக்கு ஒதுக்கப்படுகிறதோ அதேபோல் என் வார்டுக்கும் பணம் ஒதுக்குவதுதானே நியாயம். வார்டுகள் அனைத்தையும் சரிசமமாகத்தானே பார்க்க வேண்டும். வேறுபாடில்லாமல், அனைத்து வார்டுகளுக்கும் ஒரேயளவில்தானே நிதி ஒதுக்க வேண்டும். அப்படி நடக்க நான் என்ன செய்ய வேண்டும்?

இந்தக் கேள்வியைக் கேட்டவுடன் மக்களாட்சி அமைப்புகளை நம் அறியாமையால், எந்த இடத்துக்குக் கொண்டுவந்து நிறுத்தி யிருக்கிறோம் என்பது எனக்குப் புரிந்தது. மக்களாட்சியில் ஆளுகைக்காக உருவாக்கப்பட்ட மன்றங்களைப் பணம் பிரிக்கும் மன்றங்களாக நாம் மாற்றி வருகிறோம். அப்படிச் செயல்படும் அளவுக்கு இந்த மன்றங்களை நம் அறியாமையால் கொண்டு வந்துவிட்டோம். எனவே இங்கு பிரதிநிதித்துவ ஜனநாயகம் பற்றிய தெளிவான புரிதல் ஏற்படுத்த வேண்டிய அவசியத்தில் இருக்கிறோம். இந்தப் பின்னணியில் என் விளக்கத்தை அவர்களிடம் முன்வைத்தேன். முதலில் நம் பிரதிநிதித்துவ ஜனநாயகம் என்பது கூட்டுத் தலைமையில் நடைபெறக்கூடிய ஒன்று என்பதை நாம் முதலில் புரிந்துகொள்ள வேண்டும். மத்திய அரசாங்கத்தை பிரதமர் தனியாக நடத்த முடியாது. அவர் அமைச்சரவையின் முடிவில்தான் செயல்பட முடியும். அதேபோல் தான் மாநில முதல்வர் மட்டும் மாநில அரசாங்கத்தை நடத்த முடியாது. மாநில அமைச்சரவையின் முடிவின் மூலம்தான் நடத்த முடியும் மாநில அரசை. அதேபோல்தான் பஞ்சாயத்துத் தலைவர் சிற்றூராட்சி மன்றத்தின் அனுமதியோடுதான் பஞ்சாயத்து நிருவாகத்தை நடத்த முடியும்.

எனவே தனிமனித நிலையில் யாரும் நிருவாகத்தை நடத்த முடியாது. அனைத்தும் நிறுவனம் சார்ந்துதான் நடைபெற வேண்டும் என்பதைப் புரிந்துகொள்ள வேண்டும். அடுத்து நம் மக்கள் பிரதிநிதிகள் புரிந்துகொள்ள வேண்டிய முக்கியப் பொருள் ஒன்று உள்ளது. அதாவது எந்த அமைப்புக்கு மக்கள் பிரதிநிதி களாகத் தேர்ந்தெடுக்கப்படுகிறார்களோ அங்கு அவர்கள் மக்கள்

பிரதிநிதிகள் மட்டுமல்ல, அவற்றைத் தாண்டி அந்த மன்றத்தில் ஒரு மன்ற உறுப்பினராகவும் இருக்கின்றார்கள் என்பதைச் சற்று கவனமாகப் புரிந்துகொள்ள வேண்டும். ஒரு மன்றத்தின் உறுப்பினராக இருக்கும் போது அவர்கள் ஒட்டு மொத்த மன்றம் எதற்காகச் செயல்பட வேண்டுமோ அதைச் செய்திட வேண்டும். அதுதான் மிக முக்கியமான பணி.

ஒரு நாட்டின் நாடாளுமன்றம் அந்த ஒட்டுமொத்த நாட்டு மக்களுக்கும் பணியாற்ற உருவாக்கப்பட்டது. அதேபோல் ஒரு மாநிலத்தில் உள்ள சட்டமன்றம் ஒட்டுமொத்த மாநிலத்தின் நலனைப் பேணி மேம்பாட்டுக்கு வழிவகை செய்ய உருவாக்கப் பட்டது. அதேபோல் ஒரு மாவட்ட ஊராட்சி என்பது ஒட்டு மொத்த மாவட்ட மேம்பாட்டை உறுதி செய்ய உருவாக்கப்பட்டது. ஒன்றிய ஊராட்சி என்புதும் ஒட்டுமொத்த ஒன்றிய மேம் பாட்டுக்குப் பணியாற்ற உருவாக்கப்பட்டது. அந்தப் அடிப்படையில் ஒரு கிராமப் பஞ்சாயத்து என்பது அந்த பஞ்சாயத்திலுள்ள அவ்வளவு குக்கிராமங்களின் முன்னேற்றத்திற்காக உருவாக்கப் பட்ட ஒன்று. எனவே மன்ற உறுப்பினர்கள் தாம் சார்ந்துள்ள பகுதியில் எழுகின்ற பிரச்சினைகளை மனத்தில் கொண்டு விவாதிப்பதில் தவறில்லை. ஆனால் முடிவுகள் ஒட்டுமொத்த பகுதியின் சூழல் புரிந்து எந்தப்பகுதி மேம்பட்டிருக்கிறது, எந்தப் பகுதி வசதிகள் இல்லாமல் பாதிப்பைச் சந்திக்கின்றது என்பதைக் கணக்கில் கொண்டு முடிவு எடுக்க வேண்டுமேயன்றி, கிடைக் கின்ற நிதியை உறுப்பினர்களின் எண்ணிக்கைக்குத் தகுந்தவாறு சமமாய்ப் பிரித்துச் செலவழிப்பது ஜனநாயக மன்ற ஆளுகைக் கோட்பாட்டுக்கு முற்றிலும் முரணானது.

இதைச் சற்று விரிவாகப் புரிந்துகொள்ள ஓர் எடுத்துக்காட்டு, இங்கிலாந்தில் எட்மண்ட் பர்க் என்ற மாபெரும் அறிஞர் பிரிஸ்டோல் தொகுதியில் போட்டியிட்டு இங்கிலாந்து நாடாளு மன்றத்திற்கு உறுப்பினராகத் தேர்ந்தெடுக்கப்பட்டவர்; அவர் பிரதிநிதித்துவ ஜனநாயகத்திற்கு கோட்பாட்டு விளக்கம் தந்தவர் என்பது குறிப்பிடத்தக்கது.

ஒருநாள், அவர் தொகுதியிலிருந்து சிலர் அவரைச் சந்தித்து ஒரு கோரிக்கை மனுவைக் கொடுத்து, அதை இங்கிலாந்து

நாடாளுமனத்தில் பேச வேண்டும் எனக் கேட்டுக்கொண்டனர். அவர் அதை வாங்கிக்கொண்டு, அவர்களிடம் இந்தக் கோரிக்கை மனுவைப் படித்துப் பார்த்து தாங்கள் தந்த மனுக்களிலுள்ள பிரச்சினையைப் பேசுவதா, பேசாமல் இருப்பதா என்பதை முடிவு செய்து சொல்கிறேன் என்றார். அவர்கள் அனைவரும் உடனே, 'நீங்கள் நாடாளுமன்றத்திற்கு எங்கள் வாக்குகளைப் பெற்றுத்தான் சென்றிருக்கின்றீர்கள். எனவே நாங்கள் கூறுவதை அங்கு பிரதிபலிக்க வேண்டும் எங்கள் பிரதிநிதியாக' என்று வாதிட்டனர். அப்போது அவர் ஒரு விளக்கத்தை அவர்களிடம் கூறினார். 'நான் உங்களால் தேர்ந்தெடுக்கப்பட்டவன்தான். உங்கள் பிரதிநிதிதான் நான். அதில் மாற்றுக் கருத்து எதுவுமில்லை. உங்களுடைய பிரதிநிதியாக மட்டும் நான் அங்குச் செயல்படவில்லை, அதற்கு மேலாக அங்கு நான் நாடாளுமன்ற உறுப்பினராகவும் இருக்கிறேன் என்பதை நீங்கள் புரிந்துகொள்ள வேண்டும்' என்றார்.

'ஒரு நாட்டின் நாடாளுமன்ற உறுப்பினர் ஒட்டுமொத்த நாட்டின் பாதுகாப்பு, முன்னேற்றம், நலன் கருதிச் செயல்பட வேண்டும். தொகுதி மக்கள் கொடுக்கின்ற கோரிக்கை நாட்டு நலனைப் பாதிக்கும் என்றால் அதை ஒரு நாடாளுமன்ற உறுப்பினர் முன்னெடுக்கக் கூடாது' என்று விளக்கினார். 'நாடாளுமன்ற உறுப்பினர் நாட்டின் நலனில் எந்த சமரசமும் செய்துகொள்ளக் கூடாது. எனவே அந்த நாட்டுநலன் என்ற வரையறைக்குள் உங்கள் கோரிக்கை இருந்தால், அதை அங்கு எடுத்து வைப்பேன். இல்லை என்றால் அதை அங்கு பேச இயலாது' என்று கூறிவிட்டார். மக்கள் பிரதிநிதி என்பதும், நாடாளுமன்ற உறுப்பினர் பதவி என்பதும் இரண்டு நிலைகள். நாடாளுமன்ற உறுப்பினர் நாடு என்ற நிலையில்தான் அனைத்தையும் சிந்தித்து மக்களுக்குப் பணியாற்ற வேண்டும். நாட்டு நலனுக்குள்தான் அனைவர் நலனும் இருக்க வேண்டும். நான் உங்கள் பிரதிநிதியாக இருப்பதால், நீங்கள் கூறுவதை எல்லாம் அங்கு கூறவேண்டிய கட்டாயம் கிடையாது' என்று விளக்கினார். இவரின் விளக்கம்தான் மக்கள் பிரதிநிதிகளின் செயல்பாடுகள் பற்றிய விவாதத்தை மேலே எடுத்துச் சென்று அறிவுஜீவிகள் கோட்பாடாக மாற்றினார்கள். இந்தக் கோட்பாட்டின் அடிப்படையில் இன்னொரு விவாதமும் இன்று தொடர்ந்து வைக்கப்பட்டுக் கொண்டேயிருக்கிறது. இந்தக் கோட்பாட்டின்

அடிப்படையில் நம் மக்கள் பிரதிநிதிகள் செயல்பட்டிருந்தால், இவ்வளவு ஏற்றத்தாழ்வுகள் நாடுகள், பிராந்தியங்கள், மாவட்டங்கள் ஏன் ஒரு கிராமத்திலும் இருக்க முடியாது. எதிர்கால அரசியலை முன்னிறுத்தி, அடுத்த தேர்தலை மனதில் வைத்து வாக்கு என்னுடைய கட்சிக்காரர், ஊர், எனக்கு ஆதரவாக இருக்கும் வாக்காளர் எனச் செயல்பட்டுப் பழகிவிட்டார்கள் நம் மக்கள் பிரதிநிதிகள்.

இந்த விளக்கம் மிகப் பெரிய விவாதமாக மாறி பிரதிநிதித்துவ கோட்பாடாகவே உருவாகி வளர்ந்துவிட்டது. இன்றுகூட ஒரு நாட்டில் மாநிலங்களுக்கிடையிலும், மாநிலத்தில் மாவட்டங்களுக்கிடையிலும், மாவட்டத்தில் ஒன்றியங்களுக்கிடையிலும், ஒன்றியத்தில் கிராமங்களுக்கிடையிலும் ஏற்றத்தாழ்வுகள் இருப்பதற்கும் காரணமாகக் கூறப்படுவது: நம் மக்கள் பிரதிநிதிகள் ஒட்டுமொத்த நாடு என்று பார்ப்பது கிடையாது, மாநிலமாகவோ, மாவட்டமாகவோ, ஒன்றியமாகவோ என்று பார்ப்பது கிடையாது; ஏன் ஒட்டுமொத்த கிராமம் என்றுகூட பார்ப்பது கிடையாது என்பது தான். இதன் விளைவாக ஒரே கிராமப் பஞ்சாயத்திலுள்ள ஓரிரு குக்கிராமம் எல்லா வசதிகளையும் பெற்று, பல குக்கிராமங்கள் வசதிகளின்றி மக்கள் சிரமங்களை அனுபவிக்கின்றனர்.

ஒரு கிராமப் பஞ்சாயத்தை எடுத்துக்கொண்டால், எந்தப் பகுதி சிறப்பாய் இருக்கிறது, மிகவும் பின்தங்கிய நிலையில் இருக்கிறது என்பதைக் கணக்கிட வேண்டும்; பின்தங்கிய பகுதிகளை முன்னேற்ற நிதி ஒதுக்க வேண்டுமேயன்றி, உறுப்பினர்களுக்கு என நிதி ஒதுக்குவது ஏற்றத்தாழ்வுகளை இன்னும் அதிகரிக்கத்தான் செய்யும்! குறைக்கப்போவது கிடையாது. எனவே நமது மன்றங்களில் செயல்படும் உறுப்பினர்கள், நான் ஒன்றாவது வார்டு உறுப்பினர், என் வார்டுக்கு நிறைய நிதியைக்கொண்டு சென்றுவிட வேண்டும் என்று எண்ணுவதைத் தவிர்த்து, நான் இந்த ஊராட்சிமன்ற உறுப்பினர்; ஒட்டுமொத்த ஊராட்சிப் பகுதிகளை மேம்படுத்த செயல்படுபவன் என்பதை உணர்ந்து, எந்தப் பகுதிக்குத் தேவைகள் அதிகம் உள்ளன என்பதைப் பார்த்து நிதி ஒதுக்க வேண்டும். நிதி ஒதுக்கீடு தேவையின் அடிப்படையில் இருக்க வேண்டுமேயொழிய எல்லாப் பகுதிக்கும் சரிசமமாக இருக்க வேண்டும் என்று விவாதிப்பது தவறான அணுகுமுறை.

மக்களாட்சியில் உருவாக்கப்பட்ட மன்றங்கள் அனைத்தும் இப்படித்தான் செயல்பட்டிருக்க வேண்டும். மாறாக வாக்கு வங்கியை மனதில் வைத்துச் செயல்பட்டதன் விளைவுதான் இன்று நாம் பார்க்கும் எல்லையில்லா ஏற்றத்தாழ்வு.

எனவே இந்த மன்றங்கள் ஒட்டுமொத்த கிராமம், ஒன்றியம், மாவட்டம் என்ற நிலையில் வளர்ச்சியையும் மேம்பாட்டையும் கொண்டுவர வேண்டும். கிராமப் பஞ்சாயத்து எந்தச் செயல்பாடு களை எல்லாம் செய்ய முடியுமோ, அவற்றையெல்லாம் கிராமப் பஞ்சாயத்து நிறைவேற்ற அனுமதிக்க வேண்டும். எவற்றை யெல்லாம் கிராமப் பஞ்சாயத்தால் செய்ய முடியவில்லையோ அவற்றை ஒன்றியப் பஞ்சாயத்து நடைமுறைப்படுத்த அனுமதிக்க வேண்டும். அதேபோல் எவற்றையெல்லாம் ஒன்றியப் பஞ்சாயத் துகளால் செய்ய இயலவில்லையோ அந்த வேலைகளை மாவட்டப் பஞ்சாயத்துகள் செய்ய வேண்டும். எனவே மூன்றடுக்குப் பஞ்சாயத்துகளும் ஒன்றிணைந்து மக்கள் தேவைகளை நிறை வேற்ற வேண்டும். இந்தக் கோட்பாடு பஞ்சாயத்து அரசாங்கத்திற்கு மட்டும் பொருந்துவதல்ல, அதற்கு மேல் செயல்படும் மாநில அரசாங்கத்திற்கும், மைய அரசாங்கத்திற்கும் பொருந்தும். பொதுவான எதிர்பார்ப்பு என்னவென்றால், மைய அரசு, மாநில அரசு, உள்ளாட்சி அரசாங்கம் மூன்றும் இணைந்து மக்களுக்கான முன்னேற்றத்தைக் கொண்டுவர வேண்டும். மன்றங்களிலுள்ள உறுப்பினர்கள் நிதி பிரிப்பது மக்களாட்சிக் கோட்பாட்டுக்கு முரணானது என்பதை நாம் புரிந்து கொள்ள வேண்டும். உள்ளாட்சி நிதி பிரிக்கும் இடமல்ல. ஒருங்கிணைந்து மக்கள் தேவைகளை நிறைவு செய்வதற்கான ஓர் ஆளுகை மன்றம் என்பதைப் புரிந்து செயல்பட வேண்டும்' என்று கூறி என் பதிலுரையை நிறைவு செய்தேன்.

15

உள்ளாட்சியில் சுயாட்சி

மலருமா சுயாட்சி உள்ளாட்சியில்? மலரும் புரிந்துகொண்டு செயல்பட்டால். எதைப் புரிந்துகொள்ள வேண்டும்? உள்ளாட்சி பற்றி, சுயாட்சி பற்றி, அடுத்து சுயாட்சி வேண்டும் என்றால் நாம் என்ன செய்ய வேண்டும் என்பதைப் பற்றி.

இன்றைய உள்ளாட்சி ஓர் அரசாங்கமாக உருவாக்கப்பட்டு அரசமைப்புச் சட்டத்தில் பகுதி 9, 9 (ஏ) எனச் சேர்க்கப்பட்டுள்ளது. எனவே மத்திய அரசுபோல், மாநில அரசுகள் போல் உள்ளாட்சியும் ஆளுகைச் செயல்பாடுகளில் ஈடுபட வேண்டும் என்பது இதன் அடிப்படை. கிராம மேம்பாட்டிற்காக ஏற்படுத்தப்பட்டுள்ள அனைத்து அரசுத் துறைகளும் விதிக்கப்பட்ட சேவைகளையும் பணிகளையும் செய்கின்றனவா என்று ஆய்வு செய்து, ஆலோசனை வழங்கி ஆளுகை செய்யும் அதிகாரங்கள் உள்ளாட்சிக்கும் வழங்கப்பட்டுள்ளன. உள்ளாட்சி என்பது அரசின் ஒரு துறை அல்ல. அது ஆளுகைக்கான ஓர் அரசு என்ற புரிதல் உள்ளாட்சியில் பொறுப்பில் உள்ளவர்களுக்கு இருக்க வேண்டும். கல்வி, பொதுச் சுகாதாரம், விவசாயம், சட்டம் ஒழுங்கு போன்றவற்றைக் கவனிக்க மாநில அரசுதான் அதிகாரம் பெற்றது. ஆனால் மூன்று அரசாங்கங்களும் இந்தத் துறைகளின் மேல் ஆட்சி செய்கின்றன.

73ஆவது அரசமைப்புத் திருத்தச் சட்டம் வருவதற்குமுன் செயல்பட்டு வந்த பஞ்சாயத்துகள் அரசாங்கம் அல்ல, மாநில அரசு கட்டளையிடுவதை நிறைவேற்றும் ஓர் அலகாகத்தான் செயல்

பட்டு வந்தன. ஆனால் இன்றைய பஞ்சாயத்துகள் அப்படி அல்ல. இது ஓர் அரசாங்கம். இன்றைய பஞ்சாயத்துகள் மக்களை மையப்படுத்தி செயல்பட வடிவமைக்கப்பட்டுள்ளன. மக்களுக்கு அருகில் ஒரு கிராமசபையை மக்கள் நேரடிப் பங்கெடுப்பிற்காக உருவாக்கி மக்கள் நாடாளுமன்றமாகச் செயல்பட வைத்துள்ளது அரசமைப்புச் சட்டம். இந்தப் புதிய பஞ்சாயத்து அரசாங்கத்தில் மக்கள் கிராமசபை மூலமாக தீர்மானிப்பதை நிறைவேற்றும் செயல் அலுவலகமாகத்தான் சிற்றூராட்சிகள் உருவாக்கப்பட்டுள்ளன. இந்தக் கிராமசபை அந்தக் கிராமத்திலுள்ள அனைத்துத் தரப்பு மக்களும் ஆளுகையிலும், கிராம மேம்பாட்டுச் செயல்பாடுகளிலும் பங்காளியாகவும், பங்குதாரராகவும், பொறுப்பானவர்களாகவும் பங்களிப்புச் செய்ய வேண்டும். தங்கள் கிராமம், தங்கள் பொறுப்பு, தங்கள் மேம்பாடு, தங்கள் பொறுப்பு, தங்கள் குடும்ப நலன், தங்கள் பொறுப்பு எனச் செயல்பட மக்களை மாற்ற வேண்டும். உலகமயப் பொருளாதாரத்தை முன்னெடுத்த நேரத்தில் வந்ததுதான் இந்த அதிகாரப் பரவல். எனவே உலகமயப் பொருளாதாரச் செயல்பாடுகளில் கிராமங்களுக்கு பாதகமற்ற வாய்ப்புகள் வந்தால் அவற்றைப் பயன்படுத்திக்கொள்ளவும், கிராமத்தைப் பாதிக்கும் செயல்களாக இருந்தால், அவற்றை மக்களின் பங்களிப்போடு தவிர்க்கவும் எதிர்க்கவும் உள்ளாட்சித் தலைவர்களுக்கும் மக்களுக்கும் ஒரு புரிதல் வேண்டும்.

உலகமயப் பொருளாதாரமும் அதிகாரப்பரவலுடன் சமூகத்தை மக்களாட்சிப்படுத்தும் நிகழ்வும் சமகாலத்தில் நிகழும் உலக நிகழ்வு. இவை மூன்றும் இந்தியாவில் நிகழ பெருமுயற்சி எடுக்கப்பட்டன ஒன்றிய அரசாங்கத்தால். அடுத்து இன்றைய புதிய உள்ளாட்சிகளுக்கு மிக முக்கியமான இரண்டு மிகப் பெரிய பணிகள் கொடுக்கப்பட்டுள்ளன. ஒன்று பொருளாதார மேம்பாடு, இரண்டு சமூக நீதி. இந்த இரண்டையும் மத்திய, மாநில அரசாங்கங்களால் ஒரு நிலைக்குக் கீழ் உள்ள மக்களுக்கு எடுத்துச் செல்ல முடியவில்லை. இதன் விளைவாக ஒருசில குறிப்பிட்ட சமூகங்கள் தொடர்ந்து புறக்கணிப்புகளுக்கு ஆளாகிக் கொண்டிருந்தன. அந்தச் சமூகங்களை உள்வாங்கி கிராம மேம்பாட்டைக் கொண்டு வரவேண்டும் என்ற அடிப்படையில் வந்ததுதான் இந்தப் புதிய உள்ளாட்சி அரசாங்கம். இந்தச்

செயல்பாடுகளை எப்படிச் செய்ய வேண்டும் என்பதையும் இந்த அரசமைப்புச் சட்டத் திருத்தச் சட்டங்களே குறிப்பிட்டுள்ளன. எல்லாத் தரப்பு மக்களின் பங்கேற்போடு திட்டம் தீட்டி செயல்படுத்த வேண்டும். அடுத்து இந்தக் கிராமசபை என்பது மக்களாட்சியை விரிவுபடுத்தவும், ஆழப்படுத்தவும், அகலப் படுத்தவும் கொண்டு வரப்பட்டது. இதன் செயல்பாடுகளின் மூலம் மக்களாட்சியின் மாண்புகளான சமத்துவம், சகோதரத்துவம், சமூக நீதி, நியாயம், நேர்மை, ஒழுக்கம், ஒருவரையொருவர் மதித்து நடத்துதல், கருத்துகளுக்கு மதிப்பளித்தல், எதிர்க் கருத்தைப் பக்குவமாக மதித்து வாங்குதல் போன்றவற்றைப் பொதுமக்களின் சிந்தனைக்குள்ளும் நடத்தையிலும், செயல்பாடுகளிலும் புகுத்திட வந்ததாகும் இந்தப் புதிய உள்ளாட்சி. இவற்றைக் கொண்டுவர கிராமசபைக் கூட்டங்களை வடிவமைத்து அனைத்துத் தரப்பு மக்களையும் பங்கேற்க வைத்து ஒரு பங்கேற்பு மற்றும் விவாத ஜனநாயகத்தை உருவாக்கி செயல்படுத்த வேண்டும். எனவே இந்தப் புதிய உள்ளாட்சி அரசாங்கம் பற்றிய புரிதலும், தெளிவும், ஓர் ஆழமான பார்வையும் அனைவருக்கும் வேண்டும், குறிப்பாகப் பஞ்சாயத்துத் தலைவர்களுக்கு மிக முக்கியமான தேவையாகும்.

அடுத்து இந்த உள்ளாட்சியின் மூலம் தன்னாட்சியை உருவாக்குவது பற்றி நாம் தெளிவுபெற வேண்டும். தன்னாட்சி இந்த உள்ளாட்சிகள் மூலம் கிராமங்களில் ஏற்படுத்த முதலில் குடிமக்கள் தயாரிப்புச் செய்ய வேண்டும். மேலிருந்து அதிகாரங்கள் வருவதல்ல தன்னாட்சி. நம்மை நாம் ஆட்சி செய்துகொள்ள நம்மைத் தயாரிப்பதுதான் சுயாட்சி. மக்களாகிய நாம் நம்மை நெறிப்படுத்திக்கொள்வதும், ஒழுக்கப்படுத்திக் கொள்வதும்தான் சுயாட்சி. சுதந்திரத்திற்குமுன் வெள்ளை அரசின் குடிபடைகளாக நாம் இருந்தோம். நாடு சுதந்திரம் அடைந்தவுடன் குடிமக்களாக அரசமைப்புச் சட்டத்தின் மூலம் பிரகடனப்படுத்திக்கொண்டோம். ஆனால், நாம் குடிமக்களாக நம் சிந்தனையிலும், நடத்தையிலும் செயல்பாடுகளிலும் மாற்றிக்கொள்ள பெரிய தயாரிப்புப் பணிகள் சமூகத்திற்குள் நடந்திருக்க வேண்டும். குடிமக்களாக ஒரு சுதந்திரமான நாட்டில் செயல்படுவதற்கான சிந்தனை என்பது சமூகம் சார்ந்து சிந்திப்பது, நடப்பது, செயல்படுவது. நம் சமூகம், நம் நாடு, நம் கிராமம், நம் கிராமத்தின் வளர்ச்சி, மேம்பாடு,

உயர்வு என அனைத்திலும் எனக்குப் பொறுப்பு இருக்கிறது, பங்கு இருக்கிறது, அதை நான் எவ்வளவு ஏழையாக இருந்தாலும் என் நாட்டிற்கும் கிராமத்திற்கும் செய்வது என் கட்டாயக் கடமை என்ற உணர்வைக் கொண்டுவர வேண்டும் மக்கள் மத்தியில். இதற்கு மக்களை நேர்மையானவர்களாகவும், சமுதாயம் சார்ந்து சிந்திப்பவர்களாகவும், தியாக உணர்வு கொண்டவர்களாகவும் அர்ப்பணிப்புடன் சமூகப்பணியாற்றுபவர்களாகவும் சேவை மனப்பான்மை கொண்டவர்களாகவும் தயார் செய்ய வேண்டும். பொது நலம் பேணி கூடிவாழ்தலில் ஒரு மகிழ்ச்சி இருக்கிறது, அதில்தான் தனிமனிதர் நலனும் அடங்கியிருக்கிறது என்பதைப் புரிய வைக்க வேண்டும். மக்களை சமூகச் சிந்தனைகொண்ட குடிமக்களாக மாற்ற முனைந்திட வேண்டும். இந்தப் பணிகள்தான் உள்ளாட்சியை சுயாட்சியாக மாற்றும்.

இதற்கு மக்களை, சாதியப் பாகுபாடுகளையும், கட்சி வேற்றுமை களையும், பொருளாதார ஏற்றத்தாழ்வுகளையும் கடந்து ஒன்றிணைத்து எப்படிப்பட்ட கிராமமாக நம் கிராமத்தை மாற்ற வேண்டும் என ஒரு கனவு காணத் தயார்படுத்த வேண்டும். மக்கள் மத்தியில் ஒரு கூட்டுக் கனவை உருவாக்க வேண்டும். ஒவ்வொருவருக்கும் ஒரு கனவு தன் கிராமத்தைப் பற்றி இருக்கும். அந்தக் கனவைப் பதிவு செய்ய முனைய வேண்டும். அதைத் தொகுத்துப் பார்த்தால் ஒரு கூட்டுக் கனவொன்று வெளிப்படும். நம் கிராமத்தை எப்படி பசுமைக் கிராமமாக மாற்றுவது? எப்படி இயற்கைவளச் சூழலைப் பாதுகாப்பது? எப்படி தூய்மையான கிராமமாக உருவாக்குவது? எப்படி அமைதியான பிணக்கற்ற கிராமமாக உருவாக்குவது? ஆரோக்கியம் பேணும் கிராமமாக எப்படி மாற்றுவது? வறுமை இல்லாக் கிராமமாக எப்படி மாற்றுவது? எப்படி ஆன்மிகக் கிராமமாக மாற்றுவது? எப்படித் தற்சார்பு கிராமமாக மாற்றுவது? சமூகத்திற்குத் தேவையான எல்லா அடிப்படை வசதிகளும் கொண்ட கிராமமாக எப்படி மாற்றுவது? அனைவருக்கும் வேலைவாய்ப்புள்ள கிராமமாக எப்படி உருவாக்குவது? இப்படி நிறையக் கனவுகள் வெளிப்படும். இந்தக் கனவுகளை நனவாக்க ஒரு மேம்பாட்டுக்கான கருத்தரங்கை வல்லுநர்களையும் கிராமத்துப் பெரியவர்களையும், இளைஞர் களையும், சுயஉதவிக்குழுப் பெண்களையும், அந்த ஊரில்

இருக்கின்ற பொதுக் கருத்தாளர்களையும் வைத்து நடத்தி ஒரு கிராம மேம்பாட்டுத் திட்டம் தயாரிக்க வேண்டும். இந்தப் பணிக்காக கிராமத்தைப் பற்றிய, கிராமங்களிலுள்ள குடும்பங்களைப் பற்றிய புள்ளிவிவரங்களை அறிவியல்பூர்வ மாகத் திரட்டி ஆய்வு செய்ய வேண்டும். அந்தக் கிராமங்களில் இருக்கும் இயற்கை வளம், பொருளாதார வளம், சமூக வளம் என அனைத்தையும் பகுப்பாய்வு செய்ய வேண்டும். அவற்றைப் பயன்படுத்தி மக்களின் தேவைகளைப் பூர்த்தி செய்ய திட்டம் தயாரிக்க வேண்டும். அப்படித் தயாரிக்கின்றபோது, அரசுத் துறைகளிலுள்ள திட்டங் களைப் பயன்படுத்தி முதலில் பெரும்பகுதி மக்கள் தேவைகளைப் பூர்த்திசெய்ய முடியும். அதுபோக மற்றவற்றைப் பூர்த்தி செய்ய நிதி ஆதாரங்களைத் தேட முனைய வேண்டும்.

ஒன்று பெரிய தொழில் நிறுவனங்களின் சமுதாய மேம் பாட்டுக்கான நிதியைக் கொண்டுவர முயற்சி செய்வது. இரண்டு, மக்கள் பிரதிநிதிகளின் தொகுதி மேம்பாட்டு நிதியிலிருந்து பெறுவது, மூன்று அந்த ஊரிலிருந்து வெளிநாடுகளுக்குச் சென்று வணிகம் செய்வோரையும் பணி செய்வோரையும் அணுகி நிதிக் கொடை பெறுவது, நான்கு அந்த ஊரில் உள்ள தனவந்தர்களின் பொருள் கொடை பெறுவது, ஐந்து, அந்த ஊரில் பிறந்து வேறு இடத்திற்குப் புலம்பெயர்ந்து சிறப்புடன் வாழ்வோரின் கொடை பெற்று திட்டச் செயல்பாடுகளை நடைமுறைப்படுத்த முனைவது.

ஒட்டுமொத்த கிராமமும் இந்தப் பணியில் தங்களை முழுமையாக இணைத்துக்கொண்டு செயல்பட வேண்டும். இந்தத் திட்டமிடுதல் பணியைச் செய்து கிராமங்களைப் புனரமைப்பதுதான் தலையாய கடமையாக இன்றைய உள்ளாட்சி களுக்கு வழங்கப்பட்டுள்ளது.

இப்படிச் செயல்படுவதன் மூலமாக அந்தக் கிராமங்கள் பொறுப்புமிக்கதாக, வறுமை இல்லாத, பசுமையும் தூய்மையும் அமைதியும் மிக்கதாக, அனைவருக்கும் வேலை கிடைக்கும் இடமாக, ஆரோக்கியமான, எல்லா அடிப்படை வசதிகள் கொண்ட தற்சார்புள்ள கிராமமாக, குழந்தைகள், பெண்கள், மாற்றுத் திறனாளிகள், வயதானவர்கள் போன்றோரை பாதுகாப்பளிக்கும் வாழிடமாக, மானுட மேம்பாட்டில் உயர்ந்த நிலையில், குன்றா

வளத்தைப் பெற்ற ஒரு முன்மாதிரிக் கிராமமாக உருவாகும். இதற்குத் தேவை ஆன்மவலிமை நிறைந்த அறிவுசார் தலைமை. அந்தத் தலைமை, மக்களைத் தயார் செய்ய வேண்டும். அந்தத் தலைமை கிடைத்துவிட்டால், இந்த உள்ளாட்சியின் மூலம் காந்தியின் கிராம ராஜ்யத்தைப் படைத்திடலாமே. இதற்கான தலைமை நம்மிடம் இருக்கிறதா, தேடுவோம் தலைவர்களை.

16

கிராமங்களின் விடுதலை

மதுரையில் ஒரு வித்தியாசமான நிகழ்வு. ஒருநாள் மாலை நான்கு மணிக்கு மதுரை காந்தி அருங்காட்சியகத்தில் காந்தியின் கனவை நனவாக்க அந்த நிகழ்வு ஏற்பாடு செய்திருப்பதாகக் கூறினார்கள். அந்தக் கனவு பெருங்கனவு. அது இன்று சில இளைஞர்களிடம் வந்துவிட்டது. தமிழகத்தின் பல பகுதிகளிலிருந்தும் அர்ப்பணிப்புடன் தியாக உணர்வுடன் செயல்படும் துடிப்புமிக்க சுமார் 60 இளைஞர்கள் 'கிராம விடுதலைக்காகப் பஞ்சாயத்துகளை வலுப் படுத்துவோம்' என்ற குறிக்கோளைக்கொண்டு செயல்பட ஜே.சி. குமரப்பா குடிலில் ஒன்றுகூடினர். அனைவரும் அவரவர் செலவில் வந்து கூடி விவாதித்தனர். இந்த நிகழ்வுக்கு முன்மாதிரி பஞ்சாயத்தாகச் செயல்படும் மதுரை மாவட்டம் கொட்டாம்பட்டி ஒன்றியம் கம்பூர் இளைஞர்களும் பெரியவர்களும் வந்திருந்து தங்கள் அனுபவத்தைப் பகிர்ந்துகொண்டனர். இந்த நிகழ்வுக்கு வித்திட்டதே கம்பூர் கிராமப் பஞ்சாயத்து இளைஞர்கள்தாம்.

காந்தி கண்ட கனவுக் கிராமத்தை உருவாக்க மிகப்பெரிய மக்கள் இயக்கத்தை உருவாக்க வேண்டும் என்று ஒரு புத்தகமே எழுதினார் ஜெ.சி. குமரப்பா. ஏனென்றால் காந்தியின் கனவுக் கிராமம் என்பது, மணல், ஜல்லி, சாந்துடன் கட்டடங்கள் கட்டி சாலைகள் போடுவதுடன் நிற்பதல்ல. ஒரு புதிய சமூகத்தை உருவாக்குதல், ஒரு புதிய பொருளாதாரத்தை உருவாக்குதல், நம் நாட்டின் புதைந்த நாகரிகத்தையும், கலாச்சாரத்தையும் மீட்டெடுத்தல் என அனைத்துப் பணிகளையும் செய்ய ஒரு மக்கள் இயக்கம்

தேவை என்று ஜெ. சி. குமரப்பா வேண்டினார். அந்த மையப் புள்ளியில் நின்று அந்தக் கம்பூர் பஞ்சாயத்து இளைஞர்கள் இயங்குவதைக் காண முடிந்தது.

எந்த அரசியல் ஈர்ப்பும் அவர்களிடம் கிடையாது. அவர்களின் முழக்கம் கிராமத்தில் மக்களிடம் ஒற்றுமையை வளர்ப்பது, பக்குவத்தை ஏற்படுத்துவது, வாழ்வியல் முன்னேற்றம் பற்றி புரிதலை ஏற்படுத்துவது, அரசாங்கத்தைப் புரிந்துகொள்வது, அரசாங்கத்துடன் செயல்படுவது, அரசாங்கத்தை வேலை வாங்குவது, கிராம மக்களிடம் அரசாங்கத்தின் மீது உள்ள பயத்தைப் போக்குவது என்பதுதான். நம் கேடுகள் அனைத்துக்கும் காரணம் நம் அறியாமை, நம் பிரிவுகள் என்பதைக் கிராம மக்களிடம் புரிய வைப்பதைத்தான் கம்பூர் கிராம இளைஞர்கள் குறிக்கோளாக வைத்துச் செயல்படுகின்றனர். நாம் விழிப்புணர் வுடன், விவரம் அறிந்து கிராம மக்கள் ஒற்றுமையுடன் செயல் பட்டால், அரசும் அரசியல்வாதிகளும் நமக்குக் கட்டுப் பட்டவர்கள், நாம் சொல்வதை அவர்கள் கேட்பார்கள். இல்லையேல் நாம் அவர்கள் சொல்வதைக் கேட்கும் அடிமை களாக வாழவேண்டிய சூழலுக்குத் தள்ளப்பட்டுவிடுவோம். விதியை நொந்து வீதியில் ஓலமிடுவதில் பயனேதும் இல்லை.

மக்களாட்சி தந்த வாய்ப்பைப் பயன்படுத்தி நாம் செயல்படத் தொடங்கினால், நம் ஆணையை அனைவரும் ஏற்பார்கள். இதைத்தான் கிராமசபை மூலமாக மதுரை மாவட்டத்திலுள்ள கொட்டாம்பட்டி ஒன்றிய கம்பூர் சிற்றூராட்சி நிகழ்த்திக் காட்டியது. இந்த நிகழ்வை உருவாக்க இரண்டு ஆண்டுகள் அந்தக் கிராமத்தில் உள்ள இளைஞர்கள் குழு உழைத்திருக்கிறது. அந்த ஊரில் நடந்த கிராமசபைக் கூட்டம்தான் இன்று தமிழகத்திற்கு மாற்றம் தேவை என்று தேடலில் உள்ள இளைஞர்களுக்கு நம்பிக்கையைக் கொடுத்து இந்த நிகழ்வுக்கு வர வைத்தது. எந்த ஒரு சாதனையும் தியாகம் இல்லாமல் விளைந்திடாது. எந்தவொரு சாதனையையும் செய்ய, முழுப்புரிதல் என்பது அடிப்படையாகும். மேலும் இன்றைய நவீன உலகில் எந்தச் செயலையும் திட்டமிட்டு முறையான அணுகுமுறையுடன் செய்யவில்லை என்றால் நேரத்தைப் பாழ்படுத்த முடியுமேயொழிய சாதனையை நிகழ்த்த முடியாது. இவற்றையும் தாண்டி வழிகாட்டுதலுக்கான சரியான

தலைமை தேவை. அந்தத் தலைமை இன்றைய கட்சித் தலைமை போல் இல்லாமல் மக்களோடு மக்களாக வாழ எளிய வாழ்க்கையில் நம்பிக்கை கொண்ட, மக்களை நேசித்து மக்களுடன் இணைந்து செயல்படும் தலைமை வேண்டும். அதுதான் மாற்றுத் தலைமை, மாற்றத்திற்கான தலைமை என்பதைத் தங்கள் அனுபவப் பகிர்வில் விளக்கினார்கள் அந்தக் கம்பூர் பஞ்சாயத்து இளைஞர்கள்.

அவர்கள் மக்களிடம் சென்றார்கள், தங்கள் பஞ்சாயத்தில் அரசுத் துறைகளும் பஞ்சாயத்தும் செய்த செலவுகள் குறித்து அரசாங்கம் தந்த தகவலை மக்களிடம் கூறினார்கள். மக்கள் கொதித்தார்கள். என்ன செய்வது என்று கேட்டார்கள். வாருங்கள் கிராமசபைக்கு, கேளுங்கள் கேள்வியை என்றார்கள் அந்த இளைஞர்கள். கூடியது கூட்டம். முறைப்படுத்தினார்கள் கூட்டத்தை. அரசு அதிகாரிகளை நிற்கவைத்துக் கேள்வி கேட்டு, அதிகாரி களைத் தங்களுக்கு சேவை செய்ய தயார் செய்துவிட்டார்கள். இன்று கிராமசபையை சட்டசபை போல் அதிகாரம் பெற்றதாக மாற்றிக் காட்டினார்கள். இந்தச் செய்திதான் ஆர்வமிக்க இளைஞர் களைத் தமிழகத்தில் பல பகுதிகளிலிருந்தும் வரவழைத்தது. பகட்டு அரசியல் பணம் செய்வதற்கு வாய்ப்பை வழங்கும் சூழலில் எந்தச் சலனமுமின்றி எங்கள் கிராமத்திற்கான சுயமரியாதையைப் பாதுகாக்க வேண்டும். அதற்கான ஆயுதம் இந்தப் புதிய பஞ்சாயத்து அரசாங்கம். இந்த அமைப்பிற்குச் செல்பவர் களை நாம் சேவகர்களாக வைத்துக்கொள்ள வேண்டும். இன்று அது நடைபெற வேண்டுமானால், கிராமசபையை வலுப்படுத்த வேண்டும்.

நம் பிரச்சினைகளை வீதியில் விவரித்துவிட்டு, விதியை நொந்து, அரசியல்வாதிகளையும், அதிகாரிகளையும், அலுவலர் களையும் திட்டித் தீர்த்துவிட்டு வீட்டில் அமர்வதற்குப் பதில் கிராமசபைக்குச் சென்று சட்டவிதிகளுக்கு உட்பட்டு நம் கருத்துகளைப் பதிவு செய்து நம் பிரச்சினைகளை விவாதித்து முறையுடன் முடிவெடுத்துச் செயல்பட்டால், அரசும் நமக்கு சேவை செய்யும், அரசியல்வாதிகளும் நமக்குப் பணியாற்றுவார்கள். இன்று கிராமத்தில் இருக்கும் மக்கள் அனைவரும் ஜாதியாலும், மதத்தாலும், கட்சிகளாலும் பிரிக்கப்பட்டு, அரசாங்கத்திற்கு சேவை செய்யும் சேவகராகவும், அரசியல்வாதிகளுக்கு எடுபிடி

கிராமங்களின் விடுதலை ✤ 305

களாகவும், சுயமரியாதையற்ற வாழ்வைப் பயனாளி என்ற பெயரிலும், மனுதாரர் என்ற பெயரிலும், வாக்காளர் என்ற பெயரிலும், வாடிக்கையாளர் என்ற பெயரிலும் வாழ்ந்து வருகின்றனர். இந்தச் சூழலை மாற்றி கிராமம் என்பது மகிழ்ச்சியாக மரியாதையுடைய வாழ்க்கையை வாழத்தக்க இடமாக மாற்றப்பட வேண்டும். அதற்கு முதலில் கிராமப் பொதுவாழ்வுதான் அடிப்படை, அந்தப் பொதுவாழ்வில் தனிவாழ்வு உள்ளது என்பதைப் புரிந்து, மக்கள் சாதியத்தையும், அரசியல் கட்சிகளையும் கடக்க முற்பட வேண்டும்.

அதைநோக்கி நகர்கின்ற கிராமமாகத்தான் இந்தக் கம்பூர் கிராமம் உள்ளது என்பதை அனுபவப்பகிர்வில் விளக்கினர் அந்த ஊர் இளைஞர்கள். இதில் இந்த இளைஞர்கள் தெளிவாகத் தங்கள் பாதையை வகுத்துச் செயல்படுகின்ற விதத்தை விளக்கினர். ஒன்று அரசாங்கத்தை எதிரியாக பாவித்துச் செயல்படக்கூடாது. அதன் ஆதிக்கம் மக்கள்மீது இல்லாமல் மக்களுக்குச் செயல்பட வைப்பதற்கு மக்கள் விழிப்புடன் இருக்க வேண்டும். அது பஞ்சாயத்துகள் மூலம் சாத்தியப்படும். அடுத்து எந்தச் சூழலிலும் வன்செயலை அனுமதிக்கக்கூடாது. மூன்று இந்தப் பணியில் ஈடுபடுவோர் தன்னலமற்று, உண்மையுடன், ஊருக்கு உழைப்ப வராக மக்கள் மத்தியில் நம்பிக்கையைப் பெறவேண்டும். அரசியல் கட்சிகளின் மீது மக்கள் நம்பிக்கையை இழக்கும் சூழலில், தன்னலமற்ற இளைஞர்கள் கிராமப் பணிகளில் ஈடுபடும்போது, மக்களின் நம்பிக்கையை இந்த இளைஞர்களால் பெற முடியும். இந்த அனுபவத்தைக் கம்பூர் பெற்றிருக்கிறது என்பதை அந்த இளைஞர்களின் அனுபவப் பகிர்வு நமக்கு புரிதலை ஏற்படுத்தியது.

அரசாங்கம் என்பது அரசு அலுவலகங்களும், அதிகாரிகளும், சட்டமன்ற, நாடாளுமன்ற உறுப்பினர்களும் மட்டுமல்ல, நாமும் அரசாங்கம்தான் என்பதை உணர வேண்டும். ஒரு கிராமசபை உறுப்பினராக நாம் செய்ய வேண்டிய பணிகளைப் புரிதலுடன் செய்தால் ஒரு குடிமகன் என்ற முறையில் தான் செய்ய வேண்டிய கடமைகளை, பணிகளை, புரிதலுடன் செய்தால், அரசும், அரசுப் பணியாளர்களும், சட்டமன்ற உறுப்பினரும், நாடாளுமன்ற உறுப்பினரும், நமக்குப் பணி செய்ய வருவார்கள். இல்லை

என்றால் நாம் அவர்களிடம் மனுச் செய்ய வேண்டிய சூழலுக்குத் தான் தள்ளப்பட்டுவிடுவோம் என்பதை அறிந்து தெளிவுடன் பணி செய்ய வேண்டும். அப்படிப் பணி செய்வதற்கும் நாம் அமைப்பாக மாறவேண்டும், நிறுவனமாக மாற வேண்டும். அரசாங்கம், ஆளுகை, நிருவாகம் பற்றிய புரிதல் உள்ளவர்களாக நம்மை நாம் தகுதிப்படுத்திக் கொள்ள வேண்டும். அந்த இலக்கை நோக்கி நம் இளைஞர்கள் நகர வேண்டும் என்ற முடிவுடன் இந்த நிகழ்வு நிறைவு பெற்றது.

17
கிராமங்கள் வலுப்பட வேண்டும்

இன்றைய சூழலில் உலகமயமான பொருளாதாரச் செயல்பாடுகள் மக்களின் சிந்தனை, செயல் அனைத்தையும் மாற்றியமைத்து விட்டன என்பதை யாரும் மறுக்க முடியாது.

ஆனால் இந்த மாற்றங்கள் எல்லாத் தரப்பு மக்களையும் சிறப்பாக வாழ்க்கை நடத்த வழிவகை செய்துள்ளனவா அல்லது யாருக்கு நல்ல பலனைத் தந்துள்ளதோ அவர்களாவது நல்வாழ்க்கை நடத்துகின்றார்களா என்று சீர்தூக்கிப் பார்த்தால், இந்த உலகமயப் பொருளாதாரம் யாரையும் நிம்மதியாக வாழவைக்கவில்லை என்பதுதான் நிதர்சனமான உண்மை. இருந்த போதிலும் அதைப் பற்றிப்பிடித்து மேலே எடுத்துச் செல்கின்றனர். அதுதான் வரலாற்றுப் போக்கு; அதை யாரும் தடுத்து நிறுத்த முடியாது. உலகத்தில் எல்லா நாடுகளிலும் இந்தப் புதிய ஏற்பாட்டிற்கு மிகப்பெரும் எதிர்ப்பு பாதிக்கப்பட்ட மக்களிடமிருந்து கிளம்பியது. இருந்தபோதும் அந்தச் செயல்பாடுகள் குறைந்தபாடாக இல்லை.

அதே நேரத்தில் எந்த இடத்திலிருந்து இந்தப் புதிய ஏற்பாடு புறப்பட்டதோ அங்கும்கூட எல்லாத் தரப்பு மக்களையும் வாழ வைக்கவில்லை. சுதந்திரமான சந்தைப் பொருளாதாரம் தன்னை வரையறை செய்துகொள்ளும் என்ற தத்துவம் பொய்த்துப் போனது. நீர்த்துப்போனது. அமெரிக்காவையும் அடிசறுக்க வைத்தது. இந்தச் சூழல்தான் பாரக் ஒபாமாவை இந்தியாவுக்கு வரவைத்து விட்டது. இந்தச் சூழலில் நாம் ஓர் உண்மையைப் புரிந்துகொள்ள வேண்டும். அதாவது புதிய பொருளாதாரம்,

உலகமயமான பொருளாதாரம் அனைத்தும் இன்று தவிர்க்க இயலாத ஒன்றாக ஒரு வரலாற்றுப் போக்காக மக்கள் மத்தியில் நிற்கின்றன என்பதை நாம் மறந்துவிடக் கூடாது.

உலகமயப் பொருளாதாரம் என்றவுடன் ஒரு சில நாடுகள் சேர்ந்துகொண்டு செய்யும் வேலைகள் என்று நாம் எண்ணினால் அதுவும் மிகப்பெரும் தவறு. இந்தப் புதிய ஏற்பாடு மேற்கத்திய, வடக்கத்திய நாட்டுப் பணக்கார குழுமங்களின் எண்ணங்களில் புறப்பட்ட புதிய ஏற்பாடு என்பதை நாம் நினைவுபடுத்திக்கொள்ள வேண்டும். எனவே இந்தப் புதிய ஏற்பாட்டில் இந்த பணக்காரக் குழுமங்களில் ஏதோ அமெரிக்கா, கனடா, மேற்கு ஐரோப்பிய வளம் கொழிக்கும் நாட்டில் உள்ளவர்கள் மட்டும் இருக்கின்றார்கள் என்று எண்ணி, நம் நாட்டிலும் உலகப் பணக்காரர்களை நம் நாடு உருவாக்குகின்றது; இது நம் நாடு பெருமைப்படும் சாதனை என்று எண்ணினால் நாம் நம்மையே ஏமாற்றிக் கொண்டுள்ளோம் என்பதைப் புரிந்துகொள்ள வேண்டும்.

நம் நாட்டிலுள்ள பணக்காரர்கள் நம் நாட்டுக் குடிமக்கள், அவர்களுக்கு நம் நாட்டின் மீதும், நம் மக்களின்மீதும் பற்று இருக்கும் என்று நாம் எண்ணினால் மிகப் பெரிய ஏமாற்று வித்தையில் நாம் மாட்டிக் கொண்டிருக்கிறோம் என்பது பொருள். இந்தப் புதிய ஏற்பாட்டிற்காகவும், பன்னாட்டுக் கம்பெனிகள் இங்கு இயங்குவதற்கும் வழிவகை செய்திடும் அரசாங்கம் ஏதோ நமக்காகப் பொருளாதார வளர்ச்சியைக் கொண்டு வருவதற்காக பாடுபட்டுக் கொண்டிருக்கின்றது என்று நாம் நினைத்துக் கொண்டிருக்கிறோம். இது நம் அரசாங்கம், இவர்கள் நம் தலைவர்கள் என்று நாம் நினைத்தால் நம்மைவிடப் பைத்தியக்காரர்கள் வேறு யாரும் இருக்க முடியாது.

நாமாக இவர்களை நம் தொழில் அதிபர்கள், நம் தலைவர்கள், நம் அரசாங்கம் என்று பாவித்து வருகின்றோம். இன்றைய தலைவர்கள், தொழிலதிபர்கள், பத்திரிகைகள், ஊடகங்கள் நமக்காக வேலை செய்வதாகக் கூறிக்கொண்டாலும், இவர்கள் உலகக் குடிமகன்கள், இவர்கள் வேலை செய்வதால் யார் வாழ்க்கை சிறப்புப் பெறுகிறது என்று பார்த்தாலே நாம் எளிதாக இவர்கள் யாருக்காக வேலை செய்கிறார்கள் என்பதைக் கண்டுபிடித்து விடலாம்.

இந்த உலகமயமான பொருளாதாரத்தில் வாழ்வது, வளர்வது, ஒளிர்வது ஒரு சில குடும்பங்கள், குழுமங்கள், ஒரு சில கட்சிகள்தாம். இவர்களுக்கு மக்கள் கடையில் பணம் கொடுத்து வாங்கும் பண்டங்கள் போன்றவர்கள். எவருக்குமே ஒரு விலை உண்டு. இவர்களின் விலை என்பது சந்தைப்படுத்தப்பட்ட பொருள்களுக்கு எப்படி விலை நிர்ணயிக்கப்படுகின்றதோ அதேபோல் இவர்களுக்கும் விலை நிர்ணயிக்கப்படுகிறது. பொது மக்கள், அதுவும் ஏழைகள் என்பவர்கள் குவித்து வைக்கப்பட்ட பொருள்கள் போன்றவர்கள். இவர்கள் வாக்கு எனும் கருவியைக் கையில் வைத்திருப்பதால் இவர்களுக்கு ஒரு விலை வைத்துள்ளார்கள்.

வாக்கு மட்டும் இல்லையெனில் இவர்களின் கதி தெருக்களில் சுத்தித் திரியும் நான்குகால் பிராணிகளைப் போல் நடத்தி இருப்பார்கள். நல்லவேளை, அன்றைய தலைவர்கள் ஒரு வாக்கை இந்த ஏழைகளுக்கு அவர்கள் கேட்காமலேயே கொடுத்துவிட்டுச் சென்றுவிட்டார்கள். இந்த ஏழைகளுக்கு நம் கையில் இருப்பது ஒரு வலிமை பொருந்திய ஆயுதம் என்பது தெரியாமல் அது ஒரு சாதாரணப் பொருள் எனக்கருதி அவர்களும் அதைச் சந்தைப் படுத்துகின்றனர்.

எனவே இந்த நாட்டில் மக்கள், சந்தைக்கும் அரசியலுக்கும் பயன்படு பொருள்களாக மாற்றப்பட்டுவிட்டனர். சந்தைப் பொருளாதாரத்தில் இந்த மக்கள் நுகர்வோர். அரசியலில் இவர்கள் ஓட்டு விற்பனை செய்யும் வாக்கு வணிகர். இந்த இரண்டு இடங்களிலுமே தன் வலிமையை அறிந்துகொள்ளாமல் தம்மை விற்பனை செய்துகொண்டுள்ளார்கள் இந்த ஏழைகள் என்பதுதான் வேதனை.

இந்தப் புதிய ஏற்பாட்டின் செயல்கள் மூலமாக வென்றது ஒரு சில கம்பெனிகள் மட்டுமே; ஒட்டுமொத்த நாடு அல்ல, தோற்றது மானுடமும் மனிதமும் என்பதே நிதர்சனமான உண்மை.

வரலாறு தெரியாத தற்குறி அரசியல் தலைவர்கள், அரசியல் என்பது கூட்டம் கூட்டுவது, மக்களை மயக்குவது, ஓட்டுக்கள் வாங்குவது, தேர்தலில் வெற்றிபெறுவது, அரசுச் செயல்பாடு களைக் கட்சிச் செயல்பாடுகளாக மாற்றி பணம் செய்வது, அதை வைத்து மக்களைத் தங்கள் பிடியில் வைத்துக்கொள்வது என்ற

சிந்தனையில் உள்ளவர்கள். பணம் பண்ணிவிட்டோம்; இனிமேல் யாரும் நம்மை அசைக்க முடியாது என்று இறுமாந்து இருப்பவர்கள். அள்ளி இறைக்கும் தீனிக்கு வாய்பிளக்கும் குருவிகள், மீன்கள் போல் மக்கள் இருக்கும் வரையில் நம் அரசியல் வணிகம் தழைத்தோங்கும் என நினைப்பவர்கள்.

இப்படித்தான் வெள்ளைக்காரர்கள் ஒரு காலத்தில் உலகத்தைக் கட்டியாண்டார்கள்; பல மன்னர்கள் சாம்ராஜ்யங்களை நிறுவி இறுமாந்து வாழ்ந்து மடிந்தார்கள். மாற்றங்களை யாரும் தடுக்க முடியாது. கணப்பொழுதில் மாற்றங்கள் வரும். உலகை ஆட்டிப் படைத்தவர்கள் அனைவரும் எங்கே சென்றார்கள் இன்று? எங்கே நம்மை ஆட்டிப்படைத்த அந்தக் கிழக்கிந்திய கம்பெனி? யோசித்துப் பார்க்க வேண்டும்.

இந்தச் சூழலில் மக்களை ஏமாற்றிப் பிழைக்கும் இந்த அரசியல்வாதிகளை ஏசுவதால், நாம் மக்களைக் காப்பாற்ற முடியாது. இதைத் தவிர்த்து ஏழைகளை வாழ்விக்க நாம் என்ன செய்ய வேண்டும் என்பதைத்தான் நாம் யோசிக்க வேண்டும். இந்த உலகமயமான பொருளாதாரத்தை எதிர்ப்பதைவிட்டு, அதை ஏழைகளுக்காக, தலித்துகளுக்காக, பெண்களுக்காக, ஆதிவாசி களுக்காக வேலை செய்ய வைக்க முடியுமா என்று எண்ண வேண்டும். இந்தப் புதிய பொருளாதாரச் செயல்பாடுகள் இவர் களின் வாழ்க்கையையும், வாழ்வாதாரச் சூழலையும் பாதிக்காமல் பார்த்துக்கொள்ள முடியுமா என்று யோசிக்க வேண்டும், யோசித்துச் செயல்பட வேண்டும்.

ஜனநாயக ஆட்சிமுறை இதற்குக் கைகொடுக்கும் என்பதை மட்டும் மறந்து விடக்கூடாது. இதற்கு நமக்கு மிக முக்கிய தேவை அரசாங்கத்தைப் பற்றிய ஒரு புரிதல். அரசாங்கம் எப்படிச் செயல் படுகின்றது, எவ்வாறு வருமானத்தைப் பெருக்குகின்றது, எவ்வாறு பெற்ற வருமானத்தைப் பிரித்துக் கொடுக்கின்றது, பிரித்துக் கொடுத்த வருவாய் யாருக்குப் போய்ச் சேருகின்றது என்பதை நாம் தெரிந்துகொள்ள வேண்டும். அடுத்து அரசாங்கம் கிராமத்திலிருக்கின்ற விவசாயிகளுக்கு, ஆதிவாசிகளுக்கு, தாழ்த்தப்பட்டவர்களுக்கு, பெண்களுக்கு, ஏழைகளுக்கு, என்னென்ன திட்டங்கள் கொண்டுவந்துள்ளது; அவற்றிற்காக

எவ்வளவு தொகை செலவிடப்படுகின்றது என்பதைத் தெரிந்து கொள்ளவேண்டும். ஏனென்றால் அரசாங்கத்தின் ஆளுகையும், நிருவாகமும் பொதுவாக பொதுமக்களுக்குப் புரிவதில்லை.

அதேபோல் வளர்ச்சிப் போக்கும் மக்களுக்குப் புரிவதில்லை. பொதுமக்களும் புரிந்துகொள்ள முயல்வதில்லை. இந்த நாட்டில் 60 விழுக்காடு ஏழைகள் தங்கள் உணவுக்காகவே தங்கள் வாழ்க்கையை நடத்துவதற்குப் போராட வேண்டியிருப்பதால், தான் ஆற்ற வேண்டிய குடிமைச் செயல்பாடுகளைச் செய்ய முடிய வில்லை. இதைவிட மிக முக்கியமாக பெருகிவரும் நடுத்தர வர்க்கம் இந்த ஏழைகளைப் புறக்கணித்து, அவர்களை மற்றவர் களுக்காக எப்படிச் சுரண்டலாம் என்பதற்கே வழிவகை செய்து கொண்டிருக்கிறது. இந்தச் சூழல்தான் ஏழை எளிய மக்களைக் குடிமை பொறுப்புக்களை நிறைவேற்றவிடாமல் மாற்றுதிசை நோக்கிச் செலுத்துகின்றது. இந்தச் சூழலிலிருந்து ஏழைகள் விடுபட்டு அரசாங்க ஆளுகைச் செயல்பாடுகளைக் கவனிக்க ஆரம்பித்து விட்டால் சூழல் மாறும் என்பதுதான் நிதர்சனமான உண்மை.

இந்தியாவில் 60 விழுக்காடு மக்கள் அரசாங்கத்தால் புறக்கணிக்கப்பட்டு விவசாயத்துக்குள்ளேயே வாழ்வாதாரத்தைப் பாதுகாக்கவே போராடி வாழ்கின்றனர். இவர்கள் தங்கள் வாழ்க்கையை உணவுக்காக வாழும் வாழ்க்கையாக வைத்துக் கொண்டுள்ளனர். விவசாயிகளும் விவசாயக் கூலிகளும் இந்தியாவில் ஒன்றிணைந்துவிட்டால் அரசியல் கட்சிகளின் கதி அதோகதிதான். ஒட்டுமொத்த இந்திய சராசரி உற்பத்தி அளவின் மூலம் ஈட்டப்படும் வருமானத்தில் விவசாயம் தரும் வருமானம் 20 விழுக்காடு மட்டுமே. ஆனால் சேவைத்துறை தரும் வருமானமோ 54 விழுக்காடாக உள்ளது. அதேபோல் தொழில்துறை தருவது 26 விழுக்காடாக உள்ளது. இருந்த போதிலும் விவசாயத் துறையை நம்பி வாழும் மக்கள் 60 விழுக்காடு இருக்கின்றனர். இந்த 60 விழுக்காடு மக்களும் கிராமத்தில்தான் வாழ்கின்றனர். இன்றைய இந்தியாவில் 60 விழுக்காடு மக்கள் விவசாயத்தை நம்பி கிராமங்களில் வாழ்ந்தாலும் இதில் 10விழுக்காடு மக்களின் வாழ்க்கை கிராமங்களில் சற்று மேம்பட்டதாக உள்ளது. அதை மறுக்க இயலாது.

ஆனால் 50 விழுக்காடு மக்களின் வாழ்க்கை வாய்க்கும் கைக்குமாகத்தான் இருக்கின்றதேயன்றி வாழ்க்கையில் முன்னேறி விடலாம் என்ற நம்பிக்கை ஒளி அவர்களிடம் இல்லை. இந்த 50 விழுக்காடு மக்கள்தான் நம் இன்றைய அரசியல்வாதிகளின் மூலதனம். இவர்களின் ஏழ்மையையும் அறியாமையையும் தொடர்ந்து பயன்படுத்தி நம் அரசாங்கங்கள் தனிமனிதர்கள் சலுகை களாகவும், குழுமச் சலுகைகளாகவும் வழங்கி அவர்களையும் பயனாளிப் பட்டியலில் வைத்துக்கொண்டுள்ளது.

இதேபோல் இன்னொரு 25 விழுக்காட்டிலிருந்து 27 விழுக்காடு மக்கள் கிராமங்களில் போராட முடியாமல், நகரங்களுக்கு வந்து நகர்ப்புறக் கூலிகளாக வாழ்வதற்குப் போராடிக்கொண்டு இருக்கின்றனர். இந்த இரண்டு வகை மக்களையும் கணக்கில் கொண்டு மறைந்த அர்ஜுன் சென்குப்தா தனது அறிக்கையில் 77 விழுக்காடு மக்கள் இந்தியாவில் நாள் ஒன்றுக்கு 50 ரூபாய்கூட ஈட்டமுடியாமல், ஏழ்மையில் இருக்கின்றார்கள் என்று குறிப்பிட்டுள்ளார். எனவே நாம் பார்க்கும் வளர்ச்சி யாருக்கு என்றால், 20இலிருந்து 30 சதவிகித மக்களுக்குத்தான். ஆக ஒட்டுமொத்த கிராம மக்களைத் துறை வாரியாகப் பிரித்து அரசாங்கத் துறைகள் தரும் தனிமனித, கூட்டுப் பயன்களுக்கு பயனாளிகளாக்கி, திட்டப் பயன்களைப் பெறுவதற்கு அலையும் மக்களாக்கிவிட்டார்கள். இப்படிப் பயனாளிகளாக அரசுத் துறைகளுக்கு அலைந்து அரசுத் துறை அதிகாரிகளையும், அலுவலர் களையும் புதிய எஜமானர்களாக பாவித்து பயன்களை அனுபவிக்க பழக்கப்படுத்திவிட்டனர் கடந்த 75 ஆண்டுகாலமாக. மக்களும் பயனாளியாகத் தொடர்ந்து வாழப் பழகி இப்போது அதையே தகுதியாக்கி வாழக் கற்றுக் கொண்டுவிட்டனர்.

இந்தப் பயன்களையும் பெறுவதற்கு, பயனாளிக்கான தகுதிகள் இருந்தால் கிடைத்துவிடும் என்று இந்தப் பயனாளிகள் இருக்க முடியாது. நடைமுறை நிருவாகத்தில் பயனாளிகள் பயன்களைப் பெறுவதற்கு சட்டத்தின் மூலம் ஆட்சி என்பதிலிருந்து கட்சியின் மூலம் ஆட்சி-நிருவாகம் என்ற அடிப்படையில் கட்சிக்காரரை அணுகித்தான் அவற்றைப் பெற வேண்டியதாக உள்ளது என்பதை சர்வதேச ஆராய்ச்சி நிறுவனம் அறிக்கையில் குறிப்பிட்டுள்ளது. அதுமட்டுமின்றி இது அன்றாட வாழ்வில் அனைவரும் பார்க்கும்

உண்மையும்கூட. முன்னேற்றம், கல்வி, சுகாதாரம், வாழ்வாதாரம் எல்லாம் உரிமைகள்தான் இந்தியாவில். எல்லாப் பாதுகாப்பையும் அரசமைப்புச் சட்டமும் நாடாளுமன்ற, சட்டமன்றங்கள் இயற்றுகின்ற சட்டங்களும் தந்துள்ளன.

ஆனால் அனைத்தும் காகிதத்தில்தான் உள்ளன. நடைமுறைப் படுத்துவது யார்? இதுதான் இன்றைய கேள்வி. மக்கள் கூடி போராடினால் நடைமுறைப்படுத்தப்படும். இல்லை என்றால் சட்டப் புத்தகத்தில்தான் அனைத்துப் பாதுகாப்புகளும் இருக்கும். ஒரு நாட்டில் மக்கள் தங்கள் உரிமைகளைக் கேட்டுப் பெறாத வரையில் உரிமைகள் மக்களை வந்தடையாது. அதற்கு மக்களைத் தயார் செய்ய வேண்டும். இதற்கு மாற்றுவழி ஏதும் இல்லை. தீவிர வாதம் இதற்கு மாற்றுவழி அல்ல.

இன்றைக்கு நம்முன் இருக்கும் கேள்வி, இந்தியாவின் பொருளாதார வளர்ச்சி எல்லாத் தரப்பு மக்களுக்கும் பகிர்ந்தளிக்கப் படுமா என்பதுதான். இந்தக் குறுகிய காலத்தில் நாம் பெற்ற வளர்ச்சி பகிர்ந்தளிக்கப்பட்டதா என்றால், இல்லை என்பதுதான் பதில். அதுதான் உண்மை. இந்த இடத்தில்தான் நம் அரசாங்கங்கள் தவறுகின்றன. உண்மையில் பொருளாதார வளர்ச்சியின் பலன் களைக் கொண்டுசேர்க்க முடியவில்லையா, முடியாதது போல் அரசாங்கங்கள் வேடம் போடுகின்றனவா?

இந்த நாட்டில் வாழும் எல்லாத் தரப்பு மக்களுக்கும் அவர்கள் வாழ்க்கையை மானுட வாழ்க்கையாக எப்படி வாழ வேண்டுமோ, அப்படி வாழ்வதற்கான சூழலைத் தருவதற்கும், முன்னேற்றத் திற்கு தேவையான அடிப்படை வசதிகளைச் செய்து தருவதற்கும், அடித்தளத்தில் ஆளுகைகளுக்கான, நிருவாகத்திற்கான அமைப்பு களை வலுப்படுத்துவது இன்றியமையாதது என்பது நம் அரசாங்கத்திற்கு உண்மையிலேயே தெரிவதில்லையா?

அதுமட்டுமல்ல, பொதுமக்கள், கிராமத்தில் விவசாயம் செய்யும் விவசாயிகள், விவசாயத் தொழிலாளர்கள், கைத்தொழில் செய்து வாழும் கைவினையாளர்கள், அனைத்துத் தரப்பு மக்களும் வாழ்க்கையில் முன்னேற வழிவகை செய்திட மூன்று துறைகள் வலுவாகச் செயல்பட வேண்டும். ஒன்று சுகாதாரம், இரண்டு கல்வி, மூன்று விவசாயம். விவசாயம் என்று கூறும்போது

விவசாயம் சார்ந்த கூட்டுறவு மற்றும் விவசாய உற்பத்திப் பொருள்களைச் சந்தைப்படுத்தும் நிறுவனங்களும் அடங்கும். இவை அனைத்தும் கிராமத்து மக்களுக்காக வேலை செய்ய வேண்டும் எனில் நம் பஞ்சாயத்துகளை வலுப்படுத்த வேண்டும்.

கிராமத்து மக்கள் தங்கள் வாழ்க்கையை மேம்படுத்திக்கொள்ள தங்கள் கருத்துகளின் அடிப்படையில் அறிவியல்பூர்வமாக ஒரு கிராம முன்னேற்றத்திற்கான திட்டத்தை உருவாக்க வேண்டும். அப்படி ஒரு சூழல் ஒவ்வொரு பஞ்சாயத்திலும் உருவாகுமே யானால் நம் விவசாயம் மாறும், முன்னேறும், மேம்படும். கிராம மக்கள்தான் இந்த நாட்டின் சொத்து. அவர்கள் பாரம் அல்ல. அவர்களை நாம் பயனாளிகளாகவும், வாக்காளர்களாகவும், மனுதாரராகவும்தான் வைத்துள்ளோம். அந்த நிலை மாறி மக்கள் முன்னேற்றத்திற்கு பங்களிப்புச் செய்யும் பங்காளர்களாக மாற வழிவகை செய்வது தான் மிகவும் முக்கியமான இன்றைய தேவை. இவர்கள்தாம் இந்தியாவை வலுப்பெறச் செய்வார்கள். பாதுகாப்பார்கள், மேம்படுத்துவார்கள்.

ஒரு நாட்டில் மிக முக்கியமானது அடித்தளத்தில் உள்ள மக்கள் மத்தியில் மக்களின் மேம்பாட்டுக்காகப் பணியாற்றும் அமைப்பு களும் பணியாளர்களும் திறனுடையவர்களாகவும் கடப்பாடு உடையவர்களாகவும் இருக்க வேண்டும். அதுமட்டுமல்ல அடித் தளத்தில் உள்ள அமைப்புகளுக்குத் தங்கள் தேவையைப் பூர்த்தி செய்துகொள்ளத் தேவையான நிதிவாய்ப்புகள் வழங்கப்பட வேண்டும். மேற்சொன்னவை இந்தியாவில் நடந்தால் இந்தியா உலகுக்கு வழிகாட்டும் இடத்தைப் பெற்றுவிடும். அமெரிக்காவை நோக்கி, உலக வங்கியை, ஆசிய வங்கியை நோக்கிப் பார்க்கின்றவர்கள், கிராமத்தை நோக்கிப் பார்ப்பதில்லை.

தேர்தலுக்குத் தேர்தல் பார்த்துக்கொண்டால் போதும் என்றே நம் ஆட்சியாளர்கள் இருக்கின்றார்கள். நம் ஆட்சியாளர்கள் மக்களாட்சி அடித்தளத்திலும் நடைபெறுகின்றது என நினைத்து கீழ் நோக்கிச் சற்று கவனமாகப் பார்க்க ஆரம்பித்துவிட்டால் மாற்றம் இந்தியாவில் வேகமாக நடைபெறும் என்பதுதான் உண்மை.

18

உள்ளாட்சியும் அடிப்படை மாற்றங்களும்

என் நண்பர்கள் கேட்கும் ஒரு கேள்வி: நீங்கள் இந்தப் புதிய உள்ளாட்சி வந்த 1992-93இலிருந்து முப்பது ஆண்டு காலமாக ஒரு குடுகுடுப்பைக்காரன் போல உள்ளாட்சியில் நல்லாட்சி என்று பேசிவருகிறீர்கள், உங்கள் வாழ்நாளில் பெரும் பகுதி உள்ளாட்சியில் நம்பிக்கைகொண்டு எழுதியும் பேசியும் வருகிறீர்கள். இதனால் பெரும் விளைவுகள் வந்ததாகத் தெரியவில்லையே, இருந்தும் தளர்வில்லாமல் அந்தப் பணியையே நம்பிக்கையுடன் செய்து வருகிறீர்களே, உங்களுக்கு சலிப்போ, அலுப்போ, விரக்தியோ வரவில்லையா? இதுதான் அந்தக் கேள்வி.

நான் அவர்களுக்கு தந்த விடை இதுதான். உலகத்தில் நடந்த உன்னத மாற்றங்கள் அனைத்தும் புதுக்கருத்தை விதைத்து, கருத்துக்கு வலுச்சேர்த்த மாமனிதர்களின் அயராத உழைப்பால் வந்ததுதான். இந்த மனிதர்களின் எண்ணிக்கை மிகக் குறைவுதான். ஆனால் அந்த மனிதர்களின் கருத்தின்மேல் அவர்களுக்கு இருந்த நம்பிக்கை, ஆர்வம் அளவற்றது. தன் ஆன்ம வலிமை அனைத்தையும் செலுத்தி கருத்துக்கு வலுச்சேர்த்து செயல்பட்ட மனிதர்கள்தாம் மாற்றங்களைச் சமூகத்தில் கொண்டு வந்துள்ளனர். மகாத்மா காந்தி இந்திய மண்ணுக்கான உள்ளாட்சிக்கு கருத்து உருவாக்கம் செய்தார். அதை நடைமுறைப்படுத்தும் சூழல் நாடு சுதந்திரம் அடைந்த நேரத்தில் உருவாகவில்லை. அதே நேரத்தில்

அதே கருத்தை மேல்தட்டு அரசாங்கத்துடன் இணைந்து நடை முறைப்படுத்த முனைந்தார் பாரதப் பிரதமர் ஜவஹர்லால் நேரு. அவரால் அதில் வெற்றிபெற இயலவில்லை. நீண்ட இடைவெளிக்குப் பிறகு அதே கருத்தை நடைமுறைப்படுத்த மறைந்த இந்தியப் பிரதமர் ராஜீவ் காந்தி மிகப் பெரும் முயற்சியை மேற்கொண்டார். அவர் பேசிய பேச்சுக்களில் அவர் கோடிட்டுக் காட்டியது, காந்தியார் காட்டிய பஞ்சாயத்து ராஜ்யத்தைத்தான். இதை நன்கு உணர்ந்த பாரதப் பிரதமர் வாஜ்பாய் ராஜீவ் காந்தியை சோனியா காந்தி முன்னிலையில் பாராட்டினார் என்பது பலருக்குத் தெரியாத செய்தி. அந்த அளவுக்கு ராஜீவ் காந்தி பஞ்சாயத்து ராஜ்ய கருத்துக்கு வலுச் சேர்த்தார் என்பதை எவரும் மறுக்க இயலாது. காரணம் உள்ளாட்சிகள் அடிப்படை மாற்றத்திற்கான பணி செய்ய வேண்டும் என்பதுதான்.

இந்தப் புதிய உள்ளாட்சி ஏன் அரசாங்கமாக வரவேண்டும் என்று விளக்கம் அளிக்கும்போது ஒரு கருத்தை மிகவும் ஆணித்தரமாக ராஜீவ் காந்தி விளக்கினார்.

இந்த அரசாங்கம் மக்களுக்குப் பக்கத்தில் மக்களுடன் இணைந்து, மக்களை மதித்து, மக்களுக்குக் குடிமக்கள் பொறுப்புகளைத் தந்து, ஆளுகையிலும் மேம்பாட்டுச் செயல்பாடுகளிலும் பங்கேற்கச் செய்து மக்கள் மேம்பாட்டுக்காக செயல்பட்டு, ஒரு புதிய அத்தியாயத்தை இந்திய நாட்டில் படைக்க வேண்டும். இந்த உள்ளாட்சி மூலம் அடிப்படை மாற்றங்களை இந்திய சமூகத்தில் கொண்டுவர வேண்டும். அந்த அடிப்படை மாற்றங்களைக் கொண்டுவர உள்ளாட்சிக்கு மிகப் பெரிய மக்கள் தயாரிப்பு தேவைப்படுகிறது. பொதுமக்களை இந்த அடிப்படை மாற்றத்திற்கு நடைபெறும் செயல்பாடுகளில் பங்காளர்களாய் ஆக்க வேண்டும். பொறுப்புடன் பங்கேற்கத் தேவையான புரிதலை ஏற்படுத்தி செயல்பட வைக்கவேண்டும். அந்த மாபெரும் பணி சமூகத்தில் சாதாரண ஏழை எளிய ஒடுக்கப்பட்ட மக்கள் மத்தியில் நடைபெற வேண்டும். இந்தப் பணி சவால்கள் நிறைந்த பணி. இதைச் செய்ய உள்ளாட்சித் தலைவர்கள் தங்களைத் தயார்படுத்திக்கொண்டு சமூகத்தில் நடைபெற வேண்டிய அடிப்படை மாற்றத்திற்கான மக்கள் தயாரிப்பைச் செய்ய வேண்டும். இந்தப் பணி ஒருநாள் இரண்டு

நாளில் நடைபெறுவது அல்ல. 20 அல்லது 25 ஆண்டுகள் நடைபெற வேண்டிய பணி.

இதில் மிக முக்கியமாக நம் உள்ளாட்சித் தலைவர்கள் கவனத்தில் கொள்ள வேண்டிய ஒரு முக்கிய கூறு என்னவென்றால், இந்தப் புதிய உள்ளாட்சிகள், இதுவரை மத்திய மாநில அரசுகளால் தங்கள் சட்டங்களாலும், திட்டங்களாலும் முடிவுகளாலும் சென்றடைய முடியாத அடித்தட்டு மக்களை, குறிப்பாக விளிம்புநிலை மக்களைத் தொட்டு அவர்களின் மேம்பாட்டுக்கு அவர்களுடன் சேர்ந்து பணி செய்ய வேண்டிய பொறுப்புகளை நிறைவேற்ற வேண்டும்.

இந்தப் புதிய உள்ளாட்சிக்கு வருகின்ற பிரதிநிதிகள் ஆழமாக தங்கள் மனதில் பதிய வைத்துக்கொள்ள வேண்டியது, மக்களின் மேம்பாட்டுக்கு-குறிப்பாக விளிம்புநிலை மக்களின் மேம் பாட்டுக்கு அவர்களைப் பங்காற்ற வைத்து மாற்றங்களைக் கொண்டுவர வேண்டும் என்பதைத்தான். இதற்குப் பொதுமக்களை நாம் குடியாட்சி நடைபெறும் நாட்டில் வாழ்கிறோம், எனவே குடியாட்சி நாட்டில் நாம் குடிமக்களாகப் பொறுப்புடன் செயல்பட வேண்டும் என்ற புரிதலை ஏற்படுத்த வேண்டும். அனைத்துச் செயல்பாடுகளிலும் மக்களைப் பங்கேற்க வைக்க நாம் நம்மைத் தகுதிப்படுத்திக்கொண்டு மக்களைத் தயார் படுத்த மக்களின் சிந்தனைப் போக்கை மாற்ற வேண்டும். இன்றைய பயனாளிச் சிந்தனைப் போக்கிலிருந்து குடியாட்சியில் பொறுப்புமிக்க குடிமக்களாக செயல்படத் தேவையான சிந்தனைப் போக்கை மக்களிடம் உருவாக்க வேண்டும். இந்தப் பணியை மத்திய மாநில அரசுகளால் செய்ய இயலாது, செய்ய இயலவும் இல்லை. எனவேதான் இந்தப் பணி உள்ளாட்சிக்குத் தரப்பட்டுள்ளது. இந்தப் புரிதல் உள்ளாட்சியில் மக்கள் பிரதிநிதிகளாகத் தேர்ந்தெடுக்கப்பட்டு வந்திருப்பவர்களுக்கு இருக்க வேண்டும். எந்தச் செயல்பாட்டிலும் வெற்றிபெற மிகவும் முக்கியமானது ஒரு சிந்தனைச் சூழல்.

உலகில் நடந்த பெருமாற்றங்களின் தொடக்கம் சிந்தனைச் சூழல் மாற்றத்தில்தான் ஏற்படும். எனவே புதிய உள்ளாட்சிக்கான ஒரு புதிய சிந்தனைச் சூழலை உருவாக்க வேண்டும். இதை ஆங்கிலத்தில் *கான்சியஸ்னஸ் ஃபார்மேஷன்* (நனவுநிலை உருவாக்கம்) என்று கூறுவார்கள். இது ஒரு சிந்தனைப் போக்கு,

இது ஒரு மனநிலை. இந்த நிகழ்வு மனிதர்களுக்குள் நடைபெற வேண்டியது. உலகில் நடைபெற்ற மிகப்பெரிய மாற்றங்கள் அனைத்தும் தலைவர்களின் சிந்தனைப்போக்காலும், அவர்கள் மக்களின் சிந்தனைப் போக்கில் ஏற்படுத்திய மாற்றங்களாலும் வந்தவை என்பதை நாம் புரிந்துகொள்ள வேண்டும்.

புதிய புரிதல்

உலகில் எந்த மாற்றமும் தலைவரால் மட்டும் வருவது அல்ல. தலைவர் மக்களுக்கு வழிகாட்டி மக்களைச் செயல்பட வைப்பதால் வந்தவைதாம் அவ்வளவு மாற்றங்களும். அப்படிச் சிந்தித்துச் செயல்படும்போது, மாற்றத்திற்கான, மேம்பாட்டிற்கான அடிப்படைகள் எவை என்று கண்டறிந்து அந்தச் செயல்பாடுகளில் பணி செய்து கொண்டுவர வேண்டும். எனவே மாற்றத்திற்கான அடிப்படைகள் குறித்து தலைவர்களுக்கும் மக்களுக்கும் புரிதல் வேண்டும். இன்றைய சூழலில் நமக்கு இருக்கும் சிக்கலே எது அடிப்படை மாற்றங்களுக்கான காரணிகள் என்பதைப் புரிந்து செயல்படுவதில்தான் இருக்கிறது.

இன்று நாம் அனைவரும் பளபளக்கும் கட்டடங்களைப் பார்த்தும், சாலைகளைப் பார்த்தும், சாலைகளில் ஓடும் நான்கு சக்கர வாகனங்களைப் பார்த்தும், வீதிக்கு வீதி வந்து குழந்தை களைப் பள்ளிக்குச் சீருடையுடன் அழைத்துச் செல்லும் பள்ளி வாகனங்களைப் பார்த்தும், அனைவரிடமும் கைகளில் இருக்கும் கைபேசிகளைப் பார்த்தும், கிராமங்களுக்குள் உருவாக்கப்பட்ட பொறியியல் கல்லூரிகளைப் பார்த்தும், அளவில்லாது பெரிய மால்களில் குவிக்கப்பட்டிருக்கும் பொருள்களைப் பார்த்தும், எண்ணிக்கையில் அதிகமாக பறக்கும் விமானங்களைப் பார்த்தும், கிராமங்களில் கட்டப்படும் வீடுகளைப் பார்த்தும், வீதிக்கு வீதி திறக்கப்பட்டுச் செயல்படும் பேக்கரிகளைப் பார்த்தும், நகரங்களில் தொடங்கப்பட்டுச் செயல்படும் அதி நவீன மருத்துவ மனைகளைப் பார்த்தும், நாம் வளர்ச்சியில் உச்சத்தைத் தொடு கிறோம் என்று ஒரு பிரமையில் வாழ்ந்துகொண்டிருக்கிறோம்.

உண்மை வேறாக இருப்பதை நாம் அறிவியல்பூர்வமாக அறிந்துகொள்ளாமல் இருக்கிறோம். ஒரு சமூகம் முன்னேற பல வளங்கள் தேவை. அவற்றில் அடிப்படையானது மனிதவளம்.

எங்கு மனிதவளம் சிறந்து விளங்குகிறதோ அங்கு வளர்ச்சியும் மேம்பாடும் சமூகத்திற்கு வசப்பட்டுவிடும். அப்படியென்றால் அந்த மனிதவளத்தை எப்படிக் கட்டமைப்பது. இது பற்றிய புரிதல் ஒரு சமுதாயத்திற்கு இருக்க வேண்டும். ஒரு சமூகத்திற்குக் குழந்தைகள் சொத்தாக மாறுவார்கள்—அவர்கள் முறையாக வளர்க்கப்பட்டால். ஒரு குழந்தை முறையாகப் பேணி வளர்க்கப் பட்டால், அந்தக் குழந்தை ஆரோக்கியமான குழந்தையாகச் சமூகத்தில் ஆற்றலுடன் செயல்படும். இதற்கு என்ன செய்ய வேண்டும்? முதலில் அந்தச் சமூகத்தில் வளரிளம் பெண்கள் இரத்தசோகையற்று இருக்க வேண்டும். ஒரு பெண் திருமண வயது எய்தும்போது அந்தப் பெண் இரத்தசோகையற்று 42 கிலோ எடை இருக்க வேண்டும். அந்தப் பெண்ணுக்குத் திருமணமாகி குழந்தை உண்டாகும்போது 10 கிலோ எடை அதிகரிக்க வேண்டும். அந்தப் பெண் கர்ப்பமுற்ற காலத்தில் கர்ப்பகால கவனிப்பு முறையாக அரசு ஆரம்ப சுகாதார நிலையத்தின் மூலம் நடைபெறுகிறதா என்பதைக் கவனித்து அந்தப் பெண் உடல்நலம் பேண வேண்டும். குடும்பத்திலும் சமூகத்திலும் அந்தப் பெண்ணுக்கு முறையாக பாதுகாப்பும் மனநிறைவும் அளிக்க வேண்டும். அந்தப் பெண்ணின் மகப்பேறு ஆரம்ப சுகாதார நிலையத்தில் நடைபெறுமாறு பார்த்துக்கொள்ள வேண்டும். மேற்கூறிய நடவடிக்கைகள் முறைப்படி நடந்தால், அந்தப் பெண் நிறைவான எடையுடைய நலமான குழந்தையைப் பெற்றுத் தருவார். அதன் பிறகு முறையாக பேறுகால கவனிப்பைச் செய்து அந்தத் தாயையும் குழந்தையையும் வளர்த்தால் குழந்தை நல்ல மூளை வளர்ச்சி அடைந்து சிறந்த குழந்தையாக விளங்கும். 80% மூளை வளர்ச்சி குழந்தைகளுக்கு மூன்று வயது நிறை வடைவதற்குள் நடந்துவிடும்.

சமூகத்தைத் தயார் செய்தல்

எனவே இந்தப் புரிதலைக் குடும்பம் மட்டுமல்ல, ஒரு சமூகமே பெற்றுச் செயல்பட வேண்டும். குழந்தைகள் அந்தக் குடும்பத்தின் சொத்து மட்டுமல்ல, அந்தச் சமூகத்தின் சொத்து, நாட்டின் சொத்து என்ற புரிதல் ஒரு சமூகத்திற்கு வர வேண்டும். அடுத்து தண்ணீர் பற்றி விழிப்புணர்வு நம் சமூகத்திற்குத் தேவை.

இந்தியாவில் தண்ணீர் மூலம் பரவும் நோய்கள்தான் அதிகம். தண்ணீரை முறையாகப் பாதுகாத்து எப்படிப் பயன்படுத்துவது என்ற புரிதலைச் சமூகத்திற்கு ஏற்படுத்த வேண்டும். தண்ணீர் மாசு படவும் கூடாது. அத்துடன் தண்ணீர் குடிப்பதற்குப் பக்குவமாக சூடுபடுத்தி பயன்படுத்தும் முறைமை தெரிந்து சமூகம் செயல்பட்டால் ஆரோக்கியமான வாழ்வை சமூகம் பெறும். அதே போல் வாழ்விடம், அதாவது தாங்கள் வசிக்கும் இடத்தைத் தூய்மையாக வைத்துக்கொள்ளும் முறைமை தெரிந்திருக்க வேண்டும். அதற்கு குப்பைகளை முறைப்படுத்தி, பிரித்து, மேலாண்மை செய்யும் முறைமை அறிந்து, சமூகம் விழிப்புடன் செயல் பட்டால், உடல்நலம் பேணுதல் இன்னும் எளிதாகிவிடும்.

இதைத் தொடர்ந்து இல்லங்களிலும் பொது இடங்களிலும் கழிப்பறைகளைக் கட்டி கழிப்பறையை எப்படிப் பயன்படுத்தும் முறையைக் கற்று ஒரு கழிப்பறைக் கலாச்சாரத்தை மக்களிடம் வளர்த்துவிட்டால், சமூகத்தின் ஆரோக்கியம் உச்சத்தை அடைந்து விடும். மகாத்மா காந்தி கழிப்பறைக் கலாச்சாரத்தை நாம் வெள்ளையர்களிடம் கற்றுக்கொள்ள வேண்டும் என்பார். வெள்ளையர்களின் மேம்பாட்டுச் செயல்பாடுகள் எதையும் ஏற்றுக் கொள்ளாத காந்தி, கழிப்பறைக் கலாச்சாரத்தை நாம் வெள்ளையர் களிடம் கற்றுக்கொள்ள வேண்டும் என்று கூறியதன் முக்கியத் துவம், கழிப்பறைக் கலாச்சாரத்தின் அடிப்படை அவ்வளவு முக்கியத்துவத்தை வலியுறுத்துவதற்காகவே என்பதை நாம் புரிந்துகொள்ள வேண்டும்.

அடுத்து குழந்தைகளுக்குத் தரும் தொடக்கக்கல்வி. குழந்தை களுக்குக் கல்வி கற்பதில் ஆர்வத்தை உருவாக்குவதற்குக் கல்வி கற்கும் சூழலைப் பள்ளியில் முதலில் உருவாக்க வேண்டும். பள்ளிச் சூழல், கல்வி கற்கும் சூழலாக மாற்றுவதற்குத் தேவையான புரிதலை சமூகம் பெற வேண்டும், குறிப்பாக, பஞ்சாயத்துகள் பெற வேண்டும். அடுத்து குழந்தைகளின் உரிமைகளும் பெண் களின் உரிமைகளும் நிலைநாட்டப்பட வேண்டும். முதலில் குழந்தைப் பாதுகாப்பும் அவர்களின் உரிமைப் பாதுகாப்பும் மேம்பாட்டுக்கு இன்றியமையாதவை. பெண்களின் உரிமைகள் நிலைநாட்டப்படுவது குறித்தும் பெண்கள் பிரச்சினைகளை விவாதத்திற்கு உட்படுத்துவது குறித்தும் ஒரு விழிப்பை ஏற்படுத்த

வேண்டும். பெண்களின் உரிமை, பாதுகாப்பு தொடர்பான ஒரு புரிதலை அனைவரிடமும் ஏற்படுத்துவது மிகவும் இன்றியமையாதது. இதற்குப் பாலின சமத்துவம் பற்றிய புரிதலை அனைத்துத் தரப்பு மக்களுக்கும் ஏற்படுத்த வேண்டும்.

அடுத்து தீண்டாமை எனும் ஒரு கொடிய நோய் நம் சமூகத்தைப் பீடித்துள்ளது. அது அகற்றப்பட வேண்டும். அரசமைப்புச் சட்டத்தில் அகற்றப்பட்டுவிட்டது. ஆனால் சமூகம் அதை விடவில்லை. ஆகையால்தான் இந்தப் பணி உள்ளாட்சிக்குத் தரப்பட்டுள்ளது தற்போது. சமூக நீதி பற்றிய சரியான புரிதலை நம் மக்களிடம் ஏற்படுத்த வேண்டும். அடுத்து சமத்துவம் பழகுவது. மக்களாட்சியின் அடிநாதமாக விளங்குவது சமத்துவம். இந்தச் சமத்துவத்தைப் பார்வையிலும் நடத்தையிலும், செயல்பாட்டிலும் அடித்தளத்தில் உள்ளாட்சிச் செயல்பாடுகளில் நடைமுறைக்குக் கொண்டுவர வேண்டும்.

இயற்கைச் சூழல் பாதுகாப்பும், உயிர்ச்சூழல் பாதுகாப்பும் மிக முக்கியமானவை. பருவநிலை மாற்ற காலத்தில் மிகவும் பாதிப்புக்கு உள்ளாகிக்கொண்டிருப்பவர்கள் ஏழைகள்தாம். எனவே பருவநிலை மாற்றத்தை எதிர்கொள்ளும் செயல்பாடு களில் மக்களைப் பயணிக்க வைக்கத் தேவையான புரிதலை மக்களிடம் ஏற்படுத்த வேண்டும். அந்தப் பணிகளைப் பஞ்சாயத்து மையப்படுத்தி செயல்பட வேண்டும். அடுத்து ஏழை மக்களின் வாழ்வாதாரம் பாதுகாக்க வேண்டும். மேற்கூறிய அத்தனை செயல்பாடுகளிலும் பெண்கள், தலித்துகள், ஆதிவாசிகள் மையப்படுத்த வேண்டும். அவர்களுடைய பங்கேற்பை உறுதி செய்ய வேண்டும். அடித்தளத்தில் மக்கள் மேம்பாட்டிற்கு மக்கள் பங்கேற்பு இன்றியமையாதது என்ற புரிதலை மக்களிடம் ஏற்படுத்தி, மக்கள் அமைப்புகள் அனைத்திலும் அடித்தட்டு மக்களைப் பங்கேற்கச் செய்ய வேண்டும். இந்த அடிப்படையான பணிகள் பற்றிய புரிதலையும், அவற்றை நடைமுறைப்படுத்தும் ஆற்றலையும் உள்ளாட்சித் தலைவர்களிடம் உருவாக்க வேண்டும். இந்தச் சாதனைகளைச் செய்வதற்கு நம் மக்கள் பிரதிநிதிகள் மக்கள் தலைவர்களாக, மாற்றங்களைச் செய்வதற்கு வல்லமை கொண்டவராக மாறவேண்டும். இந்தப் பணிகளை அவ்வளவு எளிதாகச் செய்ய முடியாது. அதற்கான தலைமைத்துவம்தான்

இன்று உள்ளாட்சித் தலைவர்களுக்குத் தேவை. அந்தத் தலைமைத் துவம் மாற்றுத் தலைமைத்துவம், அதுதான் மாற்றத்திற்கான தலைமைத்துவம். அந்தத் தலைமைத்துவத்தை வளர்ப்பதுதான் இன்றைய தலையாய பணி.

19

அடிப்படை மாற்றத்திற்கான தலைமைத்துவம்

உலகத்தில் நடந்த பெரும் மாற்றங்கள் அனைத்தும் பெரும் அரசியல் சிந்தனைகள் கொண்டவர்களால் செயல்பாட்டின் மூலம் நடத்தப்பட்டவையாகும். பெரும் வியத்தகு சமூக மாற்றங்களை விஞ்ஞானிகளோ, அறிவுஜீவிகளோ அதிகாரிகளோ கொண்டு வரவில்லை. அனைத்தும் அரசியல் தலைவர்களால் வந்தவை. மற்றவர்கள் அதற்கு உதவியாகச் செயல்பட்டிருப்பார்கள். மக்கள் சமூகத்திற்குள் செல்லக்கூடிய ஆற்றலும் சமூகத்தை மாற்ற வேண்டும் என்ற கடப்பாடும் அரசியல் தலைவர்களிடம்தான் இருந்து வந்துள்ளன. அந்தத் தலைமைத்துவத்தில் பல்வேறு வகைகள் இருக்கின்றன. ஒவ்வொரு வகையான தலைமைத்துவத் திற்கும் ஏற்ற வகையில் அணுகுமுறைகள், வழிமுறைகள், உத்திகள் கடைப்பிடிக்கப்படும். இந்தத் தலைமைத்துவம் பற்றி மிகவும் அதிக அளவில் ஆய்வுகள் வரவில்லை. மாறாக, அவை அனைத்தும் தனிமனித வரலாறாகத்தான் எழுதப்பட்டுள்ளன.

ஆனால் இன்று தலைமைத்துவம் என்ற பெயரில் எல்லை யில்லா அளவுக்கு ஆய்வுகள் செய்து புத்தகங்கள் வெளியிடப் பட்டுக்கொண்டேயிருக்கின்றன. இவற்றைப் படித்துவிட்டுத் தலைமைத்துவம் பற்றி மக்கள் பிரதிநிதிகளிடம் உரையாற்று கின்றனர். இந்தத் தலைமைத்துவம் சந்தைக்கானது, வணிகத்திற் கானது, இலாபம் ஈட்டுவதற்கானது. அந்தத் தலைமைத்துவம் மக்களை வழிநடத்தும் மக்கள் பிரதிநிதிகளுக்கான தலைமைத்துவம் அல்ல. மக்களை எப்படிச் சுரண்டலாம் என்பதற்கு அந்தத்

தலைமைத்துவத்தில் வழி இருக்கலாம். எனவே சந்தைத் தலைமைத்துவம் பற்றி மக்கள் தலைவர்களிடம் விவாதிப்பது அவர்களுக்குத் தவறான வழிகாட்டுவதாகும்.

அடுத்து மற்றொரு நிலையில் தலைமைத்துவம் செயல்பட்டு வருகிறது. ஆனால் அந்தத் தலைமைத்துவத்தைப் பற்றி யாரும் பேசுவதும் இல்லை, எழுதுவதும் இல்லை, விவாதிப்பதும் இல்லை, ஆராய்ச்சி செய்வதும் இல்லை. அப்படிப்பட்ட மனிதர்களை நாம் பெரிதாகப் போற்றி மதிப்பதும் இல்லை. ஆனால் அந்தத் தலைமைதான் உலகத்தில் பெரும்பான்மையான நாடுகளுக்கும் சமூகங்களுக்கும் தேவைப்படுகிறது. ஏனென்றால் இந்த உலகமயப் பொருளாதாரத்தால் விளைந்த எல்லை இல்லா ஏற்றத்தாழ்வுகளும், புறக்கணிப்புகளும், இயற்கை அழிப்புகளும் ஆங்காங்கே புதிய தலைமையைத் தேடி ஏங்கி நிற்கின்றன சமூகங்கள். யாரின் துணையும் இன்றி, மனித சமுதாயத்தின் மீது நம்பிக்கையும், மாறா அன்பும் பற்றும் கொண்டு தொடர்ந்து சமூக அடிப்படை மாற்றங்களுக்காகப் பலர் செயல்பட்டு வருகின்றனர். அந்தத் தலைமைதான் இன்று ஆயிரக்கணக்கில் நாடுகளுக்கும் பிராந்தியங்களும் தேவை. இவர்கள் மக்களுடன் மக்களாகச் செயல்படக்கூடியவர்கள்; செயல்பட்டும் கொண்டிருக்கின்றனர்.

இந்தத் தலைமைத்துவம் பற்றிய ஆய்வுகள் மிகக் குறைவு. ஆனால் இந்தத் தலைமைதான் நமது இன்றைய உள்ளாட்சி களுக்குத் தேவை. ஒரு கிராமத்துத் தையல்காரர் வாரத்தில் ஒருநாள் பள்ளிக்குச் செல்லும் மாணவர்களின் சீருடையிலுள்ள கிழிசலைக் கூலி வாங்காமல் தைத்துக் கொடுத்துவிடுகிறார். ஒரு நாளை சமுதாயத்திற்கு ஒதுக்கிவிடுகிறார். அதேபோல் இலட்சக் கணக்கான பனை விதைகளை ஊர் ஊராகச் சென்று குளக்கரை களிலும் பொது இடங்களிலும் புதைத்து மக்கள் பங்கேற்போடு வளர்த்து வருகிறார். நம்மாழ்வாரோடு பயணித்த ஒருவர் கிராமம் கிராமமாகச் சென்று நஞ்சில்லா உணவு தயாரிப்புக்கான இயற்கை விவசாயம் குறித்து விவசாயிகளுக்குப் பயிற்சி அளித்து, நூற்றுக்கணக்கான இயற்கை விவசாயிகளை உருவாக்கி வருகிறார். ஆதிவாசிக் குழந்தைகள் படிப்பதற்குக் காட்டுப்பள்ளி ஒன்றை உருவாக்கி நடத்தி வருகின்றது ஒரு இளைஞர்கள் கூட்டம். ஒரு சுய உதவிக் குழுவை உருவாக்கி, சீட்டுப்பிடித்து, பால்மாடு வாங்கிக்

கொடுத்து, பால் வணிகம் செய்ய வைத்து, நூற்றுக்கணக்கான குடும்பங்களை வறுமையிலிருந்து வெளியேற்றிய சாதனையை ஒரு படிக்காத பெண் செய்துள்ளார் என்பதை எப்படிப்பார்ப்பது. கிராமத்தில் படித்துவிட்டு, வேலையில்லாமல் சுற்றித் திரியும் இளைஞர்களைப் பார்த்துவிட்டு, கிராமக் கோவில் பணம் வங்கியில்தானே வைத்துள்ளோம், அவற்றை எடுத்து இந்த இளைஞர்களை வெளிநாட்டுக்கு அனுப்பி வேலை செய்ய வைத்து அந்த இளைஞர்களின் குடும்பத்தின் பொருளாதாரத்தை உயர்த்தியதுடன், கோவில் பணத்தை வட்டியின் மூலம் பெருக்கிய செயல்பாட்டை என்னவென்று பார்ப்பது. பொறியியலில் பட்டம் பெற்று உயர் கல்விக்காக ஆஸ்திரேலியா செல்ல இருந்த பெண், சாதாரண இளைஞர்கள் களத்தில் சாதாரண மனிதர்களின் மேம்பாட்டுக்காக அர்ப்பணிப்புடன் செயல்படுவதைப் பார்த்து விட்டு தனக்கு வெளிநாட்டுப் பல்கலைக்கழகத்திலிருந்து கிடைத்த கல்விச் சேர்க்கைக்கான உத்தரவைப் பெற்றோர்களுக்குத் தெரியாமல் கிழித்து எறிந்துவிட்டு, சமூக மாற்றத்திற்காக செயல்படும் இளைஞர்களுடன் இணைந்து தூய்மை துப்புரவு, குப்பை மேலாண்மையில் ஆய்வுச் செயல்பாட்டில் இறங்கியதை என்னவென்று பார்ப்பது. கிராமத்திலுள்ள இளைஞர்களை ஒன்றுதிரட்டி கிராமப்புற மேம்பாட்டுக்காக என்னென்ன திட்டங்கள் எந்தெந்தத் துறைகள் மூலம் நடைபெறுகிறது என்பதைத் தெரிந்து, அந்தத் திட்டச் செயல்பாடுகளில் ஒரு பைசா கூட யாரும் கைவைக்காமல், பாதுகாக்க கிராமசபையில் பங்கேற்று ஊர்மக்களைச் செயல்பட வைத்த அந்த இளைஞரை என்ன என்று அழைப்பது.

இப்படி எண்ணிலடங்கா இளைஞர்கள் சிறிய சிறிய பணிகளை அர்ப்பணிப்புடன் தாம் இயங்கக்கூடிய இடங்களில் செய்து வருகின்றனர். அவர்களின் செயல்பாடுகளின் மூலம் பெரும் மாற்றங்கள் மலர்கின்றன. அப்படிச் செயல்படும் மனிதர்களின்மேல் எல்லையற்ற அன்பையும் நம்பிக்கையும் பொதுமக்கள் வைத்துள்ளனர். இவர்களுக்கு யாரும் அதிகாரங்களைச் சட்டத்தின் மூலம் அளிக்கவில்லை, இவர்களுக்கு நிதியை யாரும் அவர்கள் வங்கிக் கணக்கில் போடவில்லை. இவர்களைப் பொதுமக்களும் தேடி மனுச் செய்யவில்லை. மாறாக, மானுடத்தின் மீது மாறா

அன்பும் பற்றும்கொண்டு பொறுப்புகளைத் தங்கள் தோள்களில் தாங்களே எடுத்து வைத்துக்கொண்டு தன்னை இழந்து செயல்படும் மனிதர்களை நாம் தலைவர்கள் என்று அழைப்பதில்லை. மாறாக அவர்களைத் தன்னார்வலர்கள் என்று அழைக்கின்றோம். இவர்களைத் தலைவர்கள் என்று யாரும் அழைப்பதில்லை. ஏனென்றால் இவர்கள் நிறுவனங்களில் உள்ள பதவிகளில் மக்களால் தேர்ந்தெடுக்கப்பட்டு அமர்வதில்லை. நிறுவனங்களில் மக்களால் தேர்ந்தெடுக்கப்பட்டு அமரும்போது அதற்கு ஒரு பெயர் சூட்டப்பட்டுள்ளது. அதுதான் தலைவர், துணைத்தலைவர். இந்த நிறுவனங்களில் பதவிகளில் அமரும்போது அந்தப் பதவிகளுக்கான பொறுப்புகள் சட்டபூர்வமாக ஒதுக்கப்பட்டிருக்கும். அந்தப் பொறுப்புகளைக் கட்டாயக் கடமைகளாகக் கருதி பணியாற்ற வேண்டும். அவை அனைத்தும் விதிக்கப்பட்ட பணிகள். தலைவர்கள் விதிக்கப்பட்ட பணிகள் மட்டும் செய்வதற்கு வந்தவர்கள் அல்லர், இவர்களுடைய பணிகள் ஒப்படைக்கப்பட்ட பணிகளைத் தாண்டிச் செல்லவேண்டும். மக்களின் தேவைகளுக் கென தீர்வுகளைச் சட்ட வரையறைக்குள் நின்று காண வேண்டும். தான் பொறுப்பேற்ற பகுதியின் மேம்பாட்டை ஒரு கனவின் மூலம் திட்டமிட்டுச் செயல்படுவதும், சமூக மேம்பாட்டுக்கான செயல்பாடுகளில் மக்களுக்கு வழிகாட்டி மக்களை பங்கேற்ப வைப்பதும் மிகவும் முக்கியமான பணிகள். இந்தப் புரிதலுடன் செயல்பட்டால்தான் அவர்கள் தலைவராக முடியும்.

எனவே பதவிகளில் இருப்போர் எப்பொழுது தலைவர்களாக ஆகின்றார்கள் என்றால் தங்கள் செய்த சாதனைகள் மூலமாகத்தான். தலைவர்களுக்குக் கட்டியங்கூறுவது, வரலாற்றில் பதியும் அளவுக்கு அவர்கள் செய்கின்ற சேவைகள்தாம். தலைவருக்கான அடையாளங்கள் என்னென்ன என்பதுதான் அடுத்த கேள்வி. தலைவர் என்று கூறும்போது மிகத் தெளிவாக எதற்குத் தலைவர் என்பதை விளக்கிவிட்டால், அதற்கான அடிப்படைக் கூறுகளை நாம் இனம் கண்டுவிடலாம். நாம் இன்று உள்ளாட்சியில் மக்களால் தேர்ந்தெடுக்கப்பட்ட பிரதிநிதிகள் பற்றித்தான் விவாதித்துக் கொண்டுள்ளோம். எனவே அவர்களுக்கான தலைமைத்துவம் பற்றித்தான் நாம் விவாதிக்க வேண்டும். மக்களாட்சியில் மக்கள் பிரதிநிதிகளுக்குத் தேவையான

அடிப்படைகளைத்தானே நாம் பார்க்க வேண்டும். இன்று இந்தியாவில் உள்ளாட்சிகள் அரசாங்கமாக உருவாக்கப்பட்டு, அவற்றை ஆளுகை செய்ய எப்படி மக்கள் பிரதிநிதிகளைத் தேர்ந்தெடுக்க வழி செய்திருக்கிறார்கள் என்றால் பெண்களுக்கு 50 விழுக்காடும் தலித்துக்களுக்கு அவர்களின் மக்கள்தொகைக்கு தகுந்த விகிதாசார அளவில் பதவிகளில் இடஒதுக்கீடு அளிக்க வேண்டும். அப்படிப் பார்க்கும்போது 70 விழுக்காடு மக்கள் பிரதிநிதிகள் உள்ளாட்சியில் இதுவரை புறந்தள்ளப்பட்டவர்களும், ஒடுக்கப்பட்டவர்களும், விளிம்புநிலை மக்களிலிருந்தும் வந்துள்ளனர். எனவே இவர்கள்தாம் பொறுப்புகளை ஏற்க வேண்டும், அதிகாரத்தை எடுத்து இதுவரை மத்திய மாநில அரசுகளால் சென்றடைய முடியாத மக்களை அடைய வேண்டும்; அடிப்படை மாற்றம் குறித்து மக்களிடம் விழிப்புணர்வை ஏற்படுத்தி அவர்களைப் பங்கேற்க வைக்க வேண்டும். அதற்கான திறன் வளர்ப்பு, ஆற்றல் மேம்பாடு, பார்வை மக்கள் பிரதிநிதிகளிடம் உருவாக்க வேண்டும்.

இங்கு வரக்கூடிய பிரதிநிதிகளுக்கு வித்தியாசமான தலைமைத்துவம் வளர்த்தெடுக்கப்பட வேண்டும். இந்திய சமூகம் பல்வேறு ஆதிக்கப் பார்வை கொண்டு இயங்கும் தன்மை கொண்டது. அந்த ஆதிக்கங்களை மக்கள் ஆதரவுடன் உடைத்து சமத்துவம் கொண்டுவர வேண்டும். இந்தச் சமத்துவம் சமூகப் பொருளாதார சமத்துவமாகும். இதற்கு சமூக நீதி பற்றிய பார்வையும் அதை அடைந்திடும் வழிமுறையும் புரிந்திருக்க வேண்டும். அடுத்து இந்த உள்ளாட்சியில் கடையனுக்கும் கடைத்தேற்றம்தான் இதன் தலையாய பணி. அதைத்தான் சிந்தனையில் கொண்டு செயல்பட வேண்டும். அடுத்து உள்ளாட்சியில் எது அடிப்படைப் பணி என்ற புரிதலை ஏற்படுத்தாமல், இதுவரை உள்ளாட்சி என்பது சாலை அமைத்தல், தண்ணீர் விநியோகம், தெருவிளக்குப் பராமரித்தல், சிறுபாலம் கட்டுதல், சிறு சிறு கட்டுமானப் பணிகளை மேற்கொள்ளுதல் என்ற நிலையில், வருகின்ற நிதிக்குப் பணி செய்யும் ஓர் அமைப்புதான் உள்ளாட்சி எனும் மனநிலையை நம் மக்கள் பிரதிநிதிகளிடம் ஏற்படுத்தி வைத்துள்ளனர். முதலில் உள்ளாட்சித் தலைவர்கள் எது அடிப்படை மாற்றம் என்று புரிந்துகொள்ள வேண்டும். ஒரு

சமூகம் சமத்துவத்துடன் ஒருவரை யொருவர் மதித்து ஆதிக்கமற்று செயல்பட பழக வேண்டும். அங்கு மேம்பாடு என்பது அனைவருக்குமானது, அனைவரையும் உள்ளடக்கியது. அத்துடன் கடையர்களுக்கு முன்னுரிமை என்ற பார்வையில் செயல்படுவது. அரசு தந்துள்ள வாய்ப்புகள் அது சட்டமாக இருந்தாலும் திட்டமாக இருந்தாலும் அவை அனைத்தும் அரசாங்கம் போடும் பிச்சை அல்ல, பயன்கள் அல்ல, அவை அனைத்தும் மக்களின் உரிமைகள் என்ற பார்வையில் நடைமுறைப்படுத்த வேண்டும். சாதாரண மக்களை, உழைத்து வாழும் மக்களை மரியாதையுடன் நடத்தும் மனநிலை பெற்றிருக்க வேண்டும்.

அடுத்து எல்லாத் தரப்பு மக்களும் குறிப்பாக ஒடுக்கப்பட்ட மக்களும் விளிம்புநிலை மக்களும் ஒரு மதிக்கத்தக்க மரியாதை யுடைய மானுட வாழ்வை எப்படி வாழ வேண்டுமோ அப்படி வாழத் தேவையான எல்லா அடிப்படை வசதிகளையும் செய்து, அறிவியல் அடிப்படையில் வாழ்வை நடத்தத் தேவையான ஒரு விழிப்புணர்வையும் மனோபாவத்தையும் உருவாக்க வேண்டும். முந்தைய இயலில் விளக்கப்பட்டுள்ள அடிப்படை மாற்றங்களை உள்ளாட்சிகள் உள்வாங்கிச் செயல்பட வேண்டும்.

இந்தப் பணிகளைத்தான் உள்ளாட்சிகள் செய்யப் பணிக்கப் பட்டுள்ளன. ஒரு தலைவர், முதலில் மக்கள் பிரச்சினைகளை அறிந்து அவற்றைத் தீர்க்க தன் கனவின் மூலம் வழிமுறை காண்பவர். தலைவர்களுக்கு மக்கள்மேல் மாறா அன்பும் பற்றும் இருக்க வேண்டும். அவர்களை மதித்து நடத்தும் மனநிலை தலைவர்களுக்கு வேண்டும். மக்களுக்குக் கடமைப்பட்டவர் என்ற உணர்வில் மக்களின் குரலுக்கு செவிசாய்ப்பது; மக்களுடன் மக்களாக வாழ்வது; மக்களின் பிரச்சினைகளுக்குப் பொறுப்பு ஏற்றுக்கொள்வது; சவால்களாக மக்கள் பிரச்சினை வரும்போது அவற்றைச் சமாளித்து தீர்வுகாணும் ஆற்றல் படைத்தவராக தங்களை உருவாக்கிக்கொள்வது; மக்களுடன் பணி செய்யும் பாங்கைப் பெறுவது; மக்களுக்கு மேம்பாட்டுக்கான நம்பிக்கையைத் தருவது; மக்களை எல்லா மேம்பாட்டுச் செயல்பாடுகளிலும் பங்குபெறத் தேவையான விழிப்புணர்வை ஏற்படுத்துவது; பணியில் ஒன்றி நிபுணத்துவத்துடன் செயல்படும் பழக்கத்தை ஏற்படுத்திக் கொள்ளுவது; எப்போதும் மக்களுடனும், பணிக்குத் தேவையான

அடிப்படை மாற்றத்திற்கான தலைமைத்துவம் ✦ 329

நிபுணர்களுடனும், ஊடகத்துடனும், அதிகாரிகளுடனும் உள்ளார்ந்த தொடர்பில் இருப்பது; தன்னை முற்றிலுமாக மாற்றிக்கொண்டு புதுமைகள் நோக்கி பயணிப்பது; மக்கள் பார்வையில் மேம்பட்டவராக மக்கள் பிரதிநிதிகள் தங்கள் சிந்தனையை, பார்வையை, நடத்தையை, செயல்பாடுகளை மாற்றிக் கொண்டு செயல்படுவது போன்ற பண்புகளைக் கொண்டவராக ஒவ்வொரு மாமன்ற உறுப்பினரும் இருக்க வேண்டும். எந்த நேரத்திலும் அச்சமற்று நேர்மையுடன், சமூக கரிசனத்துடன் செயல்படும் பாங்கைப் பெற்று இருத்தல்தான் அடிப்படை மாற்றங்களைச் செய்யவல்ல தலைமை. அந்தத் தலைமைதான் இன்றைய தேவையாக இருக்கின்றது.

20

மக்களை அதிகாரப்படுத்துதல்

பொதுவாக அதிகாரப்படுத்துதல் என்றால் அதிகாரங்களைக் கொடுத்தல் என்ற புரிதலைத்தான் நம்மில் பெரும்பாலானவர்கள் பெற்றுள்ளனர். அதிகாரத்தை யாரும் யாருக்கும் கொடுப்பதல்ல. அதிகாரங்களும் உரிமைகளும் வென்றெடுக்கப்பட வேண்டியவை. அதிகாரங்களும், உரிமைகளும் போராடியவர்களுக்குத்தான் வந்து சேரும். அப்படிப் போராடுவது மட்டுமல்ல, நம்மை நாம் விவரம் அறிந்தவராக, ஆற்றல் மிக்கவராக, திறன் மிக்கவராக மாற்றிக் கொள்வது. இந்த மாற்றங்களை நமக்குள் கொண்டு வருவதும் போராட்டமே. யார் ஒருவர் தான் யார், தனக்குள் இருக்கும் ஆற்றல் என்ன எனப் புரிந்து, உணர்ந்து மேலும் வளர்த்துக்கொள்ள முனைகின்றாரோ அவர் அதிகாரப்படுத்தப்படுவார் என்ற புரிதல் நமக்கு வேண்டும். தன் ஆற்றல் அறிதல்தான் அதிகாரப்படுத்துதல் என்பதற்குப் பொருள். அதிகாரங்கள் என்பன கொடுப்பவை அல்ல, எடுப்பவை. அப்படி எடுப்பதற்கான ஆற்றலை வளர்த்துக் கொள்ள வேண்டும். அதிகாரங்களை எடுக்கத் தேவையான சக்தியை வளர்த்துக்கொள்ளுதலும் அதிகாரப்படுத்துதலாகும்.

இன்றைய சூழலில் நாம் யாராக இருக்கின்றோம் என்று சற்று யோசித்துப் பார்த்தால் நாம் அரசை நம்பி வாழும் அல்லது சார்ந்து வாழும் ஒரு பயனாளியாகவே வாழ்ந்துவருகிறோம். ஒரு குடியாட்சி நடைபெறுகின்ற நாட்டில் பொதுமக்கள் குடிமக்களாக நிறைய பொறுப்புகளுடன் பொறுப்புமிக்க குடிமக்களாகச்

செயல்படுவார்கள். ஒரு குடியாட்சி நடைபெறும் நாட்டில் குடிமக்கள் செயல்பாடுகள் அதிகமாக இருக்கும். அரசின் செயல்பாடுகள் குறைவாக இருக்கும். அரசின் செயல்பாடுகளும் குடிமக்கள் செயல்பாடுகளுக்கு உதவுவதற்காக என்ற நிலைப்பாட்டில் இருக்கும். இந்தச் சூழல் எப்பொழுது உருவாகும் என்றால் நம் பொதுமக்களிடம் பயனாளிச் சிந்தனை குறைந்து, குடிமக்கள் சிந்தனை வளர்ந்து வரும்போது மட்டும்தான் என்ற உண்மையைப் புரிந்துகொள்ள வேண்டும். நாம் பயனாளியாகச் சிந்திக்கும் வரையில் அரசு எஜமானனாகச் செயல்படும். நாம் பொறுப்புமிக்க குடிமக்கள் என்ற சிந்தனைக்கு என்றைக்கு வருகின்றோமோ அப்பொழுதே அரசு நமக்கு சேவகராக மாறிவிடும். நாமும் எஜமானனாக மாறிவிடுவோம். நாம் பயனாளிச் சிந்தனையைத் தொடரும் வரையில் நமக்கு சுயமரியாதை கிடையாது, அரசு மக்களுக்கு ஆற்ற வேண்டிய சேவைகள் கட்டாயக் கடமை களாகும். அவை அனைத்தும் மக்களின் உரிமைகள். எனவே மக்கள்உரிமை சார்ந்து சிந்திக்கின்ற சூழலுக்கு வந்துவிட்டால், அரசு தானாக மாற்றம் பெற்றுவிடும். நாம் பயனாளியாகச் சிந்திக்கின்ற வரை நம் பொதுச் செயல்பாடுகள் அனைத்தும் பொறுப்பு மிக்கவை என்று கூற இயலாது. குடிமக்களாக நாம் மாறும்போது, நாம் பொறுப்புள்ளவர்களாக மாறி பெரும் பொறுப்புகளைச் சுமக்க தயாராகிவிடுவோம்.

நம் சிந்தனைப் போக்கில் அரசின் பயன் என்பது போய், உரிமையுடன் வாழும் வாழ்க்கை என்ற சிந்தனைக்கு நாம் வந்து விடுவோம். உரிமைகளும் கடமைகளும் ஒரு நாணயத்தின் இருபக்கங்கள் போல் ஒன்றுடன் ஒன்று தொடர்புடையவை. பயனாளியாக இருப்பது மிக எளிது. பொறுப்புமிக்க குடிமக்களாக இருப்பதற்கு நம் சிந்தனையில், நடத்தையில், செயல்பாடுகளில் மிகப் பெரிய மாற்றங்களை நாமே வலிய கொண்டுவர வேண்டும். பொதுமக்களைப் பயனாளிகளாக மாற்றுவதற்கு எந்தப் பெரு முயற்சியும் தேவை இல்லை. ஆனால் பொறுப்புமிக்க குடிமக்களாக மாறுவதற்கு மிகப் பெரிய போராட்டத்தை நமக்குள் நாம் நடத்தியாக வேண்டும். உரிமைகள் சார்ந்தும், பொறுப்புகள் சார்ந்தும் சிந்திக்க நம் மக்களைத் தயார் செய்ய தவறுவோமே யானால் பொறுப்பற்ற பயனாளிப் பட்டாளம்தான் ஒரு நாட்டில்

இருக்கும். அரசு மக்களுக்காக எப்போது செயல்படும் என்றால், மக்கள் அரசைப் பற்றிய விழிப்புணர்வுடன் செயல்படும்போது மட்டும்தான் என்பதை 350 ஆண்டுகளுக்கு முன்பு தாமஸ் பெயின் என்ற தத்துவவாதி விளக்கமாக தன் *பொது அறிவு* என்ற நூலில் கூறிவிட்டார்.

நம் நாட்டின் சுதந்திரத்தை சும்மா பெறவில்லை; போராடிப் பெற்றோம். பெற்ற சுதந்திரத்தைப் பேணிக்காக்க குடிமக்களாக நாம் வளர்ந்திருக்க வேண்டும்; வளர்த்தெடுக்கப்பட்டிருக்க வேண்டும். அப்படி வளர்ந்திருக்கின்றோமா அல்லது வளர்த் தெடுக்கப்பட்டிருக்கிறோமா என்ற கேள்விக்கு இல்லை என்பது தான் பதில். நமக்கு நம்மை வழிநடத்த நம் அரசமைப்புச் சட்டம் இருக்கிறது. அது மட்டுமல்ல, இன்ன பிற பாதுகாப்புச் சட்டங்களும் உருவாக்கப்பட்டு மக்களுக்கு அளிக்கப்பட்டுள்ளன. அத்துடன் மேம்பாடு என்பதை உரிமையாக்கி, பல அடிப்படையான சேவைகள் உரிமைகளாகத் தரப்பட்டுள்ளன. தரப்பட்ட உரிமைகள் வென்றெடுக்கப்பட்டனவா? அரசு தந்த கட்டுக் கட்டான உரிமைகள் வென்றெடுக்கப்படாமல், வீதியில் கிடப்பதை நாம் பார்த்து வருகின்றோம். அவற்றை நம் பொதுமக்களால் வென்றெடுக்க முடியவில்லை. காரணம் உரிமைகளை வென் றெடுக்க வேண்டிய நிலைக்குப் பொதுமக்கள் தங்களைப் பொறுப்புமிக்க குடி மக்களாக மாற்றிக்கொள்ளவில்லை. தொடர்ந்து அரசின் பயன்களுக்கு ஏங்கி பொதுமக்கள் நிற்பதால், மக்கள் ஒரு குடியரசு நாட்டில் மேய்க்கப்படுகின்றார்கள். 84% கல்வி அறிவு பெற்றிருந்தும், உலகில் அறிவியல், தொழில்நுட்பம், மனிதவளம், ஆற்றலில் முதல் நான்கு ஐந்து இடங்களுக்குள் நாம் இருந்தாலும் பொறுப்பற்ற பொதுமக்களைக் கொண்ட நாடாகவே விளங்கு கிறோம்.

பொதுமக்கள் பொறுப்பற்று இயங்குவதால் பொதுமக்களுக்காக உருவாக்கப்பட்ட நிறுவனங்கள், அமைப்புகள் அனைத்தும் பொறுப்பற்றுச் செயல்படுவதையும் நாம் உணர்ந்துகொள்ள வேண்டும். நாம் பெற்ற அறிவு நம் வாழ்வியலை உன்னதமாக மாற்றியமைக்க இயலவில்லை. பொறுப்புமிக்க குடிமக்களாக பொதுமக்கள் மாறுவதற்கு மிகப்பெரும் முயற்சி அனைவரிடமும் வந்தாக வேண்டும். அப்படித் தங்களை மாற்றிக் கொள்கின்ற

போது பொதுமக்களின் பார்வையில், அணுகுமுறையில், சிந்தனைப் போக்கில், நடத்தையில், செயல்பாடுகளில் மிகப் பெரிய மாற்றம் வந்துவிடும்.

இந்தப் புதிய சூழலை உருவாக்க இன்று மக்களுக்கு வந்திருக்கும் வாய்ப்பு புதிய உள்ளாட்சி அரசாங்கம். இந்தப் புதிய அரசாங்கம் இதுவரை மத்திய மாநில அரசுகளால் தொடப்படாத விளிம்பு நிலை மக்களைத் தொட்டு சேவை செய்ய உருவாக்கப்பட்டது. இந்த மாற்றத்தை மக்கள் பங்கேற்போடு செயல்படுத்த வேண்டும். இந்தச் செயல்பாடுகள் மூலம் மக்களைப் பொறுப்பு மிக்க குடிமக்களாக மாற்ற வேண்டும். அதற்கான விழிப்புணர்வு, திறன் வளர்ப்பு மக்கள் மத்தியில் நடைபெற வேண்டும். உள்ளாட்சி அமைப்புகள் அடிப்படைத் தேவைகளை சேவைகளாகச் செய்வ துடன் மக்களைத் திரட்டி அரசுடன் கைகோத்துச் செயல் பட்டு பொறுப்புமிக்க உன்னத கிராமிய வாழ்க்கையை ஏற்படுத்துவது தான் புதிய உள்ளாட்சிக்குக் கொடுக்கப்பட்ட சவாலான மிகவும் முக்கியப் பணி. அத்துடன் தன் செயல்பாடுகளால் மக்கள் நம்பிக்கையைப் பெற்றவராக விளங்க வேண்டும். மக்களோடு இணைந்து மக்களை நேசித்து, மக்களை மதித்துச் செயல்படும் பார்வை கொண்டவரால் மட்டுமே இந்த மாற்றத்தை ஏற்படுத்த முடியும். உள்ளாட்சித் தலைவர்களுக்கு சமத்துவம் பற்றி ஆழமான புரிதல் இருந்தால் மட்டுமே மேற்கூறிய செயல்பாடு களைச் செய்ய முடியும்.

பெருந்தொற்று காலத்தில் ஒரு பொதுவிநியோகக் கடையில் அரிசி வழங்கிய போது ஒவ்வொருவருக்கும் இரண்டு கிலோவைக் குறைத்துத் தந்தார்கள். ஏன் எங்களுக்கு குறைத்துப் போடு கிறீர்கள் என்று கேள்வி கேட்டார் ரேஷன் வாங்கியவர். அப்படி எதிர்த்துக் கேள்வி கேட்டவுடன், அந்தக் கடையில் பணியாற்றியவர், 'கிடைப்பதே ஓசி, இனாம்; இதில் என்ன கேள்வி, கொடுப்பதை வாங்கிக்கொண்டு அமைதியாகச் செல்' என்று பதில் கூறி அனுப்பிவிட்டார். உடனே பஞ்சாயத்துத் தலைவரிடம் அவர் சென்று நடந்ததைக் கூறி மன்றாடுகிறார். அந்த ஊர் பஞ்சாயத்துத் தலைவர் அதற்கு பதிலளித்தார். 'அரசாங்கம் உங்களுக்கு விலை இல்லாமல்தானே தருகிறது, நீங்கள் ஏதோ பணம் கொடுத்து வாங்கியதுபோல் கூறுகிறீர்களே' என்று கூறி அவர் கண்டு

கொள்ளவில்லை. உடனே அந்த ஊரில் மக்கள் பிரச்சினைக்காகப் போராடும் இளைஞர் ஒருவரிடம் எடுத்துச் சென்று பொது விநியோகக் கடையில் நடந்ததைக் கூறினார். அத்துடன் அவர் பஞ்சாயத்துத் தலைவரிடம் சென்று முறை யிட்டதையும் அவர் சொன்ன பதிலையும் கூறினார்; அவர் கூறியதைக் கேட்ட இளைஞர் கொதித்துப் போய் உடனே அவருடன் அந்தப் பொது விநியோகக் கடைக்குச் சென்று விசாரித்தார். அந்தக் கடைக்குச் செல்லுமுன் ஓர் ஊடக நண்பருக்குத் தொலைபேசியில் தொடர்பு கொண்டு அவரை வரவழைத்தார். இவர் ரேஷன் கடைக்குச் செல்லுமுன் அந்த ஊடக நண்பரும் அங்கு வந்துவிட்டார். பொது விநியோகக் கடை ஊழியரிடம் ஏன் இரண்டு கிலோ குறைவாகப் போடுகிறீர்கள் என்று கேள்வி கேட்டு விவாதம் செய்தனர். அந்த நிகழ்வை ஒரு தொலைக்காட்சி நேரலை செய்துகொண்டிருந்தது. அந்த நிகழ்வைப் பார்த்த மாவட்ட ஆட்சித் தலைவர் அடுத்த பத்து நிமிடத்தில் முடிவெடுத்து அந்தப் பொது விநியோகக் கடைப் பணியாளரைப் பணிநீக்கம் செய்துவிட்டார்.

இந்த நிகழ்வை அந்த இளைஞர் ஊடகங்களுக்குச் செய்தியாகத் தந்து வெளியிட வைத்தார். அந்த இளைஞர் அங்கு கூடியிருந்த பொதுமக்களிடம் 'உணவு உங்கள் உரிமை, அந்த உரிமையைப் பாதுகாக்கவே அரசு உணவு தானியத்தை விலையில்லாமல் தந்தது. அது ஒன்றும் தானம் அல்ல, பிச்சையும் அல்ல, அது நமது உரிமை, அந்த உரிமையைப் பாதுகாக்க ஒவ்வொருவரும் போராடியே ஆக வேண்டும்' என்று கூறினார். அந்த இளைஞருக்கு இருந்த பார்வை, அந்த கிராமப் பஞ்சாயத்துத் தலைவருக்கு இல்லை. அந்த இளைஞர் ஒரு பொறுப்புமிக்க குடிமகனாகச் சிந்தித்து பாதிக்கப்பட்டவரைப் போராடவைத்து வெற்றியும் பெற்றார். அந்தப் பஞ்சாயத்துத் தலைவருக்குப் புரியாத ஒன்று அந்த ஊர் இளைஞருக்குப் புரிந்திருக்கிறது.

இன்னொரு ஊரில் தரமற்ற பொருள்களைப் பொது விநியோகக் கடையில் தந்துள்ளனர். அதைப் பஞ்சாயத்துத் தலைவரிடம் வந்து பொதுமக்கள் கூறுகின்றனர். உடனே அவர் பல பொது விநியோகக் கடைகளுக்குச் சென்று ஆய்வு செய்துவிட்டு, அந்த ஒன்றியத்தில் உள்ள அனைத்துப் பஞ்சாயத்துத் தலைவர்களையும் ஒன்றிணைத்து இந்தப் பிரச்சினைக்கு முடிவுகட்ட வேண்டும் என்று விவாதிக்கிறார்.

அந்தத் தலைவர்கள் அனைவருமே இவர் கூறிய விவாதத்திலுள்ள நியாயத்தை உணர்ந்து இவருடன் செயல்பட தயாரா கின்றனர். போராட்டத்தை அறிவிக்கின்றனர். சுவரொட்டிகள் அச்சிட்டு சுவர்களில் ஒட்டி மக்களிடம் விழிப்புணர்வு ஏற்படுத்தினர். 'எங்கள் பணத்தில் எங்களுக்கு ஏன் தரமற்ற பொருள்கள்? ஏழைகளுக்குத் தரும் பொருள் என்றால் தரம் குறைந்ததைத்தான் தருவீர்களா? இது எங்கள் பணம், அதிலிருந்து எங்களுக்குக் கிடைக்கும் பொருள்கள் எங்களின் உரிமை' என்று எங்கு பார்த்தாலும் சுவரொட்டி ஒட்டப்பட்டு, போராட்டத் தேதியும் அறிவிக்கப் பட்டது. மாவட்ட ஆட்சித் தலைவர் போராட்டம் நடை பெறுவதற்கு முதல்நாள் அந்த ஊருக்குச் சென்று பஞ்சாயத்துத் தலைவர்களுடன் பொது விநியோகக் கடைகளைப் பார்வை யிட்டு, அங்கு இருந்த தரமற்ற பொருள்களைத் திருப்பி அனுப்ப உத்தரவிட்டு தரமான பொருள்களை விநியோகிக்கச் செய்தார்.

இந்த இரண்டு நிகழ்வுகளும் கூறும் செய்தி ஒன்றுதான். விழிப்புணர்வுடன், பொறுப்புடன், புரிதலுடன் நம் மக்களும், மக்கள் பிரதிநிதிகளும் செயல்பட்டால், அரசு மக்கள் கூறுவதைக் கேட்கும்; அத்துடன் மக்களுக்குக் கடமைப்பட்டதாகச் செயல்படும், இல்லையேல் மக்களை மேய்க்கும். எனவே நாம் முதலில் பொறுப்புமிக்கவராக, புரிதல் உள்ளவராக, ஆற்றல் பெருக்கப்பட்ட வராக, மாற்றங்களை உள்வாங்கக் கூடியவராகச் செயல்பட்டால், நம்மைச் சுற்றியுள்ளவர்கள் மாறுவார்கள். அதற்கு நம் பஞ்சாயத்துத் தலைவர்கள் தங்களைத் தயார்படுத்திக்கொண்டு மக்களைத் தயார் செய்து பெரும் மாற்றத்தை மக்களின் சிந்தனைப் போக்கில் கொண்டுவர வேண்டும். நம்மை இன்று சாதியத்தின் வாயிலாக, மதரீதியாக, அரசியல் ரீதியாகப் பிரித்து வைத்துக்கொண்டு, அரசியல் நடத்துவதால் நாம் சுரண்டப்படுகிறோம். நம் மக்கள் தாங்கள் சுரண்டப்படுவதை அறியாமலேயே வாழ்வதுதான் நாம் 75 ஆண்டுகளாய்ப் பார்த்த பெரும் சோகம். கிராம சமுதாயம் எந்த அடிப்படையில் பிரிந்தாலும் சுரண்டப்படப்போவது கிராம மக்கள் தான் கிராமம் மேம்பட கிராமத்தில் சமூகத்தில் ஒற்றுமை நிலவ வேண்டும். அந்தப் புரிதலை மக்களிடம் ஏற்படுத்த வேண்டும். அந்தப் புரிதலுடன் கிராம சமுதாயம் செயல்படத் தொடங்கினால், அரசு அந்தக் கிராமத்திற்குப் பணி செய்யும்.

இதை நாம் பல கிராமங்களில் பார்த்து வருகிறோம். எனவே இந்தப் புரிதலை ஏற்படுத்துவதுதான் அதிகாரப்படுத்துதலாகும். மக்களாட்சி நடைபெறும் நாட்டில் மக்களின் விழிப்புடன் கூடிய செயல்பாடு கள்தான் மக்களைக் காக்கும். அந்தப் புரிதலை மக்களிடம் ஏற்படுத்துவதைத்தான் அதிகாரப்படுத்துதல் என்று கூறுகின்றோம். இந்தப் புரிதலுடன் நம் மக்கள் பிரதிநிதிகள் உள்ளாட்சியில் செயல்பட வேண்டும். அதுதான் இன்றைய தேவை.

21

கிராம மேம்பாட்டில் மக்கள்

நகரங்களும் மாநகரங்களும் பொருளாதார வளர்ச்சிக்குப் பெரும் பங்காற்றுவதை யாராலும் மறுக்க இயலாது. அதே நேரத்தில் கிராம மேம்பாட்டிற்கும் உறுதுணையாகச் செயல்படுவதையும் நாம் நினைவில்கொள்ள வேண்டும். நகரங்களும் கிராமங்களும் சமச்சீர் வளர்ச்சியடைய மிக முக்கியமான தேவை நகரத்திற்கும் கிராமத்திற்கும் திட்டமிடுதல் என்ற நிபுணத்துவப் பணி. உலகில் அப்படித் திட்டமிட்ட செயல்பாடுகள் நடந்த நாடுகளில் கிராமங்களும் நகரங்களும் ஒழுங்கமைப்பு, தூய்மை, அழகு போன்றவற்றுடன் இருப்பதை பார்த்து வருகிறோம். அந்த நாடு களுக்குச் சுற்றுலா சென்று வருவதுதான் நம் வழக்கம்; இந்திய கிராமங்களை அப்படித் திட்டமிட்டு மேம்படுத்துவது கிடையாது. அதேபோல் நகரங்களையும் திட்டமிட்டு மேம்படுத்துவது கிடையாது.

இங்கு நடைபெறுவதெல்லாம் நாம் அன்றாடம் செயல் படுவதற்கு சிக்கலும் நெருக்கடியும் ஏற்படுகிற போது அவற்றைத் தீர்ப்பதற்கு அடிப்படைக் கட்டமைப்பு வசதிகளைப் பெருக் கிடுவோம், அதையே திட்டமிட்டுச் செயல்படுவதாக நாம் கூறிக் கொண்டிருப்போம். இதை வல்லுநர்கள், இந்தச் செயல் பாடுகள் அனைத்தும் அறிவியல்பூர்வ திட்டமிட்ட செயல்பாடுகள் அல்ல என்கிறார்கள்; தீப்பிடித்தபோது நாம் எப்படிச் செயல்படு வோமோ அப்படிச் செயல்பட்டு வருகிறோம். தீப்பிடித்த இடத்தில் என்ன திட்டமிடுதல் வேண்டியிருக்கிறது; அந்தத் தீயை அணைக்க அனைவரும் செயல்படுவோம். அதுபோல்தான் நாம் செயல்பட்டு வருகிறோம் என்பது வல்லுநர் கூற்று.

திட்டமிட்ட செயல்பாடுகள் என்பன ஒரு 50 ஆண்டு கால அளவில் நடக்கும் மாற்றங்களைக் கருத்தில் கொண்டு செயல் படுவது. குறிப்பாக மக்கள் தொகை பெருக்கத்தை அடிப்படையாக வைத்துக் கணித்துச் செயல்படுவது. அப்படிச் செயல்படும்போது அந்த இடத்தின் தாங்கும் சக்தி அறிந்து திட்டமிடுவது. ஓர் இடம் எவ்வளவு மக்கள் தொகையைத் தாங்கும் சக்தி கொண்டதாக இருக்கிறது, மண்ணின் தன்மை, தண்ணீர் கிடைக்கும் அளவு போன்றவை கணக்கில் எடுத்துக்கொண்டு வாழும் மனிதர்கள் ஆரோக்கியமாக சுற்றுச்சூழல் கெட்டுவிடாமல் சூழலைப் பாதுகாத்து வாழ திட்டமிடுதலாகும். அடுத்து, அந்தத் திட்டமிடுதல் நிபுணர்களின் பங்களிப்பால் நடைபெறும் செயல் மட்டும் அல்ல. அவற்றைத் தாண்டி மக்களின் பங்கேற்போடு நடைபெறும் செயல். ஒரு கிராமத்தின் அல்லது நகரத்தின் செயல்பாடுகளில் இருக்கும் ஒழுக்கம் மக்களின் சிந்தனைப் போக்கால் நடைபெறுவது.

வீடு கட்டுவதாக இருந்தாலும், சாலையைப் பயன்படுத்துவதாக இருந்தாலும், கழிவுநீர் வெளியேற்றுவதாக இருந்தாலும், சாலையில் பயணிப்பதாக இருந்தாலும், வீதிகளில் வாகனங்களை நிறுத்துவதாக இருந்தாலும், கேளிக்கைக் கூடங்கள் அமைப்பதாக இருந்தாலும், ஒவ்வொன்றும் அமைக்கப்பட வேண்டிய இடங் களில் மட்டுமே அமைக்கப்படும். அனைத்தும் அந்தக் கிராம, நகர இயங்கு விதிகளுக்கு உட்பட்டு மக்கள் நடந்துகொள்வார்கள். விதிகள் மீறப்படாமல் பார்த்துக்கொள்வார்கள். அதேபோல் விதிகளை மதிக்கும் ஒரு பண்பாட்டைப் பின்பற்றி வாழ்வார்கள். அனைத்து நிறுவனங்களும் அமைப்புகளும் மக்கள் பயன் பாட்டிற்காக உருவாக்கப்படும்போது அறிவியல்பூர்வமாக வடிவமைத்து, பயன்பாட்டிற்கான வழிமுறைகள், விதிமுறைகள் உருவாக்கப்பட்டு மக்களுக்கு அவை பற்றிய புரிதலை ஏற்படுத்தி செயல்பட வைப்பதன் விளைவுதான் கிராமங்களும் நகரங்களும் வாழ்வதற்கு உகந்தவையாக இருக்கின்றன.

ஆனால் இந்தியாவில் அரசும் சரி மக்களும் சரி எந்த விதி முறைக்கும் உள்பட்டுச் செயல்படுவது கிடையாது. நான் அரசாங்கம்; எப்படி வேண்டுமானாலும் நடந்துகொள்வேன் என்று அரசு நினைக்கிறது. ஆகையால்தான் மதுக்கடையைப் பள்ளிக்குப்

பக்கத்தில், கோவிலுக்குப் பக்கத்தில் திறக்கின்றது அரசு. அதை எதிர்த்து மக்கள் போராடுகின்றனர். அதேபோல் பொதுமக்களும் நான் எனது நன்மை கருதி, செயல்பட எனக்கு உரிமை இருக்கிறது என்று பொறுப்பற்று தாங்கள் வசிக்கின்ற இடங்களில் மட்டுமல்ல செயல்படும் இடங்களிலெல்லாம் குப்பை கொட்டு கின்றனர். குப்பை கொட்டுவது தாங்கள் உரிமையாக நினைத்துச் செயல் படுபவர்களுக்கு, அதை எப்படி மேலாண்மை செய்வது, அதில் என்ன சிக்கல் இருக்கின்றது என்பதைப் பற்றி எந்தக் கவலையும் இல்லை. அத்துடன் தாங்கள் கொட்டுகின்ற குப்பையை முறைப் படுத்தியாவது கொட்டுகின்றார்களா என்றால், அதுவும் கிடையாது.

குப்பை அள்ள வருகின்றவர்கள் தூய்மைப் பணியாளர்கள். அவர்களின் செயல்பாடுகளுக்கு உறுதுணையாக நடந்து அவர் களின் வாழ்வு பற்றி சிந்திப்பது உண்டா என்று சற்று யோசித்துப் பார்த்தால் பொதுமக்கள் எந்தப் பார்வையும் அற்று செயல்படுவதை நாம் பார்க்க முடியும். பொதுமக்களின் புரிதல், விழிப்புணர்வு, ஒத்துழைப்பு இல்லாமல் எந்தக் கிராமத்தையும் நகரத்தையும் தூய்மையாக வைத்துக்கொள்ள முடியாது. எந்தக் கிராமத்தில் எந்த நகரத்தில் பொதுநலம் சார்ந்து சிந்தித்துச் செயல்படும் மக்கள் அதிகமாக வாழ்கிறார்களோ அந்த இடங்களில் நம்மால் தூய்மையைப் பார்க்க முடியும்; வசிப்பிடம் எல்லா வசதிகளும் பெற்று அவை முறையாகப் பராமரிக்கப்பட்டு மக்களால் பயன்படுத்தப்படும். மக்களைப் பொறுப்புமிக்க கிராமவாசிகளாக, நகரவாசிகளாக தயார் செய்வது இன்றியமையாத பணியாகும். ஒரு கிராமவாசியாக ஒரு கிராமத்தில் வாழ என்னென்ன செயல் ஒழுக்கங்கள் தேவையோ அவை அனைத்தையும் மக்களுக்குத் தெரிவிக்க வேண்டும். அப்படிப்பட்ட விழிப்புணர்வை நாம் மக்களிடம் ஏற்படுத்தவில்லை. இந்தப் பணியைத்தான் கிராம நிர்மாணப் பணியாக காந்தி கிராமங்களில் செய்ய வேண்டும் எனத் திட்டம் தீட்டினார். கல்வியைக் குழந்தைகளுக்கானதாக மட்டும் இல்லாமல் மக்களுக்கான வாழ்வியல் கல்வியை வாழ்நாள் முழுதும் தர எண்ணினார். அப்படி நாம் செய்திருந்தால் இந்தியக் கிராமங்களும் நகரங்களும் தூய்மையானவையாகவும், வாழ்விடத்திற்கான எல்லா வசதிகளுடனும் மக்கள் முன்னெடுப்பில் சிறந்து விளங்கி இருக்கும்.

அப்படிப்பட்ட கல்வியைக் கொடுக்காததன் விளைவுதான் இன்று நாம் பார்க்கும் குப்பைக் கிராமங்களும் சாக்கடை நகரங்களும். தூய்மை கிராமங்களையும், தூய்மை நகரங்களையும் மக்கள் ஒத்துழைப்பின் மூலம்தான் உருவாக்க முடியும். மக்களுடைய சிந்தனை மாற்றம், மக்களின் நடத்தையியல் மாற்றம், செயல்பாட்டு மாற்றங்கள் அனைத்தும்தான் கிராமத் தையும் நகரத்தையும் தூய்மைப்படுத்தும்; அழகுபடுத்தும். இதற்கு இன்று தேவைப் படுவது ஒரு மாபெரும் மக்கள் இயக்கம். அந்த இயக்கம் நம் கட்சி அரசியலைத் தாண்டி ஒரு மேம்பாட்டுக்கான அரசியலாக மலர வேண்டும். உள்ளாட்சியில் மக்கள் பிரதி நிதிகளாக வந்தவர்கள் இப்படிச் செயல்பட்டால், மிகப் பெரிய சிந்தனை மாற்றத்தை மக்களிடம் கொண்டுவந்துவிடலாம். இதற்குப் பொதுமக்களைக் கிராம, நகரப் புனரமைப்பில் ஈடுபடுத்த வேண்டும். அந்தப் புனரமைப்புப் பணி நகரத்தைச் சுத்தம் செய்வது, சுத்தமாக வைத்துக்கொள்ள மக்களிடம் விழிப்புணர்வு ஏற்படுத்துவது, புதிய தொழில்நுட்பம் கொண்டு குப்பைகளை மேலாண்மை செய்வது, ஆரோக்கியமான வாழ்க்கை பற்றி மக்களிடம் விழிப்புணர்வு ஏற்படுத்துவது, குழந்தை வளர்ப்பின் முக்கியத்துவம், குழந்தைகளின் உடல் நலன், கல்வி, தண்ணீர் பற்றிய விழிப்புணர்வு, அறிவு, சத்துணவு, பெண்களின் ஆரோக்கியம், தாய் சேய் நலன், உடல் கல்வி, வாழ்வியல் கல்வி இவை அனைத்தும் எல்லாத் தரப்பு மக்களுக்கும் அளித்திட முயல வேண்டும்.

இந்த விழிப்புணர்வை எப்படித் தருவது என்ற கேள்வி எழும். கிராமங்களில் கிராமசபை ஆறு முறை கூடுகிறது. ஆறு முறையும் மக்கள் கல்வியை ஒரு விவாதப் பொருளாக மாற்றி ஒரு வல்லுநரை அழைத்து மக்களிடம் உரையாற்றி விழிப்புணர்வை ஏற்படுத்தலாம். இதைச் செய்வதற்கு மத்திய அரசால் உயர்கல்வி நிறுவனங்களுக்கு உத்தரவு இடப்பட்டுள்ளது. எனவே அந்த உன்னத் பாரத் திட்டத்தைப் பயன்படுத்தி இந்தப் பணிகளைச் செய்ய வேண்டும். அடுத்து இதே திட்டத்தைப் பயன்படுத்தி அருகிலுள்ள மருத்துவக் கல்லூரிகளிலிருந்து மருத்துவர்களை அழைத்துவந்து ஒரு மருத்துவ முகாம் ஏற்பாடு செய்து உங்கள் பகுதியில் எத்தனை குழந்தை ஊட்டச்சத்தின்றி பாதிக்கப்பட்டுள்ளன, எத்தனை

வளரிளம் பெண்கள் இரத்தசோகையால் பாதிக்கப்பட்டுள்ளனர், எத்தனை குழந்தை பெற்ற தாய்மார்கள் இரத்த சோகையால் பாதிக்கப்பட்டுள்ளனர் என்று கணக்கெடுத்து, பாதிக்கப்பட்டவர்களுக்கு அரசுத் திட்டங்களின் மூலம் அந்தக் குறைகள் நீக்கப்படல் வேண்டும். இதேபோல் நகர்ப் பகுதிகளிலும் மக்களைத் தயார் செய்யும் பணி வார்டு சபை அல்லது பகுதி சபை மூலமாக நடை பெற வேண்டும். மக்களை மேம்பாட்டுச் செயல்பாடுகளில் ஈடுபடுத்துவதற்குத் தேவையான புதிய வாய்ப்பு இந்தப் புதிய சபைகள் மூலம் உருவாக்கப்பட்டுள்ளது. இந்தப் புரிதல் நம் நகர்ப்புற உள்ளாட்சிப் பிரதிநிதிகளுக்கு இருக்க வேண்டும்.

ஒரு சிக்கலான காலகட்டத்தில் இதுவரை மத்திய மாநில அரசுகளால் செய்ய இயலாத காரியங்களைப் புதிய உள்ளாட்சிகளுக்குத் தந்து, மக்களின் புரிதலோடு மக்களைத் தயார் செய்து மேம்பாட்டுப் பணிகள் செய்யப் பணிக்கப்பட்டுள்ளது. பொது மக்களோ, அரசு அனைத்தையும் நமக்காகச் செய்துவிடும் என்று எண்ணிக்கொண்டுள்ளனர். மிகவும் முக்கியமான பணி ஒரு கிராமத்தையோ, நகரத்தையோ, மாநகரத்தையோ, மக்கள் ஆரோக்கியமாக, மகிழ்ச்சியாக வாழ்க்கை நடத்த உகந்த இடமாக மாற்றுவதற்குத் தேவையான அடிப்படை வசதிகளைச் செய்து கொடுக்க வேண்டும்; அந்த வசதிகளை முறைப்படி பயன்படுத்துவது பற்றி மக்களிடம் ஒரு புரிதலை ஏற்படுத்தி மக்களின் ஒத்துழைப்போடு உள்ளாட்சியைச் செயல்பட வைப்பதுதான் இன்றைய புதிய உள்ளாட்சியின் அடிப்படை நோக்கம். மத்திய மாநில அரசுத் திட்டங்களை மக்களுக்கு முறையாகக் கொண்டுசேர்ப்பதும் மிகவும் முக்கியமான பணிதான்.

ஆனால் அந்தப் பணி, மக்கள் தேவைகள் அறிந்து திட்டம் தீட்டி உள்ளாட்சிகள் செயல்பட ஆரம்பித்தால், மத்திய மாநில அரசுகளின் திட்டங்கள் மக்கள் தேவைகளில் பொருத்தப்பட்டு விடும். எனவே கிராமமானாலும், நகரமானாலும் பொதுமக்களைப் பொறுப்புமிக்கவர்களாக மாற்றி உள்ளாட்சியின் ஆளுகை சட்ட திட்டங்களுக்கு உள்பட்டுச் செயல்பட தயாரித்துவிட்டால், உள்ளாட்சிகள் தன்னாட்சி பெற்றவையாக மாறிவிடும்.

22

நீர்ப் பாதுகாப்புக்கான மக்கள் இயக்கம்

இந்திய அரசாங்கத்தால் 2019இல் அறிவிக்கப்பட்ட மாபெரும் திட்டம் குடிநீருக்கான மக்கள் இயக்கம் 'ஜல் ஜீவன் மிஷன்'. இந்தத் திட்டத்தின் மூலம் இந்திய கிராமங்களில் வாழும் 18 கோடி குடும்பங்களுக்கும் பாதுகாக்கப்பட்ட குடிநீர் 2024க்குள் மத்திய மாநில அரசுகள் இணைந்து வழங்கிட வேண்டும் என அறிவிக்கப் பட்டுள்ளது.

இந்தத் திட்டத்திற்கு 3.50 இலட்சம் கோடி ரூபாய் செலவிட திட்டமிட்டு அதற்கான ஆயத்தப் பணிகள் எல்லா நிலைகளிலும் முடுக்கிவிடப்பட்டுள்ளன. இதன் முதல் படியாக நீர்த் தட்டுப் பாடுள்ள 256 மாவட்டங்களிலுள்ள 1592 வட்டாரங்களில் நீர் சேகரிப்பு, பாதுகாப்பு ஆகியவற்றுக்கான நீர் சக்தி இயக்கம் என்ற ஒன்றை உருவாக்கி செயல்படுத்த முனைந்துள்ளனர். இந்தப் புதிய திட்டத்தைச் செயல்படுத்த வழிகாட்டிக் கையேடு ஒன்று தயாரித்திருந்தது மத்திய அரசின் நீர் சக்தி அமைச்சகம். அந்த வழிகாட்டு நெறிமுறைக் கையேட்டை மத்திய அரசு ஒப்புதல் அளித்து வெளியிட்டது. இந்த நிலையில், அந்தக் கையேட்டை பல்துறை வல்லுநர்களை அழைத்து ஆய்வு செய்து கருத்துகள் தருமாறு கேட்டுக்கொண்டதன் விளைவாக வாட்டர் எய்டு என்ற அமைப்பு ஒருநாள் கலந்தாய்வுக் கூட்டத்தை டெல்லியில் நடத்தியது. அந்தக் கலந்தாய்வுக் கூட்டத்தில் கலந்துகொண்டு கருத்து கூறுமாறு

எனக்கும் ஓர் அழைப்பு வந்தது. அதன் அடிப்படையில் அதில் கலந்துகொள்ளும்போது பல ஐயங்களுக்கு விடை கிடைத்தது.

முதலில் இந்தக் குழாய்மூலம் தண்ணீர் அனைத்து வீடுகளுக்கும் கொடுக்கத் திட்டம் என்று கூறியவுடன் நம் கண்முன் வந்து நிற்கும் ஒரு சோகக் காட்சி, நம் கிராமங்களில் குழாய்கள் மூலம் குடிநீர் விநியோகம் என்ற நிலை வந்தவுடன் அங்கு இருந்த நீர் நிலைகள் அனைத்தும் எப்படிப் புறக்கணிக்கப்பட்டு, ஆக்கிரமிப்புக்கும் அழிவுக்கும் உள்ளாகியிருக்கின்றன என்பதும், எப்படி எஞ்சியிருக் கின்ற குளங்கள், குட்டைகள் குப்பைக் குழிகளாக மாறிவிட்டன என்பதும்தான். ஆனால் இந்தத் திட்டம் வீடுகள் அனைத்துக்கும் பாதுகாப்பான குடிந்ரைத் தரமாக வழங்குவது மட்டுமல்ல, அதற்கும்மேல் சென்று குடிநீர் ஆதாரங்களைப் பாதுகாப்பதற்கும், அவற்றை மறு சீரமைப்பதற்கும்தான் கொண்டுவரப்பட்டு உள்ளது என்பதை மாலையில் அந்தக் கலந்தாய்வுக் கூட்டத்தில் நிறைவுரை யாற்ற வந்த கூடுதல் செயலர் மிகவும் தெளிவாக விளக்கினார்.

மத்திய அரசு இந்தத் திட்டத்தைக் குஜராத்தில் நடைமுறைப் படுத்திய அனுபவத்தை வைத்துதான் உருவாக்கியுள்ளது என்பதையும் விளக்கமாக எடுத்துரைத்தார் அந்தக் கூடுதல் செயலர். அது மட்டுமல்ல, தண்ணீர் வியாபாரப் பொருளாக மாறி, தண்ணீரில் பெருவணிகம் முறைப்படுத்தப்படாமல், நீர் ஆதாரங்களைக் குலைத்துக்கொண்டிருக்கும் இந்தச் சூழலில், தண்ணீருக்காகவே ஓர் அமைச்சகத்தை உருவாக்கி, அந்த அமைச்சகத்தின் மூலம் நம் நீர் ஆதாரங்களை வலுப்படுத்தவும், நீர் மாசுபடுவதைத் தடுக்கவும் நீரை வைத்து முறையில்லா வணிகம் செய்து கொள்ளை யடிப்பதைத் தடுத்திடவும், பாதுகாக்கப்பட்ட குடி தண்ணீர் அனைத்து மக்களுக்கும் சென்று சேர்ந்திட வழிவகுக்கவும் இந்த அரசு எப்படிச் செயல்வடிவம் கொடுத்துக் கொண்டுள்ளது என்பதையும் விளக்கினார். இதில் மிகவும் முக்கியமாக நாம் கவனத்தில்கொள்ள வேண்டியது இந்தத் திட்டம் தோற்றுவிடக்கூடாது என்பதற்காக இந்தத் திட்டத்தைக் கிராமத்தினர் கையில் கிராமப் பஞ்சாயத்துகள் மூலமாகக் கொண்டுசேர்த்து ஒரு மக்கள் இயக்கமாக மாற்ற முயல்வது என்ற கருத்தைத்தான். இந்தக் கருத்தை மிகவும் ஆழமாகப் பதிவு செய்தார் அந்தக் கூடுதல் செயலர். ஏனென்றால்

இதுவரை வந்த தண்ணீருக்கான திட்டங்கள் பல தோற்றுவிட்ட தையும் அவர் கூறத் தவறவில்லை. எனவே அதுபோல் இந்தத் திட்டமும்தோற்றுவிடக்கூடாது என்பதால்தான், அரசு இந்தத் திட்டத்தை நடைமுறைப்படுத்தும் வழிமுறைகளைத் தெளிவாக்கிக் கொண்டு செயல்படுத்த முனைவதையும் தெளிவுபடுத்தினார்.

இன்று தமிழ்நாடு போன்ற மாநிலங்களில் நகரங்கள் நீர் ஆதாரத்தை முற்றிலும் இழந்து, குடிநீருக்கும், மற்றைய தேவைகளுக்கும் கிராமங்களின் நீர் ஆதாரங்களைச் சுரண்டி வாழவேண்டிய சூழலுக்கு வந்துவிட்டோம். அதுமட்டுமல்ல, நம் கிராமங்களில் நீர்நிலைகளைப் பாதுகாத்து வளமாக வைத்திருக்க நாம் அனுமதிக்கவில்லை. ஏனென்றால் மக்களுக்கு நீர் தருகிறோம் என்று, நம் குளங்களை, குட்டைகளை, ஊருணிகளை, ஏரிகளைப் பாழ்பட அனுமதித்து ஆழ்குழாய் உருவாக்கி, தண்ணீரை மேலே எடுத்து உயர்நிலைத் தொட்டியில் கொண்டு சேர்த்து, அங்கிருந்து குழாய்கள் மூலம் பொது இடங்களிலும், வீடுகளிலும் தண்ணீர் கிடைக்க ஏற்பாடு செய்துவிட்டோம். ஏனென்றால் இந்தத் திட்டத்தின் மூலம் பலருக்கு வருவாய் வருகிறது.

இதன் விளைவு நம் நீர் நிலைகள், நீர் ஆதாரங்கள் அனைத்தும் அழிந்துவிட்டன. இந்தச் சூழலில் இந்தத் திட்டத்தின் மூலம், மத்திய அரசின் நிதியைப் பெற்று, மாநில அரசுகள் தங்கள் பங்களிப்பைச் செய்து, தமிழகத்திலுள்ள அனைத்துக் கிராமங் களிலும் நீர் பாதுகாப்புக்கும், நீர் மேலாண்மைக்கும் ஒரு திட்டத் தைத் தயாரித்துக் கிராமப் பஞ்சாயத்துகள் மூலம் செயல்படுத்தி அனைத்து வீடுகளுக்கும் தேவையான அளவு பாதுகாக்கப்பட்ட குடிநீர் வழங்க முடியும். அதுமட்டுமல்ல, நாம் கைவிட்ட குளங்கள், குட்டைகள், ஏரிகள், ஊருணிகள், ஓடைகள், வரத்துக் கால்வாய்கள், போக்குக் கால்வாய்கள் அனைத்தையும் தூர்வாரி செப்பனிட்டு மழைநீரைச் சேகரித்து நிலத்தடி நீரைப் பாதுகாக்க முடியும். இதற்கான திட்டத்தை ஒவ்வொரு கிராமப் பஞ்சாயத்தும் உருவாக்க வேண்டும். இதை வைத்து இந்தத் திட்டத்தை நடைமுறைப் படுத்தும் மாவட்ட அளவிலான திட்ட நடைமுறை அமைப்பு, மாவட்டத் திட்டத்தை உருவாக்கி மாநிலத்திற்கு அனுப்பி, அதை மாநிலத் திட்டமாக ஒருங்கிணைத்து மத்திய அரசுக்கு அனுப்ப வேண்டும்.

இந்தத் திட்டத்தைக் கிராமப்பஞ்சாயத்து, குழுக்களை உருவாக்கி, மக்கள் பங்கேற்புடன் செயல்படுத்தியாக வேண்டும். இதன் மூலம் செலவழிக்கும் பணத்தில் ஒரு ரூபாயைக்கூட யாரும் தொடமுடியாது. அந்த வகையில் மத்திய அரசு பணப் பட்டுவாடா செய்ய நடைமுறை வகுத்துள்ளது. பணப் பரிவர்த்தனைக்கு ஒரு புதிய வழிமுறை கண்டுபிடித்துள்ளது. அதன் மூலம் பஞ்சாயத்து களுக்குப் பணம் வந்துசேரும் அளவில் திட்டம் உருவாக்கப்பட்டு உள்ளது. அடுத்து இந்தத் திட்டம் உருவாக்கத்திலிருந்து நடை முறைப்படுத்தி, ஆய்வு செய்வதுவரை, மக்கள் குழுக்களின் பங்கேற்பு உறுதி செய்யப்பட்டுள்ளது. இந்தத் திட்டத்தைப் பஞ்சாயத்துத் தலைவரும், துணைத்தலைவரும், செயலரும் மட்டும் நடத்த முடியாது. இந்தத் திட்டம் கிராமத்தில் தயாரிப்பதிலிருந்து நடை முறைப்படுத்துவதுவரை மக்கள் கையில் இருக்குமாறு உறுதி செய்யப்பட்டுள்ளது. இதை நடைமுறைப்படுத்த நம் கல்விக் கழகங்களுக்கும் தன்னார்வத் தொண்டு நிறுவனங்களுக்கும் ஒரு புது வாய்ப்பு அளிக்கப்பட்டுள்ளது. இந்தத் திட்டத்தை நிறைவேற்ற ஒரு நிபுணத்துவம் வாய்ந்த ஆதாரக்குழு ஒன்று உருவாக்கப்பட்டு கிராமப் பஞ்சாயத்துகளுக்கு உதவ வேண்டும். இந்தத் திட்டத் திற்கான நிதியைப் பெற ஒவ்வொரு மாநிலமும் கிராமங்களில் திட்டத்தை உருவாக்கிட வேண்டும். எனவே கிராமத் திட்டங்கள் உருவாக்கப் படாமல் மாநிலத் திட்டத்திற்கு நிதியளிக்க மத்திய அரசு முன்வராது என்பதும் உறுதியாக்கப்பட்டுள்ளது. எனவே கிராமத்திலுள்ள கிராமப் பஞ்சாயத்து மட்டுமல்ல, பொதுமக்கள் இந்தத் திட்டத்தைத் தமதாக்கிக்கொள்ள திட்டம் உருவாக்கும் பணியிலும், அந்தத் திட்டத்தை நடைமுறைப்படுத்தும் பணியிலும், எப்படி நம் கிராமக் கோவில் செயல்பாடுகளில் ஈடுபடுகிறோமோ அப்படிச் செயல்பட வேண்டும்.

இந்தத் திட்டம் பற்றி பொதுமக்களிடம் விழிப்புணர்வு உருவாக்கவும், பஞ்சாயத்துத் தலைவர்களுக்குப் பயிற்சியளிக்கவும் மத்திய அரசு நிதி ஒதுக்கியுள்ளது. அந்த நிதியைப் பயன்படுத்தி பொதுமக்களிடம் நீர் மேலாண்மையின் முக்கியத்துவம் பற்றியும், நீர் பாதுகாப்பின் அவசியம் பற்றியும் விழிப்புணர்வை உருவாக்க வேண்டும். இந்தத் திட்டச் செயலாக்கத்தில் கிராம மக்களின் கருத்திற்கு அதிக முக்கியத்துவம் கொடுக்கப்பட்டுள்ளது.

மத்திய அரசு இதை ஒரு மக்கள் இயக்கமாக உருவாக்க முயலுகின்றது. இதைப் புரிந்து மக்களும் கிராமப் பஞ்சாயத்தும் செயல்பட முனைய வேண்டும். இதற்கான நிதி தேவையான அளவுக்குக் கிராமங்களுக்கு வந்து சேரும். ஆனால் இதைக் கிராம மக்களும் கிராமப் பஞ்சாயத்தும் புரிந்துகொண்டு கவனமாகச் செயல்பட்டால், அடுத்த இரண்டு மூன்று ஆண்டுகளுக்குள் தமிழக கிராமங்கள் அனைத்தையும் பசுமை கிராமமாக மாற்றியமைத்து விடலாம்.

23

செலவில்லாக் கிராம மேம்பாட்டுப் பணிகள்

நம்மை இன்று ஒரு நோய் பீடித்திருக்கிறது. எந்தப் பணியைப் பற்றி பேசினாலும் அதற்கு எவ்வளவு நிதி இருக்கிறது என்று கேட்கும் அளவுக்கு நம் சிந்தனைப்போக்கு வந்துவிட்டது. நமது பஞ்சாயத்துத் தலைவர்களை அது பாடாய்ப் படுத்துகிறது. எதைப் பற்றி நாம் கேட்டாலும் பணம் இருந்தால்தானே எதையும் செய்ய முடியும் என்று கூறுகின்றனர். பணம் இருந்தால்தான் பஞ்சாயத்தில் செயல்பாடு; இல்லை என்றால் பஞ்சாயத்தில் எதுவும் நடக்காது என்ற அளவுக்கு நாம் நம் சிந்தனையைச் சுருக்கிக்கொண்டோம். இந்தப் பார்வை ஒரு தலைவருக்கு வரக் கூடாது, இருக்கவும் கூடாது. தலைவர்கள் மக்கள் பிரச்சினை களைக் கையிலெடுத்துச் சிந்திக்கும்போது செயல்பட துடிக்கும் போது, பணம் வந்துவிழும். இந்தியாவுக்குச் சுதந்திரம் வாங்க துடித்த தலைவர்கள் பணத்தைத் தேடி அலையவில்லை. உலக வங்கியில் பணம் கேட்கவில்லை. இந்திய மக்களுக்குக் கல்வி முக்கியம் என நினைத்துப் பிச்சை எடுத்து ஆரம்பித்த கல்விச் சாலைகள் எண்ணிலடங்காது. தண்ணீர் பிரச்சினைக்குத் தீர்வு காண மழைநீர் சேகரிப்புத் திட்டத்தை நம் நாட்டுக்குத் தந்தவர் ஒரு பஞ்சாயத்துத் தலைவர் சேசுமேரி. குடிசை இல்லா வீடு எனக் கனவுகண்டு செயல்பட்டார் குத்தம்பாக்கம் இளங்கோ. மக்கள் பணிக்குப் பஞ்சாயத்துகள் வங்கியில் கடனைப் பெறலாம் எனக் காட்டியவர் ஓடந்துரை சண்முகம்.

இவர்களெல்லாம் பணம் பணம் என்று அலையவில்லை. மக்கள் பிரச்சினைக்குத் தீர்வு காண முயன்ற போது பணம் வரத் தொடங்கியது. எங்கள் சேரிக் குழந்தைகளுக்கு பல் துலக்குவது, கழிப்பறையைப் பயன் படுத்துவது, குளிப்பது, நல்ல உணவு எடுத்துக்கொள்வது என்பதைக் கற்றுக்கொடுக்க வேண்டும் என்று அரசாங்கத்திடம் திட்டம் கேட்கவில்லை. அந்தக் கருத்தை அந்தப் பெண் பஞ்சாயத்துத் தலைவர் ஒருவரிடம் கூறியவுடன், அரிமா சங்கம் ஓடோடி வந்து உதவியது அந்தப் பணிகளுக்கு. படிக்காத கூலி வேலைபார்த்த பெண்தான் அந்தத் தலைவர். தலைவராக வந்த பிறகு ஓர் ஏக்கம், தாகம், எதையாவது செய்ய வேண்டும் என ஒரு வைராக்கியம் அவரைச் செயல்பட வைத்தது. பணம் இருந்தால் தான் செயல்பாடு என்று கூறுவது ஒப்பந்தக்காரர். எதுவும் இல்லாமல் கருத்தில் செயல்படுவது தலைவர்கள். அண்மையில் என் நண்பர் ஒருவர் ஸ்மசூரி லிருந்து நான் படிப்பதற்காக ஓர் அறிக்கையை அனுப்பி இருந்தார்.

மைசூரில் அமைந்துள்ள மாநில ஊரக வளர்ச்சிப் பயிற்சி மையத்தின் இயக்குநராகப் பணி செய்யும் அவர், நீண்டநாள் களுக்கு முன் என்னுடன் உரையாடிக் கொண்டிருந்தபோது விலை இல்லா முன்னேற்றச் செயல்பாடுகள் நிறைய உள்ளன. அவற்றைச் செய்ய நம் தலைவர்களுக்குத் தலைமைத்துவச் சிந்தனையும் பார்வையும் வேண்டும் என்று பேசிக்கொண்டிருந்தேன். அதைத் தொடர்ந்து நமது பஞ்சாயத்துத் தலைவர்களை வைத்து ஒரு சிந்தனை அரங்கம் நடத்த வேண்டும் என்று கூறிக்கொண்டு இருந்தேன். அதற்கு விலையில்லாக் கிராம மேம்பாடு என்பதைத் தலைப்பாக வைத்துக்கொள்ளலாம் என்று அவர் கூறினார். அப்படியே அந்த சிந்தனை அரங்கத்தைக் கூட்டி விவாதித்து, விவாதித்த கருத்துகளை ஓர் அறிக்கையாகத் தயாரித்தார். அந்த அறிக்கையைத்தான் என் நண்பரிடம் கொடுத்து, அதை எனக்கு அனுப்புமாறு கேட்டுக்கொண்டுள்ளார். அதைப் படித்துப் பார்த்தேன். நூற்றுக்கும் மேற்பட்ட பணிகள் கிராமங் களில் ஒரு பைசாகூட செலவில்லாமல் செய்ய முடியும் என்பதை அந்த அறிக்கையில் குறிப்பிட்டிருந்தனர். அந்தக் கருத்துகளைக் கூறியவர்கள் கர்நாடக மாநில கிராமப் பஞ்சாயத்துத் தலைவர்கள். அதைப் படித்தவுடன் நான் முதன் முதலில் கிராமப் பஞ்சாயத்துத்

தலைவர்களுக்குப் பயிற்சியளிக்கும்போது அவர்களின் சிந்தனையைத் தூண்ட ஒரு புத்தகத்தை 1997ஆம் ஆண்டு வெளியிட்டு வழங்கியிருந்தேன். அது என்னுடைய நினைவுக்கு வந்தது– அந்தப் புத்தகத்தில் ஓர் அத்தியாயத்தில் நூற்றுக்கணக்கான செயல்பாடுகளைக் கிராமங்களில் கிராம மக்களே செலவில்லாமல் செய்துகொள்ள முடியும் என்று எழுதியிருக்கிறேன். எனவே கிராமங்களில் எண்ணற்ற பணிகள் செய்ய ஒரு பைசா கூடத் தேவையில்லை. ஆனால் அந்தப் பணிகளை யாராவது வந்து செய்யட்டும் என்ற மனநிலையில் நம் மக்கள் கிராமங்களில் வாழ்ந்து வருகின்றனர். அப்படி நம் மக்களைப் பழக்கிவிட்டோம். அதன் விளைவுதான் பொறுப்பற்று வாளா இருக்கிறார்கள் நம் குடிமக்கள் கிராமங்களில்.

நம் ஊர் நம்மிடமா அல்லது அரசிடமா?

இந்த ஊர் நம்ம ஊர். இந்த இடம் நம் இடம், இந்த வீதி நம்ம வீதி, இவற்றின் தூய்மை என் ஆரோக்கியத்தைப் பாதுகாக்கும் என்ற சிந்தனை நம்மைச் சூழ்ந்தால் நாம் எப்படி வீதியில் குப்பையைப் போடுவோம். குப்பையை முறையாகப் பிரித்து மக்கும் குப்பையை ஒரு குப்பைத் தொட்டி அல்லது குழி உருவாக்கி அதில்தானே போடுவோம். எனவே நம் உடல், நம் குடும்பம், நம் வீதி, நம் ஊர், நம் நீர்நிலைகள் அனைத்தும் நம் பொறுப்பு என்ற சிந்தனை வரும்வரை நாம் குடிமக்கள் அல்ல.

தேவை பொறுப்புமிக்க தலைமை

இன்று கிராமங்களுக்குத் தேவை பொறுப்புமிக்க தலைவர்கள். பொறுப்பு மிக்க தலைவர்கள் இருக்கும் இடத்தில் பொறுப்புமிக்க குடிமக்கள் உருவாகிவிடுவார்கள். பொறுப்புமிக்க குடிமக்கள் வாழும் ஊர்மக்கள் கையில் இருக்கும். இல்லையெனில் அந்த ஊர் அரசு அதிகாரிகளின் கையில் இருக்கும். நாம் சுதந்திரமாகக் கிராமங்களில் வாழ நாம் பொறுப்புமிக்கவர்களாக, குடிமக்களாக இருக்க வேண்டும். அப்படியிருந்தால் நாம் பொறுப்பு மிக்க தலைவரைத் தேர்ந்தெடுத்துவிடுவோம். பொறுப்புமிக்க தலைவர் வந்துவிட்டால் அவர் மட்டும் பொறுப்பாகச் செயல்படுவதில்லை, பொதுமக்களையும் பொறுப்புள்ள குடிமக்களாக மாற்றிவிடுவார்.

இன்று தேவை பொறுப்பேற்கும் தலைமைதானே தவிர பணம் அல்ல. பொறுப்புமிக்க தலைவர் வந்துவிட்டால், பணத்தைக் கண்டுபிடிப்பது மிகவும் எளிது. பணம் நாட்டில் ஆறாக ஓடுவது ஊழல் செய்கின்றவர்களுக்குத் தெரிகிறது. அரசு மக்களுக்கு ஒதுக்கும் நிதியைப் பொறுப்பான தலைமை இருந்தால் ஒரு பைசா இழப்பு இன்றி மக்களுக்குக் கொண்டு வந்துவிடலாம். 7 விழுக்காடு பொருளாதாரம் வளர்ச்சியடைகின்றபோது மக்கள் மேம்பாட்டுப் பணிகளுக்குப் பணம் கிடைக்கவில்லை என்றால் நம் பணம் எங்கே என்பது தெரியாமல், யாராவது நம் கையில் பணத்தைக் கொண்டுவந்து தருவார்கள் என்று எண்ணி இருக்கின்றார்கள் என்பதுதான் இதன் பொருள். நிதியை உருவாக்க முதலில் நமக்குச் சிந்தனையும் செயல்திட்டமும் தேவை. அதை உருவாக்கும் தலைவர் தேவை ஒவ்வொரு பஞ்சாயத்துக்கும்.

சிந்தனையால் மாற்றம்

கிராமங்கள் மேம்படுவதும், கிராம சமுதாயம் மேம்படுவதும் பணத்தால் அல்ல, நல்ல சிந்தனைத் திறத்தால். எந்தச் சமூகம் சிந்திக்கக் கற்றுக் கொள்கின்றதோ அந்தச் சமூகம் மேம்பட்டுவிடும். அந்தச் சிந்தனைப் போக்கைக் கிராம மக்களிடம் உருவாக்குவதுதான் எல்லாச் செயல்பாடுகளுக்கும் இன்றியமையாத பணி. முன்னேற்றம் அல்லது மேம்பாடு என்பது, பணம் பெருக்குவது அல்ல. நல்ல மேம்பட்ட மனித வாழ்க்கையை எப்படி வாழ்வது என்பதை மக்களுக்குக் கற்றுத் தருவதுதான். அந்த வாழ்க்கைக்கு மக்களைத் தயாராக்கிவிட்டால், கொரனா என்ன, எந்தத் தொற்று வந்தாலும், அதை எதிர்கொள்ளத் தேவையான பொறுப்புமிக்க சுகாதாரம் பற்றித் தெரிந்திருப்பார்கள்.

எனவே முதலில் கிராம மேம்பாட்டிற்கு மக்களைத் தயார் செய்ய வேண்டும். அதற்கான சிந்தனையை உருவாக்க வேண்டும். இன்று நமக்குத் தேவை நம் கிராமம் நமது பொறுப்பு என்ற சிந்தனைதான்.

எனவே கிராம மேம்பாட்டுக்கான பல பணிகளை எந்தச் செலவுமின்றி செய்யலாம். அதற்குத் தேவை ஒரு மனநிலைதான். ஒரு சிந்தனைப்போக்குதான். கிராமங்களின் மேம்பாட்டுக்கான பல பணிகளைக் கீழே நான் கோடிட்டுக் காட்டியுள்ளேன். இவை

அனைத்தும் பல இடங்களில் நடந்து வருபவைதாம். இதை முன்மாதிரியாக வைத்துக்கொண்டு பல பணிகளைப் பஞ்சாயத்துப் பகுதிகளில் பஞ்சாயத்துகள் செய்ய முனைய வேண்டும். இதற்கு மிகவும் முக்கியமாக ஒரு முனைப்பும் ஆர்வமும் நம் பஞ்சாயத்துத் தலைவர்களுக்கு வேண்டும். பெருமளவில் இன்று நமது பஞ்சாயத்துத் தலைவர்களிடம் அந்த முனைப்பு குறைவாக இருக்கிறது. இதைச் சரிசெய்ய நாம் நம் சிந்தனையை மாற்றி மக்களைத் திரட்டி பஞ்சாயத்துச் செயல்பாட்டைச் செய்ய முனைய வேண்டும்.

செயல்பாடுகள்

1. கிராமசபையை, சம்பிரதாயமாகக் கூட்டாமல் உறவின்முறை கூட்டம் கூட்டுவது போல், ஆண்டிற்கு ஆறுமுறை தவறாமல் கூட்டுவது, தேவை ஏற்பட்டால், அதற்கு மேலும் கிராமசபையைக் கூட்டலாம், பெண்களுக்கென ஒரு சிறப்புக் கிராமசபைக் கூட்டத்தைக் கூட்டலாம். அதேபோல் இளைஞர்களுக்காக ஒன்று, விவசாயிகளுக்காக ஒன்று, பள்ளிக்கூட மாணவர்களுக்காக ஒன்று எனப் பல கூட்டங் களைக் கூட்டலாம். கோவில் திருவிழா நடத்த எப்படி ஊர்க்கூட்டம் போடுவோமோ, அதேபோல் கிராம சபையைக் கூட்ட வேண்டும். அந்தக் கூட்டத்தில் விவாதிக்க வேண்டிய வற்றை ஊராட்சி மன்றம் தீர்மானித்து, விவாதப் பொருள் பட்டியல் தயார் செய்ய வேண்டும். இதற்கான விழிப்புணர்வை உருவாக்க இளைஞர்கள் குழு, சுய உதவிக் குழுக்களைப் பயன்படுத்தலாம்.

2. கிராமசபையில் குறைந்தது அரசு நிர்ணயித்துள்ள குறை வெண் வரம்புக்கு அதிகமான எண்ணிக்கையில் மக்களின் பங்கேற்பை உறுதிசெய்ய வேண்டும். அனைவரும் ஆர்வ முடன் பங்கேற்கச் செய்ய வேண்டும். மதுரை மாவட்டத்தில் கொட்டாம்பட்டி ஒன்றியத்தில் கம்பூர் கிராமசபை கூடுவது போல் கூட்டம் கூட வேண்டும். அந்த ஊரில் ஓர் இளைஞர் குழுதான் அந்தப் பணியைச் செய்கிறது. ஒவ்வொரு கிராமத்திலும் அப்படிச் செயல்படலாம்.

3. அதேபோல், அரசு நிர்ணயித்துள்ள குறைவெண் வரம்புக்கு

அதிகமான எண்ணிக்கையில் பெண் கிராமசபை உறுப்பினர்களின் பங்கேற்பை உறுதிசெய்ய வேண்டும்.

4. மிகவும் முக்கியமாக, அரசு நிர்ணயித்துள்ள குறைவெண் வரம்புக்கு அதிகமான எண்ணிக்கையில், தலித் கிராமசபை உறுப்பினர்களின் பங்கேற்பை உறுதிசெய்ய வேண்டும்.

5. கிராமசபையில் விவாதிக்கப்படும் பிரச்சினைகளைப் பஞ்சாயத்து மன்றத்தில் முடிவு செய்வதுடன் அரசு தரும் பொருள்களையும் விவாதிக்க வேண்டும்.

6. கிராமசபையில் கிராம முன்னேற்றம் பற்றிய எல்லாப் பிரச்சினைகளையும் விவாதிக்க வேண்டும்.

7. கிராமசபையில் ஏற்றத்தாழ்வு இல்லாமல் அனைவருக்கும் பேச வாய்ப்பு அளிக்க வேண்டும்.

8. கிராமசபையில் ஏற்றத்தாழ்வுக்கு இடமளிக்காமல் அனைவரையும் சரிசமமாக அமரவைக்க வேண்டும்.

9. கிராமசபையைக் குறைகேட்கும் மன்றமாகவோ, அரசுக்குத் தாக்கீது அனுப்பத் தீர்மானம் நிறைவேற்றும் மன்றமாகவோ பாவிக்காது, பிரச்சினைகளைப் பேசி அவற்றிற்குத் தீர்வுகளை நாம்தான் காண வேண்டும் என்ற நிலைக்குக் கிராம சபையைக் கொண்டுவர வேண்டும்.

10. கிராமசபையில் வரவு செலவுக் கணக்கை மக்களுக்குத் தெரிவித்து அனுமதி பெறவேண்டும். முடிந்தால், அச்சிட்டு கருப்பம்புலம் கிராமப் பஞ்சாயத்தில் வழங்குவது போல் வழங்கலாம்.

11. கிராமசபையில், கிராமங்களில் நடக்கின்ற பல்வேறு வளர்ச்சிப் பணிகளை மக்களுக்குத் தெரிவிக்கவேண்டும். அந்தப் பணிகளில் குறைகள் இருப்பின் அவற்றைப் பற்றியும் விவாதிக்க வேண்டும்.

12. கிராமசபையில், வல்லுநர்களை அழைத்து, வளர்ச்சி தொடர்பான பிரச்சினைகளைப் பேசவைத்து மக்களை விவாதத்தில் பங்கெடுக்கவைக்கலாம்.

13. சுகாதாரம் பற்றிய விழிப்புணர்வை வல்லுநர்களை அழைத்துக் கிராமப்சபையில் உரையாற்ற வைத்து தூய்மை,

சுகாதாரம் என்பன பண்பாடாக மக்கள் சிந்தனையிலும் நடத்தை யிலும் செயல்பாடுகளிலும் வளர ஆவன செய்ய வேண்டும்.

14. கிராமசபையில், வளர்ச்சிக்கான திட்டத்தைப் பஞ்சாயத்துகள் தீட்டி விவாதித்து அனுமதி பெறவேண்டும்.

15. அரசாங்கத்தில் நடைமுறையில் உள்ள மக்கள் மேம்பாட்டுத் திட்டங்களைச் சேகரித்து, அவற்றைக் கிராமசபையின் மூலம் மக்களுக்குத் தெரிவிக்க வேண்டும். அந்தத் திட்டங்களைக் கிராம மேம்பாட்டுத் திட்டத்தில் இணைத்து அரசுத் துறைகளை மக்கள் திட்டத்தில் செயல்பட பணிக்க வேண்டும்.

16. கிராமசபையில், அரசியலுக்கும் சாதிப் பிரிவினைக்கும் இடம் கொடுக்காமல், நம் கிராம வளர்ச்சிதான் முதன்மை யானது என்ற மனப்பாங்கைக் கிராமத்தில் அனைவரிடமும் உருவாக்க வேண்டும்.

17. பொதுநலனில்தான் தனிமனித நலன் பாதுகாக்கப்படும் என்ற சிந்தனையை மக்கள் மனதில் பதியவைக்க நம் தலைவர்கள் கிராமசபையில் நல்ல கருத்தாளர்களை அழைத்துப் பேச வைக்க வேண்டும்.

18. குடிதண்ணீர் பாதுகாக்கப்பட்டு அனைவருக்கும் தேவை யான அளவு அளிக்க வேண்டும். அதற்கு மக்களின் ஒத்துழைப்பு மிகவும் இன்றியமையாதது. அதற்கான விழிப்புணர்வை ஏற்படுத்த வல்லுநர்களை அழைத்து மக்களிடம் கிராமசபை மூலம் ஏற்படுத்த வேண்டும்.

19. குடிதண்ணீர் சேமிப்பு நிலையங்களையும் தொட்டிகளையும் சுத்தமாக வைத்துக்கொள்வதுடன் குடிநீர்ப் பாதுகாப்பு பற்றி பொது விழிப்புணர்வை உருவாக்க வேண்டும்.

20. பொதுமக்கள் தண்ணீர் பிடிக்கும் இடங்களைச் சுத்தமாக வைத்துக்கொள்ள பொதுமக்களைப் பழக்க வேண்டும். அதற்குக் கிராமசபையைப் பயன்படுத்தி, நீருக்கான அறிவை மக்களிடம் உருவாக்க வேண்டும்.

21. தண்ணீரைச் சிக்கனமாகப் பயன்படுத்த வேண்டியதன்

அவசியத்தை மக்களிடம் கிராமசபையின் மூலம் வலியுறுத்த வேண்டும்.

22. தண்ணீர் வழங்கலுக்கும் நீர்ப் பாதுகாப்புக்கும் பஞ்சாயத்தில் ஒரு குழுவை ஏற்பாடு செய்து முறைப்படுத்த வேண்டும்.

23. தண்ணீரின் தரத்தைப் பாதுகாப்பதற்குப் பொறியியல் வல்லுநரைக் கொண்டு அந்தக் குழுவிற்குப் பயிற்சி அளிக்க வேண்டும்.

24. குடிதண்ணீர் வீணாகாமல் பார்த்துக்கொள்ள வேண்டும்.

25. பொதுச் சுகாதாரம், சுத்தம் பற்றி மக்கள் மத்தியில் விழிப்புணர்வு ஏற்படுத்த வேண்டும்.

26. சமுதாயக் கழிப்பிடங்களைப் பயன்படுத்த மக்களைப் பழக்க வேண்டும்; அதற்கான விழிப்புணர்வை உருவாக்க வேண்டும்.

27. கிராமங்களில் நெகிழிப் பைகளைப் பயன்படுத்தக்கூடாது எனக் கிராமசபையில் தீர்மானம் நிறைவேற்றி நடை முறைப்படுத்த வேண்டும். பல கிராமங்களில் அது நடை பெறுகிறது.

28. கிராமங்களில் குப்பைகளை வகைப்படுத்தி, அவற்றை உரமாக்க மக்களைத் தயார் செய்ய வேண்டும்.

29. அனைவரும் கட்டாயமாக தடுப்பூசி போட்டுக்கொள்ள மக்களை ஊக்கப்படுத்துதல் வேண்டும். அறிவியலை வாழ்க்கைக்குக் கொண்டுசேர்க்க அறிவியல் இயக்க உறுப்பினர் களின் உதவியை நாட வேண்டும்.

30. பெருந்தொற்றுக் காலத்தில் மக்கள் கடைப்பிடிக்க வேண்டிய விதிமுறைகளைப் பின்பற்ற தேவையான விழிப்புணர்வை ஏற்படுத்த வேண்டும்.

31. மகப்பேற்றுக்கு மருத்துவமனைகளைப் பயன்படுத்த மக்களிடம் விழிப்புணர்வை ஏற்படுத்த வேண்டும்.

32. ஆரம்ப சுகாதார, துணை சுகாதார மையங்களின் செயல் பாட்டைக் கண்காணிக்க வேண்டும்.

33. பொதுமக்களைக் குறிப்பாக ஏழைகளை அரசு மருத்துவ

மனையைப் பயன்படுத்த அவர்களிடம் ஒரு சிந்தனைப் போக்கை உருவாக்க வேண்டும்.

34. பொதுமக்களை, குறிப்பாக ஏழைகளை அரசுப் பள்ளிக் கூடங்களில் தங்களுடைய குழந்தைகளைச் சேர்த்துப் பயன்படுத்த மக்களைத் தயார்படுத்த வேண்டும். பள்ளி மேலாண்மைக் குழு செயல்பாட்டை ஊக்குவித்துக் கண்காணிக்க வேண்டும்.

35. தேநீர்க் கடைகளில் 'இரட்டைக் குவளை' முறையை ஒழிக்க நடவடிக்கை எடுக்க வேண்டும். தீண்டாமை இல்லாத கிராமமாக மாற்ற வேண்டும்.

36. கிராமங்களில் உள்ள கோவில்களில் தங்குதடையின்றித் தாழ்த்தப்பட்டவர்கள் வழிபட வழிவகை செய்ய வேண்டும்.

37. எல்லாச் சாதி மக்களுக்கும் சேர்த்து சமத்துவ மின் மயானம் மூன்று அல்லது நான்கு பஞ்சாயத்துகளுக்கு ஒன்று என அமைத்து, வெட்டியான் இல்லாத மயானத்தை உருவாக்க வேண்டும்.

38. தண்ணீர் சிக்கனம் எவ்வளவு முக்கியமோ அந்த அளவுக்கு மின்சாரச் சிக்கனமும் மிகவும் முக்கியம். அதற்கான விழிப்புணர்வை ஏற்படுத்த வேண்டும். பஞ்சாயத்திலும் மின்சாரச் சிக்கனத்தைக் கடைப்பிடிக்க வேண்டும்.

39. தாட்கோ திட்டத்தில் தாழ்த்தப்பட்டவர்களுக்கு வழங்கப்படும் எல்லா வாய்ப்புகளையும் பெற்றுத் தந்து, அவர்களின் முன்னேற்றத்திற்குப் பாடுபட வேண்டும்.

40. கிராமங்களில் ஐந்து வயது நிரம்பிய அத்தனை குழந்தைகளையும் பள்ளியில் சேர்க்க முனைதல் வேண்டும்.

41. கல்வியைத் தொடராமல், இடையில் நிறுத்தும் மாணவர்களை மீண்டும் பள்ளிக்கு அனுப்புதல் வேண்டும்.

42. பள்ளிக்குப் பாதுகாக்கப்பட்ட குடிதண்ணீர் வழங்குதல் வேண்டும்.

43. குழந்தைகளைத் தொழிலாளர்களாக அழைத்துச் செல்வதைத் தடுத்தல் வேண்டும்.

44. பள்ளிகளுக்குக் கழிவறை வசதி செய்து கொடுக்க வேண்டும்.
45. மாணவர்கள் மத்தியில் கழிப்பறைக் கலாச்சாரத்தை உருவாக்குதல் வேண்டும்.
46. கல்விக் கூடங்களின் செயல்பாட்டை உன்னிப்பாகக் கண்காணிக்க வேண்டும்.
47. பள்ளிக்கூட கழிவறைக்குத் தண்ணீர் தந்து பயன்பாட்டில் வைக்க வேண்டும்.
48. கழிவறையை மாணவர்கள் பயன்படுத்துகிறார்களா என்பதைக் கவனித்துப் பயன்ப்படுத்த பழக்க வேண்டும்.
49. பள்ளிகளில் தோட்டம் அமைத்துக் காய்கறிகளைப் பயிரிடவும் மாணவர்களை அதில் ஈடுபடுத்த வேண்டும்.
50. பள்ளிகளுக்குச் சுற்றுச்சுவர் எழுப்பித்தர வேண்டும். அதற்குச் சட்டமன்ற, நாடாளுமன்ற உறுப்பினர்களின் தொகுதி மேம்பாட்டு நிதியைப் பயன்படுத்த வேண்டும்.
51. பள்ளி மாணவர்களுக்கு மருத்துவ முகாம் நடத்தி அவர்களின் ஆரோக்கியம் பேண வேண்டும்.
52. பள்ளிக் குழந்தைகளுக்கு வாரந்தோறும் கை நகங்களை வெட்டிப் பழக்கப்படுத்த வேண்டும்.
53. பள்ளிக் குழந்தைகளுக்குத் தன் சுகாதாரம் பற்றியும், பொதுச் சுகாதாரம் பற்றியும் விழிப்புணர்வு ஏற்படுத்த வேண்டும்.
54. பள்ளிகளில் பள்ளி மேலாண்மைக்குழு அமைத்துப் பள்ளியைச் சீரமைப்பது பற்றி விவாதிக்க வேண்டும்.
55. பள்ளிகளின் சுற்றுப்புறப் பகுதிகளைத் தூய்மையாக்க வைத்துக்கொள்ள உதவ வேண்டும்.
56. பள்ளிக்கூட வளாகத்தில் மரக்கன்றுகள் நட்டு வளர்க்க உதவ வேண்டும்.
57. தேசிய விடுமுறை நாள்களைச் செயல்பாட்டு நாள்களாக மாற்றி, மாணவர்களும் பொதுமக்களும் சேர்ந்து கிராமங ்களைத் தூய்மை செய்தல், பொதுக்கூட்டம் நடத்துதல், கலை

நிகழ்ச்சி நடத்துதல் போன்றவற்றை மேற்கொள்ள வேண்டும்.

58. சத்துணவுக்கூடத்தைத் தூய்மையாக வைத்திருக்க உதவ வேண்டும். அதற்கான விழிப்புணர்வைக் குழந்தைகளிடமும் ஆயாவிடமும் உருவாக்க வேண்டும்.

59. பெண்கள் சுயஉதவிக்குழுக்களைக் கடன் வாங்க பழக்காமல் தொழில்முனைவோராகச் செயல்படப் பழக்க வேண்டும்.

60. கருவுற்ற தாய்மார்களுக்குக் கர்ப்பகால கவனிப்பு, பேறுகாலக் கவனிப்பு பற்றி விழிப்புணர்வு ஏற்படுத்த வேண்டும்.

61. குழந்தை வளர்ப்பு பற்றிக் கருவுற்ற ஏழைத் தாய்மார்களுக்கு விழிப்புணர்வு ஏற்படுத்த வேண்டும்.

62. ஏழைகள் அனைவருக்கும் மருத்துவ வசதி கிடைக்கும் வகையில் அரசின் மருத்துவக் காப்பீட்டுத் திட்டத்தில் சேர்த்துவிடுதல் வேண்டும்.

63. பெண்களுக்கு வேலைவாய்ப்புகள் பெறுவதற்கான சூழலை உருவாக்க வேண்டும். அதற்கான திறன் வளர்ப்புப் பயிற்சி மையத்தில் பயிற்சியளிக்க ஆவன செய்ய வேண்டும்.

64. கிராமத்திலுள்ள அனைவருக்கும் காலணி அணிவதன் முக்கியத்துவத்தை எடுத்துக்கூறி ஒரு விழிப்புணர்வை உருவாக்க வேண்டும்.

65. பஞ்சாயத்தில் பெண்கள் மேம்பாட்டுத் திட்டம் ஒன்றை உருவாக்க வேண்டும்.

66. பெண்களுக்குக் கழிவறைகளைக் கட்டி, சுயஉதவிக் குழுக்களை வைத்து அவற்றைப் பராமரிக்கச் செய்தல் வேண்டும்.

67. பேறுகால, கர்ப்பகால கவனிப்புகள் பற்றி பெண்களிடம் விழிப்புணர்வு ஏற்படுத்துதல் வேண்டும்.

68. கர்ப்பிணிகள் பேறு கால பராமரிப்பு மருத்துவப் பரிசோதனை —தடுப்பூசிகள், சத்துமாவு—பேறுகால உதவித்தொகை ஆகிய நலன்களை முறையாகப் பெற்றிட உதவ வேண்டும்.

69. கிராமச் செவிலியர் மேற்கொள்ளும் நலப்பணிகள் நன்கு நடைபெற உதவ வேண்டும்.

70. திறந்தவெளிகளைக் கழிப்பிடமாகப் பயன்படுத்துவதை முற்றிலும் தடுக்க வேண்டும்.

71. தூய்மைக் கிராமமாக உருவாக்க கழிவுகளை அப்புறப் படுத்த வேண்டும்.

72. கிராம அளவில் மக்காப் பொருள்களான பிளாஸ்டிக், பாலிதீன் போன்ற பொருள்களினால் கிராமத்திற்கு வரும் தீமையைப் பற்றி மக்களிடம் விழிப்புணர்வு ஏற்படுத்தி, அவற்றைத் தடுக்க வழிவகை செய்ய வேண்டும்.

73. பொதுக் கழிவுகளை உரமாக்கி நிதியைப் பெருக்கிக் கொள்ள வேண்டும். அதற்கான தொண்டு நிறுவன உதவியை நாட வேண்டும்.

74. பசுமைக் கிராமமாக மாற்றுவதற்கு பொது இடங்களில் மரக்கன்றுகள் நட்டு, வளர்க்க வேண்டும். இதற்கு வங்கிகளின் உதவியை நாட வேண்டும்.

75. கிராமத்தில் உள்ள அனைத்துக் குடியிருப்புப் பகுதிகளும் குறைந்தபட்ச அடிப்படை வசதிகள் பெறுவதை உறுதி செய்ய வேண்டும்.

76. சூரிய ஒளியில் இயங்கும் விளக்குகளைத் தெருக்களில் அமைக்க வேண்டும்.

77 குடும்ப அட்டை வைத்திருக்கும் அனைத்துக் குடும்பங் களுக்கும் கிடைக்க வேண்டிய அத்தனை வசதிகளையும் உறுதிசெய்ய வேண்டும்.

78. குடியிருக்க நிலமற்றவர்களுக்குப் பட்டா வழங்க ஏற்பாடு செய்ய வேண்டும்.

79. வீடற்றவர்களுக்கு அரசின் திட்டங்களின் மூலம் வீடுகள் கட்டித் தரவேண்டும்.

80. இருபத்தோர் வயது முடிந்த பிறகே பெண்களுக்குத் திருமணம் நடைபெற விழிப்புணர்வு ஏற்படுத்துதல் வேண்டும்.

81. ஆண், பெண் சுயஉதவிக்குழுக்கள் வலுவாகச் செயல்பட வழிகாட்டுதல் வேண்டும்.

82. சுய உதவிக் குழுவினர் பொதுநலப் பணிகளிலும், கிராம சபைக் கூட்டங்களிலும் முழுமையாக ஈடுபட ஆர்வத்தைத் தூண்டி வழிகாட்ட வேண்டும்.

83. கிராமங்களிலுள்ள பொது இடங்களிலும் வீட்டுப் பகுதி யிலும் மூலிகைச் செடிகள் வளர்த்து அவற்றைப் பயன் படுத்த மக்களிடம் விழிப்புணர்வை ஏற்படுத்த வேண்டும்.

84. விவசாயத்தில் சூழலுக்கு ஏற்ப மாற்றங்களைக் கொண்டுவர விவசாயிகளிடம் விழிப்புணர்வு ஏற்படுத்துதல் வேண்டும்.

85. கிராமத்தில் செயல்படும் பல்வேறு அமைப்புகளைக் கிராம வளர்ச்சி, மேம்பாட்டுச் செயல்பாடுகளுக்காக ஒருங்கிணைத்தல் வேண்டும்.

86. முற்றிலுமாக மது ஒழிப்புக்கான கருத்துப் பரப்புரை செய்ய வேண்டும்.

87. குடும்ப நலத்திட்டம் பற்றிய விழிப்புணர்வை ஏழைகள் மத்தியில் ஏற்படுத்த வேண்டும்.

88. ஒரு குழந்தைக்குப் பிறகு குடும்பக் கட்டுப்பாடு செய்து கொள்வதன் அவசியத்தை மக்களுக்கு உணர்த்த வேண்டும்.

89. வறுமைக்கோட்டிற்குக் கீழ் வாழும் குடும்பங்களின் பட்டியலைத் தயாரித்து விவாதிக்க வேண்டும்.

90. அந்தப் பட்டியலைக் கிராமசபையில் வைத்து அங்கீகாரம் பெற வேண்டும்.

91. அரசு தரும் வறுமை ஒழிப்புத் திட்டப் பயன்கள் அனைத்தும் அந்தக் குடும்பங்களுக்குக் கிடைக்குமாறு செய்தல் வேண்டும். அந்தக் குடும்பங்களைத் தொடர்ந்து கண்காணித்து வறுமை யிலிருந்து மீட்டெடுக்க வேண்டும்.

92. கிராமப்புறங்களிலுள்ள கைவினைஞர்களை ஒன்று சேர்த்து சங்கமாகப் பதிவு செய்து, அவர்களுக்குத் தொழில் செய்வதற்கு வங்கி மூலம் உதவி செய்ய வேண்டும்.

93. பஞ்சாயத்து வேலைகளை ஒப்பந்தக்காரர்களுக்கு வழங்கு வதைத் தவிர்த்து, சுய உதவிக்குழுக்களுக்கும், இளைஞர்

அமைப்புகளுக்கும் தந்து அவர்களைத் தொழில் முனைவோராக மாற்ற முனைய வேண்டும்.

94. எல்லாப் பொருளாதாரச் செயல்பாடுகளிலும், பெண்களுக்கும் தாழ்த்தப்பட்டவர்களுக்கும் முன்னுரிமை தர வேண்டும்.

95. பஞ்சாயத்துக்கு வரவேண்டிய வரிகளை 100 சதவீதம் வசூல் செய்ய வேண்டும்.

96. பஞ்சாயத்துக்கான நிதி ஆதாரத்தைப் பெருக்க கிராமத்தில் குழு ஒன்றை உருவாக்க முயற்சி எடுக்க வேண்டும். பஞ்சாயத்துச் செயல்பாடுகளுக்கு கொடையாளர்களைக் கண்டுபிடிக்க வேண்டும்.

97. பஞ்சாயத்துச் செயல்பாடுகளுக்கு ஊக்கமளிக்கும் சிஎஸ்ஆர் (தொழிற்சாலைகளின் சமூக மேம்பாட்டுத் திட்டத்தை) கொண்டுவர முயற்சி செய்ய வேண்டும்.

98. வேலையில்லா இளைஞர்களை மத்திய அரசின் தொழில் திறன் மேம்பாட்டுப் பயிற்சியில் சேர்த்துப் பயிற்சியளித்து வேலை வாங்கித் தருவதற்கு உதவி செய்ய வேண்டும்.

99. கிராமப் பஞ்சாயத்தில் ஏற்படுத்த வேண்டிய ஐந்து குழுக்களையும் உருவாக்க வேண்டும். அந்தக் குழுக்களின் பங்கு பணி பற்றி அவர்களுக்கு விளக்கி, ஒவ்வொரு குழுவும் ஆற்றவேண்டிய பணியைச் செய்ய அந்தக் குழுக்களைப் பணிக்க வேண்டும்.

100. அந்த ஐந்து குழுவும் தங்கள் கூட்ட அறிக்கையைத் தயார் செய்து கிராமசபையின் பார்வைக்கு வைக்க வேண்டும்.

101. கிராமங்களில், கிராமத் திட்டக்குழுவை ஏற்படுத்திய பின் திட்டமிடுதலுக்கான பயிற்சியை அவர்களுக்கு வழங்க வேண்டும்.

102. பஞ்சாயத்தில் கிராமம் பற்றிய பொதுப் புள்ளிவிவரங் களைச் சேகரித்துப் பதிவு செய்ய வேண்டும்.

103. கிராமத்தில் உள்ள வீடுகள், அங்கு வசிக்கும் மக்களின் வாழ்க்கைநிலை பற்றிய புள்ளிவிவரங்களைச் சேகரித்துத் திட்டமிட உதவ வேண்டும்.

104. மேம்பாட்டுக்கான மக்கள் கருத்தரங்கம் ஒன்றைக் கிராம சபையைக் கூட்டி நடத்த வேண்டும்.

105. மக்களின் தேவைகளை வார்டு வாரியாகப் பெற்று திட்டம் தயாரித்து, கிராமசபையில் அவற்றை வைத்து விவாதித்து முன்னுரிமை அடிப்படையில் திட்டம் தயாரிக்க வேண்டும்.

106. மக்கள் தேவைகளைப் பட்டியலிடும்போது, அரசுத்துறை களின் திட்டங்கள் அனைத்தையும் மக்கள் தேவையோடு இணைக்க வேண்டும்.

107. திட்டம் தயாரிக்கும்போது இயற்கை வள மேம்பாடு, பெண்கள் மேம்பாடு, குழந்தைகள் மேம்பாடு, இளைஞர் மேம்பாடு எனத் திட்டங்களைக் கிராம வளர்ச்சித் திட்டத்தில் இணைக்க வேண்டும்.

108. கிராம வளர்ச்சிக்கான திட்டத்தைக் கிராமசபையில் வைத்து கிராமசபையின் அனுமதியைப் பெற்று திட்ட அறிக்கையை அச்சிட்டு வெளியிட வேண்டும்.

109. பஞ்சாயத்தில் பல்வேறு பணிகளைச் செய்ய துணைக் குழுக்களை உருவாக்க வேண்டும். குறிப்பாக நிதி ஆதாரத்தைப் பெருக்க ஒரு குழு உருவாக்க வேண்டும்.

110. பஞ்சாயத்து அலுவலகத்தைச் செய்திப் பரிமாறும் களமாக மாற்ற வேண்டும்.

111. பஞ்சாயத்து அலுவலகத்தில் வளர்ச்சிக்கான பத்திரிகைகள், வார, மாத இதழ்கள், புத்தகங்கள் தருவிக்க வேண்டும்.

112. அய்யன் திருவள்ளுவர் கிராமிய நூலகத்தைத் திறந்து செயல்பட வைக்க வேண்டும்.

113. ஓய்வுபெற்ற அரசு ஊழியர்கள் அல்லது சமூக மேம்பாட்டில் அக்கறையுள்ள இளைஞர்களை வைத்து நூலகத்தைப் பயன் படுத்தி படிப்பாற்றலை அல்லது வாசிப்புப் பழக்கத்தை பொதுமக்களிடம் உருவாக்க வேண்டும்.

114. சட்டமன்ற உறுப்பினர் தொகுதி மேம்பாட்டு நிதியைப் பெற, கிராமசபையில் தீர்மானம் நிறைவேற்றுதல்; சட்டமன்ற உறுப்பினரைச் சந்திக்க வேண்டும்.

115. நாடாளுமன்ற உறுப்பினர் தொகுதி மேம்பாட்டு நிதியைப் பெற, கிராமசபையில் தீர்மானம் நிறைவேற்றல்; அவரைச் சந்தித்து உதவிகோரல் தீர்மானத்தை அளிக்க வேண்டும்.

116. நாள்தோறும் ஒரு குறிப்பிட்ட நேரத்தில் அலுவலகத்தில் பஞ்சாயத்துத் தலைவர் அல்லது உதவித் தலைவர் அல்லது உறுப்பினர்கள் வந்திருந்து மக்களைச் சந்திக்க வேண்டும்.

117. அலுவலகத்திற்கு வரும் கடிதங்களுக்கு முறையாகப் பதில் தருதல், பஞ்சாயத்துப் பணியாளர்களின் அன்றாட அலுவல்களை முறைப்படுத்துதல், கண்காணித்தல் வேண்டும்.

118. அலுவலக வளாகத்தைத் தூய்மையாகவும் சுகாதாரமாகவும் வைத்துக்கொள்ள வேண்டும்; அலுவலகத்திற்கு உள்ளும் வெளியிலும் பொதுமக்களுக்குத் தேவையான தகவல்களை எழுதிவைக்க வேண்டும்.

119. கடிதப் போக்குவரத்துக்களை முறைப்படி நிருவாக ரீதியில் பராமரித்துப் பயன்படுத்துவதற்குக் கற்றுக்கொள்ள வேண்டும்.

120. மாத அறிக்கைகளையும், ஆண்டு அறிக்கைகளையும் தவறாது குறிப்பிட்ட தேதிக்குள் தொடர்புடைய உயர் அலுவலருக்குச் சமர்ப்பிக்க வேண்டும்.

121. வீட்டுவரி, தொழில்வரி, கட்டட வரைபட அனுமதி உரிமம், இட வாடகை, மரங்களின் விளைச்சல், மீன்பாசி குத்தகை போன்ற வருமான இனங்கள் குறித்துத் தெளிவான முறையில் நிருவாகத்தை நடத்த வேண்டும். இதில் எந்தவித இழப்பும் ஏற்படாமல், அக்கறையுடன் இருந்து, குறிப்பிட்ட காலத்திற்குள் வசூல் செய்ய வேண்டும்.

122. பஞ்சாயத்தில் மின்சாரத்தைச் சிக்கனம் செய்ய மின் தணிக்கை செய்து தக்க நடவடிக்கை எடுத்து, மின்சாரப் பயன்பாட்டைக் குறைக்க வேண்டும்.

123. கிராமப் பொதுச்சொத்துக்களை இனம்கண்டு, பராமரித்து, மேம்படுத்தி வருமானம் ஈட்ட நடவடிக்கை எடுக்க வேண்டும்.

124. நீர்வள ஆதார அமைப்புகளான குளம், குட்டை, ஏரி, கண்மாய் போன்றவற்றின் முறையான பராமரிப்பிற்குத் திட்டமிட்டுச் செயல்பட வேண்டும்.

125. இயற்கைவள ஆதாரங்களிலிருந்து கிடைக்கப்பெறும் மூலப்பொருள்கள் குறித்தும், அவற்றை முறையாகப் பயன்படுத்துவது குறித்தும் மக்களிடம் விழிப்புணர்வு ஏற்படுத்த வேண்டும்.

126. கிராமத்தின் வரைபடத்தைக் கிராம நிருவாக அலுவலரிடமிருந்து பெற்று, பொதுச் சொத்துக்களைக் கண்டுபிடிக்க வேண்டும்.

127. பொதுச் சொத்துக்களைப் பஞ்சாயத்துக்கு வருமானம் ஈட்டித் தரும் வகையில் செப்பனிட்டுப் பாதுகாக்க வேண்டும்.

128. ஆக்கிரமிப்புகள் இருந்தால், அவற்றை அகற்ற வேண்டும். அகற்றவில்லை என்றால் சட்டபூர்வமாக நடவடிக்கை எடுக்க வேண்டும்.

129. கிராமங்களில் மணல் எடுப்பது, தாதுக்களை எடுப்பது போன்றவற்றைக் கண்காணித்து இயற்கை வளங்களைப் பாதுகாக்க வேண்டும். ஒவ்வொரு வீட்டுக்கு முன்னொரு முருங்கை, பப்பாளிக் கன்றுகள் நட்டு வளர்க்க ஏற்பாடு செய்ய வேண்டும்.

130. கிராமங்களில் வீதிகள் தோறும் மரம் நட்டு வளர்க்க வேண்டும்.

131. கிராமங்களிலுள்ள குளங்கள், குட்டைகள் அனைத்தையும் தூர்வாரி உயிரோட்டத்துடன் வைத்துக்கொள்ள வேண்டும்.

132. குளம், குட்டைகளுக்கு வரும் வரத்துக்கால்வாய், போக்குக் கால்வாய்களைத் தூர்வாரிப் பராமரிக்க வேண்டும்.

133. கிராமத்திலிருக்கும் உயிரினவளத்தைப் பாதுகாக்க நடவடிக்கை எடுக்க வேண்டும்.

134. பஞ்சாயத்துக்கென தனி இணையதளத்தை உருவாக்கி

பஞ்சாயத்தின் பொலிவை, இயற்கை வனப்பை, அதன் துப்புரவை, இணையதளத்தில் வெளியிட வேண்டும்.

135. பஞ்சாயத்தில் உள்ள பொதுச்சொத்துக்கள் வனப்புடன் பராமரிக்கப்படுவதை இணைய தளத்தில் ஏற்ற வேண்டும்.

136. உங்கள் பஞ்சாயத்தில் நடந்த கிராமசபைக் கூட்ட விவாதத்தை உங்கள் ஊர் இணையதளத்தில் பதிவேற்றுங்கள்.

137. உங்கள் ஊர் நூலகத்தில் வாசிப்புப் பழக்கத்தை இளைஞர்களிடம் ஏற்படுத்த நடத்தும் நிகழ்வை இணையதளத்தில் பதிவிடுங்கள்.

138. உங்கள் ஊரில் நீங்கள் செய்கின்ற சாதனைகள்: எழுதப் படிக்கத் தெரியாதவர் இல்லாத ஊர், 100 விழுக்காடு பள்ளியில் குழந்தைகளைச் சேர்த்த ஊர், 0% இடைநிறுத்தத்துடன் இயங்கும் பள்ளிகள், 100% குழந்தைகள் பிறப்பு மருத்துவ மனையில் நடந்த ஊர், ஊட்டச்சத்து பாதிப்பால் ஒரு குழந்தைகூட இல்லாத ஊர் என எல்லாச் சாதனைகளையும் இணையத்தில் ஏற்றி முன்மாதிரிக் கிராமமாக மாற்ற செயல்பட வேண்டும்.

139. அங்கன்வாடியில் குழந்தைகளுக்கான கழிப்பறை வசதி செய்து கொடுத்து, விளையாட்டுப் பொருள்களை வாங்கிக் கொடுத்து, குழந்தைகளின் நகங்களை வெட்டி, தூய்மை பேணி முன்மாதிரி அங்கன்வாடி என இணையத்தில் ஏற்ற வேண்டும்.

140. இரண்டரை வயது நிரம்பிய குழந்தைகள் அனைவரையும் அங்கன்வாடியில் சேர்த்து, அவர்களுக்கு முதலில் தன் சுத்தம் பேணும் பழக்கத்தைக் கற்றுக்கொள்ள உதவ வேண்டும்.

141. குழந்தைகளுக்கு உரிய சரிவிகித ஊட்டச் சத்துணவு வழங்கி வயதுக்கேற்ற எடையுடன் ஆரோக்கியமாக இருக்கச் செய்தல், குழந்தை நலத்திட்டத்தில் சத்துமாவு, மதிய உணவு வழங்குதல் நடவடிக்கைகள் முறையாக நடை பெறுவதைக் கண்காணிக்க வேண்டும்.

142. கிராமத்தினரிடையே விழிப்புணர்வு ஏற்படுத்தி, பெண் சிசுக்கொலையைத் தடுக்க வேண்டும்.

143. ரத்தசோகையற்ற வளர் இளம் பெண்கள் உள்ள ஊர் என்று பிரகடனப்படுத்த வேண்டும்.

144. பாலினப் பாகுபாடு அற்ற ஊர் என்ற நிலைக்குக் கொண்டுவர மக்களிடம் விழிப்புணர்வை ஏற்படுத்த வேண்டும்.

145. வன்கொடுமையற்ற ஊர் என்ற சூழலுக்குக் கொண்டுவர மக்களிடம் விழிப்புணர்வை ஏற்படுத்த வேண்டும்.

146. தீண்டாமை அற்ற ஊர் என்ற சூழலுக்குக் கொண்டுவர மக்களிடம் தீண்டாமையின் கொடுமை பற்றி விழிப் புணர்வை ஏற்படுத்த வேண்டும்.

147. ஒரு செண்ட் நிலம் கூட பயன்பாட்டில் இல்லாமல் இல்லை என்ற நிலைக்கு நிலப் பயன்பாட்டைக் கொண்டுவர முயற்சி செய்ய வேண்டும்.

148. உயிரினவளம் (பல்லுயிர்ப்பெருக்கம்) அறிந்து செயல்பட அந்தக் கிராமப் பஞ்சாயத்தில் உள்ள அரியவகைத் தாவரங்கள், பிராணிகள் பற்றிய பதிவேட்டை உருவாக்கிப் பதிவு செய்து வைத்துக்கொள்ள வேண்டும்.

149. 100% முதியவர்களுக்கு அரசின் உதவி கிடைக்குமாறு செய்து அவர்களுக்குப் பாதுகாப்பளிக்க வேண்டும்.

150. லஞ்சம் இல்லாத பஞ்சாயத்து எனப் பிரகடனம் செய்து ஊழலற்ற பஞ்சாயத்தாக மாற்ற வேண்டும்.

24

பெருந்தொற்றிலிருந்து தொடர்தொற்று

கடந்த இரண்டாண்டு காலம் கோவிட் 19 என்ற பெருந்தொற்று வந்ததிலிருந்து நம் நாட்டில் மக்களும் அரசாங்கமும் கடந்து வந்த பாதை மிகக் கடினமான ஒன்று. இந்தப் பெருந்தொற்று பற்றி ஆழ்ந்த புரிதலை நம் அறிவியலாளர்களாலேயே உருவாக்கிக் கொள்ள முடியவில்லை. காரணம் முறையான ஆராய்ச்சித் தரவுகள் இல்லாமல் அவர்களால் எதையும் முடிந்த முடிவாகக் கூற முடியவில்லை—அதேபோல் அரசாங்கமும் இதைக் கட்டுப்படுத்த பல்வேறு நடவடிக்கைகளை மேற்கொண்டது கிடைத்த தரவுகளின் அடிப்படையில். அறிவியல் உலகம் தரும் தரவுகள் ஆராய்ச்சியின் அடிப்படையில் உருவாக்கப்படுபவை; அதைத்தான் அரசாங்கம் அடிப்படையாக வைத்துச் செயல்பட முடியும்.

தரவுகள் ஆராய்ச்சிகளின் அடிப்படையிலும், தொற்றாளர்களை, சிகிச்சை அளித்து குணப்படுத்திய வகையில் கிடைத்த புள்ளி விவரங்களை ஆய்வு செய்துவருகின்ற முடிவுகளின் அடிப்படையிலும்தான் புதிய புதிய முடிவுகளை அரசாங்கங்கள் எடுத்து இந்தத் தொற்றைக் கட்டுப்பாட்டுக்குள் கொண்டுவர முனைந்தன. இந்தச் சூழலை எதிர்கொண்ட விதத்திலும் அரசாங்கங்கள் முன்னுரிமை அடிப்படையில் செயல்பட்டன. முதலில் இந்தப் பெரும் தொற்றின் விளைவாக வரும் மனித உயிர் இழப்பைத் தடுத்தல்; இரண்டாவது, பெருந்தொற்றால் பீடிக்கப்பட்டவர்களுக்கு

சிகிச்சை அளித்தல்; மூன்று, ஏழைகளின் உணவுப் பாதுகாப்பை உறுதி செய்தல்; நான்கு, ஏழைகளின் வாழ்வாதாரத்தைப் பாதுகாக்க நடவடிக்கை எடுத்தல்; ஐந்து, இவை எல்லாவற்றிற்கும் மேலாக பொருளாதாரத்தைக் கட்டிக் காத்து மீட்டெடுக்க முயலுதல்; ஆறு, இந்தப் பெருந்தொற்றிலிருந்து மக்களைக் காக்க தடுப்பூசிக்கான மருந்தைக் கண்டுபிடித்து, பெருமளவில் தேவைக்கு உற்பத்தி செய்து, தடுப்பூசி போடத் தகுதியுடைய அனைவருக்கும் போடுதல் எனப் பல்வேறு பணிகளைப் போர்க்கால அடிப்படையில் அரசாங்கங்கள் செய்து மக்களைக் காத்தன. அதுவும் மக்களாட்சி நடைபெறும் நாட்டில் இந்தச் செயல்பாடுகள் அனைத்தும் மிகப்பெரிய சவால்களைக் கடந்து செய்ய வேண்டியிருந்தன. சமூக ஊடகம் என்ற பெயரில் நடைபெற்ற குழப்பங்கள் கொஞ்சமல்ல. அதேபோல் இந்தப் பிரச்சினையை வைத்துச் செய்த அரசியலும் குறைவல்ல. இந்தச் சூழலையெல்லாம் வென்றெடுத்து நூற்று முப்பது கோடி மக்கள் வாழும் நாட்டில் அனைவருக்கும் இலவசமாக தடுப்பூசி போடுவது என்பது ஒன்றும் சாதாரணப் பணி அல்ல. ஒரு கால கட்டத்தில் இவையெல்லாம் சாத்தியப்படுமா என்று அறிவுத்தளத்திலேயே பலர் கேட்ட வண்ணம் இருந்தனர். ஆனால் இவை அனைத்தையும் சமாளித்து 100 கோடி தடுப்பூசி செலுத்தியது இந்தியா செய்துள்ள சாதனை.

எதிர்நோக்கும் சவால்கள்

இந்தச் சாதனையில் நாம் மகிழ்ந்து வாளா இருந்துவிடக் கூடாது. இன்று நம்மை எதிர்நோக்கியுள்ள சவால் அவ்வளவு எளிதாக ஊசிபோடுவதால் மட்டுமே நடக்கக்கூடியது அல்ல. இந்தப் பெருந்தொற்று உருமாற்றம் செய்துகொண்டு எந்த நேரத்தில் வேண்டுமானாலும் எந்த வடிவத்தில் வேண்டுமானாலும் வரலாம். அதனால்தான் தொடர்ந்து பொதுமக்களுக்கு விழிப்புணர்வை ஏற்படுத்த எண்ணி கோவிட் 19க்குக் கடைப்பிடிக்க வேண்டிய ஆரோக்கியப் பாதுகாப்புக்களைக் கட்டாயம் கடைப்பிடியுங்கள் என்று கேட்ட வண்ணம் இருக்கின்றன நம் அரசாங்கங்கள். தடுப்பூசி தயாரித்து உலகத் தரக்கட்டுப்பாட்டு நிறுவன அனுமதியைப் பெற்று, உற்பத்தி செய்வதில் இருந்த தடைகளை யெல்லாம் தகர்த்து, நமது தேவைக்கும் உற்பத்தி செய்து, ஏற்றுமதிக்கும்

உற்பத்தி செய்து, நூறு கோடி தடுப்பூசி செலுத்தியது என்பது விவரம் புரிந்தவர்களுக்கு எவ்வளவு பெரிய சாதனை என்பது விளங்கும். பல நாடுகள் தடுப்பூசியை வாங்குவதற்கே படாதபாடு பட்டதை நாடுகளின் பொருளாதாரம் அறிந்தவர்களுக்குப் புலப்படும். ஏழைகளைக் காப்பதற்கு இந்தியாவில் உள்ளதுபோல் எந்த நாட்டிலும் பெரும் திட்டங்கள் இல்லை என்பதைப் பலமுறை உலக வங்கி தன் அறிக்கையிலே சுட்டிக் காட்டியுள்ளது. இதற்கு மிக முக்கியமானது நம் பொருளாதாரம். அது வளர்வதால் இவையெல்லாம் சாத்தியப்படுகிறது. இதுவே சாதனை அல்ல. இன்னும் பல படிகளை அரசும் மக்களும் தாண்ட வேண்டியுள்ளது. இந்தப் பெருந்தொற்றை மேலாண்மை செய்வதில், இரண்டாம் தவணை தடுப்பூசி செலுத்த வேண்டும். இதற்கு மக்களைத் தயார் செய்ய வேண்டும். அடுத்து அனைத்தும் முடிந்துவிட்டது போல, மக்கள் கட்டவிழ்த்துவிட்டவர்கள் போல சுற்ற ஆரம்பித்து விட்டார்கள். கோவிட் 19 கட்டுப்பாடுகளில் தனிமனித அளவில் கடைப்பிடிக்க வேண்டிய விதிமுறைகளைக் காற்றில் பறக்கவிட்டுச் செயல்படுவதுதான் அரசாங்கத்தை இன்று அச்சப்பட வைக்கிறது. நம் மக்கள் இன்னும் இந்தப் பெருந்தொற்றின் தீவிரத்தையும், இந்தப் பெரும் தொற்று தொடர் தொற்றாக மாறுவதையும், அதன் விளைவாக நடக்கப்போகும் மாற்றங்களையும் பற்றி எந்தச் சிந்தனையுமின்றி உள்ளனர். இந்தச் சூழல் மீண்டும் சிக்கலை உருவாக்கிவிடுமோ என அஞ்ச வேண்டியிருக்கிறது.

மக்கள் தயாரிப்பு

இந்தச் சூழலைச் சமாளிக்க இன்று மிகவும் தேவைப்படுவது மக்களின் ஒத்துழைப்பு. அந்த ஒத்துழைப்புக்கான விழிப்புணர்வை மக்கள் மத்தியில் உருவாக்குவதுதான் இன்றியமையாதது என வல்லுநர்கள் எண்ணுகின்றனர். இன்றும் அமெரிக்காவில் இரண்டு மாகாணங்கள் மத்திய அரசு கூறுவதை ஏற்கமாட்டோம் என்று கூறி முகக்கவசம்கூட அணியமாட்டோம் எனச் செயல்பட்டு வருகின்றன. நம் நாட்டில் மாநிலங்கள் அப்படிச் செய்வதில்லை. ஆனால் மக்கள் இந்தப் பெருந்தொற்றின் தீவிரத்தைப் புரிந்து செயல்படுவதாகத் தெரியவில்லை. இந்தச் சூழலை மாற்றி யமைக்க மத்திய மாநில அரசுகளுக்கு மேல் உள்ளாட்சிகளுக்கு

ஒரு பெரும் பங்குண்டு என்பதை ஐநா நிறுவனங்கள் தொடர்ந்து வலியுறுத்தி வருகின்றன. அந்தப் பணியைச் செய்கின்றார்களா நம் பஞ்சாயத்துப் பிரதிநிதிகள் என்பதுதான் இன்றைய முக்கியக் கேள்வி. அதுமட்டுமல்ல, சூழலியல் மாற்றத்தாலும் பருவநிலை மாற்றத்தினாலும் விளையக்கூடிய தாக்கங்களை எதிர்கொள்ள அடித்தட்டில் இயங்குகின்ற உள்ளாட்சிகள்தாம் செயல்பட்டாக வேண்டும். அதற்கான தலைமைத்துவமும், திறனும், ஆற்றலும் உள்ளாட்சியில் பணிபுரியும் மக்கள் பிரதிநிதிகளுக்கு வேண்டும். நாம் இயங்கும் சூழல் முற்றிலும் மாறுபட்ட சவால்கள் நிறைந்த சூழல். இதுவரை செயல்பட்டு வந்ததுபோல் சாலை போடுதல், பாலம் கட்டுதல் எனக் கட்டுமானப் பணிகளில் கவனம் செலுத்துவதையே கடமையெனக் கொண்டு செயல்பட்ட நிலையிலிருந்து மாறி, எதிர் காலத்தில் இந்தத் தொடர் தொற்றுக்களைச் சமாளிக்க மக்களிடம் விழிப்புணர்வைக் கிராமசபைகள் மூலம் ஏற்படுத்தி மக்கள் தயாரிப்புச் செய்வதுதான் மிகவும் முக்கிய கடமையாகும்.

தலைவர்களாகச் செயல்படுதல்

அதற்கான புரிதல், தெளிவு, பொறுப்புணர்வு, பார்வை, சிந்தனை, தலைமை நம் உள்ளாட்சித் தலைவர்களுக்கு வேண்டும். அறிவியல்பூர்வமாகச் செயல்படத் தேவையான புள்ளிவிவரங்கள் பஞ்சாயத்துத் தலைவர்களுக்குத் தேவை. உள்ளாட்சித் தலைவர்களுக்குப் பொதுமக்களின் ஆரோக்கியம் பற்றிய புள்ளிவிவரம் வேண்டும். பள்ளி செல்லும் குழந்தைகளில் ஆரம்பித்து, வளரிளம் பெண்கள் பற்றியும் பொதுவாக பெண்கள் பற்றியும் தெரிந்து வைத்திருக்க வேண்டும். எதிர்காலத்தில் சுகாதாரப் பிரச்சினைகளுக்கு உலகச் சுகாதார நிறுவனமோ, இந்திய அரசோ, மாநில அரசோ வழிகாட்டத்தான் முடியும். உள்ளாட்சிதான் களத்தில் நின்று மக்களுடன் செயலாற்ற வேண்டும். மக்களைக் காப்பது, அவர்களின் உயிரைப் பாதுகாப்பது, உள்ளாட்சியின் பெரும் பொறுப்பு. ஓர் ஏழைக் குடும்பத்தில் ஓர் உயிர் இழப்பது எவ்வளவு பெரிய பொருளாதார இழப்பை ஏற்படுத்தும் என்பதைப் புரிந்து செயல்படும் தலைவராக உள்ளாட்சித் தலைவர்கள் இருக்க வேண்டும்.

உடல்நலம் குன்றிய ஏழைகள் தொழிலாளர் சந்தையில் பங்கெடுக்க முடியாத நிலை வரும்போது ஏழைகளின் குடும்ப வருமானம் என்னவாகும் என்ற புரிதல் உள்ளவராக இருக்க வேண்டும் உள்ளாட்சித் தலைவர்கள். மக்களிடம் இருக்கும் திறனையும் ஆற்றலையும் பயன்படுத்தும் திறன் உள்ளவராக நம் உள்ளாட்சிப் பிரதிநிதிகள் தயாராக வேண்டும். உள்ளாட்சித் தலைவர்கள் அரசு இட்ட கட்டளையைக் கேட்டு அவற்றை நிறைவேற்றும் முகவராக மட்டும் இருந்து பயனில்லை. அவர்கள் மக்கள் தலைவராக, மக்களைக் காக்க, வரும்முன் காக்கும் உபாயம் தெரிந்தவராக இருத்தல் வேண்டும். இன்றைக்கு உலகம் எங்கும் இந்த சுகாதாரம் சார்ந்த பிரச்சினைகளுக்கு உள்ளூர்த் தலையீடும் உள்ளூர்த் தீர்வும்தான் தேவை என்ற விவாதம் வலுத்து வருகின்றது. எனவேதான் உள்ளாட்சித் தலைவர் களின் திறனையும் ஆற்றலையும் பயிற்சியின் மூலம் கூட்டுங்கள் என மீண்டும் மீண்டும் ஐநா நிறுவனங்கள் உலக நாடுகளைக் கேட்டுக்கொண்டே இருக்கின்றன. அடுத்து உள்ளாட்சித் தலைவர் களுக்கு நிருவாகப் பயிற்சியைவிட தலைமைத்துவப் பயிற்சிதான் மிக முக்கியம்; அதைத்தான் கொடுக்க வேண்டும் என்று அந்த நிறுவனங்கள் நாடுகளை வேண்டுகின்றன. ஏனென்றால் இன்றைய சூழலில் உள்ளாட்சித் தலைவர்கள் பெரும் அளவில் மக்களைத் தயார் செய்யும் பணியில் ஈடுபட வேண்டியுள்ளது. அதற்குத் தேவை தலைமைத்துவப் பயிற்சி.

முடிவுகள் தலைவர்கள் கையில்

சுகாதாரம் சார்ந்த எந்தப் பிரச்சினையானாலும் சரி, அது குடிதண்ணீர் பிரச்சினையாக இருக்கலாம், சாக்கடை பிரச்சினையாக இருக்கலாம், வளர் இளம் பெண்களின் இரத்தசோகையானாலும், குழந்தைகளின் ஊட்டச்சத்து குறைபாடானாலும் சரி, பருவநிலை மாற்றத்தால் வரும் பிரச்சினையாக இருந்தாலும் சரி, அனைத்துக்கும் தீர்வு வட்டார வளர்ச்சி அலுவலர் நமக்கு உத்தரவு இடுவார், வழி காட்டுவார் என்று இல்லாமல், அவற்றைச் சமாளிக்க தங்களிடம் இருக்கும் அதிகாரத்தை வைத்துச் செயல்பட தங்களைத் தயார் செய்துகொள்ள வேண்டும் நம் உள்ளாட்சித் தலைவர்கள். அதுமட்டுமல்ல, தங்களின் பொறுப்புமிக்க செயல்பாட்டால்,

பொதுமக்களின் நம்பிக்கையைப் பெற்றவராகச் செயல்பட்டு உள்ளாட்சியை வலுப்படுத்த வேண்டும். உள்ளாட்சி வலுப்படுவது மாநில அரசு அதிகாரம் கொடுப்பதால் மட்டுமே நடைபெறும் செயல்பாடல்ல. கொடுத்த அதிகாரத்தைப் பயன்படுத்தி மக்கள் பிரச்சினைகளுக்குத் தீர்வுகண்டு, மக்களிடம் உள்ளாட்சியின் மேல் நம்பிக்கை வைக்கும் அளவுக்குக் கொண்டு வர வேண்டும். அப்படித்தான் உள்ளாட்சியை வலுப்படுத்த முடியும். அதற்குக் கேரளா ஒரு முன் உதாரணம். பொதுமக்கள் கேரளாவில் எந்தப் பிரச்சினைக்கும் உள்ளாட்சியை அணுகுவார்கள். காரணம் அந்த அளவுக்கு உள்ளாட்சி, மக்களின் நம்பிக்கையைப் பெற்றிருக்கிறது.

தேவைப்படும் புதிய தலைமைத்துவம்

அதிகாரமும் நிதியும் தந்ததால் மட்டுமே பஞ்சாயத்துகள் வலுப்பெற்று விடாது. கொடுத்த அதிகாரத்தையும் நிதியையும் பயன்படுத்தக்கூடிய ஆற்றல் மிக்க தலைமை இருந்தால் மட்டுமே அது சாத்தியப்படும். கேரளம் அனைவராலும் புகழப்படும் மாநிலம் அதிகாரப் பரவல் செய்த மாநிலம் என்ற நிலையில். அங்கு அத்தனை பஞ்சாயத்துகளும் சாதனை படைத்துவிடவில்லை. தமிழகத்தில் குறைந்த அதிகாரம், குறைவான நிதி என்று ஆதங்கப்படுபவர் பல பேர். ஆனால் கொடுத்த அதிகாரங்களையும் நிதியையும் வைத்து சாதனைகள் படைத்துக் காட்டிய பஞ்சாயத்துத் தலைவர்களையும் நாம் கண்டுள்ளோம். சாதனை படைத்த பஞ்சாயத்துகளை ஆராய்ந்த அனைவரும் கூறும் ஒரே பரிந்துரை தலைமைத்துவத்தை நம் மக்கள்பிரதிநிதிகளிடம் வளர்க்க வேண்டும் என்பதுதான். பஞ்சாயத்தின் அவ்வளவு சாதனை களுக்கும் எது மூலகாரணமாக இருக்கின்றது என்றால் தலைமைத்துவம்தான். அதை வளர்ப்பதன் மூலம்தான் சாதனைகள் சாத்தியம் என்று பரிந்துரைக்கின்றனர். எனவே பஞ்சாயத்துகளை வலுப்படுத்தி மக்களுடன் பணியாற்ற வைக்கத் தேவையான தலைமைத்துவத்தை வளர்க்க வேண்டும்.

25

உள்ளாட்சியை வலுப்படுத்த

ஏன் நாம் உள்ளாட்சியை வலுப்படுத்த வேண்டும் என்று தொடர்ந்து வலியுறுத்திப் போராடி வருகிறோம் என்றால் பெரும் பான்மையான மக்களின் அடிப்படைத் தேவைகளை மத்திய மாநில அரசுகளால் பூர்த்தி செய்ய முடியவில்லை. எவ்வளவோ திட்டங்கள் மத்திய மாநில அரசுகளால் தீட்டப்பட்டுச் செயல்பட முடிந்ததேயொழிய வறுமையை முற்றிலுமாக ஒழிக்க முடிய வில்லை. எவற்றையெல்லாம் மத்திய மாநில அரசாங்கங்களால் செய்ய முடியவில்லையோ அவற்றை இந்த உள்ளாட்சி அரசாங்கமாக மத்திய மாநில அரசுகளின் ஆதரவுடன் செயல் படுத்தும் என்ற அடிப்படையில்தான் இன்றைய உள்ளாட்சிகள் உருவாக்கப்பட்டுள்ளன. அதுமட்டுமல்ல, மக்களைப் பெருமளவில் மேம்பாட்டுச் செயல்பாடுகளில் ஈடுபடுத்த இந்த அமைப்பு தேவைப்படுகிறது. அதே நேரத்தில் இந்த அமைப்பு மக்களாட்சியை விரிவுபடுத்தவும் ஆழப்படுத்தவும் பயன்படும் என்ற அடிப்படை யில்தான் இந்தப் புதிய உள்ளாட்சி அரசாங்கமாக உருவாக்கப் பட்டுள்ளது. எனவே இதைப் பற்றிய புரிதலை பொதுமக்களிடம் ஏற்படுத்த வேண்டும். இதற்கான செய்திகளைப் பொதுமக்களிடம் கொண்டு சேர்க்க வேண்டியது பஞ்சாயத்தின் கடமையாகும்.

இந்தப் பணிகள் அனைத்தும் மக்களை அதிகாரப்படுத்த வேண்டும் என்று கூறுவோர் செய்ய வேண்டிய கடமை.

அடிப்படை விளக்கம்

புதிய உள்ளாட்சி அரசாங்கம் பற்றி மிக அதிக அளவில் பரப்புரை செய்தது ராஜீவ் காந்திதான். அவர் ஆற்றிய உரைகளையெல்லாம் தொகுத்து ஒரு புத்தகமாகவே ஆங்கிலத்தில் வெளிவந்திருக்கிறது. ராஜீவ் காந்தியின் உள்ளாட்சிக் கனவு என்று தலைப்பிட்டு மணி சங்கர் அய்யரின் மதிப்புரையோடு வெளியிடப்பட்டுள்ளது. அவருடைய உரைகளின் சாரம் மக்களுக்கு அதிகாரமளிப்பது என்பதுதான். அதுமட்டுமல்ல, இன்றைய அரசு, ஆளுகை நிருவாகம் மக்களை மதிக்கும் தன்மை கொண்டதாக இல்லை. எனவே இன்று உருவாகப் போகும் புதிய உள்ளாட்சி அரசாங்கம் ஒரு மக்கள் இயக்கம்போல் உருவாக்கப்படல் வேண்டும் என்பதைத் திட்டவட்டமாகக் கூறியிருப்பார். ராஜீவ் காந்தியின் கனவை நனவாக்கிய பாரதப் பிரதமர் பி. வி. நரசிம்மராவ். அவர் ஒரு கடிதத்தை 1993ஆம் ஆண்டு மே மாதம் அனைத்துப் பஞ்சாயத்துத் தலைவர்களுக்கும் எழுதியிருக்கிறார். ஏன் இந்தப் புதிய உள்ளாட்சி கொண்டுவரப்படுகிறது, இதை எப்படி உள்ளாட்சித் தலைவர்கள் கையாள வேண்டும் என்பதை அந்தக் கடிதத்தில் விளக்கியுள்ளார். இவற்றைத் தாண்டி ராஜீவ் காந்தி அறக்கட்டளையில் பஞ்சாயத்துக் கான செயல்பாட்டுக் குழு ஒன்று அறிஞர்களால் உருவாக்கப்பட்டு இருந்தது. அந்தக் குழு பஞ்சாயத்துகளை வலுவாக்க தொடர்ந்து களத்தில் பணியாற்றிக்கொண்டிருக்கும் அமைப்புகளுடன் கலந்துரையாடி பஞ்சாயத்தின் அடிப்படையாக பஞ்சாயத்துப் பட்டயம் என்ற பெயரில் ஒரு வழிகாட்டு நெறிமுறை வகுக்கப் பட்டது. அந்தப் பஞ்சாயத்துப் பட்டயத்தில் இன்றைய சூழலில் பஞ்சாயத்துகளை வலுப்படுத்துவதற்கு, நாம் என்ன செய்ய வேண்டும் எனக் கோடிட்டுக் காட்டப்பட்டுள்ளது.

பஞ்சாயத்துப் பட்டயம்

அடிப்படையில் உள்ளாட்சி என்ற அமைப்பை மக்கள் அமைப்பாக மக்கள்மேல் அக்கறை கொண்ட மனிதாபிமானத்துடன் இயங்கும் அமைப்பாக உருவாக்கிச் செயல்பட வைக்கவேண்டும். மேல்

நிலை அரசாங்க அமைப்புகள் படித்தவர்களைக் கொண்டிருந்தாலும் ஆதிக்கம் செலுத்தும் அமைப்பாகவே செயல்பட்டு வருவதைக் கவனத்தில் எடுத்துக்கொண்டு உள்ளாட்சியை மக்களுக்குக் கடமைப்பட்டதாகவும், பொறுப்புள்ளதாகவும், மக்கள்மேல் நம்பிக்கை கொண்டதாகவும் உருவாக்க வேண்டும். மாநிலங்கள் புதிய பஞ்சாயத்துகான சட்டத்தை 73ஆவது அரசமைப்புத் திருத்தச் சட்டத்தையொட்டி உருவாக்கினாலும் பெரும்பாலான மாநிலங்களில் இதற்கு எதிரான பல சட்டங்கள் செயல்பட்டு வருகின்றன. அவையெல்லாம் பஞ்சாயத்துகளை வலுவூட்டுவதற்குப் பதில் வலுவிழக்கச் செய்துவிடும் என்ற புரிதலுடன் உள்ளாட்சியில் பணியாற்ற வேண்டும். 73ஆவது சட்டத் திருத்தம் உள்ளாட்சியைத் தன்னாட்சி பெற்ற அமைப்பாக உருவாக்கத்தான் கொண்டுவரப்பட்டது. ஆனால் அது பெரும்பாலான மாநிலச் சட்டங்களில் புறக்கணிக்கப்பட்டுள்ளது. இதை மாற்றுவதற்கான செயல்பாடுகளில் இறங்க வேண்டும். பஞ்சாயத்துகளை வலுப்படுத்துதல் எனும்போது, இன்றைய சூழலில் ஒரு புதுத்திசை நோக்கிச் செல்ல அனைவரையும் தயார் செய்வது என்று பொருள். எனவே இதற்கான மாபெரும் மக்கள் இயக்கம் ஒன்று உருவாக வேண்டும். மாநிலங்களில் உள்ள பல சட்டங்கள் இந்தப் புதிய உள்ளாட்சிச் சட்டங்களுக்கு எதிர்மறையாகச் செயல்படும் சூழலில் உள்ளன. அவை களையப்படல் வேண்டும். எதன் மூலம் என்றால் பஞ்சாயத்து அரசாங்கம் செயல்படுவதற்குத் தடையாக உள்ள சட்டங்கள் அனைத்தையும் மாற்றுவதன் மூலம்.

ஒரு முன்னுதாரணம்

நீண்ட நாள்களாக நான் ஒரு கருத்தைக் கூறி வருகின்றேன். கிராமப்புற மேம்பாட்டை ஒரு மாநிலத்தில் அந்த மாநில முதல்வரே தன் வசத்தில் வைத்திருந்தால் கிராமங்களில் பணியாற்றும் பிற துறைகள் அனைத்தும் செம்மையாகப் பணியாற்ற வழிவகை காணலாம். அந்தத் துறைக்கென ஓர் அமைச்சர் இருந்தால், அவர் அவருடைய துறையின்மீது மட்டும் தான் தன் கட்டுப்பாட்டைக் கொண்டுவர முடியும். பிற துறைகள் ஊரக வளர்ச்சித்துறை கூறுவதை ஏற்கமாட்டார்கள். இதற்கு மிகச்

சிறந்த உதாரணம் பாரதப் பிரதமராக இருந்த பி. வி. நரசிம்மராவ் அவர்கள்.

இந்தியாவில் 73, 74ஆவது அரசமைப்புத் திருத்தச் சட்டங் களைக் கொண்டுவந்தது ராஜீவ் காந்தி என்று கூறுவார்கள். உண்மை யில் அவர் கொண்டுவந்த 63, 64ஆவது திருத்தச் சட்டங்கள் தோற்றுவிட்டன. ஆனால் சிறுபான்மை அரசாங்கத்தை நடத்திய பி. வி. நரசிம்மராவ் இந்தச் சட்டங்களை நிறைவேற்றி விட்டார். காரணம் அந்தத் துறையைத் தன் கையில் வைத்துப் புத்திசாலித் தனமாகச் செயல்பட்டதன் விளைவு. உள்ளாட்சியை அரசாங்கமாக இயக்கும் சக்தி முதல்வரிடம்தான் உள்ளது. எங்கு முதல்வர் உள்ளாட்சியின் மீது கவனம் செலுத்துகின்றாரோ அங்கு ஒரு நல்ல அமைச்சரை நியமித்து அந்த அமைச்சகத்தைக் கவனித்துத் தொடர்ந்து உள்ளாட்சியை இயக்க உந்துசக்தியைக் கொடுத்த வண்ணம் இருப்பார். அப்படித்தான் நேரு பிரதமராக இருந்த போது பஞ்சாயத்து அமைப்பு முறையை உருவாக்க ஓர் அமைச்சரை நியமித்தார். அவர் நாள்தோறும் நேருவிடம் சென்று ஒவ்வொரு நாளும் தாம் செய்ய வேண்டிய பணிகள் குறித்துக் கேட்பார். இப்படித்தான் நேரு அதற்கான நேரத்தைக் கொடுத்து பஞ்சாயத்து அரசாங்கம் உருவாக முனைந்து பஞ்சாயத்தை வேர்பிடிக்கச் செய்தார்.

புரிந்துகொள்ள ஆவணங்கள்

பஞ்சாயத்துகளை வலுப்படுத்த மற்றுமொரு முக்கியமான வழி காட்டும் ஆவணம் இரண்டாவது நிருவாகச் சீர்திருத்த ஆணையத்தின் அறிக்கையின் 12ஆவது தொகுதி மற்றும் 6ஆவது தொகுதி. அதேபோல் இன்னொரு அறிக்கை மிக முக்கியத்துவம் பெறுகிறது. மைய மாநில உறவுகளை ஆராய அமைக்கப்பட்ட பூஞ்ச் குழு அறிக்கை.

இந்த மூன்று அறிக்கைகளும் மிகவும் நுணுக்கமாக இன்று உள்ளாட்சிகளை வலுப்படுத்தத் தடைகளாக இருக்கும் தடைக் கற்களை உடைக்க வேண்டும் எனப் பரிந்துரைத்து, எடுக்க வேண்டிய நடவடிக்கைகளைப் பட்டியலிட்டுக் காட்டியுள்ளன. இந்த மூன்று அறிக்கைகளும் பொதுத் தளத்தில் விவாதத்திற்கு வரவே இல்லை.

மக்களாட்சிக்கான உள்ளாட்சி

கடந்த முப்பது ஆண்டு காலத்தில் உலக நாடுகளில் நடந்துள்ள மாற்றங்கள் பலநூறு ஆண்டுகளில் நடக்க வேண்டியவை. அந்த அளவுக்கு மனிதச் செயல்பாடுகளை விரைவுபடுத்திவிட்டது தொழில்நுட்ப வளர்ச்சி. இதற்கு மூலகாரணமாக இருந்தது தகவல் தொடர்புத் தொழில்நுட்பம்தான். அடுத்து, ஒட்டுமொத்த மானுடச் செயல்பாடுகள் சந்தையை மையப்படுத்தியதாக மாற்றப்பட்டுவிட்டன. இதில் வீழ்ந்தது அறம். வளர்ந்தது பொருளாதாரம். ஆனால் பெரும்பான்மை மக்கள் வாழ்க்கையில் பெரிய நல்ல விளைவுகளை ஏற்படுத்தவில்லை. அதுமட்டுமல்ல, பெரும்பான்மை மக்கள் ஒதுக்கப்படுதலுக்கும், ஓரம் கட்டப் படுதலுக்கும் ஆளாக வேண்டியிருந்தது. இதன் விளைவுதான் அழிந்த இயற்கை, இழந்த இயற்கை வளங்கள். வாழ்வாதாரத் திற்கு அலையும் மக்கள் கூட்டம். பெரும்பான்மை மக்கள் மதிக்கத்தக்க மனித வாழ்வை, வாழ்வுக்குரிய வசதிகளுடன் வாழ இயலவில்லை. அரசும் சந்தையும் தங்கள் இயலாமையை வெளிப்படுத்திய வண்ணம் இருக்கின்றன. மாற்று என்ன என்று எண்ணும் போது, அது உள்ளாட்சிதான் என்று பதில் வருகிறது அனைவரிடமிருந்தும். உள்ளாட்சிதான் மக்களுடன் இணைந் திருக்கும் ஆட்சி. உள்ளாட்சிதான் மக்களுக்கு அருகிலிருக்கும் ஆட்சி. உள்ளாட்சிதான் மக்களின் வாழ்க்கைக்குத் தேவையான வசதிகளைச் செய்து தருகின்றது.

உள்ளாட்சியில்தான் மக்களாட்சியில் பங்கேற்க மக்கள் பயிற்சி பெறுகின்றனர். உள்ளாட்சிதான் எல்லாத் தரப்பு மக்களையும் உள்வாங்கியதாக இருந்து செயல்படும். உள்ளாட்சிதான் மக்களின் பங்கேற்பை உறுதி செய்யும் அமைப்பாகும். உள்ளாட்சிதான் மக்களை அதிகாரப்படுத்தும். உள்ளாட்சிதான் ஒதுக்குதலை ஒதுக்கி உள்வாங்கிச் செயல்படும் ஆட்சி. ஆகவேதான் உள்ளாட்சியை வலுப் படுத்துவது அனைவருக்குமான ஆட்சியை உருவாக்குவது என்ற பொருளில் உலகம் உள்ளாட்சியைக் கட்டமைத்து வலுப் படுத்துகிறது. ஏற்றத்தாழ்வுகளும், வேறுபாடுகளும், வித்தியாசங் களும் நிறைந்த சமூகத்தில் மக்களை அதிகாரப்படுத்தும் அதிகாரப் பரவல் என்பது மக்கள் இயக்கத்தால் நடைபெறும் நிகழ்வாகும். இதை 1964ஆம் ஆண்டு பஞ்சாயத்துத் தலைவர்கள் மாநாட்டில்

ஜெயப்பிரகாஷ் நாராயணன் எடுத்துவைத்தார். அரசமைப்புச் சட்டத்தைத் திருத்தி புதிய உள்ளாட்சி அமைக்கப்பட்டு, கால் நூற்றாண்டைக் கடந்த பிறகும் எதற்காக இந்தப் புதிய உள்ளாட்சி அமைக்கப்பட்டதோ அவை இன்னும் நிறைவேற்றப்படவில்லை. எனவே உள்ளாட்சியை வலுப்படுத்த ஒரு மக்கள் இயக்கத்தை உருவாக்கிச் செயல்பட வேண்டிய தருணம் வந்துவிட்டது.

பயனாளியிலிருந்து குடிமக்கள்

உள்ளாட்சியால் பலன் அடையப் போவது ஒட்டுமொத்த சமூகமும்தான். யாருக்கு அதிகப் பயன் என்றால் ஏழைகளுக்கு, பெண்களுக்கு, தலித்துகளுக்கு, ஆதிவாசிகளுக்கு. அரசாங்கம் அரசமைப்புச் சட்டத்தின் மூலமும், சட்டங்களின் மூலமும், திட்டங்களின் மூலமும், மேம்பாட்டுக்காகத் தந்த உரிமைகள் மூலமும் கிடைக்கும் வாய்ப்பைப் பயன்படுத்த பொதுமக்களுக்குத் தேவையான விழிப்புணர்வை உருவாக்க முனைய வேண்டும். பொதுமக்களிடம் பயனாளி என்ற மனநிலையிலிருந்து குடிமக்கள் என்ற பொறுப்புமிக்க பார்வை உருவாக வேண்டும். அதைத்தான் கிராமங்களில் நாம் ஏற்படுத்த வேண்டும்.

மக்களைப் பாதுகாக்கும் ஆயுதங்கள்

நமது அரசமைப்பு சட்டமும், சட்டங்களும், உரிமைகளும், உரிமைகள் அடிப்படையில் வந்த திட்டங்களும் ஒதுக்கப்பட்டோருக்கும், ஒடுக்கப்பட்டோருக்கும், விளிம்புநிலை மக்களுக்கும் ஒரு மிகப்பெரிய பாதுகாப்பு ஆயுதம். ஆனால் இவர்களுக்கு இப்படிப்பட்ட பாதுகாப்பு ஆயுதங்கள் இருக்கின்றன என்பதே தெரியாமல் வாழ்கின்றனர். அதுமட்டுமல்ல, அவற்றைப் பற்றி தெரிந்திருந்தாலும், அவற்றை எப்படிப் பயன்படுத்த வேண்டும் என்ற முறைமை தெரிந்திருக்க வேண்டும். தகவல் உரிமைச் சட்டம் வந்திருக்கிறது என்றால் அதை எப்படிப் பயன்படுத்த வேண்டும் என்பது புரிய வேண்டும். கிராமசபை அரசமைப்புச் சட்ட அங்கீகாரத்துடன் உருவாக்கப்பட்டுள்ளது. அதில் முறையாகப் பங்கேற்று நம் குடும்பத்திற்கும் நம் கிராமத்திற்கும் எப்படி மேம்பாடு கொண்டுவர முடியும் என்ற புரிதலை மக்களிடம் உருவாக்க வேண்டும்.

எனவே இன்று நமக்குள்ள மிகப் பெரிய சவால் சாதாரண மக்களை, அன்றாடம் வாழ்வாதாரப் பாதுகாப்புக்காக அலைந்து உழைக்கும் மக்களை, ஒதுக்குதலுக்கு ஆளாகி இருக்கும் மக்களை, ஆளுகையிலும், அரசியலிலும், மேம்பாட்டுச் செயல்பாடுகளிலும் அடிநிலையில் நிருவாகத்திலும் பங்கேற்கத் தேவையான ஒரு மனநிலையை உருவாக்குவது மிகப் பெரிய சவால். இன்றைக்குப் பெரும்பகுதி மக்கள் பயனாளி மனோபாவத்தில் வாழ்ந்து வருகின்றனர். அவர்களைப் பங்காளர் மனநிலைக்குக் கொண்டு வரவேண்டும். இன்றைய அரசியல் சூழலில் சந்தை சார்ந்து செயல்படும் அரசாங்கம், மக்கள் பயனாளியாக இருப்பது அரசாங்கத்திற்குச் சாதகமாகவே இருக்கிறது. சந்தையால் அரசுக்கும் அரசியலுக்கும் பணம் வருகிறது. எனவே அரசாங்கத்தின் மூலம் திட்டங்கள் என மக்களுக்கு ஏதாவது கொடுத்துக் கொண்டிருக்கலாம். அதேபோல் அரசியலில் மக்களைக் காட்சிப் படுத்த, பங்கேற்க அல்ல, சந்தையிலிருந்து கட்சிக்குக் கிடைக்கும் பணத்தை அரசியல் கட்சிகள் மூலம் மக்களுக்குத் தந்திடலாம். இந்த நிலையில்தான் பொதுமக்களுக்குப் பங்காளர் மனநிலையை உருவாக்க வேண்டும் எனக் கூறுகிறோம். காரணம் பொதுமக்கள் பொறுப்பற்ற சூழலில் இயங்கும்போது அரசை அண்டி அல்லது சார்ந்து வாழும் நிலையில், பொதுத் தளத்தில் நிகழ்த்தப்படும் எந்த நிகழ்வுக்கும் வினை ஆற்றுவதும் எதிர்வினை ஆற்றுவதும் கிடையாது. இதன் விளைவுதான் பெருமளவில் மேம்பாட்டுப் பணிகளில் நடக்கும் ஊழல்கள். இந்தச் சூழலில் நாம் மிகவும் கவனமாக, புரிதலுடன் நுணுக்கமாகத் திட்டமிட்டு அரசுடனும், மக்களுடனும், ஊடகங்களுடனும், உயர்நிலைக் கல்விக் கழகங்களுடனும் பணியாற்றி உள்ளாட்சியை வலுப்படுத்தி மக்களை அதிகாரப்படுத்த வேண்டும். இதற்கு முதலில் பின்வரும் பணிகளைச் செய்ய வேண்டும்.

ஆற்ற வேண்டிய பணிகள்

1. முதலில் அரசாங்கம் உள்ளாட்சியின் செயல்பாடுகள் பற்றி ஆய்வு செய்து 25 ஆண்டுகளில் உள்ளாட்சி வலுப் பெற்றனவா, வலுவிழந்தனவா, அதன் செயல்பாடுகளில் உள்ள பிரச்சினைகளை ஆய்வு செய்திட வேண்டும்.

2. உள்ளாட்சியை வலுப்படுத்த மிகவும் தேவையான சட்டத்தின் மூலம் அதிகாரப் பகிர்வை உறுதிப்படுத்த வேண்டும். தமிழகத்தில் கொடுக்கப்பட்ட அதிகாரங்களில் பெரும் பாலானவை அரசின் ஆணைமூலம் கொடுக்கப்பட்டுள்ளது. கொடுக்கப்பட்ட அனைத்து அதிகாரங்களும் சட்டத்தின் மூலம் தரப்பட வேண்டும்.

3. அடுத்து அரசமைப்புச் சட்டத்தின் கட்டளைப்படியும், 14ஆவது, 15ஆவது ஒன்றிய நிதிக்குழுவின் கட்டளையின் படியும் ஒவ்வொரு கிராம ஊராட்சியும் திட்டமிடுதலைச் சடங்காக இல்லாமல் அறிவியல்பூர்வமாகச் செய்திட வழிவகை காணவேண்டும். அதற்கான விழிப்புணர்வை மக்கள் மத்தியில் ஏற்படுத்த வேண்டும். அத்துடன் பஞ்சாயத்துகளுக்குத் தேவையான நிபுணத்துவத்தை உயர் கல்வி நிலையங்களிலிருந்து உன்னத் பாரத் அபியான் திட்டம் 2.0 மூலம் கிடைக்க வழிவகை செய்து, குறைந்தது 100 கிராமப் பஞ்சாயத்துகளில் மாதிரித்திட்டத்தை முதலில் உருவாக்க வேண்டும். தஞ்சை மாவட்டத்தில் குளிமாத்தூர் கிராமப் பஞ்சாயத்தில் அப்படிப்பட்ட திட்டம் ஒன்று தற்போது உருவாக்கப்பட்டுள்ளது. அதைப் பின்பற்றி இன்னும் மேம்பட்ட திட்டங்களை உருவாக்க முனைய வேண்டும்.

4. கிராமசபையை வலுப்படுத்த மாதிரி கிராமசபை ஒன்றை ஒரு பஞ்சாயத்தில் நடத்தி அதை வீடியோ எடுக்க வேண்டும், அதை யூடியூப்பில் போட்டு, எல்லாக் கிராமப் பஞ்சாயத்துத் தலைவர்களையும் பார்க்கச் செய்ய வேண்டும், அதன்படி கிராமசபையை நடத்த முயற்சி மேற்கொள்ள வேண்டும். தமிழக கிராமசபைகள் அனைத்தையும் விவாத ஜனநாயகத்தையும் பங்கேற்பு ஜனநாயகத்தையும் முன்னெடுக்கும் பஞ்சாயத்துகளாக மாற்ற வேண்டும்.

5. மூன்றடுக்கு பஞ்சாயத்து அரசாங்கத்திற்கான நிருவாக நடைமுறை கையேடு ஒன்று அரசால் உருவாக்கி ஒவ்வொரு கிராமப் பஞ்சாயத்திற்கும் ஒன்றிய பஞ்சாயத்திற்கும், மாவட்டப் பஞ்சாயத்திற்கும் தர வேண்டும்.

6. பஞ்சாயத்துத் தலைவர்களுக்கு மிகவும் முக்கியமாக தலைமைத்துவப் பயிற்சி அளிக்க வேண்டும். இன்றைய நிருவாகப் பயிற்சியுடன் தலைமைத்துவப் பயிற்சியும், ஆளுகைக்கான பயிற்சியும் தர வேண்டும்.

7. கிராமப் பஞ்சாயத்துத் தலைவர்களுக்கான ஒரு கூட்டமைப்பைத் தலைவர்கள் உருவாக்கிக்கொண்டு அவர்கள் சந்திக்கும் ஆளுகைச் சிக்கல்களையும் நிருவாகச் சிக்கல்களையும் மாநில அரசுடன் விவாதித்து அவற்றைத் தீர்த்துச் செயல் பாடுகளில் நிபுணத்துவத்தைத் தந்து சிறந்த சேவையைச் செய்ய வேண்டும்.

8. தொடர்ந்து முன்னுதாரணப் பஞ்சாயத்துகளை ஆவணப் படுத்தி வெளியிட்டு மற்ற பஞ்சாயத்துத் தலைவர்களுக்கு வழிகாட்ட பயிற்சி நிறுவனங்கள் முனைய வேண்டும்.

9. உள்ளாட்சிக்கென ஒரு மாத இதழ் தமிழரசு போல் தொடங்கி உள்ளாட்சி பற்றிய அனைத்துச் செய்திகளோடும், சாதனை களோடும் வெளியிட்டு உள்ளாட்சித் தலைவர்களின் செயல்பாடுகளுக்கு உதவ வேண்டும்.

10. உயர்கல்வி நிலையங்களில் உள்ளாட்சிக்கு உதவும் நிலையில் நிபுணத்துவத்துடன் செயல்படும் கல்வி நிலையங்களை அடையாளம் கண்டு, அவற்றின் பட்டியலை வெளியிட்டு, உள்ளாட்சிகளுக்கு உதவ கல்வி நிலையங்களைத் தயார் செய்யலாம்.

11. உள்ளாட்சிக்கான ஆம்புட்ஸ்மன் குறைதீர் மன்றம் என்ற அமைப்பின் கீழ் எல்லா நிருவாகத் தீர்ப்பாயப் பிரச்சினை களையும் கொண்டுவந்து சிற்றூராட்சி, ஒன்றிய பஞ்சாயத்து, மாவட்ட பஞ்சாயத்து, பேரூராட்சி, நகராட்சி, மாநகராட்சி என எல்லா உள்ளாட்சி அமைப்புகளையும் கொண்டுவர வேண்டும். அப்படிக் கொண்டுவந்துவிட்டால், மாவட்ட ஆட்சியரின் பஞ்சாயத்து ஆய்வாளர் பதவி நீக்கப்பட்டு விடும். கேரளத்தில் இருப்பதுபோல் அதைச் செய்ய வேண்டும்.

12. அடுத்து மாநிலத் தேர்தல் ஆணையத்திற்குத் தேர்தல்

அதிகாரியை நியமிக்கும்போது ஒரு முறை மட்டுமே ஒருவர் பதவி வகிக்க முடியும் என்ற நிலைக்குக் கொண்டுவர வேண்டும். அதற்குப் பிறகு அவருக்கு எந்தப் பதவியும் அரசாங்கம் வழங்கக்கூடாது என்ற நிலை வரவேண்டும்.

13. தனிச்சிறப்புடன் கிராமப்புற உள்ளாட்சியில் தலித்துகள் குறிப்பாக பட்டியலினப் பிரதிநிதிகள் சந்திக்கின்ற சவால் களைச் சமாளிக்க, அவற்றைக் கண்காணிக்கவும் அவர் களுக்கு உதவவும் கூடுதல் பஞ்சாயத்து இயக்குநர் ஒருவரை நியமித்து உதவ வேண்டும். அதேபோல் பெண்களுக்கு உதவவும் ஓர் அதிகாரி நியமிக்கப்பட வேண்டும்.

14. ஊராட்சிகளின் வரவு செலவு கணக்குகளை *ப்ரியா சாஃப்ட்* என்னும் தளத்தில் பதிவேற்ற வேண்டும்—பஞ்சாயத்தின் வெளிப்படைத் தன்மைகொண்ட நிருவாகத்தை உறுதி செய்வதற்காக.

15. உள்ளாட்சித் தலைவர்கள் சுற்றுச்சூழல் பார்வையுள்ள வர்களாகவும், பருவநிலை மாற்றம் பற்றிய புரிதல் உள்ளவர் களாகவும் பசுமைப் பார்வை கொண்டவர்களாகவும் திகழ வேண்டும். இதற்கான பயிற்சிகள் வடிவமைக்கப்பட்டு, அவர்களுக்கு வழங்கப்பட வேண்டும்.

26

நாம் மக்களாட்சியில் வாழ்கிறோமா?

அக்டோபர் 2 மகாத்மா காந்தி பிறந்த நாள். அது உலகத்திற்கு அகிம்சை நாள், அமைதி நாள். ஐக்கிய நாடுகள் சபை அந்த நாளை அகிம்சை நாளாகக் கொண்டாடுகிறது. நாமும் கூடத்தான் காந்தி பிறந்த நாளைப் புனிதமாகக் கொண்டாடுகின்றோம். அதே நாளில் அந்தக் கொண்டாடுதலுடன் ஒரு கிராமசபை கூட்டத்தைக் கூட்டுகிறோம். இது ஒரு சட்டப்பூர்வமான நிகழ்வு. ஒரு கிராமசபை எப்படிக் கூட்ட வேண்டும், அதை எப்படி நடத்த வேண்டும், அதில் எப்படி முடிவுகள் எடுக்க வேண்டும், அந்தக் கூட்டத்தை எப்படிக் கண்ணியத்துடன் கட்டுப்பாட்டுடன் நடத்த வேண்டும் என்பதற்கெல்லாம் சட்டப்பூர்வமாக வழிகாட்டு நெறிமுறைகள் வகுக்கப்பட்டுள்ளன. அரசியல்சாசனத்தால் உருவாக்கப்பட்ட கிராமசபைதான் மக்கள் பாராளுமன்றம், அது கொடுக்கப்பட்ட அதிகார வரம்பிற்கு உட்பட்டு முடிவெடுத்து விட்டால் அதை யாரும் மாற்ற முடியாது, அது மக்களவைக்குச் சமமான ஒரு மன்றம் என்று உச்சநீதிமன்றம் கூறியது ஒரு தீர்ப்பின் மூலம். அப்படிப்பட்ட மாமன்றம் ஓர் ஊரில் கேலிக் கூத்தாக்கப் பட்டது—ஒரு பஞ்சாயத்து ஊழியரால். அந்த நிகழ்வு சமூக ஊடகங்கள் மூலம் அன்றே பொதுமக்களுக்குக் கொண்டு செல்லப்பட்டது. அன்றிலிருந்து தொடர்ந்து செய்திகள் இந்த நிகழ்வைப் பற்றி வந்துகொண்டிருக்கின்றன.

இந்தியா சுதந்திரம் அடைந்தவுடன் முதல் பணியாக கிராமங் களில் வாழும் விவசாயிகளின் சுய மரியாதையை மீட்டெடுக்க வேண்டும் என்று காந்தி கேட்டுக்கொண்டார். காந்தியப் பொருளாதார நிபுணர் ஜே. சி. குமரப்பா தன்னுடைய அறையில் ஓர் ஒளிப்படம் வைத்திருந்தார். அது யார் என்று கேட்டால் என் குருநாதரின் குருநாதர் என்று பதிலளிப்பார். அந்தப் படத்தில் இருப்பவர் எந்தத் தலைவரும் அல்ல, ஓர் ஏழை விவசாயியின் படம்தான். காந்தி அந்த அளவுக்கு விவசாயிகளை மதித்தார், போற்றினார். அவர் பிறந்த நாளில் ஒரு பஞ்சாயத்துச் செயலர் ஓர் ஏழை விவசாயியைக் கேள்வி கேட்டார் என்பதற்காகக் காலால் எட்டி உதைத்தது ஒரு சோக நிகழ்வு மட்டுமல்ல. அது கொடூர நிகழ்வு. அவர் அதை ஒரு சட்டமன்ற உறுப்பினர் முன்னிலையில், பஞ்சாயத்துத் தலைவர் முன்னிலையில், வட்டார வளர்ச்சி அலுவலர் முன்னிலையில், கிராமசபை உறுப்பினர்கள் முன்னிலையில் செய்ததுதான் நம்மை ரௌத்திரம் கொள்ளச் செய்கிறது. இது ஓர் உளவியலை நமக்குத் தெரிவிக்கிறது. அரசியல் சாசனமோ, சட்டமோ, விதிகளோ என்னை ஒன்றும் செய்யாது, செய்ய முடியாது என்ற சமூக ஆதிக்கச் சிந்தனைதான் அவரை இப்படிச் செயல்பட வைத்திருக்கிறது. இது ஓர் உரிமை மீறலாகும்.

ஊராட்சியில் பணிபுரியும் செயலருக்குச் சட்டப்பூர்வமான பணிகள் இருக்கின்றன. ஊராட்சியில் இவர் ஒரு பணியாளர். ஊராட்சியின் செயல்பாடு தொடர்பாக ஊராட்சித் தலைவருக்கு உதவுவது இவரின் பணி. ஊராட்சி மன்றத் தலைவரின் வழிகாட்டு தலில் செயல்படும் ஒரு பணியாளர். அவர் தான் ஓர் ஊராட்சிப் பணியாளர் என்ற எந்தச் சிந்தனையும் அற்று அனைத்து அதிகாரத்தையும் கையில் எடுத்து ஒரு விவசாயியை உதைத் துள்ளார். இந்த நிகழ்வு நமக்கு ஒரு செய்தியைத் தருகிறது. அரசு என்றால் மக்களை மேய்க்கும் ஒரு நிறுவனம். நாமும் அரசாங்கம் தான். நாமும் மக்களை மேய்க்க வேண்டும்; மக்களை மேய்க்க மக்களைப் பயத்தில் வைத்திருக்க வேண்டும்; அரசாங்கத்தைப் பார்த்து மக்கள் அச்சம் கொள்வதுபோல் நம்மைப் பார்த்தும் பொதுமக்கள் அச்சம் கொள்ள வேண்டும்.

நம்மை யாரும் கேள்வி கேட்கக்கூடாது. அப்படிக் கேட்டால் எதாவது ஒரு வகையில் அவர்களை மிரட்ட வேண்டும்.

அதைத்தான் அவர் செய்துள்ளார். பொதுமக்களை அரசு எப்படி நடத்துகிறது என்பதற்கு இதுவும் ஒரு சான்று.

கிராமசபை தலைவர் என்பவர் பஞ்சாயத்துத் தலைவர்தான். பஞ்சாயத்துத் தலைவர் அனுமதியுடன்தான் எவரும் பேச வேண்டும். கிராமசபை என்பது சந்தை அல்ல. அது ஒரு பாராளுமன்றம். அதில் குறிப்பாக ஊராட்சி செயலர் பேச வேண்டும் என்றாலும் ஊராட்சித் தலைவரின் அனுமதி வேண்டும். இந்த விதிமுறைகள் அனைத்தும் ஊராட்சித் தலைவருக்கோ, ஊராட்சி ஊழியரான செயலருக்கோ தெரிந்ததுபோல் நமக்குத் தெரியவில்லை. இந்த 50% இடஒதுக்கீடு பெண்களுக்கு அளிக்கப்பட்டு, பெண்கள் உள்ளாட்சிக்குத் தேர்ந்தெடுக்கப்பட்டு வரும்போது, பெரும்பாலான இடங்களில் இந்த ஊராட்சி செயலர்கள், பஞ்சாயத்துகளைத் தங்கள் பிடியில் வைத்துத்தான் செயல்படுகிறார்கள் என்ற குற்றச்சாட்டை பல பெண் தலைவர்கள் கருத்தரங்குகளிலும், பயிற்சி வகுப்புக்களிலும் தெரிவித்திருப்பதை நான் அறிவேன்.

வருமானம் அதிகம் வரக்கூடிய பஞ்சாயத்துகளிலும் நகரங் களுக்கு அருகில் இருக்கும் பஞ்சாயத்துகளிலும் செயல்படும் ஊராட்சி செயலர்களின் செயல்பாடுகள் சற்று வித்தியாச மானவை. இந்தப் பஞ்சாயத்திலும் அது நிகழ்வதாகத்தான் பத்திரிகைகள் செய்திகளை வெளியிட்டுள்ளன. அதுதான் ஊழல்மயப்படுத்துதல். இவர் ஒரு கிராமசபை உறுப்பினரை உதைத்தது மட்டுமல்ல, அத்துடன் மற்றொருவரும் இவருக்கு ஆதரவாக அந்த உறுப்பினரை அடிக்கிறார். இந்த நிகழ்வு அனைவரும் காணொளியில் பார்த்தது. இன்னொரு காணொளி இருக்கிறது. அந்தக் காணொளி ஒரு செய்தியைக் கூறுகிறது. ஒரு பஞ்சாயத்துத் தலைவர் தன்னுடைய பணியைச் செய்தாரா என்ற கேள்வி எழுகிறது. அவர் பஞ்சாயத்து செயலரைக் கண்டிப்பதற்குப் பதில் அவரைச் சமாதானப்படுத்த முயல்கிறார் என்பது அடுத்து நாம் பார்க்கும் சோக நிகழ்வு. இந்த நிகழ்வின் உக்கிரத்தைப் புரிந்து வட்டார வளர்ச்சி அலுவலர் உடனே துறை ரீதியாக ஒரு நடவடிக்கை எடுத்துவிட்டார்; காவல் நிலையத்தில் புகார் அளிக்கப்பட்ட நிலையில் அவர் நோகாமல் இருக்க முன்-ஜாமின் நீதிமன்றத்தில் பெற்றுவிட்டார்.

முதலில் பஞ்சாயத்துத் தலைவருக்கு எப்படிக் கிராமசபையை நடத்த வேண்டும் என்ற முறைமை தெரிந்திருந்தால், இந்த நிகழ்வு அரங்கேறி இருக்காது. கிராமத்தில் அமைதியை நிலை நாட்ட வேண்டிய பொறுப்பு, கடமை, அதிகாரம் கிராமசபைக்கு உள்ளது. ஆனால் அதற்கு எதிர்மறையாக கலகத்தை ஏற்படுத்த மிகப்பெரிய உரிமை மீறலைச் செய்தது கிராமசபையைக் கேலிக்கூத்தாக்கியதாகும். கிராமசபையில் எப்படி ஒவ்வொருவரும் நடந்துகொள்ள வேண்டும், எப்படி ஒவ்வொருவரும் கேள்வி கேட்க வேண்டும், விவாதம் செய்ய வேண்டும் என்று வரையறுக்கப்பட்டுள்ளன. அந்த முறைமை, விவரம் புரிந்திருந்தால் நம் கிராமசபைகள் ஒரு புதிய மக்களாட்சியைப் படைத்திருக்கும். கிராமசபை என்பது ஒரு விவாத சபை. அது விவாத ஜனநாயகத்தை முன்னெடுக்கும் சபை. அதற்கு அடிப்படை கேள்வி கேட்பது. கேள்வி கேட்க மக்களைப் பழக்க வேண்டும். அதற்கும் ஒரு வரையறை உண்டு, பதில் கூறுவதற்கும் ஒரு வரையறை உண்டு. பஞ்சாயத்துத் தலைவர்களுக்குப் பயிற்சியின் போது கொடுக்கப் பட்ட விளக்கக் கையேடுகளில் விரிவாக இவை அனைத்தும் விளக்கப்பட்டுள்ளன. அதை பஞ்சாயத்துத் தலைவரும், பஞ்சாயத்துச் செயலரும் படித்துப் புரிந்துகொண்டு செயல்பட்டிருந்தால், இந்த அவப்பெயர் இந்தப் பஞ்சாயத்துக்கும், பஞ்சாயத்துத் தலைவருக்கும் வந்திருக்காது. அங்கு ஒரு சட்டமன்ற உறுப்பினர் இருந்திருக் கிறார். அவர் இதை எப்படிப் பார்க்கிறார், அந்த நிகழ்வில் அவர் என்ன நிலைப்பாடு எடுக்கிறார் என்பதை வைத்து நம் அரசியல் சாதியத்திற்குள் கட்டுண்டுவிட்டதா அல்லது சட்டத்தின் ஆட்சியை நிலைநிறுத்துகிறதா என்பதைப் புரிந்துகொள்ளலாம்.

ஒரு காலத்தில் ஊராட்சி செயலர்கள் வாங்கிய சம்பளமும் அவர்கள் நிலையும் பரிதாபகரமானதாக இருந்தது. அதைச் சரிசெய்ய எடுத்த நடவடிக்கைகளில் எனக்கும் ஒரு பங்கு உண்டு என்ற வகையில், ஒன்றை இங்குக் குறிப்பிட்டாக வேண்டும். இன்று இந்தப் பஞ்சாயத்துச் செயலரின் செயல் அவர்களின் சங்கத்திற்கே அவமானத்தைத் தேடிக் கொடுத்துவிட்டது. ஒரு வேளை கேள்வி கேட்கின்றவர் தவறாகக் கேட்டால்கூட அதற்குப் பதிலளிக்க வேண்டியவர் உள்ளாட்சித் தலைவர்தான். அதையும் மீறி ஒருவர் கேள்வி கேட்டால், அதன்மேல் நடவடிக்கை எடுக்க

வேண்டியதும் பஞ்சாயத்துத் தலைவர்தான். இந்த ஊராட்சி செயலரின் செயல் ஒரு சமூக விரோதியின் செயலாகும். ஓர் அரசாங்க ஊழியர் விதி மீறிய செயல் மட்டுமல்ல, இதைத் தாண்டி மனித உரிமை மீறிய கொடிய குற்றச் செயல். கேள்வி கேட்டவர் ஓர் இதய நோயாளி, அறுவை சிகிச்சை செய்து கொண்டவர் என்று தெரிந்தும் அவரை உதைப்பது சட்ட விரோதச் செயலாகும். ஒரு வேளை அவருக்கு ஏதாவது நிகழ்ந்திருந்தால், அதற்கு அவர் மட்டுமே பொறுப்பல்ல. அங்கிருந்த சட்டமன்ற உறுப்பினரும், வட்டார வளர்ச்சி அலுவலரும், அந்த மன்றத்தை நடத்தியவரும்தான்.

அந்தக் கேள்விகூட முறைதவறிக் கேட்டதாக எடுத்துக் கொள்ள முடியாது. அவர் ஒரு செய்தியைத் தகவலாக உள்ளாட்சித் தலைவரிடம் கேட்டுள்ளார். பொதுவாகக் குற்றச்சாட்டுகளை வைக்கும்போது யார் பெயரையும் கூறாமல் தரவுகளின் அடிப்படையில் வைத்துப் பதில் பெறலாம். அப்படி எந்தக் குற்றச் சாட்டும் எவர் மீதும் வைக்கப்படவில்லை. இருந்தும் ஒரு கேள்வி கேட்டதற்கு உதைக்கும் அளவுக்கு ஒரு பஞ்சாயத்துச் செயலருக்குத் துணிவு வந்திருக்கிறது என்றால் ஒன்று சாதியப் பலம் அல்லது கட்சியின் பலம் அல்லது பணபலம் அல்லது அதிகார பலம். இவற்றில் ஏதாவது ஒன்று இவருக்கு எல்லை இல்லா அளவுக்குத் தைரியத்தைத் தந்திருக்கிறது. இவை அனைத்துமே பொது நலனைப் பாதிக்கும் காரணிகள். அது மட்டுமல்ல இவை அனைத்தும் மக்களாட்சியின் மாண்புக்கு எதிரானவை. கிராம ஊராட்சி என்பது இவற்றைக் கடந்து சமூகமாக அனைவரும் இணக்கமாக அமைதியாக வாழ வழிவகை செய்யும் அமைப்பு.

குட்டிக் குடியரசாகத் திகழ வேண்டிய பஞ்சாயத்துகளைக் குட்டி ராஜ்யமாக மாற்றிவிட்டனர் நம் பஞ்சாயத்துத் தலைவர் களும், அலுவலர்களும். தேர்ந்தெடுக்கப்பட்ட பஞ்சாயத்துத் தலைவர்கள் இல்லாமல் ஒரு மூன்று நான்கு ஆண்டுகளுக்குப் பஞ்சாயத்துகள் பஞ்சாயத்துச் செயலர்களின் பிடியில் இருந்தன. பெண்கள் தலைவர்களாக வந்திருக்கின்ற பல பஞ்சாயத்துகளில் பஞ்சாயத்துத் தலைவர்களைக் கையெழுத்திடும் இயந்திரமாக மாற்றி வைத்துள்ளனர். இந்த அவல நிலையை நாம் தொடர்ந்து பெண் பஞ்சாயத்துத் தலைவர்கள் கூடும் இடங்களில் கேட்டு

நாம் மக்களாட்சி வாழ்கிறோ? ❖ 387

வருகிறோம். இந்தக் கொடிய செயலைக் கண்டிப்பது தார்மிகம், தண்டிக்க வேண்டியது சட்டத்தின் மூலம். தப்பிக்க வழி செய்வது நமது குடிமக்களையும் பஞ்சாயத்துகளையும் அவமதிப்பதாகும். எழுபத்து ஐந்து ஆண்டுகள் இந்தியா மக்களாட்சியில் பயணித்தும் ஓர் அரசு ஊழியர் மக்களை மதிக்க வேண்டும், அவர்களை மரியாதையுடன் நடத்த வேண்டும் என்ற அடிப்படை நாகரிகம் தெரியாது அவமரியாதை செய்து, அவரை அடிப்பது எந்த அரசியல் பண்பாட்டைச் சார்ந்தது என்று எண்ணிப்பார்க்க வேண்டும். தமிழகத்தில் இதுபோன்று பல நிகழ்வுகள் நடைபெற்று வருகின்றன.

வேலூர் மாநகராட்சியில் ஒரு வார்டு உறுப்பினர் தூய்மை பணியாளர்களைத் தரக்குறைவாகப் பேசிய காணொளி சமூக ஊடகங்களில் விவாதிக்கப்பட்டது. தமிழ்நாடு உள்ளாட்சிப் பணியாளர் சங்கம் இதுபோன்ற நிகழ்வுகள் நடப்பதைத் தடுக்க வலியுறுத்தி அவர்களின் மாநாட்டில் தீர்மானம் நிறைவேற்றித் தமிழக அரசுக்கு வேண்டுகோள் வைத்துள்ளனர்.

தேவகோட்டையில் நகர்மன்ற உறுப்பினர் தகாத முறையில் பேசியதைக் கண்டித்து முழக்கங்கள் எழுப்பப்பட்டதைச் செய்தித் தாள்கள் வெளியிட்டிருந்ததைப் பலர் பார்த்திருக்கலாம். இராமநாதபுரம் ஆர்எஸ் மங்கலம் பேரூராட்சியில் தரக்குறைவாகப் பேசி, தொழிலாளர்கள் போராட்டத்திற்குப் பிறகு மன்னிப்புக் கேட்டார் அந்த அலுவலர் என்பதும் செய்தித்தாள்களில் வந்தது. பழனி மாநகராட்சியில் பெண் தொழிலாளர்களைப் பாலியல் துன்புறுத்தலுக்கு ஆட்படுத்திய மேற்பார்வையாளர் ஒருவர் பணியிடை நீக்கப்பட்டதும் ஊடகங்களில் வந்த செய்திதான். இதுபோன்ற எண்ணற்ற மனித உரிமை மீறல்கள் நிகழ்ந்த வண்ணம்தான் உள்ளன.

'பெரியார் மண்ணில் சுயமரியாதைக்குப் பங்கம் ஏன்?' எனும் தலைப்பில் ஜனசக்தி 2022 ஜூலை மாதம் 17-23ஆம் தேதியிட்டஇதழில் எம். ராதாகிருஷ்ணன் ஒரு கட்டுரை எழுதி யிருந்தார். அதேபோன்று பல கட்டுரைகள் தீக்கதிரிலும் வந்தன. இவை அனைத்தும் கூறும் செய்தி ஒன்றே ஒன்றுதான். மக்களாட்சி தேர்தலைத் தாண்டவில்லை. மக்களாட்சியின் அடிப்படையான கூறுகளில் ஒன்றான சமத்துவம், சமூக ஆதிக்கத்தின் முன்

சமாளிக்க முடியாமல் தள்ளாடுகிறது. இதைவிட மோசமாகச் சாதியத்தில் தோய்ந்திருந்த கேரளச் சமூகம் ஒரு நாற்பது ஆண்டு காலத்தில் போராடி சமத்துவத்தை நிலைநாட்டிவிட்டது. நாம் இன்னும் பேசிக்கொண்டேதான் இருக்கிறோம். கிராமசபை நடப்பதற்கு முதல்நாள் கிராமசபையின் முக்கியத்துவம், அதை எப்படி நடத்த வேண்டும், கிராமசபையிலிருந்து என்னென்ன எதிர்பார்க்கப்படுகிறது என்பதையெல்லாம் விளக்கினார்—தமிழக முதல்வர் ஒரு காணொளிக்காட்சியின் வாயிலாக.

கிராமசபையைச் சிறப்பாக நடத்தி மக்களாட்சிக்கு வலுச் சேர்க்க வேண்டும் என்றார். அந்தக் காணொளியை இந்தப் பஞ்சாயத்துத் தலைவரும் செயலரும் பார்த்திருந்தால் எந்தச் சபை நாகரிகமும் இன்றி இந்த இழிசெயலைப் பஞ்சாயத்துச் செயலர் செய்திருக்கமாட்டார். அதேபோல் அந்த ஊராட்சிமன்றத் தலைவரும், சட்டமன்ற உறுப்பினரும், வட்டார வளர்ச்சி அலுவலரும் இந்த நிகழ்வைப் பார்த்து வாளா இருந்திருக்க மாட்டார்கள். தமிழக அரசின் மீது விழுந்துள்ள அவப்பெயர் நீங்கவேண்டுமானால், இந்தப் பஞ்சாயத்துத் தலைவர் மீது முறையாக நடவடிக்கை எடுத்து, மற்றவர்களுக்கும் ஒரு பாடமாக இருக்கும் வகையில் கடுமையாகத் தண்டிக்க வேண்டும்.

முடிவுரை

இன்னும் இந்தியாவில் 68% மக்கள் கிராமங்களில்தான் வாழ் கின்றனர். கிராம மேம்பாடு, கிராமிய மேம்பாடு என்று சொல்லி மத்திய மாநில அரசாங்கங்கள் திட்டங்களைத் தீட்டுகின்றன. கோடிக் கணக்கில் பணம் செலவழித்து அவற்றை நடைமுறைப் படுத்துகின்றன. ஆயினும், கிராம மக்களின் வாழ்வு மேம்பட்டதாக நம்மால் கூறமுடியவில்லை. பல அடிப்படைக் கட்டுமான வசதிகள் உருவாக்கப்பட்டிருக்கலாம். ஆனால் கிராமத்திலுள்ள அனைத்துத் தரப்பு மக்களும் எல்லா அடிப்படை வசதிகளையும் பெற்று ஒரு மதிக்கத்தக்க மரியாதையுடைய மானுட வாழ்வை வாழ இயலவில்லை என்பதுதான் நாம் பார்க்கும் அவலம். இந்தச் சூழலை மாற்ற உருவாக்கப்பட்டதுதான் உள்ளாட்சி அரசாங்கம். இந்த அரசாங்கம் அரசமைப்புச் சட்டத்தின் மூலம் உருவாக்கப் பட்ட ஒன்று. இதனுடைய பணிகள், பொறுப்புகள், அதிகாரங்கள் முற்றிலும் வித்தியாசமானவை. இந்தப் புதிய உள்ளாட்சி அரசாங்கம் செய்ய வேண்டிய பணிகளும் வேறுபட்டவை.

நமது மக்கள் கிராமத்தில் வாழ்கின்றார்கள். ஆனால் அவர்கள் வாழ்வது கிராமிய வாழ்வு அல்ல. கிராமிய வாழ்வு ஓர் உயர்ந்த பண்பட்ட கலாச்சாரம் சார்ந்த வாழ்வு. அந்த வாழ்வு முற்றிலும் மறக்கடிக்கப்பட்டுவிட்டது. அது மட்டுமல்ல, கிராமத்தில் பெரும்பகுதி மக்கள் தாங்கள் சுரண்டப்படுவது தெரியாமலேயே வாழ்ந்துகொண்டிருக்கிறார்கள். அதுமட்டுமல்ல, கிராமத்து மக்களின் சுயமரியாதையும் பாதுகாக்கப்படவில்லை. ஏதோ

அரசு தரும் திட்டங்களின் பயன்களைப் பெற்று வாழும் ஒரு சமூகக் கூட்டமாக இருக்கின்றார்களே தவிர தன்மானம் மிக்க தற்சார்பு வாழ்க்கை நடத்தி, உலகுக்கு வழிகாட்டும் நிலையில் இயங்கவில்லை. இந்தியாவுக்கு ஓர் உலகப்பணி இருக்கிறது. அது உலகுக்கு மானுட வாழ்வை எப்படி வாழ வேண்டுமென முன்னுதாரணமாக வாழ்ந்து காட்டுவது. அதுதான் நம் கிராமங்களின் புனரமைப்பு மூலம் செய்ய வேண்டிய பணி. இந்தப் பணிக்குத் தேவையான புரிதலை நம் உள்ளாட்சிப் பிரதிநிதிகளிடம் உருவாக்க வேண்டும். அதற்காகத் தயாரிக்கப்பட்டதுதான் இந்த நூல். அடிப்படையில் உள்ளாட்சிப் பிரதிநிதிகள் குறிப்பாக கிராம ஊராட்சியில் செயல்படுவோருக்குத் தேவையான செய்திகள் அனைத்தும் இதில் இடம்பெற்றுள்ளன. இதை அவர்கள் மீண்டும் மீண்டும் நிதானமாகப் படித்துப் புரிந்து கொண்டு செயல்பட்டால் ஒரு தன்னாட்சி பெற்ற தற்சார்பு கிராமத்தைக் குட்டிக் குடியரசாக உருவாக்கலாம்.

பின்னிணைப்புகள்

1

அரசாணைகள்

ABSTRACT

Rural Development and Panchayat Raj Department – Rationalisation of the Building Plan Approval fees into a single head fee for various categories of Development – Fixation of charges – Orders – Issued.

Rural Development and Panchayat Raj (PR-II(2) Department G. O. (Ms.) No. 180

Dated: 05. 12. 2024
குரோதி வருடம், கார்த்திகை 20,
திருவள்ளுவர் ஆண்டு 2055

Read

1. G. O. (Ms) No.50, Rural Development and Panchayat Raj Department, dated 09. 03. 2024.
2. G. O. (Ms) No: 119, Rural Development and Panchayat Raj (PR. 2) Department, Dated: 16. 07. 2024.
3. G. O. (Ms) No. 133, Housing and Urban Development Department dated 18. 07. 2024.
4. From the Rural Development and Panchayat Raj Department Letter No. 4870/2024/PRI-2. 2 dated 14. 10. 2024.

***

ORDER

In the Government Order first read above, the Rural Development and Panchayat Raj Department has issued orders for providing online processing of Building Plan and Layout Approval applications. Accordingly, from 02. 10. 2023, all new applications for Building Plan and Layout Approval are made through online mode only.

2. In the Government Order second read above, orders have been issued for gradation of Village Panchayats and rationalization

of fee for Building Plan Approval under Self Certification Module in online Building Plan Approval in the Single Window Portal. Accordingly, the Government has approved the following rates of Building Plan Approval fees:

Category	Categorization of VPs	No. of Village Panchayats	Rate per Sft (in Rs.)
A	Peri Urban Village panchayats in CMDA Limit	78	27
B	Peri Urban Village panchayats in other Areas	612	25
C	Other Village Panchayat in CMDA Limit	44	22
D	Rest of the Village Panchayats	11791	15

The above charges mentioned are exclusive of the construction workers welfare fund under the Tamil Nadu Manual Workers (Regulation of employment and conditions of work) Act, 1982 and the Tamil Nadu Manual Workers (Construction Workers) Welfare Scheme.

3. In the Government Order third read above, the Housing and Urban Development Department has introduced a Self-Certification based building plan process for Residential Buildings having plot area of less than 2500 Sft and built up area of upto 3500 Sft.

4. In the letter fourth read above, the Director of Rural Development and Panchayat Raj has sent a proposal stating that varying rates for Building Plan, Approval & Layout Approval are being levied by the Village Panchayats at present. It is necessary to fix and standardize the fees for the Building Plan Approvals based on the rates adopted for Self Certification Scheme by the Rural Development and Panchayat Raj Department and various Urban Local Bodies of the Municipal Administration and Water

Supply Department. Also, the fee heads are to be rationalized since the fee heads mentioned in the Tamil Nadu Panchayat Building Rules, 1999 do not have relevance in present context. The Director of Rural Development and Panchayat Raj has now proposed to rationalize the Building Plan Approval fees into a single head of fee for various categories of Development.

5. The Government, after careful examination, have decided to accept the proposal of the Director of Rural Development and Panchayat Raj and issue orders to rationalize the Building Plan Approval fees into a single head of fee for various categories of Development as mentioned below:

Table (i): Building Plan Approval fees - Single head (Rate/Sft)

Category of Building	Category A	Category B	Category C	Category D
Residential Buildings: (above 2500 Sft plot area or above 3500 Sft Built up area)	27	25	22	15
Commercial Buildings: (20% Additional Charge Over Residential)	32	30	26	18
Industrial Buildings: Hospitals, Institutional Buildings including Educational Buildings and all other Buildings including Hotels (60% Additional Charge over Residential)	44	40	35	24

The above rates are exclusive of the Construction Workers Welfare Fund. The above charges are proportionately fixed on similar lines to the Property Tax, Surcharge levy as specified in the Schedule-I of the Tamil Nadu Panchayats Act, 1994. The Executive Authority of the Village Panchayat shall fix the rates for layout approval fees for approval based on the Village Panchayat Resolution with the range indicated as follows:

Table (ii): Layout Approval Fees (Rate in Rs. Per Sft)

Layout Type	Category A	Category B	Category C	Category D
Residential Layout*	4-5	3-4	2-3	1-2
Industrial Layout**	6.00-7.50	4.50-6.00	3.00-4.50	1.5-3.00

*Per plot approval fees Rs. 1,000. **Per plot approval fees Rs. 10,000.

(BY ORDER OF THE GOVERNOR)

GAGANDEEP SINGH BEDI,
ADDITIONAL CHIEF SECRETARY TO GOVERNMENT

To

The Director of Rural Development and Panchayat Raj, Chennai.

All District Collectors (except Chennai) (thro DRD & PR).

The Municipal Administration and Water Supply Dept. Chennai 9.

The Housing and Urban Development Department, Chennai 9.

Copy to:

The Special P.A to Hon'ble Minister (RD), Chennai – 9.

The Senior Private Secretary to Additional Chief Secretary to Government, Rural Development and Panchayat Raj Department, Chennai – 9.

SF. / SC

// Forwarded by Order //

SECTION OFFICER

ABSTRACT

TENDERS – Publication of Notice Inviting Tender in the Newspapers – Revision of financial norms for advertisement – Orders – Issued.

Finance (Salaries) Department
G. O. Ms. No. 103

Dated: 11. 04. 2022
பிலவ, பங்குனி 28
திருவள்ளுவர்; ஆண்டு 2053

Read

1. G. O. (Ms) No.108, Information & Tourism Department, dated 28. 05. 1999.
2. G. O. (Ms) No. 392, Finance (Salaries) Department, dated 18. 08. 2009.
3. G. O. (Ms) No.307, Finance (Salaries) Department, dated 01. 11. 2011.
4. G. O. (Ms) No. 243, Finance (Salaries) Department, dated 21. 08. 2017.
5. G. O. (Ms) No. 374, Finance (Salaries) Department, dated 19. 10. 2020.

***

ORDER

Articles 125 and 192 of Tamil Nadu Financial Code Volume-I, envisages inviting tenders to procure goods/services and works by public advertisement in prominent newspapers. The norms for publishing tender notices in newspapers were fixed and revised from time to time by the Government.

2. In the Government order first read above, orders were issued prescribing norms for publishing tender notices in news papers by various public procurement entities in the State as detailed below (*See:* Table i):

Table (i): various public procurement entities in the State

Area	Details of Newspaper		Value of Procurement	
	English	Tamil	Goods/services	Works
District	-	2 (District edition)	Above Rs. 5 lakh and upto Rs. 10 lakh	Above Rs. 10 lakh and upto Rs. 25 lakh
State	1 (State Edition)	1 (All editions in Tamil Nadu)	Above Rs. 10 lakh and upto Rs. 25 lakh	Above Rs.25 lakh and upto Rs. 1 crore
South India	1 (South India edition)	1 (All editions in the State)	Above Rs. 25 lakh and upto Rs. 1 crore	Above Rs. 1 crore and upto Rs. 5 crore
All India	1 (All India edition)	1 (All editions in the State)	Above Rs. 1.00 crore	Above Rs. 5.00 crore

3. The Tamil Nadu Transparency in Tenders Act, 1998 and the Tamil Nadu Transparency in Tenders Rules, 2000 were notified with effect from 01. 10. 2000. Consequently, orders were issued in the G. O. second read above, revising the financial norms for advertisement and publishing of tender notices in newspapers as follows: *See* Table (ii)

4. In the Government order third read above, orders were issued to amend para 3 of the Government order second read above so as to revise the financial norms for advertising notice inviting tenders in newspapers as detailed below: *See:* Table (iii)

5. In the Government order fourth read above, orders were issued to the existing norms for publication of tender notices in

Table (ii): Revised norms for tenders advertisements

Area	Details of Newspaper		Value of Procurement	
	English	Tamil	Goods/services	Works
District	-	2 (District edition)	-	Above Rs. 25 lakh and upto Rs. 1 crore
State	-	2 (All editions in Tamil Nadu)	Above Rs. 10 lakh and upto Rs. 50 lakh	Above Rs. 1 crore and upto Rs. 5 crore
All India	1 (All India edition)	1 (All editions in Tamil Nadu)	Above Rs. 50 lakh and upto Rs. 50 crore	Above Rs. 5 crore and upto Rs. 50 crore
	2 (1 being business Daily) All India edition and Indian Trade Journal	1 (All editions in the State)	Above Rs. 50 crore	Above Rs. 50 crore

news paper for low value procurement and also revision of the financial norms and the size of the advertisement as follows: *See* Table (iv).

(i) Revised norms for advertisement of tender notice:

(ii) The size of the advertisement shall be

a) not exceeding 50 sq.cm., for all procurements upto Rs. 10 crore; and

b) upto 100 sq.cm., for all procurements above Rs. 10 crore;

(iii) all other conditions prescribed in the G. O. Ms. No. 392, Fin (Salaries) Department, dated: 18. 08. 2009, shall continue to apply and shall be followed scrupulously.

Table (iii): Revised norms for tenders advertisements

Area	Details of Newspaper		Value of Procurement	
	English	Tamil	Goods/services	Works
District	-	2 (District edition)	Above Rs. 5 lakh and upto Rs. 10 lakh	Above Rs. 10 lakh and upto Rs. 25 lakh
State	1 (Tamil Nadu)	1 (All editions in Tamil Nadu)	Above Rs. 10 lakh and upto Rs. 25 lakh	Above Rs. 25 lakh and upto Rs. 1 crore
South India	1 (South India edition)	1 (All editions in the State)	Above Rs. 25 lakh and upto Rs. 1 crore	Above Rs. 1 crore and upto Rs. 5 crore
All India	1 (All India edition)	1 (All editions in the State)	Above Rs. 1.00 crore	Above Rs. 5.00 crore
	Indian Trade Journal	-	Above Rs. 50.00 crore	Above Rs. 50.00 crore

6. In the Government order fifth read above, orders were issued to the effect that "Low Value Procurement' means any procure ment, which is less than rupees fifty lakhs in value for construction, which is less than rupees twenty lakhs in value for Vehicles and which is less than rupees twenty five lakhs in value for all other categories of procurement inclusive of consultancy for construction.

7. Consequent on the issue of orders enhancing the value of orders enhancing the value of 'Low Value procurement', for Goods/Services/works, Government after careful consideration have decided to issue necessary amendment to the orders issued in the G. O. fourth read above. Accordingly, the Government issues the revised norms for advertisement of tender notices as follows See: Table (v):

Table (iv): Revised norms for tenders advertisements

Details of Newspaper			Value of Procurement	
Area	English	Tamil	Goods/services Revised	Works Revised
District	-	1 (District edition)	Above Rs. 10 lakh and upto Rs. 25 lakh	Above Rs. 25 lakh and upto Rs. 50 lakh
State	1 (All editions in the State)	1 (All editions in the State)	Above Rs. 25 lakh and upto Rs. 3 crore	Above Rs. 50 lakh and upto Rs. 3 crore
South India	1 (South India edition)	1 (All editions in the State)	Above Rs. 3 crore and upto Rs. 5 crore	Above Rs. 3 crore and upto Rs. 5 crore
All India	1 (All India edition)	1 (All editions in the State)	Above Rs. 5 crore and upto Rs. 75 crore	Above Rs. 5 crore upto Rs. 75 crore
		Indian Trade Journal	Above Rs. 75 crore	Above Rs. 75 crore

8. All other conditions prescribed in the Government Order second read above, shall continue to apply and shall be followed scrupulously.

9. The Director of Information and Public Relations shall apply the size of advertisement as ordered above scrupulously, while releasing advertisements of public procurement entities.

10. Necessary amendment to the Tamil Nadu Transparency in Tenders Rules, 2000, will be issued separately.

(BY ORDER OF THE GOVERNOR)

N. MURUGANANDAM

Table (v): Revised norms for tenders advertisements

Area	Details of Newspaper		Value of Procurement	
	English	Tamil	Goods/services Revised	Works Revised
District	-	1 (District edition)	Above Rs. 25 lakh and upto Rs. 50 lakh	Above Rs. 50 lakh and upto Rs. 75 lakh
State	1 (All editions in the State)	1 (All editions in the State)	Above Rs. 50 lakh and upto Rs. 3 crore	Above Rs. 75 lakh and upto Rs. 3 crore
South India	1 (South India edition)	1 (All editions in the State)	Above Rs. 3 crore and upto Rs. 5 crore	Above Rs. 10 crore and upto Rs. 20 crore
All India	1 (All India edition)	1 (All editions in the State)	Above Rs. 5 crore and upto Rs. 75 crore	Above Rs. 20 crore and upto Rs. 100 crore
	Indian Trade Journal		Above Rs. 75 crore	Above Rs. 100 crore

ADDITIONAL CHIEF SECRETARY TO GOVERNMENT

To
All Secretaries to Government.
The Secretary, Legislative Assembly, Secretariat, Chennai-9.
The Comptroller, Governor's Household, Raj Bhavan, Chennai-22.
All Heads of Departments.
All Collectors/All District Judges/All Chief Judicial Magistrates.
All Departments of Secretariat.
The Principal Accountant, Chennai.

அனுப்புநர்:
திரு. பா. பொன்னையா, இ.ஆ.ப,
இயக்குநர், ஊரக வளர்ச்சி,
ஊராட்சி இயக்ககம் (ம)
பனகல் கட்டடம், சைதாப்பேட்டை,
சென்னை- 15.

பெறுநர்:
மாவட்ட ஆட்சித் தலைவர்,
அனைத்து மாவட்டங்கள்.
(சென்னை நீங்கலாக)

ந. க. எண்: 4870/2024/ப. ரா. 2.2   நாள்: 14. 12. 2024

அய்யா/அம்மையீர்,

பொருள்: ஒற்றைச் சாளர முறை - கட்டட அனுமதி மற்றும் மனைப்பிரிவு அனுமதி - ஊரக வளர்ச்சி மற்றும் ஊராட்சித்துறை - கட்டணங்கள் நிர்ணயம் - ஒரே தலைப்பிலான கட்டணங்கள் விதித்திட அரசாணை வெளியிடப்பட்டது - உரிய நடவடிக்கைக்காக அனுப்புதல் சார்ந்து.

பார்வை: 1. அரசாணை எண். (நிலை) 255, ஊரக வளர்ச்சித்துறை மற்றும் ஊராட்சித்துறை (சி2), நாள்: 18. 8. 1997.

2. அரசாணை எண். (நிலை) 50, ஊரக வளர்ச்சித்துறை மற்றும் ஊராட்சித்துறை (ப. ரா. 2) நாள்: 08. 03. 2024.

3. அரசாணை எண். (நிலை) 119, ஊரக வளர்ச்சித்துறை மற்றும் ஊராட்சித்துறை (ப. ரா. 2) நாள்: 16. 07. 2024.

4. அரசாணை எண். (எம்.எஸ்) 180, ஊரக வளர்ச்சித்துறை மற்றும் ஊராட்சித்துறை (ப. ரா. 1(2) துறை, நாள்: 05. 12. 2024.

***

பார்வையில் காணும் அரசாணைகளின் மீது தங்களின் கவனம் ஈர்க்கப்படுகிறது.

ஊரகப்பகுதிகளில் கட்டட மற்றும் மனைப்பிரிவு அனுமதி. ஒப்புதல் வழங்கும்போது, பார்வை (1)இல் காணும் அரசாணை யில் தெரிவித்துள்ளபடி ஒப்புதல் கட்டணங்கள் தற்போது நடை முறையிலிருந்து வருகின்றன.

பார்வை (2)இல் காணும் அரசாணையின்படி, ஊரகப் பகுதிகளில் கட்டட மற்றும் மனைப்பிரிவு அனுமதி இணைய வழியில் வழங்கும் நடைமுறை செயல்படுத்திட ஆணையிடப்பட்டது. பிறகு, தமிழக அரசின் சுயசான்று அடிப்படையிலான கட்டடங்களுக் கான கட்டணங்கள் பார்வை (3)இல் கண்டுள்ள அரசாணையின்படி நிர்ணயம் செய்யப்பட்டு தற்போது நடைமுறையிலிருந்து வருகின்றன.

தற்போது சுயசான்று கட்டடங்கள், கட்டட அனுமதி, மற்றும் மனைப்பிரிவு அனுமதி விண்ணப்பங்கள் யாவும் ஒற்றைச் சாளர முறைப்படி பெறப்பட்டு இணையத்தின் வழியாகவே நடவடிக்கை எடுக்கப்படுகிறது. இணையதளத்தின் வழியே பெறப்படும் விண்ணப்பங்களுக்கு, கட்டட அனுமதி மற்றும் மனைப்பிரிவு ஒப்புதல் வழங்கும்போது, கடைபிடிக்க வேண்டிய கட்டண விதிமுறைகள் தற்போது பார்வை (4)இல் காணும் அரசாணையின் மூலம் வெளியிடப்பட்டுள்ளது. அதன்படி இனிவரும் காலங் களில் சதுரடி அடிப்படையில் ஒற்றை தலைப்பிலான கட்டணங் களை (*சிங்கிள் ஹெட் ஃபீ*) விதிக்கும் நடைமுறையைப் பின்பற்றத் தெரிவிக்கப்படுகிறது. மேற்படி அரசாணையின் அட்டவணையில் தெரிவிக்கப்பட்டுள்ள கட்டணங்களை நிர்ணயம் செய்து, அந்தந்த ஊராட்சி மன்றங்களில் தீர்மானம் இயற்றி, அதன் அறிக்கையை மாவட்ட ஆட்சித் தலைவர் மூலம் 31. 12. 2024-க்குள் இவ்வியக்ககத் திற்கு அனுப்பிடுமாறு தெரிவிக்கப்படுகிறது. மேல்நடவடிக்கைக் காகப் பார்வை (4) காணும் அரசாணை நகல் இத்துடன் இணைத்து அனுப்பப்படுகிறது.

ஒம்/- பா. பொன்னையா
இயக்குநர்,
ஊரக வளர்ச்சி மற்றும் ஊராட்சி

இயக்குநருக்காக

நகல்:
1. அரசு கூடுதல் தலைமைச்செயலாளர்,
   ஊரக வளர்ச்சி மற்றும் ஊராட்சித்துறை,
   தலைமைச் செயலகம்,
   சென்னை-09.

2. உதவி இயக்குநர் (ஊராட்சிகள்),
   அனைத்து மாவட்டங்கள்,
   (உரிய நடவடிக்கை மேற்கொள்ளும் பொருட்டு)

[Regd. No. TN/CCN/467/2012-14
[R.Dis.No. 197/2009
[Price: Rs.2.40 Paise

TAMIL NADU GOVERNMENT GAZETTE
EXTRAORDINARY PUBLISHED BY AUTHORITY

No. 338] CHENNAI, WEDNESDAY, SEPTEMBER 13, 2023
Aavani 27, Sobakiruthu, Thiruvalluvar Aandu-2054

PART III – Section 1(a)
General Statutory Rules, Notifications, Orders, Regulations, etc., issued by Secretariat Departments.

NOTIFICATIONS BY GOVERNMENT

RURAL DEVELOPMENT AND PANCHAYAT RAJ DEPARTMENT
TAMIL NADU VILLAGE PANCHAYAT SECRETARIES
(CONDITIONS OF SERVICE) RULES, 2023

[G.O.Ms. No. 113, Rural Development
and Panchayat Raj (E5), 13th September 2023,

ஆவணி 27, சோபகிருது, திருவள்ளுவர் ஆண்டு-2054

No. SRO/A-30(a)/2023.

In exercise of the powers conferred by sub-section (1) of Section 102 of the Tamil Nadu Panchayats Act, 1994 (Tamil Nadu Act 21 of 1994) and in supersession of the Tamil Nadu Village Panchayat Secretaries (Conditions of Service) Rules, 2013, the Governor of Tamil Nadu hereby makes the following Rules, namely:

RULES

1. Short title: These Rules may be called the Tamil Nadu Village Panchayat Secretaries (Conditions of Service) Rules, 2023.

2. Definitions: In these Rules, unless the context otherwise requires:

(1) 'Act' means the Tamil Nadu Panchayats Act, 1994 (Tamil Nadu Act 21 of 1994);

(2) 'Collector' means the Collector of the district concerned.

(3) 'Executive authority' means the Executive authority of a Village Panchayat appointed by the Government under section 83 of the Act;

(4) 'Village Panchayat Secretary' means the Secretary of a Village Panchayat;

(5) 'Block Development Officer (Village Panchayats)' means the Block Development Officer (Village Panchayats) of the block in which the Village Panchayat is located.

3. Appointment: (1) Appointment to the post of Village Panchayat Secretary shall be made by direct recruitment.

(2) (i) The Village Panchayat Secretary shall be selected through a open competitive recruitment process.

(ii) The recruitment shall be done by a District Level Committee chaired by the District Collector and consisting of Project Director/ Additional Collector (Development), District Rural Development Agency, Assistant Director (Panchayats) and Personal Assistant to Collector (Development) as its members.

(iii) The recruitment shall be done in the manner as may be ordered by the Government.

(iv) The Selection so made shall be placed in the Village Panchayat meeting and appointment shall be made by the Executive Authority of the Village Panchayat.

(v) The Village Panchayat Secretary shall reside in the respective Village Panchayat.

(3) The principle of reservation as provided in section 27 of the Tamil Nadu Government Servants (Conditions of Service) Act, 2016 (Tamil Nadu Act 14 of 2016) shall apply for appointment to the post.

4. Appointing authority: The appointing authority for the pose of Village Panchayat Secretary shall be the Executive authority of the Village Panchayat.

5. Qualifications: *(1) Age:* No person shall be eligible for appointment to the post if he has not completed eighteen years or has completed or will complete thirty two years of age on the first day of July of the year in which the notification for appointment to the post is made:

Provided that in respect of candidates belonging to Backward Classes (Other than Backward Class Muslims), Backward Class (Muslims)/ most Backward Classes/Denotified Communities, the upper age limit shall be thirty four years and for the Scheduled Castes and the Schedule Tribes and destitute widows of all categories, the upper age limit shall be thirty seven years.

Provided further that persons with benchmark disabilities shall be eligible for age concession upto ten years over and above the maximum age limit:

Provided also that for ex-servicemen, the maximum age limit shall be fifty years:

Provided also that for ex-servicemen belonging to the Scheduled Castes, and the Scheduled Tribes, Most Backward Classes/Denotified Communities, Backward Classes (Other than Backward Class Muslims) and Backward Class (Muslims), the maximum age limit shall be fifty five years:

Provided also that an ex-servicemen once recruited to a post in any service, class or category cannot claim the age concession.

(2) Other Qualifications: Must have passed 10th Standard or any other examination prescribed by the Government to be equivalent thereto.

6. Regularisation: (1) The appointing authority shall regularize the service of the Village Panchayat Secretary from the date of his joining the post.

(2) Each revenue district shall be the unit for fixing the seniority in the post.

7. Probation: (1) Every person appointed to the post shall, from the date on which he joins duty, be on probation for a total period of two years on duty within a continuous period of three years and probation shall be declared by the appointing authority:

Provided that the appointing authority may extend the period of probation for a further period of two years so as to enable him to pass the prescribed tests.

(2) The appointing authority may terminate the probation of a person appointed to the post if he falls to pass the prescribed tests within the period of probation after giving him a reasonable opportunity of showing cause against the proposed termination of probation or extended period of probation under the proviso to sub rule (1).

8. Pay: There shall be paid to the holder of the post, a monthly pay calculated in the level of Rs.15900-50400 (Level 2) with admissible allowances.

9. Training: Every person appointed to the post shall undergo training for a period of one month at the Regional Institute of Rural Development and Panchayat Raj or any other institution, as ordered by the Government and pass the test conducted at the end of the training within the period of his probation.

10. Test: Every person appointed to the post shall pass the departmental test for staff of Rural Development and Panchayat Raj Department, namely, the Tamil Nadu Panchayats Act, 1994 and Rules and the Constitution of India, conducted by the Tamil Nadu Public Service Commission within the period of probation.

11. Maintenance of Service Register: A Service Register shall be maintained in respect of each Village Panchayat Secretary by the Block Development Officer (Village Panchayats) concerned.

12. Administrative control: Every person appointed to the post of Village Panchayat Secretary shall work under the administrative control of the Executive Authority of the Village Panchayat. The said authority shall also be competent to sanction annual increment to the holder of the said post.

13. Transfer: (1) Transfer within the block may be made by the Block Development Officer (Village Panchayats) concerned. Transfer within the district may be made by the Personal Assistant (Development) to District Collector. The Commissioner/Director of Rural Development and Panchayat Raj may transfer any Village Panchayat Secretary from one district to another district on administrative grounds.

(2) A Village Panchayat Secretary who has completed his probation may apply for one way or mutual transfer outside the district by forgoing his seniority. The district transfer application shall be considered on merits and circumstances by the Commissioner/Director of Rural Development and Panchayat Raj.

14. Leave Eligibility: (1) A person holding the post is:

(a) eligible for twelve days of casual leave in a year with prior permission of the executive authority concerned;

(b) eligible for medical leave supported by medical certificate issued by a registered Medical practitioner for ten days at a time and can avail ninety days in total in their service with full pay. The Personal Assistant (Development) to Collector is the competent authority to sanction leave on medical certificate;

(c) eligible for thirty days of leave without pay and allowances per year, which shall be sanctioned by the Block Development Officer (Village Panchayats) concerned.

(2) Every married women Village Panchayat Secretary with less than two surviving children shall be eligible for maternity leave for a period of 365 days with pay, which may be spread over for pre-confinement rest to post confinement recuperation, at her option.

15. Retirement: Every person appointed to the post of Village Panchayat Secretary shall retire on the afternoon of the last day of the month in which he attains the age of sixty years. He shall not be retained in the post after that age.

16. Disciplinary Authority: The Block Development Officer (Village Panchayats) shall be the disciplinary authority for the Village Panchayat Secretary.

17. Penalties: The following penalties may, for good and sufficient reasons and as herein provided by imposed on the person holding the post, namely,

(a) Minor penalties:
   (i) Censure;
   (ii) Stoppage of increment without cumulative effect.

(b) Major penalties:-
   (i) Stoppage of increment with cumulative effect;
   (ii) Reduction to lower stage in scale of pay;
   (iii) Removal;
   (iv) Dismissal.

18. Disciplinary action: (1) The disciplinary authority may, for good and sufficient reasons initiate disciplinary proceedings against a person holding the post of Village Panchayat Secretary.

(2) In a case, where the Village Panchayat Secretary and a subordinate employee of the Village Panchayat are jointly involved, the authority competent to institute disciplinary proceedings shall be the Block Development Officer (Village Panchayats) concerned.

(3) In a case, where the Village Panchayat Secretary and a Government servant who is higher in rank are jointly involved, then the competent disciplinary authority for such Government servant shall be the authority competent to impose any of the penalties specified in rule 17 on the Village Panchayat Secretary and the disciplinary proceedings against both of them shall be taken together under rule 9-A of the Tamil Nadu Civil Services (Discipline & Appeal) Rules.

19. Procedure to be followed before imposing minor penality: In every case, where it is proposed to impose any of the minor penalties specified in rule 17(a), the delinquent shall be given a reasonable opportunity of making any representation that he may desire to make and such representation, if any, shall be taken into consideration before the order imposing the penalty is passed.

20. Procedure to be followed before Imposing major penalty: (1) In every case where it is proposed to impose any of the major penalties specified in rule 17(b), the grounds on which it is proposed to take action shall be reduced to the form of a definite charge or charges, which shall be communicated to the person charged, together with a statement of allegation on which each charge is based and of any other circumstances, which it is proposed to take into consideration in passing order in the case. He shall be required, within a reasonable time to put in a written statement of his defence.

(2) After receipt of the written statement of defence from the delinquent, the disciplinary authority shall appoint an officer not below the rank of Zonal Deputy Block Development Officer or any other officer not below the said rank, as enquiry officer to enquire into the charges framed. During such enquiry, the delinquent shall be permitted to cross examine the witnesses. After completion of enquiry, the enquiry officer shall submit his report to the disciplinary authority.

(3) On receipt of the enquiry report, the delinquent shall be given an opportunity to submit his further representation on such report and the disciplinary authority shall pass the final order after careful examination of the charges, the explanation of the delinquent, report of the enquiry officer, statements of witnesses, further representation of the delinquent and other relevant records.

21. Application of rules: (1) The Tamil Nadu Government Servants' Conduct Rules, 1973 shall be applicable to the post.

(2) In respect of any procedure relating to disciplinary proceedings which is not provided for in these rules, the procedure laid down in the Tamil Nadu Civil Services (Discipline & Appeal) Rules shall be applicable.

22. Suspension: (1) The disciplinary authority may place a person holding the post, under suspensions, if it is necessary in public interest where:

(i) an inquiry into grave charges against him is contemplated or is pending; or

(ii) a complaint against him of any criminal offence is under investigation or trial.

(2) A person holding the post who is detained in custody whether on a criminal charge or otherwise, for a period longer than 48 hours shall be deemed to have been suspended under this rule.

(3) The disciplinary authority who places the person holding the post under suspension shall examine whether to continue the suspension beyond six months or not and pass appropriate orders.

(4) An order of suspension made or deemed to have been made under this rule may at any time be revoked by the disciplinary authority.

23. Appointment in the place of Village Panchayat Secretary dismissed or removed from service: Any vacancy caused due to the dismissal or removal of a Village Panchayat Secretary shall not be filled substantively, until expiry of the period of appeal against such dismissal or removal or such appeal, if any, preferred is disposed of, whichever is later.

24. Appeal: (1) An appeal against an order of the disciplinary authority may be made to the Personal Assistant (Development) to Collector, within thirty days from the date of receipt of the order.

(2) While passing an order in appeal, the Appellate Authority shall consider-

(i) whether the facts on which the order was based have been established;

(ii) whether the facts established, afford sufficient ground for taking action; and

(iii) whether the penalty is, adequate or inadequate or excessive and pass such orders, as it may deem fit.

(3) The appellate authority shall pass such order as appears to it just and equitable, having regard to the circumstances of the case.

25. Revision: Notwithstanding anything contained in these rules, the District Collector concerned may, at any time, either on his own motion or otherwise call for the records of any order passed in any disciplinary proceeding, including appeal, confirm, modify or set aside the order or remit the case to the authority which made the order or to any other authority directing such authority to make such further inquiry as he may consider proper in the circumstances of the case or pass such other order as he deems fit.

26. Repeal and Saving: (1) The Tamil Nadu Village Panchayat Secretaries (Conditions of Service) Rules, 2013 is repealed.

(2) Notwithstanding such repeal the State Government may, within three months from the date of coming into force of these rules, either on their own motion or otherwise, call for the records of any inquiry, revise any order passed in any disciplinary proceeding, including appeal, under the Tamil Nadu Village Panchayat Secretaries (Conditions of Service) Rules, 2013 and pass such orders as they deem fit.

(3) Nothing contained in these rules shall adversely affect any person holding the post of Village Panchayat Secretary on the date of coming into force of these rules.

P. SENTHILKUMAR
Principal Secretary to Government

[Regd. No. TN/CCN/467/2012-14
[R. Dis. No. 197/2009
விலை: ரூ. 2.40 பைசா

தமிழ்நாடு அரசு வர்த்தமானி

அரசாங்கத்தால் வெளியிடப்படும் சிறப்பு ஆவணம்
எண். 338] சென்னை, புதன்கிழமை, செப்டம்பர் 13, 2023
ஆவணி 27, சோபாகிருத்து, திருவள்ளுவர் ஆண்டு 2054

பகுதி III - பிரிவு 1 (அ)

செயலகத் துறைகளால் வெளியிடப்பட்ட பொதுச் சட்ட விதிகள், அறிவிப்புகள், ஆணைகள், ஒழுங்குமுறைகள் போன்றவை.

அரசாங்கத்தின் அறிவிப்புகள்

ஊரக வளர்ச்சி மற்றும் உள்ளாட்சித்துறை

தமிழ்நாடு கிராம பஞ்சாயத்துச் செயலாளர்கள்
(சேவை விதிமுறைகள்) விதிகள், 2023
(அரசாணை எம்எஸ் எண். 113 ஊரக வளர்ச்சி மற்றும் உள்ளாட்சித்துறை (இ5) 13 செப்டம்பர் 2023
ஆவணி 27, சோபாகிருத்து, திருவள்ளுவர் ஆண்டு 2054)

எண்: SRO/A-30(a)/2023.

தமிழ்நாடு பஞ்சாயத்துகள் சட்டம், 1994 (தமிழ்நாடு சட்டம் 21/1994) பிரிவு 102 இன் துணைப்பிரிவு (1)ஆல் வழங்கப்பட்ட அதிகாரங்களைப் பயன்படுத்தி, தமிழ்நாடு கிராம பஞ்சாயத்துச் செயலாளர்கள் (பணி நிபந்தனைகள்) விதிகள், 2013ஐ ரத்து செய்து, தமிழ்நாடு ஆளுநர் இதன் மூலம் பின்வரும் விதிகளை உருவாக்குகிறார், அதாவது,

விதிகள்

1. சுருக்கமான தலைப்பு: இந்த விதிகள் தமிழ்நாடு கிராம பஞ்சாயத்துச் செயலாளர்கள் (பணி நிபந்தனைகள்) விதிகள், 2023 என்று அழைக்கப்படலாம்.

2. வரையறைகள்

இந்த விதிகளில், சூழல் வேறுவிதமாகத் தேவைப்படாவிட்டால்,

1. 'சட்டம்' என்பது தமிழ்நாடு பஞ்சாயத்துகள் சட்டம், 1994 (தமிழ்நாடு சட்டம் 21/1994);

2. 'கலெக்டர்' என்பது சம்பந்தப்பட்ட மாவட்டத்தின் ஆட்சியர் என்பதைக் குறிக்கிறது.

3. 'நிர்வாக அதிகாரம்' என்பது சட்டத்தின் பிரிவு 83இன் கீழ் அரசாங்கத்தால் நியமிக்கப்பட்ட கிராம பஞ்சாயத்தின் நிர்வாக அதிகாரத்தைக் குறிக்கிறது;

4. 'கிராம பஞ்சாயத்து செயலாளர்' என்பது ஒரு கிராம பஞ்சாயத்தின் செயலாளர் என்பதைக் குறிக்கிறது;

5. 'தொகுதி மேம்பாட்டு அதிகாரி (கிராம பஞ்சாயத்துகள்)' என்பது கிராம பஞ்சாயத்து அமைந்துள்ள தொகுதியின் தொகுதி மேம்பாட்டு அதிகாரி (கிராம பஞ்சாயத்துகள்) என்பதைக் குறிக்கிறது.

3. நியமனம்

1. கிராம பஞ்சாயத்து செயலாளர் பதவிக்கு நேரடி ஆட்சேர்ப்பு மூலம் நியமனம் செய்யப்படும்.

2. i) கிராம பஞ்சாயத்து செயலாளர் திறந்த போட்டி ஆட்சேர்ப்புச் செயல்முறை மூலம் தேர்ந்தெடுக்கப்படுவார்.

ii) இந்த ஆட்சேர்ப்பு, மாவட்ட ஆட்சியர் தலைமையிலான மாவட்ட அளவிலான குழுவால் செய்யப்படும். இதில் திட்ட இயக்குநர்/கூடுதல் ஆட்சியர் (வளர்ச்சி), மாவட்ட ஊரக வளர்ச்சி முகமை, உதவி இயக்குநர் (ஊராட்சிகள்) மற்றும் ஆட்சியரின் தனிப்பட்ட உதவியாளர் (வளர்ச்சி) ஆகியோர் உறுப்பினர்களாக இருப்பார்கள்.

iii) அரசு உத்தரவிடும் முறையில் ஆட்சேர்ப்புச் செய்யப்படும்.

iv) அவ்வாறு செய்யப்படும் தேர்வு கிராம பஞ்சாயத்துக் கூட்டத்தில் வைக்கப்படும், மேலும் கிராம பஞ்சாயத்தின் நிர்வாக அதிகாரியால் நியமனம் செய்யப்படும்.

iv) கிராம பஞ்சாயத்து செயலாளர் அந்தந்த கிராம பஞ்சாயத்தில் வசிப்பார்.

3. தமிழ்நாடு அரசு ஊழியர்கள் (பணி நிபந்தனைகள்) சட்டம், 2016 இன் பிரிவு 27இல் வழங்கப்பட்டுள்ள இட ஒதுக்கீட்டின் கொள்கை பதவிக்கு நியமனம் செய்யுப் பொருந்தும்.

4. நியமன அதிகாரி

கிராம பஞ்சாயத்து செயலாளர் பதவிக்கான நியமன அதிகாரி கிராம பஞ்சாயத்தின் நிர்வாக அதிகாரியாக இருப்பார்.

5. தகுதிகள்

(1) வயது: இந்தப் பதவிக்கான நியமனத்திற்கான அறிவிப்பு வெளியிடப்பட்ட ஆண்டின் ஜூலை முதல் நாளில் பதினெட்டு வயது பூர்த்தியடையவில்லை அல்லது முப்பத்திரண்டு வயது பூர்த்தியடைந்திருந்தால் அல்லது பூர்த்திசெய்யும் எந்தவொரு நபரும் இந்தப் பதவிக்கு நியமிக்கப்படத் தகுதியற்றவர்:

பிற்படுத்தப்பட்ட வகுப்பினர் (பிற்படுத்தப்பட்ட வகுப்பினர் முஸ்லிம்கள் தவிர), பிற்படுத்தப்பட்ட வகுப்பினர் (முஸ்லிம்கள்)/ மிகவும் பிற்படுத்தப்பட்ட வகுப்பினர்/சீர்மரபினர் சமூகங்களைச் சேர்ந்த வேட்பாளர்களைப் பொறுத்தவரை, அதிகபட்ச வயது வரம்பு முப்பத்து நான்கு ஆண்டுகள் மற்றும் அனைத்துப் பிரிவுகளின் பட்டியல் மற்றும் பட்டியல் பழங்குடியினர் மற்றும் ஆதரவற்ற விதவை களுக்கு, அதிகபட்ச வயது வரம்பு முப்பத்தேழு ஆண்டுகள் ஆகும்.

மேலும், அடிப்படை குறைபாடுகள் உள்ள நபர்கள் அதிகபட்ச வயது வரம்பைவிடப் பத்து ஆண்டுகள் வரை வயது சலுகைக்குத் தகுதியுடையவர்கள்:

முன்னாள் ராணுவ வீரர்களுக்கு, அதிகபட்ச வயது வரம்பு ஐம்பது ஆண்டுகள் இருக்க வேண்டும்:

பட்டியல் சாதிகள், மற்றும் பட்டியல் பழங்குடியினர், மிகவும் பிற்படுத்தப்பட்ட வகுப்பினர்/சீர்மரபினர் சமூகங்கள், பிற்படுத்தப் பட்ட வகுப்பினர் (பிற்படுத்தப்பட்ட வகுப்பினர் முஸ்லிம்கள் தவிர) மற்றும் பிற்படுத்தப்பட்ட வகுப்பினர் (முஸ்லிம்கள்) ஆகியோரைச் சேர்ந்த முன்னாள் ராணுவ வீரர்களுக்கு, அதிகபட்ச வயது வரம்பு ஐம்பத்தைந்து ஆண்டுகள் இருக்க வேண்டும்:

ஏதேனும் ஒரு சேவை, வகுப்பு அல்லது பிரிவில் ஒரு பதவிக்கு ஆட்சேர்ப்புச் செய்யப்பட்ட முன்னாள் ராணுவ வீரர் வயது சலுகையைக் கோர முடியாது.

(2) பிற தகுதிகள்: 10ஆம் வகுப்பு அல்லது அதற்குச் சமமானதாக இருக்க அரசாங்கத்தால் பரிந்துரைக்கப்பட்ட வேறெந்தத் தேர்விலும் தேர்ச்சி பெற்றிருக்க வேண்டும்.

6. முறைப்படுத்தல்

1. நியமன அதிகாரி கிராம பஞ்சாயத்துச் செயலாளர் பதவியில் சேர்ந்த நாளிலிருந்து அவருடைய பணியை முறைப்படுத்த வேண்டும்.

2. ஒவ்வொரு வருவாய் மாவட்டமும் பதவியில் மூப்பு நிர்ணயிப்பதற்கான அலகாக இருக்கும்.

7. தகுதிகாண் காலம்

(1) இந்தப் பதவிக்கு நியமிக்கப்படும் ஒவ்வொரு நபரும், அவர் பணியில் சேரும் தேதியிலிருந்து, மூன்று ஆண்டுகள் தொடர்ச்சி யான காலத்திற்குள் மொத்தம் இரண்டு ஆண்டுகள் பணியில் தகுதிகாண் காலத்தில் இருப்பார். மேலும் நியமன அதிகாரியால் தகுதிகாண் காலம் அறிவிக்கப்படும்:

நியமன அதிகாரி பரிந்துரைக்கப்பட்ட சோதனைகளில் தேர்ச்சி பெற உதவும் வகையில், நியமன அதிகாரி மேலும் இரண்டு ஆண்டுகளுக்குத் தகுதிகாண் காலத்தை நீட்டிக்கலாம்.

(2) துணை விதி (1)இன் விதிமுறையின் கீழ் முன்மொழியப் பட்ட தகுதிகாண் காலம் முடிவுக்கு வருவதற்கு அல்லது நீட்டிக்கப் பட்ட தகுதிகாண் காலத்திற்கு எதிராகக் காரணத்தைக் காட்ட

ஒரு நியாயமான வாய்ப்பை வழங்கிய பிறகு, பதவிக்கு நியமிக்கப் பட்ட நபர் தகுதிகாண் காலத்திற்குள் பரிந்துரைக்கப் பட்ட சோதனைகளில் தேர்ச்சி பெற்றால், நியமன அதிகாரி அவருடைய தகுதிகாண் காலத்தை முடிவுக்குக் கொண்டுவரலாம்.

8. ஊதியம்

பதவியை வகிப்பவருக்கு, ரூ. 15900-50400 (நிலை 2) அளவில் கணக்கிடப்பட்ட மாதாந்திர ஊதியம், அனுமதிக்கப்பட்ட கொடுப்பனவுகளுடன் வழங்கப்படும்.

9. பயிற்சி

இந்தப் பதவிக்கு நியமிக்கப்படும் ஒவ்வொரு நபரும், அரசாங்கத்தால் உத்தரவிடப்பட்டபடி, பிராந்திய ஊரக வளர்ச்சி மற்றும் பஞ்சாயத்து ராஜ் நிறுவனத்திலோ அல்லது வேறு ஏதேனும் நிறுவனத்திலோ ஒரு மாதக் காலத்திற்குப் பயிற்சி பெற வேண்டும், மேலும் பயிற்சியின் முடிவில் அவருடைய தகுதிகாண் காலத்திற்குள் நடத்தப்படும் தேர்வில் தேர்ச்சி பெற வேண்டும்.

10. தேர்வு

இந்தப் பதவிக்கு நியமிக்கப்படும் ஒவ்வொரு நபரும், தமிழ் நாடு பொதுப் பணி ஆணையரால் நடத்தப்படும் தமிழ்நாடு பஞ்சாயத்துகள் சட்டம், 1994 மற்றும் விதிகள் மற்றும் இந்திய அரசியலமைப்புச் சட்டத்தின் கீழ், ஊரக வளர்ச்சி மற்றும் பஞ்சாயத்து ராஜ் துறையின் பணியாளர்களுக்கான துறைத் தேர்வில் தகுதிகாண் காலத்திற்குள் தேர்ச்சி பெற வேண்டும்.

11. சேவைப் பதிவேட்டைப் பராமரித்தல்

ஒவ்வொரு கிராம பஞ்சாயத்துச் செயலாளருக்கும் சம்பந்தப்பட்ட வட்டார வளர்ச்சி அதிகாரி (கிராம பஞ்சாயத்துகள்) ஒரு சேவைப் பதிவேட்டைப் பராமரிக்க வேண்டும்.

12. நிர்வாகக் கட்டுப்பாடு

கிராம பஞ்சாயத்துச் செயலாளர் பதவிக்கு நியமிக்கப்பட்ட ஒவ்வொரு நபரும் கிராம பஞ்சாயத்தின் நிர்வாகக் கட்டுப்பாட்டின்

கீழ் பணிபுரிவார். அந்தப் பதவியை வகிப்பவருக்கு ஒவ்வொரு ஆண்டும் ஊதிய உயர்வு வழங்கவும் மேற்கூறிய அதிகாரம் தகுதியுடையது.

13. இடமாற்றம்

(1) சம்பந்தப்பட்ட வட்டார வளர்ச்சி அதிகாரி (கிராம பஞ்சாயத்துகள்) ஒரு தொகுதிக்குள் இடமாற்றம் செய்யலாம். மாவட்டத்திற்குள் இடமாற்றத்தை மாவட்ட ஆட்சியருக்குத் தனிப்பட்ட உதவியாளர் (மேம்பாடு) செய்யலாம். நிர்வாக அடிப்படையில், ஊரக வளர்ச்சி மற்றும் பஞ்சாயத்து ராஜ் ஆணையர்/இயக்குநர் எந்தக் கிராம பஞ்சாயத்து செயலாளரையும் ஒரு மாவட்டத்திலிருந்து மற்றொரு மாவட்டத்திற்கு மாற்றலாம்.

(2) தன்னுடைய பயிற்சிப் பயிற்சியை முடித்த கிராம பஞ்சாயத்துச் செயலாளர், தனது மூப்பு நிலையைப் பொறுத்து, மாவட்டத்திற்கு வெளியே ஒரு வழி அல்லது பரஸ்பர இடமாற்றத்திற்கு விண்ணப்பிக்கலாம். மாவட்ட இடமாற்ற விண்ணப்பம் தகுதிகள் மற்றும் சூழ்நிலைகளின் அடிப்படையில் ஊரக வளர்ச்சி மற்றும் பஞ்சாயத்து ராஜ் ஆணையர்/இயக்குநர் பரிசீலிப்பார்.

14. விடுப்புத் தகுதி

(1) இந்தப் பதவியில் இருப்பவர்:

அ. சம்பந்தப்பட்ட நிர்வாக அதிகாரியின் முன்னனுமதியுடன் ஒரு வருடத்தில் பன்னிரண்டு நாள்கள் தற்செயல் விடுப்புக்குத் தகுதியுடையவர்;

ஆ. ஒரு பதிவுசெய்யப்பட்ட மருத்துவரால் பத்து நாள்களுக்கு மருத்துவச் சான்றிதழால் ஆதரிக்கப்படும் மருத்துவ விடுப்புக்குத் தகுதியுடையவர் மற்றும் முழு ஊதியத்துடன் மொத்தம் தொண்ணூறு நாள்கள் சேவையைப் பெறலாம். மாவட்ட ஆட்சியரின் தனிப்பட்ட உதவியாளர் (வளர்ச்சி) மருத்துவச் சான்றிதழின் அடிப்படையில் விடுப்பை அனுமதிக்கும் தகுதியுடையவர்;

இ. ஆண்டுக்கு முப்பது நாள்கள் ஊதியம், கொடுப்பனவுகள்

இல்லாத விடுப்புக்குத் தகுதியுடையவர், இது சம்பந்தப் பட்ட தொகுதி மேம்பாட்டு அதிகாரி (கிராம பஞ்சாயத்துகள்) அனுமதிக்கும்.

(2) இரண்டுக்கும் குறைவான குழந்தைகளைக் கொண்ட ஒவ்வொரு திருமணமான பெண் கிராம பஞ்சாயத்து செயலாளரும் 365 நாள் ஊதியத்துடன் கூடிய மகப்பேறு விடுப்புக்குத் தகுதி யுடையவர், இது அவரது விருப்பப்படி, சிறைவாசத்திற்கு முந்தைய ஓய்வுக்காகப் பிரிக்கப்படலாம்.

15. ஓய்வூதியம்

கிராம பஞ்சாயத்து செயலாளர் பதவிக்கு நியமிக்கப்படும் ஒவ்வொரு நபரும் அவர் அறுபது வயதை அடையும் மாதத்தின் கடைசி நாளின் பிற்பகலில் ஓய்வு பெறுவார். அந்த வயதிற்குப் பிறகு அவர் பதவியில் நீடிக்கப்படமாட்டார்.

16. ஒழுங்கு அதிகாரி

கிராம பஞ்சாயத்து செயலாளருக்கு ஒழுங்கு அதிகாரியாகத் தொகுதி மேம்பாட்டு அதிகாரி (கிராம பஞ்சாயத்துகள்) இருப்பார்.

17. அபராதங்கள்

பின்வரும் தண்டனைகள், நல்ல மற்றும் போதுமான காரணங்களுக் காகவும், இங்கு வழங்கப்பட்டுள்ளபடி, பதவி வகிக்கும் நபருக்கு விதிக்கப்படலாம், அதாவது,

அ. சிறிய தண்டனைகள்

i) தணிக்கை;

ii) ஒட்டுமொத்த விளைவு இல்லாமல் ஊதிய உயர்வு நிறுத்தம்.

ஆ. முக்கியத் தண்டனைகள்

i) ஒட்டுமொத்த விளைவுடன் ஊதிய உயர்வு நிறுத்தம்;

ii) ஊதிய அளவில் குறைந்த நிலைக்குக் குறைப்பு;

iii) நீக்கம்;

iv) பணிநீக்கம்.

18. ஒழுங்கு நடவடிக்கை

(1) ஒழுங்கு அதிகாரி, நல்ல மற்றும் போதுமான காரணங்களுக் காகக் கிராம பஞ்சாயத்து செயலாளர் பதவியை வகிக்கும் ஒரு நபருக்கு எதிராக ஒழுங்கு நடவடிக்கைகளைத் தொடங்கலாம்.

(2) கிராம பஞ்சாயத்துச் செயலாளரும் கிராம பஞ்சாயத்தின் துணை ஊழியரும் கூட்டாகச் சம்பந்தப்பட்ட வழக்கில், ஒழுங்கு நடவடிக்கைகளைத் தொடங்க தகுதியுள்ள அதிகாரி சம்பந்தப்பட்ட தொகுதி மேம்பாட்டு அதிகாரி (கிராம பஞ்சாயத்துகள்) ஆவார்.

(3) கிராம பஞ்சாயத்து செயலாளரும், உயர் பதவியிலுள்ள அரசு ஊழியரும் கூட்டாகச் சம்பந்தப்பட்டிருந்தால், அந்த அரசு ஊழியருக் கான தகுதிவாய்ந்த ஒழுங்குமுறை அதிகாரி, விதி 17இல் குறிப்பிடப் பட்டுள்ள எந்தவொரு தண்டனையையும் கிராம பஞ்சாயத்து செயலாளருக்கு விதிக்கத் தகுதிவாய்ந்த அதிகாரியாக இருப்பார், மேலும் அவர்கள் இருவருக்கும் எதிரான ஒழுங்கு நடவடிக்கைகள் தமிழ்நாடு 'குடிமைப் பணிகள் (ஒழுங்கு மற்றும் மேல் முறையீடு) விதிகளின் விதி 9அ-இன் கீழ் ஒன்றாக எடுக்கப்படும்.

19. சிறிய தண்டனையை விதிப்பதற்குமுன் பின்பற்ற வேண்டியவை

விதி 17(ஏ) இல் குறிப்பிடப்பட்டுள்ள சிறிய தண்டனைகளில் ஏதேனும் ஒன்றை விதிக்க முன்மொழியப்பட்ட ஒவ்வொரு வழக்கிலும், குற்றவாளிக்கு அவர் செய்ய விரும்பும் எந்தவொரு பிரதிநிதித்துவத்தையும் செய்ய நியாயமான வாய்ப்பு வழங்கப் படும், மேலும் அத்தகைய பிரதிநிதித்துவம், ஏதேனும் இருந்தால், தண்டனை விதிக்கும் உத்தரவு பிறப்பிக்கப்படுவதற்கு முன்பு பரிசீலிக்கப்படும்.

20. பெரிய தண்டனை விதிக்கும்முன் பின்பற்ற வேண்டியவை

(1) விதி 17 (பி)இல் குறிப்பிடப்பட்டுள்ள பெரிய தண்டனை களில் ஏதேனும் ஒன்றை விதிக்க முன்மொழியப்படும் ஒவ்வொரு வழக்கிலும், நடவடிக்கை எடுக்க முன்மொழியப்பட்ட காரணங்கள் ஒரு திட்டவட்டமான குற்றச்சாட்டு அல்லது குற்றச்சாட்டு களின் வடிவமாகக் குறைக்கப்படும், இது குற்றம்சாட்டப் பட்ட நபருக்குத் தெரிவிக்கப்படும், ஒவ்வொரு குற்றச்சாட்டும்

அடிப்படையாகக் கொண்ட குற்றச்சாட்டு அறிக்கை மற்றும் வழக்கில் ஆணையைப் பிறப்பிக்கும்போது கருத்தில் கொள்ள முன்மொழியப் பட்ட வேறு ஏதேனும் சூழ்நிலைகள் ஆகியவற்றுடன். அவர் ஒரு நியாயமான நேரத்திற்குள் தனது வாதத்திற்கான எழுத்துப்பூர்வ அறிக்கையைச் சமர்ப்பிக்க வேண்டும்.

(2) குற்றவாளியிடமிருந்து எழுத்துப்பூர்வ வாத அறிக்கையைப் பெற்ற பிறகு, ஒழுங்குமுறை அதிகாரி, மண்டலத் துணை தொகுதி மேம்பாட்டு அதிகாரி பதவிக்குக் குறையாத ஓர் அதிகாரியையோ அல்லது அந்தப் பதவிக்குக் குறையாத வேறு எந்த அதிகாரி யையோ, குற்றம் சாட்டப்பட்ட குற்றச்சாட்டுகளை விசாரிக்க விசாரணை அதிகாரியாக நியமிக்க வேண்டும். அத்தகைய விசாரணையின் போது, குற்றவாளி சாட்சிகளைக் குறுக்கு விசாரணை செய்ய அனுமதிக்கப்படுவார். விசாரணை முடிந்த பிறகு, விசாரணை அதிகாரி தன்னுடைய அறிக்கையை ஒழுங்கு முறை அதிகாரியிடம் சமர்ப்பிக்க வேண்டும்.

(3) விசாரணை அறிக்கை கிடைத்ததும், குற்றவாளிக்கு அத்தகைய அறிக்கை குறித்து மேலும் பிரதிநிதித்துவத்தைச் சமர்ப்பிக்க வாய்ப்பு வழங்கப்படும், மேலும் குற்றச்சாட்டுகள், குற்றவாளியின் விளக்கம், விசாரணை அதிகாரியின் அறிக்கை, சாட்சிகளின் அறிக்கைகள், குற்றவாளியின் மேலும் பிரதிநிதித்துவம் மற்றும் பிற தொடர்புடைய பதிவுகளைக் கவனமாக ஆராய்ந்த பிறகு ஒழுங்குமுறை அதிகாரி இறுதி ஆணையைப் பிறப்பிப்பார்.

21. விதிகளின் பயன்பாடு

(1) தமிழ்நாடு அரசு ஊழியர்கள் நடத்தை விதிகள், 1973 இந்தப் பதவிக்குப் பொருந்தும்.

(2) இந்த விதிகளில் வழங்கப்படாத ஒழுங்கு நடவடிக்கைகள் தொடர்பான எந்தவொரு நடைமுறைக்கும், தமிழ்நாடு சிவில் சர்வீசஸ் (ஒழுக்கம் மற்றும் மேல்முறையீடு) விதிகளில் குறிப்பிடப்பட்டுள்ள நடைமுறை பொருந்தும்.

22. இடைநீக்கம்

(1) பொதுநலனுக்காகத் தேவைப்பட்டால், ஒழுங்குமுறை

அதிகாரி அந்தப் பதவியை வகிக்கும் ஒருவரை இடைநீக்கத்தின் கீழ் வைக்கலாம்:

i) அவருக்கு எதிரான கடுமையான குற்றச்சாட்டுகள் குறித்த விசாரணை திட்டமிடப்பட்டாலோ அல்லது நிலுவையில் இருந்தாலோ, அல்லது

ii) அவருக்கு எதிரான எந்தவொரு குற்றவியல் குற்றத்திற்கும் புகார் விசாரணை அல்லது விசாரணையில் உள்ளது.

(2) குற்றவியல் குற்றச்சாட்டின் பேரிலோ, வேறு வகையிலோ, *48* மணி நேரத்திற்கும் மேலாகக் காவலில் வைக்கப்பட்டுள்ள பதவியை வகிக்கும் ஒருவர், இந்த விதியின் கீழ் இடைநீக்கம் செய்யப்பட்டதாகக் கருதப்படுவார்.

(3) பதவியை வகிக்கும் நபரை இடைநீக்கத்தில் வைக்கும் ஒழுங்குமுறை அதிகாரி, ஆறு மாதங்களுக்கு மேல் இடை நீக்கத்தைத் தொடரலாமா வேண்டாமா என்பதை ஆராய்ந்து பொருத்தமான உத்தரவுகளைப் பிறப்பிப்பார்.

(4) இந்த விதியின் கீழ் செய்யப்பட்ட அல்லது செய்யப் பட்டதாகக் கருதப்படும் இடைநீக்க உத்தரவை ஒழுங்குமுறை அதிகாரி எந்த நேரத்திலும் ரத்து செய்யலாம்.

23. கிராம பஞ்சாயத்து செயலாளரின் பதவியில் பணிநீக்கம் செய்யப்பட்ட அல்லது பணியிலிருந்து விடுவிக்கப்பட்ட நியமனம்

கிராம பஞ்சாயத்துச் செயலாளர் பதவி நீக்கம் செய்யப்பட்ட தாலோ, பதவி நீக்கம் செய்யப்பட்டதாலோ ஏற்படும் எந்தவொரு காலி யிடமும், அத்தகைய பதவி நீக்கம் அல்லது பதவி நீக்கத்திற்கு எதிரான மேல்முறையீட்டுக் காலம் முடிவடையும் வரை அல்லது அத்தகைய மேல்முறையீடு ஏதேனும் இருந்தால், அதில் எது பின்னர் வருகிறதோ அதுவரை, கணிசமாக நிரப்பப்படக் கூடாது.

24. மேல்முறையீடு

(1) ஒழுங்குமுறை அதிகாரியின் ஆணைக்கு எதிரான மேல் முறையீடு, உத்தரவு பெறப்பட்ட நாளிலிருந்து முப்பது நாள்களில்,

மாவட்ட ஆட்சியரின் தனிப்பட்ட உதவியாளர் (வளர்ச்சி)யிடம் செய்யப்படலாம்.

(2) மேல்முறையீட்டில் ஓர் ஆணையைப் பிறப்பிக்கும்போது, மேல்முறையீட்டு அதிகாரி கருத்தில்கொள்ள வேண்டுவன:
   i) உத்தரவு அடிப்படையாகக் கொண்ட உண்மைகள் நிறுவப் பட்டுள்ளனவா;
   ii) நிறுவப்பட்ட உண்மைகள் நடவடிக்கை எடுப்பதற்குப் போதுமான காரணத்தை அளிக்கின்றனவா; மற்றும்
   iii) தண்டனை போதுமானதா அல்லது அதிகப்படியானதா மற்றும் அது பொருத்தமாகக் கருதக்கூடிய அத்தகைய உத்தரவுகளைப் பிறப்பிக்க வேண்டும்.

(3) வழக்கின் சூழ்நிலைகளைக் கருத்தில் கொண்டு, மேல்முறை யீட்டு அதிகாரி தனக்கு நியாயமானதாகவும் சமமானதாகவும் தோன்றும் ஆணையைப் பிறப்பிக்க வேண்டும்.

25. திருத்தம்

இந்த விதிகளில் என்ன இருந்தாலும், தொடர்புடைய மாவட்ட ஆட்சியர், எந்த நேரத்திலும், தன்னுடைய சொந்த வேண்டுகோளின் பேரிலோ அல்லது மேல்முறையீடு உட்பட எந்தவொரு ஒழுங்கு நடவடிக்கையிலும் பிறப்பிக்கப்பட்ட எந்தவொரு உத்தரவின் பதிவேடுகளையும் கோரலாம், உத்தரவை உறுதிப்படுத்தலாம், மாற்றியமைக்கலாம் அல்லது ரத்து செய்யலாம் அல்லது ஆணை யைப் பிறப்பித்த அதிகாரிக்கோ அல்லது வழக்கின் சூழ்நிலையில் அவர் சரியானதாகக் கருதும் மேலதிக விசாரணையை மேற்கொள்ள அல்லது அவர் பொருத்தமானதாகக் கருதும் பிற உத்தரவைப் பிறப்பிக்க அத்தகைய அதிகாரியையோ அனுப்பலாம்.

26. ரத்து செய்தல் மற்றும் சேமித்தல்

(1) தமிழ்நாடு கிராம பஞ்சாயத்துச் செயலாளர்கள் (பணி நிபந்தனைகள்) விதிகள், 2013 ரத்து செய்யப்படுகிறது.

(2) அவ்வாறு ரத்து செய்யப்பட்ட போதிலும், இந்த விதிகள் அமலுக்கு வந்த நாளிலிருந்து மூன்று மாதங்களுக்குள், அவர்

களின் சொந்த வேண்டுகோளின் பேரிலோ, வேறு வழியிலோ, எந்தவொரு விசாரணையின் பதிவுகளையும் கோரலாம், மேல் முறையீடு உட்பட எந்தவொரு ஒழுங்கு நடவடிக்கையிலும் பிறப்பிக்கப்பட்ட எந்தவொரு உத்தரவையும் தமிழ்நாடு கிராம பஞ்சாயத்துச் செயலாளர்கள் (பணி நிபந்தனைகள்) விதிகள், 2013 இன் கீழ் திருத்தலாம் மற்றும் அவர்கள் பொருத்தமாகக் கருதும் உத்தரவுகளைப் பிறப்பிக்கலாம்.

(3) இந்த விதிகளிலுள்ள எதுவும், இந்த விதிகள் அமலுக்கு வரும் தேதியில் கிராம பஞ்சாயத்துச் செயலாளர் பதவியில் இருக்கும் எந்தவொரு நபரையும் மோசமாகப் பாதிக்காது.

பி. செந்தில்குமார்
அரசு முதன்மைச் செயலாளர்

அனுப்புநர்:	பெறுநர்:
திரு. எம். அரவிந்த் உதவி இயக்குநர் (ஊராட்சி) மதுரை 20	1. வட்டார வளர்ச்சி அலுவலர் (கிஊ), மதுரை 2. ஊராட்சி மன்ற தலைவர்கள், மதுரை (வவஅ, கிஊ மூலமாக)

ந. க. எண்: 2604/2023/அ2உ. இ (ஊ) நாள்: 16. 12. 2024

அய்யா/அம்மையீர்,

பொருள்: கட்டட அனுமதி மற்றும் மனைப்பிரிவு அனுமதி -ஊரக வளர்ச்சி மற்றும் ஊராட்சித்துறை - கட்டணங்கள் நிர்ணயம் - ஒரே தலைப்பிலான கட்டணங்கள் விதித்திட அரசாணை வெளியிடப்பட்டது - உரிய நடவடிக்கை மேற்கொள்ள தெரிவித்தல் - தொடர்பாக.

பார்வை: 1. இயக்குநர், ஊரக வளர்ச்சி மற்றும் ஊராட்சி இயக்ககம் அவர்களின் கடித ந. க. எண்: 4870/2024/ பரா. 2. 2, நாள்: 14. 12. 2024.

2. அரசாணை எண்: (நிலை) 255, ஊரக வளர்ச்சி. மற்றும் ஊராட்சித்துறை (சி2) நாள்: 18. 8. 1997.

3. அரசாணை எண்: (நிலை) 50, ஊரக வளர்ச்சி மற்றும் ஊராட்சித்துறை (பரா. 2) நாள்: 08. 03. 2024.

4. அரசாணை எண்: (நிலை) 119, ஊரக வளர்ச்சி மற்றும் ஊராட்சித்துறை (பரா. 2) நாள்: 16. 07. 2024.

5. அரசாணை எண்: (எம். எஸ்) 180, ஊரக வளர்ச்சி மற்றும் ஊராட்சித் துறை (ப. ரா. 1(2) துறை, நாள்: 5. 12. 2024.

6. இயக்குநர், ஊரக வளர்ச்சி மற்றும் ஊராட்சி இயக்ககம், சென்னை அவர்களின் கடித ந. க. எண்: 4870/2024/பரா 2. 2, நாள்: 10. 10. 2024.

***

பார்வை -1ல் காணும் சென்னை ஊரக வளர்ச்சி மற்றும் ஊராட்சித் துறை இயக்குநர் அவர்களின் கடிதத்தில், கிராம ஊராட்சி பகுதிகளில் பார்வை (2)இல் காணும் அரசாணையில் தெரிவித்துள்ள படி, மனைப்பிரிவு மற்றும் கட்டட ஒப்புதல் கட்டணங்கள் தற்போது நடைமுறையில் இருந்து வருவதாகவும், பார்வை (3)இல் காணும் அரசாணையின்படி, ஊரகப் பகுதிகளில் கட்டட மற்றும் மனைப்பிரிவு அனுமதி இணைய வழியில் வழங்கும் நடைமுறை செயல்படுத்திட ஆணையிடப்பட்டு, பின்னர், தமிழக அரசின் சுய சான்று மூலம் 2500 சதுர அடிக்கு குறைவான மனைப்பரப்பில் 3500 சதுர அடிக்குள் தரைத்தளம் அல்லது தரை மற்றும் முதல் தளம் கொண்ட 2 குடியிருப்பு வரை உள்ள கட்டடங்களுக்கான கட்டணங்கள் பார்வை (4)இல் கண்டுள்ள அரசணையின்படி பின்வருமாறு நிர்ணயம் செய்யப்பட்டு தற்போது நடைமுறை யிலிருந்து வருகிறது.

ஏற்கனவே, பார்வை - 6இல் காணும் கடிதத்தில், சுய சான்று அடிப்படையிலான கட்டடங்களுக்கான மேற்படி கட்டணமானது கட்டட தொழிலாளர் நலநிதி நீங்கலாக நிர்ணயிக்கப்பட்டுள்ள தாகவும், இந்த தொகையானது ஆண்டு தோறும் வெளியிடப்படும் பொதுப்பணித் துறையின் தர விலை விகிதப் பட்டியலின் *(பப்ளிக் வொர்க்ஸ் டிபார்ட்மெண்ட் ஆனுவல் செட்யூல் ஆஃப் ரேட்ஸ்)* அடிப்படையில், தற்போது உள்ள நிர்ணயத் தொகையின்படி ஒரு சதுர அடிக்கு ரூ. 22 என்ற வீதத்தில் நிர்ணயிக்கப்பட்டுள்ளதாகவும், பார்வை (4)இல் அரசால் ஆணையிடப்பட்டுள்ள கட்டண விகிதத்திற்கு ஏற்ப இணையவழி ஒற்றை சாளர முறையில் பெறப்படும் சுய சான்று அல்லாத இதர விண்ணப்பங்களுக்கும் ஊராட்சிக்கு நிதியிழப்பு ஏற்படா வண்ணம் இதன்படி கேட்புத் தொகை நிர்ணயம் செய்திட தெரிவிக்கப்பட்டது.

வகைப் பாடு	வகைப்பாடு விவரம்	ஒரு சதுர மீட்டருக்கு கட்டணம் ரூபாயில்	ஒரு சதுர அடிக்கு கட்டணம் ரூபாயில்
அ	நகர்புறத்தை ஒட்டியுள்ள ஊராட்சிகள்-சென்னை பெருநகர வளர்ச்சிக் குழும எல்லைக்கு உள்பட்டவை	290	27
ஆ	நகர்புறத்தை ஒட்டியுள்ள ஊராட்சிகள் - சென்னை பெருநகர வளர்ச்சிக் குழும ஊராட்சிகள் அல்லாதவை	269	25
இ	சென்னை பெருநகர வளர்ச்சிக் குழும எல்லைக்குட்பட்ட இதர ஊராட்சிகள்	237	22
ஈ	சென்னை பெருநகர வளர்ச்சிக் குழும எல்லைக்குட்பட்ட இதர ஊராட்சிகள்	162	15

மேலும், தற்போது சுயசான்று கட்டடங்கள், கட்டட அனுமதி, மற்றும் மனைப்பிரிவு அனுமதி விண்ணப்பங்கள் யாவும் ஒற்றை சாளர முறைப்படி பெறப்பட்டு இணையத்தின் வழியாகவே நடவடிக்கை எடுக்கப்படுகிறது. இணையதளத்தின் வழியே பெறப்படும் விண்ணப்பங்களுக்கு, கட்டட அனுமதி மற்றும் மனைப்பிரிவு ஒப்புதல் வழங்கும்போது, கடைபிடிக்க வேண்டிய கட்டண விதிமுறைகள் தற்போது பார்வை (5)இல் காணும் அரசாணையின் மூலம் வெளியிடப்பட்டுள்ளதால், அதன்படி இனி வரும் காலங்களில் சதுரஅடி அடிப்படையில் ஒற்றை தலைப்பி லான கட்டணங்களை (*சிங்கிள் ஹெட் ஃபீ*) விதிக்கும் நடைமுறை யைப் பின்பற்றத் தெரிவிக்கப்பட்டுள்ளது. மேலும், மேற்படி அரசாணையின் அட்டவணையில் தெரிவிக்கப்பட்டுள்ள கட்டணங் களை நிர்ணயம் செய்து, அந்தந்த ஊராட்சி மன்றங்களில் தீர்மானம் இயற்றி, அதன் அறிக்கையை மாவட்ட ஆட்சித் தலைவர் மூலம் 31. 12. 2024-க்குள் அனுப்பி வைத்திட தெரிவிக்கப்பட்டுள்ளது.

எனவே, மதுரை மாவட்டத்திற்குட்பட்ட அனைத்து ஊராட்சிகளிலும் இணையதளத்தின் வழியே பெறப்படும் விண்ணப்பங்களுக்கு, கட்டட அனுமதி மற்றும் மனைப்பிரிவு ஒப்புதல் வழங்குவதற்கு பார்வை - 5இல் காணும் அரசாணையில் தெரிவிக்கப்பட்டுள்ளவாறு கீழ்காணும் கட்டணங்களை நிர்ணயம் செய்து தீர்மானம் இயற்றிட தெரிவிக்கப்படுகிறது.

கட்டடத் திட்ட அனுமதிக் கட்டணங்கள் - ஒற்றைத் தலைப்பில்

வஎ	கட்டட வகைப்பாடு	நகர்புறத்தை ஒட்டியுள்ள ஊராட்சிகள்	பிற உராட்சிகள்
1	**குடியிருப்பு கட்டடங்கள்** (2500 சதுர அடியுள்ள மனைக்கு மேல் அல்லது 3500 சதுர அடியுள்ள கட்டடத்திற்கு மேல்)	ஒரு சதுர அடிக்கு ரூ. 25	ஒரு சதுர அடிக்கு ரூ. 15
2	**வணிகக் கட்டடங்கள்** (குடியிருப்புக் கட்டணத்தைவிட 20% அதிகம்)	ஒரு சதுர அடிக்கு ரூ. 30	ஒரு சதுர அடிக்கு ரூ. 18
3	**தொழிற்சாலை கட்டடங்கள்** மருத்துவமனைகள், கல்விக் கட்டடங்கள் உள்பட நிறுவன கட்டடங்கள், ஹோட்டல்கள் உள்பட அனைத்து பிற கட்டடங்கள் (குடியிருப்புக் கட்டணத்தைவிட 60% அதிகம்)	ஒரு சதுர அடிக்கு ரூ. 40	ஒரு சதுர அடிக்கு ரூ. 24

மேலும், ஊராட்சிகளில் இயற்றப்பட்ட தீர்மான நகலை மதுரை மாவட்ட ஆட்சித்தலைவர் மூலம், சென்னை, ஊரக வளர்ச்சி மற்றும் ஊராட்சி இயக்கக, இயக்குநருக்கு அனுப்ப வேண்டியுள்ளதால், வட்டார வளர்ச்சி அலுவலர் (கிஊ) ஊராட்சிகளில் தீர்மானம் இயற்றிட உடன் நடவடிக்கை மேற்கொண்டு அதன் நகலினை 26. 12. 2024க்குள் இவ்வலுவலகத்திற்கு அனுப்பி வைத்திட தெரிவிக்கப்படுகிறது.

வரைபட அனுமதிக் கட்டணங்கள்

வ.எ	கட்டட வகைப்பாடு	நகர்புறத்தை ஒட்டியுள்ள ஊராட்சிகள்	பிற ஊராட்சிகள்
1	குடியிருப்பு கட்டடங்கள்*	ஒரு சதுர அடிக்கு ரூ. 3-4	ஒரு சதுர அடிக்கு ரூ. 1-2
2	தொழிற்சாலை கட்டடங்கள்**	ஒரு சதுர அடிக்கு ரூ. 4.5 - 6	ஒரு சதுர அடிக்கு ரூ. 1.5 -3

*ஒரு மனைக்கு அனுமதிக் கட்டணம் ரூ. 1000. **ஒரு மனைக்கு அனுமதிக் கட்டணம் ரூ. 10000.

இணைப்பு:
1. பார்வை - 1-இல் காணும் கடித நகல்.
2. பார்வை - 5-இல் காணும் அரசாணை.

உதவி இயக்குநர் (ஊராட்சிகள்)
மதுரை

நகல்:
1. இயக்குநர், ஊரக வளர்ச்சி மற்றும் ஊராட்சிதுறை, பனகல் மாளிகை, சென்னை.
2. கூடுதல் ஆட்சியர்(வ)/திட்ட இயக்குநர், மாவட்ட ஊரக வளர்ச்சி முகமை, மதுரை.
3. அனைத்து மண்டல துணை வட்டார வளர்ச்சி அலுவலர்கள், மதுரை. வ. வ. அ (கி.ஊ) மூலமாக
4. அனைத்து ஊராட்சி செயலர்கள், மதுரை. வவஅ (கிஊ) மூலமாக.

சுருக்கம்

தண்டோரா - அரசின் முக்கிய செய்திகளை பொதுமக்களிடம் சேர்க்கும் விதத்தில் 'தண்டோரா' போடும் முறை - தொழில் நுட்ப வளர்ச்சி - தண்டோரா போடும் நடைமுறைக்கு தடைவிதிக்கப் படுகிறது - மாற்று ஏற்பாடுகள் செய்தல் - ஆணை வெளியிடப் படுகிறது.

**வருவாய் மற்றும் பேரிடர் மேலாண்மைத் துறை,
வருவாய் நிருவாக அலகு, 'வநி2(1)' பிரிவு**

அரசாணை (நிலை) எண்: 369, நாள்: 12. 08. 2022
சுபகிருது ஆண்டு, ஆடி 27, திருவள்ளுவர் ஆண்டு 2053

படிக்கவும்

1. வருவாய்த் துறையின் நிலை ஆணைகள்
2. உள்துறையின் நிலை ஆணைகள்
3. அரசு தலைமைச் செயலாளர் அவர்கள் அனைத்து மாவட்ட ஆட்சித் தலைவர்களுக்கு முகவரியிட்ட நேர்முகக் கடித எண். 1981/சிறப்பு-ஆ/2022-1, நாள்: 03. 08. 2022.

ஆணை

சட்டம் மற்றும் ஒழுங்கு, இயற்கை இடர்பாடுகள் மற்றும் இன்ன பிற அரசின் முக்கிய செய்திகளை பொது மக்களிடம் விரைவாக கொண்டு சேர்க்கும் பொருட்டு, விளம்பரம் செய்யும் விதமாக 'தண்டோரா' போடும் முறை காலம் காலமாக நடைமுறையில் இருந்த பழக்கம். அஃது இன்றுவரை நடைமுறைப்படுத்தப்படுகிறது.

2. அறிவியல் தொழில் நுட்பம் வளர்ந்துவிட்ட இக்காலத்தில், தமுக்கடிப்பினால் தண்டோரா போட்டு அரசின் முக்கிய செய்திகளை விளம்பரம் செய்தல் தொடர்பாக சமூக ஆர்வலர்கள்

சுட்டிக்காட்டி மாற்று ஏற்பாடுகளை செய்யும் வண்ணம் அரசின் கவனத்தை ஈர்த்துள்ளனர்.

3. தமுக்கடிப்பால் தண்டோரா போட்டு அரசின் முக்கிய செய்திகளை விளம்பரம் செய்வதை அரசு கூர்ந்தாய்வு செய்து, தமுக்கடிப்பினால் 'தண்டோரா' போடும் நடைமுறை எந்தெந்த துறைகளில் நடைமுறையில் உள்ளதோ, அதற்கு முழுமையாக தடை விதித்து உத்தரவிடப்படுகிறது. இது தொடர்பான அரசின் ஆணைகள் மற்றும் வழிகாட்டுதல்கள் அனைத்தையும் மாற்றி யமைக்க உத்தரவிடப்படுகிறது. மாற்று ஏற்பாடாக, அரசின் முக்கிய செய்திகளை மிக விரைவாக மக்களிடம் சேர்க்கும் விதத்தில், பொருத்தமான வாகனங்களில் (தானிழுவை வாகனம் (ஆட்டோ ரிக்ஷா), வண்டி ஒலி பெருக்கிகளை பொருத்தி, தமிழ் நாட்டின் கிராமப் புறங்களின் மூலைமுடுக்குகளிலெல்லாம் விளம்பரம் செய்வதை நடைமுறைப்படுத்தலாம்.

4. 'தண்டோரா' போடும் பணியில் ஏதேனும் பணியாளர்கள் ஈடுபடுத்தப்பட்டிருந்தால், அவர்களுக்கு மாற்று ஏற்பாடுகள் செய்து கொடுப்பதை ஊரக வளர்ச்சி மற்றும் ஊராட்சித்துறை உறுதி செய்யுமாறு கேட்டுக்கொள்ளப்படுகிறது.

5. மேற்படி தண்டோரா போடுவதற்கு விதிக்கப்பட்ட தடையை மீறி ஈடுபடுத்துபவர்கள் மீது கடுமையான நடவடிகையை மேற் கொள்ளவும், இதனை ஊராட்சி அமைப்புகள் வரை ஊடுருவும் அளவுக்கு பரவலான விழிப்புணர்வு ஏற்படுத்துமாறும் மாவட்ட ஆட்சித் தலைவர்கள் கேட்டுக்கொள்ளப்படுகிறார்கள்.

(ஆளுநரின் ஆணைப்படி)

வெ. இறையன்பு,
அரசு தலைமைச் செயலாளர்

பெறுநர்:

அரசு கூடுதல் தலைமைச் செயலாளர்,
உள், மதுவிலக்கு மற்றும் ஆயத் தீர்வைத் துறை,
தலைமைச் செயலகம், சென்னை 9.

அரசு கூடுதல் தலைமைச் செயலாளர்,
நகராட்சி நிருவாகம் மற்றும் குடிநீர் வழங்கல்துறை,
தலைமைச் செயலகம், சென்னை-9.

அரசு முதன்மைச் செயலாளர்,
  கால்நடை பராமரிப்பு, பால்வளம், மீன்வளம் - மீனவர் நலத்துறை,
  தலைமைச் செயலகம், சென்னை-9.

அரசு முதன்மைச் செயலாளர்,
  பொதுப்பணித்துறை, தலைமைச் செயலகம், சென்னை-9.

முதலமைச்சரின் முதன்மைச் செயலாளர்-1
  தலைமைச் செயலகம், சென்னை-9.

அரசு முதன்மைச் செயலாளர்,
  ஊரக வளர்ச்சி மற்றும் ஊராட்சித்துறை,
  தலைமைச் செயலகம், சென்னை-9.

அரசு முதன்மைச் செயலாளர்,
  நெடுஞ்சாலை மற்றும் சிறு துறைமுகங்கள் துறை,
  தலைமைச் செயலகம், சென்னை-9.

அரசு முதன்மைச் செயலாளர்,
  மருத்துவம் மற்றும் மக்கள் நல்வாழ்வுத்துறை,
  தலைமைச் செயலகம், சென்னை-9.

அரசு செயலாளர், பொதுத்துறை,
  தலைமைச் செயலகம், சென்னை-9.

அரசு செயலாளர்,
  வேளாண்மை மற்றும் உழவர் நலத்துறை,
  தலைமைச் செயலகம், சென்னை-9.

அரசு கூடுதல் தலைமைச் செயலாளர்/
  வருவாய் நிருவாக ஆணையர், சேப்பாக்கம், சென்னை-5.

அனைத்து மாவட்ட ஆட்சியர்கள்
  காவல் துறை தலைமை இயக்குநர், சென்னை-4.

நகல்:
பொது (சிறப்பு-ஆ) துறை, தலைமைச் செயலகம், சென்னை-9.
இருப்பு கோப்பு/உதிரி நகல்

// ஆணைப்படி அனுப்பப்படுகிறது //

பிரிவு அலுவலர்

2

ஒப்பந்ததாரராகப் பதிவு செய்தல்

ஒப்பந்ததாரராகப் பதிவு செய்வதற்கான நெறிமுறைகள்

அரசாணை எண் 109 ஊரக வளர்ச்சி மற்றும் ஊராட்சித்துறை
நாள் 27. 06. 2024

ஊரக வளர்ச்சித்துறையில் ஒப்பந்தப்புள்ளி கோர அதிகாரம் பெற்ற அலுவலர்கள்

1. கிராம ஊராட்சி செயல் அலுவலர்
2. வட்டார வளர்ச்சி அலுவலர் (வஊ/கிஊ)
3. திட்ட இயக்குநர், மாவட்ட ஊரக வளர்ச்சி முகமை

மகளிர் சுய உதவிக்குழுக்கள்/ஊராட்சி அளவிலான கூட்டமைப்பு மற்றும் வேலையில்லா பொறியியல் பட்டதாரிகளுக்கு, சொத்து மதிப்பு சான்று சமர்ப்பிப்பதிலிருந்து விலக்கு அளிக்கப்படும். இருப்பினும், அவர்களுக்கான பணிக்கான அதிகபட்ச மதிப்பு ரூ. 5 இலட்சமாகவும், ஒட்டுமொத்தமாக எந்த நேரத்திலும் ரூ. 10 இலட்சத்துக்கு மிகாமல் இருக்கவும் அனுமதிக்கப்படும். அவர்களும் மற்றவர்களைப்போல ஒப்பந்தப் புள்ளி நடைமுறையில் பங்கேற்க வேண்டும்.

ஒப்பந்ததாரர் பதிவு மேற்கொள்ளும் அலுவலர்கள்

1. திட்ட இயக்குநர், மாவட்ட ஊரக வளர்ச்சி முகமை
2. வட்டார வளர்ச்சி அலுவலர் (வஊ)

- ஒப்பந்ததாரர்கள் கிராம அளவில் பதிவு செய்யப்படக் கூடாது. அனைத்து ஒப்பந்ததாரர்களும் ஒன்றிய/மாவட்ட

ஒப்பந்ததாரர் வகைப்பாடு

ஒப்பந்ததாரர் வகைப்பாடு	பணி மதிப்பு	அசையா சொத்து மதிப்பு ரூ	பதிவு செய்யும் அலுவலர்
வகுப்பு Iஏ	ரூ. 25 கோடிக்கு மேல்	2. 50 கோடி	திட்ட இயக்குநர்
வகுப்பு I	ரூ. 10 கோடிக்கு மேல் - 25 கோடி வரை	1. 5 கோடி	திட்ட இயக்குநர்
வகுப்பு II	ரூ. 2 கோடிக்கு மேல்- 5 கோடி வரை	75 இலட்சம்	திட்ட இயக்குநர்
வகுப்பு III	ரூ. 2 கோடிக்கு மேல்- 5 கோடி வரை	30 இலட்சம்	திட்ட இயக்குநர்
வகுப்பு IV	ரூ. 50 இலட்சத்திற்கும் மேல்-2 கோடி வரை	10 இலட்சம்	திட்ட இயக்குநர்
வகுப்பு V	50 இலட்சம் வரை	பதிவு செய்யும் மதிப்பிற்கு 15% தொகை	திட்ட இயக்குநர் வவஅ (வஊ)

அளவில்தான் பதிவு செய்யப்பட வேண்டும். ஓர் ஒப்பந்த தாரர் மாவட்டம் முழுமைக்கும் அல்லாமல் கலந்துகொள்ள/ பங்கேற்க விரும்பினால் அவ்வொப்பந்ததாரர் தனித் தனியாக ஒவ்வொரு ஒன்றியத்திலும் ஒப்பந்ததாரராகப் பதிவு செய்ய வேண்டும். ஒருவேளை ஒப்பந்ததாரர் மாவட்ட அளவில் ஒப்பந்ததாரராகப் பதிவு செய்து இருப்பின், அந்த ஒப்பந்ததாரர் மாவட்டத்திற்குள்ளாக அனைத்து ஒன்றியங் களிலும் ஒப்பந்தத்தில், பங்கேற்கத் தகுதியானவர்.

- ஒப்பந்ததாரர், ஒன்றுக்கு மேற்பட்ட மாவட்டங்களில் ஒப்பந்தத்தில் பங்கேற்க வேண்டுமென்றால் அந்த ஒப்பந்த தாரர், ஒவ்வொரு மாவட்டத்திலும் தனித்தனியாக ஒப்பந்த தாரராக பதிவு செய்துகொள்ள வேண்டும். மாநில அளவிலான ஒப்பந்தப் பதிவுகள் இந்தத் தேர்வில் ஏற்றுக் கொள்ளப்பட மாட்டாது.

ஒப்பந்ததாரரின் பணி எல்லைகள்

1. ஒன்றிய அளவில் பதிவு செய்யப்பட்ட ஒப்பந்ததாரர் ஊரக வளர்ச்சி மற்றும் ஊராட்சித்துறை ஒப்பந்தப் பணிகளுக்காக அவ்வொன்றியத்தில் கலந்துகொள்ளலாம். மேலும் அந்த ஒன்றியத்திற்குட்பட்ட ஊராட்சிகளின் ஒப்பந்தத்திலும் கலந்துகொள்ளலாம்.

2. மாவட்ட அளவில் பதிவு செய்யப்பட்ட ஒப்பந்ததாரர்கள் பதிவு செய்யப்பட்ட மாவட்டங்களில் ஊரக வளர்ச்சி மற்றும் ஊராட்சித்துறை ஒப்பந்தப் பணிகளில் ஒப்பந்தங்களில் கலந்து கொள்ளலாம்.

3. மாவட்ட அளவில் பதிவு செய்யப்பட்டுள்ள ஒப்பந்ததாரர்கள் ஊரக வளர்ச்சித்துறை சார்பாக மேற்கொள்ளப்படும் பணிகளை எந்தவொரு ஊராட்சியிலும்/அனைத்து ஊராட்சிகளிலும்/ஊராட்சிஒன்றியங்களிலும் பங்கேற்கலாம்.

விண்ணப்பப் படிவம்

விண்ணப்பங்களை இ-சேவை மையங்கள் மூலமாகச் சம்பந்தப்பட்ட அலுவலருக்கு மின்னணு முறையில் சமர்ப்பிக்க வேண்டும். இணையதளத்திலிருந்து பதிவிறக்கம் செய்து கொள்ளலாம். நபர்கள் பதிவுக் கட்டணத்தைச் செலுத்த வேண்டும். கீழ்க்காணும் நபர்கள் பதிவுக் கட்டணத்தைச் செலுத்த வேண்டும். 15 நாள்களுக்குள் விண்ணப்பத்தைப் பரிசீலனை செய்து ஏற்பது அல்லது மறுப்பது குறித்து முடிவெடுத்து இறுதி செய்ய வேண்டும்.

பதிவு செய்யத் தகுதியானவர்

1. புதிய விண்ணப்பதாரர்.

2. ஒப்பந்ததாரராக வளர்ச்சி மற்றும் ஊராட்சித்துறை தொடர்பான அலுவலகத்தில் பதிவுகள் செய்யாமல், வேறு துறைகளில் பதிவு செய்திருந்தால்.

3. ஊரக வளர்ச்சி மற்றும் ஊராட்சித்துறைக்கு உட்பட்ட ஒப்பந்ததாரர் ஒன்றிய அளவில் பதிவு செய்துள்ளவர்கள், வேறு ஒன்றிய மாவட்டங்களில் பதிவு செய்ய விரும்பினால்.

4. ஏற்கனவே பதிவு செய்யப்பட்ட ஊரக வளர்ச்சி மற்றும் ஊராட்சித்துறை ஒப்பந்ததாரர்கள் தங்களுடைய ஒப்பந்தப் பதிவு நிலையை உயர்த்திக்கொள்ள விரும்பினால்.

5. கருப்பு பட்டியலிலுள்ள ஒப்பந்ததாரர்கள், கருப்பு பட்டியலிலுள்ள காலம் முடிவுற்றதும் தங்களுடைய ஒப்பந்தத்தை மறுபதிவு செய்துகொள்ள உரிய கட்டணம் செலுத்திப் பதிவை புதுப்பித்துக்கொள்ள வேண்டும்.

6. கடந்த இரண்டாண்டுகளாக ஒப்பந்ததாரர் பதிவைப் புதுப்பிக்கத் தவறியவர்கள், ஈராண்டுக்குள் புதுப்பிக்கத் தவறியவர்கள் 50% கட்டணத்தைச் செலுத்தினால் போதுமானது.

பதிவுக் கட்டணத்திலிருந்து விலக்களிக்கப்பட்டவர்கள்

1. அட்டவணை வகுப்பினர்/அட்டவணை பழங்குடியினர் (தனியார்/குழுமம்).

2. அட்டவணை வகுப்பினர்/அட்டவணை பழங்குடியினர் (கலப்பின தம்பதியர்).

3. மகளிர் சுய உதவிக்குழு/ஊராட்சி அளவிலான கூட்டமைப்பு.

4. பட்டம் பெற்ற 5 ஆண்டுகளுக்குள் உள்ள வேலையற்ற கட்டடப் பொறிஞர்/கட்டடப் பட்டயம்.

5. சுய உதவிக்குழுக்கள், ஊரக வளர்ச்சிதுறையின் தமிழ்நாடு மகளிர் மேம்பாட்டு நிறுவனம் மூலம் அங்கீகரிக்கப் பட்டதாக இருக்க வேண்டும். அத்துடன் வேலையில்லாத கட்டடப் பொறியாளராக (சிவில் இஞ்னியர்) இருந்தால், அவர்கள் அதற்கான மாவட்ட வேலைவாய்ப்பு அலுவலரால் அளிக்கப்பட்ட சான்றிதழை ஒவ்வொரு 6 மாதங்களுக்கும் சமர்ப்பிக்க வேண்டும். பதிவை நாளது தேதி வரை புதுப்பித்து வைத் திருக்க வேண்டும். வேலையில்லாத பொறியாளர் களுக்கான சலுகை ஒரு முறை, 3 ஆண்டுகளுக்கு வழங்கப்படும்.

பதிவு செய்யப்பட்ட ஒப்பந்தத் தகுதி காலம்

புதியதாகப் பதிவு செய்தல் மற்றும் ஒப்பந்த வகுப்பு உயர்த்திக் கொள்வது தொடர்பான விண்ணப்பங்களை வருடத்தில் எந்த

ஒப்பந்ததாரர் வகைப்பாடு

வ எ	ஒப்பந்ததாரர் வகைப்பாடு	மாவட்ட அளவில் பல வட்டாரங்கள் பதிவுக் கட்டணம் ரூபாயில்	வட்டார, கிராம ஊராட்சி அளவில் பதிவுக் கட்டணம் ரூபாயில்
1	வகுப்பு Iஏ, I மற்றும் வகுப்பு II	50,000	20,000
2	வகுப்பு III மற்றும் வகுப்பு IV	30,000	15,000
3	வகுப்பு V (மாவட்ட அளவில்)	20,000	10,000
4	வகுப்பு V (வட்டார அளவில்)	10,000	3,000

நேரத்திலும் உரிய அலுவலர்களிடம் சமர்ப்பிக்கலாம். அவர்களின் விண்ணப்பம் ஏற்றுக்கொள்ளப்பட்டுப் பதிவு செய்து பதிவுச் சான்று வழங்கப்பட்டதிலிருந்து 3 ஆண்டுகள் வரை நடைமுறையில் இருக்கும்.

ஒப்பந்ததாரர் பதிவுக்காக இணைக்க வேண்டிய ஆவணங்கள்

1. விண்ணப்பதாரரால் சுய கையொப்பமிட்ட தன் பெயரில் உள்ள சொத்து மதிப்பு சான்றின் ஒளிப்பட (ஜெராக்ஸ்) நகல்.
2. 'சுய கையொப்பமிட்ட வில்லங்கம் ஏதுமில்லை' என்பதற்கான வில்லங்கச் சான்று (சான்று பெறப்பட்ட 30 நாள்களுக்குள்) விண்ணப்பத்துடன் இணைக்க வேண்டும்.
3. அசல் சொத்து மதிப்பு சான்று மற்றும் வில்லங்கச் சான்று (சரி பார்க்கப்பட்டு மீள வழங்கப்பட வேண்டும்).
4. வருமானவரித்துறையினருக்கு இறுதியாக வருமானவரி தாக்கல் செய்த சான்றிதழ்.
5. சுய கையொப்பமிட்ட ஜிஎஸ்டீ, நிரந்தரக் கணக்கு எண் (பான்) விவரங்கள்.

6. விண்ணப்பதாரர் தன்னறிவிப்பு சான்று (செல்ஃப் டெக்ள ரேஷன்) ஒன்றை இதுவரை எந்தத் துறையிலும் நிறுவனத்திலும் தமது நிறுவனம் நாளது வரை கருப்புப் பட்டியலில் வைத்திருக்கவில்லை என்ற சான்றளிக்க வேண்டும்.

ஒப்பந்ததாரர் தகுதி உயர்வு செய்துகொள்ளுதல்

- ஒப்பந்ததாரர் தமது பதிவைக் கீழ்நிலை வகுப்பிலிருந்து அடுத்த உயர் வகுப்பிற்குக் குறைந்தபட்சம் 24 மாதங்களுக்குப் பின்னர் அடுத்த உயர் வகுப்பிற்குத் தமது ஒப்பந்தத்தை உயர்த்திக்கொள்ளலாம். ஆண்டின் எந்த நாளிலும் விண்ணப்பித்து வகுப்பை உயர்த்திக் கொள்ளலாம். மேலும் அவர் ஒப்பந்தப் பணிகளைத் திருப்திகரமாக முடித்திருப்பதுடன் கடந்த இரண்டாண்டுகளில் அவர் மேற்கொண்ட ஒட்டுமொத்தப் பணிகளின் மதிப்பு அவர் உயர்த்த கோரும் அடுத்த வகுப்பின மேல்நிலை தொகைக்கு குறைவுபடாமல் இருக்க வேண்டும்.

- உயர் வகுப்பு பதிவுக்குப் பெறப்படும் விண்ணப்பங்களைப் பதிவு செய்யும் அலுவலர், அவர்களுக்குரிய ஒப்பந்தக் காலம் கீழ்நிலையில் பூர்த்தி செய்யப்பட்டுள்ளதையும், அத்துடன் சொத்து மதிப்பு சான்றும் உள்ளதை உறுதி செய்து கொண்டு அனைத்தும் சரியானதாக இருப்பதாகக் கருதினால் பதிவு செய்யலாம்.

- உயர் வகுப்புக்கு ஒப்பந்தத்தை உயர்த்திட விரும்பி சமர்ப்பிக்கப்படும் விண்ணப்பங்களை அதற்கான வரையறுக்கப்பட்ட கட்டணங்களை ஒப்பந்ததாரர் ஒரே நேரத்தில் செலுத்தியிருக்க வேண்டும்.

புதுப்பிக்கும் கட்டணம்

பதிவு புதுப்பித்தலுக்கான கட்டணம் ரூ. 500 ஆகும் பதிவை உரிய காலத்தில் புதுப்பிக்கத் தவறியவர்கள் பதிவு புதுப்பித்தல் கட்டணத்துடன் தன்னுடைய வகுப்பு பதிவுக் கட்டணத்தில் பாதியை அபராதமாகச் செலுத்திப் புதுப்பித்துக்கொள்ள வேண்டும்.

பதிவு புதுப்பித்தலுக்கான நிபந்தனைகள்

பதிவைப் புதுப்பிக்க விரும்பும் எந்தவொரு ஒப்பந்ததாரரும், கீழ்க்காணும் நிபந்தனைகளைப் பூர்த்தி செய்திருக்க வேண்டும்.

1. ஒப்பந்ததாரர் கடந்த12 மாதங்களில் ஏதேனும் ஓர் ஒப்பந்தத்தில் தமக்குரிய ஒப்பந்த எல்லைக்குட்பட்ட பணிக்கான ஒப்பந்தம் ஒன்றில் கலந்துகொண்டு தகுதி பெற்றிருக்க வேண்டும்.
2. எந்த அரசுத்துறை/அரசு நிறுவனங்களிலும் தமது பெயர்/நிறுவனம் கருப்புப்பட்டியலில் சேர்க்கப்படவில்லையென்ற தற்சான்று ஒன்று.
3. சுய கையொப்பமிட்ட சொத்து மதிப்பீடு சான்று ஒன்று ஒப்பந்ததாரரால் குறிப்பிட்டுள்ள மதிப்பீட்டின்படி கொடுக்க வேண்டும்.
4. சொத்து மதிப்புச்சான்று வழங்கப்பட்ட அந்தச் சொத்தின் மீது வில்லங்கச்சான்று சுயகையொப்பமிட்டு வழங்க வேண்டும்.
5. சமீபகாலத்தில் வருமானவரி தாக்கல் செய்த விவரம்.
6. சுய கையொப்பமிட்ட ஜிஎஸ்டீ-இன், பான் எண்களுக்கான வருமான வரித்துறையின் கணக்குத் தாக்கல் செய்த சான்று நகல்.

பதிவு காலம் முடிவதற்கு 15 தினங்களுக்கு முன்பாக மேற்குறிப்பிட்டுள்ள ஆவணங்களை வழங்கி பதிவைப் புதுப்பித்துக் கொள்ளத் தவறும் ஒப்பந்ததாரர்களின் பதிவை நிறுத்தி வைப்பதோடு, பதிவு காலம் முடிவு தேதிக்குப் பிறகு நடைபெறும் ஒப்பந்தங்களில் அவ்வொப்பந்ததாரர் பதிவைப் புதுப்பித்து ஆணை பெறும்வரை ஒப்பந்தங்களில் கலந்துகொள்ள இயலாது.

கருப்பு பட்டியலில் சேர்த்தல்

1. தொடர் நிகழ்வுகளாக வேலை ஆணை ஒப்பந்தம் (*வொர்க் ஆர்டர் அகிரிமெண்ட்*) ஆகியவற்றில் குறிப்பிட்டுள்ள கால வரையறைக்குள் வேலையை முடிக்காமல் உள்ள நிலையில்,

2. ஒப்பந்ததாரர் செய்த பணிகளில் உள்ள குறைபாடுகளைச் சரி செய்ய வேண்டும்.

3. ஒப்பந்ததாரர், துறையினரால் வழங்கப்படும் தளவாட/கட்டுமானப் பொருட்களை அப்பணிக்குப் பயன்படுத்தாமல், அதனைத் தன்னிச்சையாக வேறு பணிகளுக்கு, அனுமதியின்றித் திருப்பிவிடுவது.

4. தொடர்ந்து ஒப்பந்ததாரர் ஒப்பந்தத்தில் குறிப்பிட்டுள்ள முக்கிய விதிகளை மீறி, சட்டத்திற்குப் புறம்பாக நடவடிக்கைகள் மேற்கொள்வது.

5. ஒப்பந்ததாரர், கையூட்டு ஊழல் மற்றும் இதர ஒப்பந்ததாரர்களுடன் கூட்டுச் சதியில் ஈடுபடுதல் போன்ற விதிகளுக்குப் புறம்பான நடவடிக்கைகளைப் பயன்படுத்தி போட்டி ஒப்பந்த நடைமுறைகளுக்கு எதிராக செயல்படுவது.

6. ஒப்பந்ததாரர் அல்லது அவருடைய பங்குதாரர் வணிகத் தார்மீக ஒழுக்க முறைகேடு சார்ந்த குற்றங்களுக்காக நீதிமன்றத்தால் தண்டிக்கப்பட்டல் அல்லது அரசுக்கு விசுவாசமற்ற முறையில் செயல்பட்டால்.

7. ஒப்பந்ததாரரால் வழங்கப்படும் சுயகையொப்பமிட்ட சான்றுகள் சரியானது அல்ல எனவும் போலியானது (அ) உண்மைக்கு எதிரானது எனத் தெரியவந்தால்.

ஒப்பந்ததாரரைத் தடைசெய்தல், கருப்புபட்டியலில் வைத்தல்

ஒப்பந்ததாரரைப் பதிவு செய்யும் அலுவலர், ஒப்பந்ததாரர்/நிறுவனங்கள் தடைசெய்யப்பட அல்லது தடுப்புப் பட்டியலில் சேர்க்கப்படுவதற்கு முன்மொழியப்பட்ட காரணங்களைத் தெளிவாகக் குறிக்கும் ஒரு காரணம் கோரும் அறிவிப்பை வெளியிட வேண்டும். நடவடிக்கை மேற்கொள்வதற்கு அடிப்படையான நிபந்தனைகள்/விதிமுறைகள்/விதிகளைக் காரணம் கோரும் அறிவிப்பில் தெளிவாகக் கோடிட்டுக்காட்ட வேண்டும்.

1. ஒப்பந்ததாரருக்கு அவருடைய விளக்கம், காரணங்கள் போன்ற வற்றைச் சமர்ப்பிக்க 30 தெளிவான நாள்கள் அவகாசம் அளிக்கப்பட வேண்டும்.

2. ஒப்பந்ததாரருடனான அனைத்து தகவல் தொடர்புகளும் எழுத்துப்பூர்வமாக இருக்க வேண்டும். பதிவு அஞ்சல்/ கூரியர் மூலம் உரிய ஒப்புதலுடன் வழங்கப்படும்.

3. ஒப்பந்ததாரரைப் பதிவு செய்யும் அலுவலரின் அதிகாரப் பூர்வ மின்னஞ்சலிலிருந்து ஒப்பந்ததாரரின் பதிவு செய்யப் பட்ட மின்னஞ்சல் முகவரிக்கு மின்னஞ்சல் மூலம் அறிவிப்பு அனுப்புவது, விளக்கம் கோரல் அறிவிப்பு (ஷோ-காஸ் நோட்டீஸ்) வழங்கியதற்கான ஆதாரமாகக் கருதப்படும்.

4. எழுத்துப்பூர்வப் பதில் சமர்ப்பிக்கப்பட்டாலும், ஒப்பந்த தாரருக்கு அவர் தன்னுடைய காரணங்களை/விளக்கத்தை நேரில் தெரிவிக்கப் பதிவு செய்யும் அதிகாரம் நியாயமான வாய்ப்பை வழங்க வேண்டும்.

5. மேற்கண்ட வழிமுறைகளுக்குப் பிறகு, பதிவு அலுவலர் ஒப்பந்ததாரர் கருப்பு பட்டியலில் வைக்கத் தகுந்தவர் என முடிவு செய்தால், அவ்வாறான ஒரு உத்தரவை வெளியிட்டு அதனை அந்த ஒப்பந்ததாரருக்குச் சார்வு செய்வதுடன் மாவட்ட ஆட்சியர் வழியே அதனை ஊரக வளர்ச்சி மற்றும் ஊராட்சி இயக்குநருக்கு அனுப்பி வைக்க வேண்டும். அதை அவர் ஊரக வளர்ச்சி மற்றும் ஊராட்சிதுறைச் செயலர் வழியே பொதுத்துறைச் செயலருக்கு அனுப்பி வைப்பார்.

ஒப்பந்தப்பதிவை ரத்து செய்தல்

ஒப்பந்ததாரர், இந்திய ஒப்பந்தச் சட்டம் 18762-ன்படி அவருடைய சொத்தின் மதிப்பு 18 இலட்சத்திற்குக் குறையுமானாலும் இந்தச் சட்டத்தின்படி கீழ்க்காணும் காரணங்களுக்காகவும், ஒப்பந்தத்தை ரத்து செய்யலாம்.

1. நீதிமன்றம் மூலம் வறியவர் (இன்சால்வண்ட்) என்று அறிவிக்கப்பட்டவர்.

2. மனநிலை பாதிக்கப்பட்டதாகக் கருதப்படுபவர்

3. சட்டப்பூர்வமாக அறிவிக்கப்பட்டவர், ஒப்பந்ததாரராகப் பதிவு செய்யத் தகுதியற்றவர் என அறிவிக்கப்பட்டவர்.

4. எழுத்துப்பூர்வப் பதில் சமர்ப்பிக்கப்பட்டாலும், ஒப்பந்த

தாரருக்கு அவர் தன்னுடைய காரணங்களை/விளக்கத்தை நேரில் தெரிவிக்கப் பதிவு செய்யும் அதிகாரம் நியாயமான வாய்ப்பை வழங்க வேண்டும்.

5. மேற்கண்ட வழிமுறைகளுக்குப் பிறகு, பதிவு அலுவலர் ஒப்பந்ததாரர் கருப்பு பட்டியலில் வைக்கத் தகுந்தவர் என முடிவு செய்தால், அவ்வாறான ஓர் உத்தரவை வெளியிட்டு அதனை அந்த ஒப்பந்ததாரருக்குச் சார்வு செய்வதுடன் மாவட்ட ஆட்சியர் வழியே அதை ஊரக வளர்ச்சி மற்றும் ஊராட்சி இயக்குநருக்கு அனுப்பி வைக்க வேண்டும். அதை அவர் ஊரக வளர்ச்சி மற்றும் ஊராட்சிதுறைச் செயலர் வழியே பொதுத்துறைச் செயலருக்கு அனுப்பி வைப்பார்.

ஒப்பந்தப் பதிவை ரத்து செய்தல்

ஒப்பந்ததாரர், இந்திய ஒப்பந்தச் சட்டம் 1872-ன்படி அவருடைய சொத்தின் மதிப்பு 18 இலட்சத்திற்குக் குறையுமானாலும் இந்தச் சட்டத்தின்படி பின்வரும் காரணங்களுக்காகவும், ஒப்பந்தத்தை ரத்து செய்யலாம்.

1. நீதிமன்றம் மூலம் வறியவர் (இன்சால்வண்ட்) என்று அறிவிக்கப்பட்டவர்;
2. மனநிலை பாதிக்கப்பட்டதாகக் கருதப்படுபவர்;
3. சட்டப்பூர்வமாக அறிவிக்கப்பட்டவர், ஒப்பந்ததாரராகப் பதிவு செய்யத் தகுதியற்றவர் என அறிவிக்கப்பட்டவர்.

மேல்முறையீட்டு அலுவலர்

ஒப்பந்ததாரர், கீழ்க்காணும் காரணங்களுக்காகத் தமக்கான நியாயத்தை அல்லது கோரிக்கைகளைப் பட்டியலில் குறிப்பிட்டுள்ள மேல்முறையீட்டு அலுவலருக்கு விண்ணப்பித்து நிவாரணம் பெற்றுக்கொள்ளலாம்.

1. பதிவுபெற்ற புதுப்பித்தலுக்கான விண்ணப்பத்தை ஏற்றுக் கொள்ளாமை;
2. கருப்புப்பட்டியலில் சேர்க்கப்பட்டுள்ள ஒப்பந்ததாரர்;
3. ஒப்பந்தத்தை ரத்து செய்தது.

கருப்புப் பட்டியலிலுள்ள ஒப்பந்ததாரரை மீளப் பதிவு செய்தல்

கருப்பு பட்டியல் காலம் முடிந்த பிறகு ஒப்பந்ததாரர் கீழ்க் காணும் ஆவணங்களைச் சமர்ப்பிப்பதன் மூலம் மீளப் பரிசீலனை செய்து மீண்டும் ஒப்பந்ததாராகுவதற்குப் புதியதாக அதே வகுப்பு அல்லது கீழ்நிலை வகுப்பில் பதிவு செய்யலாம்.

1. தமிழ்நாடு மற்றும் பிற மாநிலங்களில் எந்த அரசுத்துறை/ அரசு நிறுவனங்களிலும் தமது பெயர்/நிறுவனம் கருப்புப் பட்டியலில் சேர்க்கப்படவில்லையென்ற தற்சான்று ஒன்று.

2. சுய-கையொப்பமிட்ட சொத்து மதிப்பீடு சான்று ஒன்று ஒப்பந்ததாரரால் குறிப்பிட்டுள்ள மதிப்பீட்டின்படி கொடுக்க வேண்டும்.

3. சொத்து மதிப்புச்சான்று வழங்கப்பட்ட அந்தச் சொத்தின் மீதான வில்லங்கச் சான்று சுய-கையொப்பமிட்டு வழங்க வேண்டும்.

ஒப்பந்ததாரர்கள் பதிவேடு

1. திட்ட இயக்குநர், மாவட்ட ஊரக வளர்ச்சி முகமை, மாவட்ட அளவில் பதிவு செய்யப்படும் ஒப்பந்ததாரர்கள் பதிவேட்டையும், வட்டார வளர்ச்சி அலுவலர் (வஊ) ஒன்றிய அளவில் ஒப்பந்ததாரர்கள் பதிவு செய்யும் பதிவேட்டை யும் ஊரக வளர்ச்சி இயக்குநரால் பரிந்துரைக்கப்பட்டுள்ள படிவங்களில் பராமரிக்க வேண்டும்.

2. ஊரக வளர்ச்சி மற்றும் ஊராட்சித்துறையின் இணைய தளத்தில் அவ்வப்போது நாளது தேதி வரையிலான விவரங் களைப் பதிவேற்றம் செய்ய வேண்டும்.

3. அரையாண்டுக்கொரு முறை மாவட்ட அரசிதழில் ஒப்பந்த தாரர் விவரம் வெளியிடப்பட வேண்டும்.

4. ஒப்பந்ததாரர் தடை செய்யப்பட்ட மற்றும் தடுப்புப் பட்டியலில் வைக்கப்பட்ட 15 நாள்களுக்குள் அந்த விவரங் களையும் மாவட்ட அரசிதழில் வெளியிட வேண்டும். மேலும் தொடர்புடைய அனைத்து கொள்முதல் அலுவலர்களுக்குத்

மேல்முறையீட்டு அலுவலர்

வ.எ	பதிவு செய்யும் அலுவலர்	மேல்முறையீட்டு அலுவலர்
1	ஊராட்சி ஒன்றிய ஆணையர்	திட்ட இயக்குநர், மாவட்ட ஊரக வளர்ச்சி முகமை
2	திட்ட இயக்குநர், மாவட்ட ஊரக வளர்ச்சி முகமை	மாவட்ட ஆட்சியர்

தெரிவிப்பது, ஊரக வளர்ச்சி மற்றும் ஊராட்சி இயக்குநருக்கு அனுப்பி வைக்க வேண்டும்.

மின்னணு இணையதளம் வாயிலாக ஒப்பந்ததாரர் பதிவு

- அரசாணை நிலை எண் 83 நிதித் (கொள்முதல்) துறை நாள் 26. 02. 2024-ன்படி 01. 07, 2024 முதல் அனைத்து துறைகளிலும் ஒப்பந்ததாரர்கள் பதிவு, புதுப்பித்தல் ஆகியவை மின்னணு இணையதளம் வாயிலாக நடைபெறவுள்ளது.

- ஒப்பந்ததாரராகப் பதிவு பெற வேண்டுவோர் மற்றும் புதுப்பிக்க வேண்டுவோர் இனி இ-சேவை மையங்கள் மூலம் நிரந்தர கணக்கு எண் (பான்) ஆதாரத்தின் அடிப்படையில் விண்ணப்பிக்க வேண்டும்.

- அனைத்து துறைகளும் ஒப்பந்ததாரர் பதிவுகளை அங்கீகரித்தல் மற்றும் புதுப்பித்தல் பணிகளை உரிய இணையதளம் வாயிலாகவே மேற்கொள்ள வேண்டும்.

- ஒவ்வொரு ஒப்பந்ததாரருக்கும் ஒரு தனித்தன்மையான அடையாள எண் வழங்கப்படும். இதன் மூலம் அவர் எந்தத் துறையில் ஒப்பந்ததாரராகப் பதிவு பெற்றுள்ளார் என அறிய இயலும்.

- இந்த இணையதளமானது தமிழக அரசின் மின்னணு ஒப்பந்தப்புள்ளி இணைய தளத்துடன் இணைக்கப்படுவதால், ஒப்பந்ததாரர்களுக்குக் குறுஞ்செய்தி வாயிலான ஒப்பந்த அறிவிப்புகள் விவரம் தெரியவரும்.

- ஒப்பந்ததாரர்களைக் கருப்பு பட்டியலில் வைத்தல்

மற்றும் நீக்கம் செய்தல் ஆகியவையும் மின்னணு முறையில் இந்த இணையதளத்திலேயே மேற்கொள்ளலாம்.

- ஏற்கனவே துறைகளில் பதிவு பெற்றுள்ள ஒப்பந்ததாரர்கள் விவரம் சம்பந்தப்பட்ட அலுவலகங்களால் ஒப்பந்ததாரர்களுக்கான இந்த இணையதளத்தில் பதிவேற்றம் செய்யப்படும்.

உசாத்துணை

ஊரக வளர்ச்சி (ம) உள்ளாட்சித் துறை ஊராட்சிஒன்றிய நிருவாகம்: பயிற்சி கையேடு, மறைமலர் நகர்: மாநில ஊரக வளர்ச்சி (ம) ஊராட்சி நிறுவனம், 2020.

—. மாவட்ட ஊராட்சி நிருவாகம்: பயிற்சி கையேடு, மறைமலர் நகர்: மாநில ஊரக வளர்ச்சி (ம) ஊராட்சி நிறுவனம், 2020.

—. கிராம ஊராட்சி நிருவாகம் குறித்த கேள்வி பதில்கள், மறைமலர் நகர்: மாநில ஊரக வளர்ச்சி (ம) ஊராட்சி நிறுவனம், 2020.

—. வட்டார மற்றும் மாவட்ட ஊராட்சி அளவில் வளர்ச்சித் திட்டங்கள் தயாரித்தல், மறைமலர் நகர்: மாநில ஊரக வளர்ச்சி (ம) ஊராட்சி நிறுவனம், 2020.

—. ஊரக உள்ளாட்சி மகளிர் பிரதிநிதிகளுக்கான பயிற்சி கையேடு, மறைமலர் நகர்: மாநில ஊரக வளர்ச்சி (ம) ஊராட்சி நிறுவனம், 2020.

—. கிராம ஊராட்சி நிதி நிருவாகம், மறைமலர் நகர்: மாநில ஊரக வளர்ச்சி (ம) ஊராட்சி நிறுவனம், 2020.

—. கிராம ஊராட்சியின் சொந்த வருவாயை மேம்படுத்துதல், மறைமலர் நகர்: ஊரக வளர்ச்சி (ம) ஊராட்சி பயிற்சி ஆணையரகம், 2020.

—. கிராமப் பஞ்சாயத்தில் பணிகள் செயல்படுத்துதல், மறைமலர் நகர்: ஊரக வளர்ச்சி (ம) ஊராட்சி பயிற்சி ஆணையரகம், 2020.

—. கிராம ஊராட்சிக் கூட்டங்கள், மறைமலர் நகர்: ஊரக வளர்ச்சி (ம) ஊராட்சி பயிற்சி ஆணையரகம், 2020.

—.*தமிழக அரசின் பல்வேறு துறைகள் செயல்படுத்தும் திட்டங்கள்,* மறைமலர் நகர்: மாநில ஊரக வளர்ச்சி (ம) ஊராட்சி நிறுவனம், 2020.

—.*தமிழக அரசின் ஊரக வளர்ச்சி (ம) ஊராட்சித் துறையின் திட்டங்கள்,* மறைமலர்நகர்: மாநில ஊரக வளர்ச்சி (ம) ஊராட்சி நிறுவனம், 2020.

—. *ஊரக உள்ளாட்சி ஆதிதிராவிடர் பிரதிநிதிகளுக்கான சிறப்புப் பயிற்சி கையேடு,* மறைமலர் நகர்: மாநில ஊரக வளர்ச்சி (ம) ஊராட்சி நிறுவனம், 2021.

—. *ஊரக உள்ளாட்சி பழங்குடியினர் பிரதிநிதிகளுக்கான சிறப்புப் பயிற்சி கையேடு,* மறைமலர் நகர்: மாநில ஊரக வளர்ச்சி (ம) ஊராட்சி நிறுவனம், 2021.

பழனித்துரை க. *தமிழ்நாட்டில் பஞ்சாயத்து அரசாங்கம்: சட்டங்கள், விதிகள் திட்டங்கள்,* சென்னை: சௌத் விஷன், 2002.

—. *தமிழ்நாட்டின் மூன்றடுக்கு புதிய பஞ்சாயத்து அரசாங்கம்,* சென்னை: நியூ செஞ்சுரி புக் ஹவுஸ் (பி) லிமிடெட், 2022.

—. *எங்கள் ஊரில் எங்களாட்சி,* மதுரை: தமிழ் அறம் பதிப்பகம், 2022.

—. *புரிந்துகொள்வோம் ஊரக உள்ளாட்சியை,* சென்னை: கோரல் பதிப்பகம், 2022.

Aiyar, Mani Shankar. *Towards Holistic Panchayati Raj: Leveraging Panchayats for Efficient Delivery of Public Goods and Services,* Vols. I & II. New Delhi: Government of India, 2013.

Kothari, Rajni. *Rethinking Democracy.* Hyderabad: Orient Longman, 2005.

Manor, James. *The Political Economy of Democratic Decentralization.* Washington DC: The World Bank, 1999.

National Institute of Rural Development and Panchayati Raj. *Model Learning Materials for Elected Representatives of GramPanchayats.* Hyderabad: NIRD & PR, 2020.

—. *Model Learning Materials for Induction Level Orientation of Elected Representatives of Gram Panchayats.* Hyderabad: NIRD & PR, 2020.

—. *Model Training Modules for Refresher Training of Elected*

Representatives of Gram Panchayats. Hyderabad: NIRD & PR, 2020.

—. State Election Commissioners Conclave 2020. Hyderabad: NIRD & PR, 2020.

Palanithurai, G., ed. Deliberative Democracy. New Delhi: MJP Publishers, 2015.